வள்ளலார் வாழ்வும் வாக்கும்

பதிப்பாசிரியர்
முனைவர் இரா.இரவி

இணைப் பதிப்பாசிரியர்கள்

முனைவர். இரா.ஜானகி
முனைவர் வே. கண்ணதாசன்
முனைவர் சு.பால்பாண்டி

துணைப் பதிப்பாசிரியர்கள்
முனைவர் ஏ.தனசேகர்
முனைவர் நா.சரண்யா

பரிசல்

பரிசல் புத்தக நிலையம்

இக்கருத்தரங்கக் கட்டுரைகள் எஸ்.ஆர்.எம் கல்வி நிறுவன நிதி நல்கையுடன் வெளியிடப்பட்டது

நூல் உருவாக்கம்
தமிழ்த்துறை, அறிவியல் மற்றும் மானுடவியல் புலம்,
எஸ்.ஆர்.எம் அறிவியல் மற்றும் தொழில்நுட்பக் கல்வி நிறுவனம்,
வடபழனி, சென்னை-600026.

வள்ளலார் வாழ்வும் வாக்கும்

பதிப்பாசிரியர்	:	இரா.இரவி, தமிழ்த்துறை©
முதல் பதிப்பு	:	ஜூலை 2024
நூல் வடிவமைப்பு	:	அனுராதா
அட்டை வடிவமைப்பு	:	லார்க் பாஸ்கரன்
வெளியீடு	:	பரிசல் புத்தக நிலையம், P பிளாக். எம்.எம்.டி.ஏ காலனி, அரும்பாக்கம், சென்னை-600106
அலைப்பேசி	:	93828 53646, 88257 67500
மின்னஞ்சல்	:	parisalbooks2021@gmail.com
பக்கங்கள்	:	372
விலை	:	ரூ. 380/-
ISBN	:	978-81-19919-83-3

முனைவர் கே.ஆர். அனந்த பத்மநாபன்
புலத்தலைவர்
அறிவியல் மற்றும் மானுடவியல் புலம்

வாழ்த்துரை

அருட்பெரும் ஜோதி!
அருட்பெரும் ஜோதி!
தனிப்பெருங்கருணை
அருட்பெரும் ஜோதி!

எனப் பாடி ஒளி வடிவில் இறையைத் தரிசித்தவரே அருட்பிரகாச வள்ளலாராவார். எல்லா உயிர்களின் மீதும் எல்லையில்லா அன்பு கொண்ட வள்ளலாரை மையமாகக் கொண்டு ஒரு பன்னாட்டுக் கருத்தரங்கம் தமிழ்த்துறையின் சார்பில் நடைபெறுவது மிகுந்த மகிழ்ச்சியைத் தருகிறது.

எஸ்.ஆர்.எம் அறிவியல் மற்றும் தொழில்நுட்பக்கல்வி நிறுவனம் உலகத்தரம் வாய்ந்த நிறுவனங்களுள் ஒன்றாகப் புகழ்பெற்றுத் திகழ்கிறது. நம் கல்வி நிறுவனம் எப்பொழுதும் தமிழுக்கும் தமிழ்மொழி சார்ந்த செயல்பாடுகளுக்கும் முன்னுரிமை தந்து ஆக்கமும் ஊக்கமும் காட்டி வருகின்றது. அதன் அழிக்க முடியாத சாட்சி தான் தமிழ்ப்பேராயம் என்று சொல்லக்கூடிய தரணி போற்றும் தமிழமைப்பாகும். இதனை ஐந்தாம் தமிழ்ச் சங்கமென்று பெருமிதத்தோடு அழைத்து மகிழலாம். மாண்பமை வேந்தர் அவர்களின் மணிமணியான வழிகாட்டுதலின் பேரில் தமிழ்ப்பேராயம் உலகம் போற்றும் வகையில் உன்னதமாகச் செயல்பட்டு வருகின்றது. தமிழ்ப் படைப்பாளர்களை ஊக்கப்படுத்தும் விதமாக உலகத் தமிழ்ச் சமுதாயமே திரும்பிப் பார்க்கும் வகையில் மிக அற்புதமான விருது விழாவையும்

வருடந்தோறும் நிகழ்த்தித் தமிழுக்கும் தமிழ் அறிஞர்களுக்கும் மகுடம் சூட்டி இன்புறுகிறது.

"தோன்றின் புகழொடு தோன்றுக" என்பது வான்புகழ் வள்ளுவன் வாக்காகும். புகழ், அறிவு ஆகிய இரண்டையும் பெற்று மாணவச் செல்வங்கள் மாண்போடு வாழ வேண்டும் என்பதே நம் நிறுவனத்தின் தலையாய நோக்கமாகும். அந்தவகையில், வள்ளலார் வாழ்வும் வாக்கும் என்கிற தலைப்பில் நம் அறிவியல் மற்றும் மானுடவியல் புலத்தின் தமிழ்த்துறை நடத்தும் பன்னாட்டுக் கருத்தரங்கம் போற்றுதலுக்குரிய ஒன்றாகும். அது வள்ளலாரின் இருநூறாவது பிறந்தநாள் கொண்டாடப்படும் சூழலில் நடத்தப்படுவது மிகுந்த பொருத்தமுடையதாகும். வள்ளலாரின் சிந்தனைகளை ஆவணப்படுத்தும் விதமாகப் புதிய நோக்கில் ஆய்வுக்கோவை கொண்டு வருவதும் சீரியதொன்றாகும். நல்லதொரு நிகழ்வை முன்னெடுக்கும் தமிழ்த்துறைத்தலைவர் மற்றும் பேராசிரியர்கள் அனைவருக்கும் மனமார்ந்த பாராட்டுகள்.

(முனைவர் கே.ஆர். அனந்த பத்மநாபன்)

தேதி: 11/07/2024

இடம்: சென்னை - 26

பதிப்புரை

முனைவர் இரா. இரவி
தலைவர், தமிழ் மற்றும் பிறமொழிகள் துறை
அறிவியல் மற்றும் மானுடவியல் புலம்

பொய்யில் புலவன் திருவள்ளுவன் 'பிறப்பொக்கும் எல்லா உயிர்க்கும்' என்றுரைத்துச் சென்றான். ஞாலம் போற்றும் சிந்தனையாளன் திருமூலன் 'ஒன்றே குலம்; ஒருவனே தேவன்' என்று யாரும் சிந்திக்காத கோணத்தில் சிந்தித்துத் திசையெட்டும் திகைக்க வைத்தான். ஆனால், அருட்பிரகாச வள்ளலாரோ ஒருபடி மேலே சென்று வாடிய பயிரைக் கண்ட போதெல்லாம் வாடினேன் என வாஞ்சை வழிய தன் கருத்தைப் பதிவு செய்த மாற்றுச் சிந்தனையாளர் என்றே இவரைக் குறிப்பிடலாம்.

இரட்டைக்காப்பியத்தில் ஒன்றான மணிமேகலை பசியைப் பிணி என்று எடுத்துரைக்கின்றது. அதற்காக அமுதசுரபி எனும் அட்சயப் பாத்திரத்தையும் அக்காப்பியத்தில் சீத்தலைச்சாத்தனார் படைத்துக் காட்டினார். அது உண்மையா? பொய்யா? என்பது தெரியவில்லை. அதனைச் சாத்தனாரின் ஆசையாகக் கூடக் கொள்ளலாம். ஈராயிரம் ஆண்டுகளுக்கு முன்பே, பசி போக்குவதே மானுடச் செயல்களில் மகத்தானது என்று தமிழ்ச்சமூகம் சிந்தித்திருப்பது பெருமிதம் கொள்ளத்தக்க ஒன்றாகும்.

பரந்து விரிந்த இந்த உலகத்தில் கொடிய நோய் பசியே ஆகும். ஏழை, எளிய மக்களின் பசியைப் போக்க சத்திய ஞான சபை அருகிலேயே சத்திய தருமச் சாலையை வள்ளலார் நிறுவினார். இந்தத் தருமச் சாலையில் அன்று மூட்டப்பட்ட அடுப்பு இன்றுவரை அணையாமல் எரிந்து, மூன்று வேளையும் அன்னதானம் வழங்கப்பட்டுக் கொண்டே இருக்கிறது.

சாதி, சமய சழக்குகளையெல்லாம் சாடிய புரட்சியாளர் என்றே வள்ளலாரைப் புரிந்து கொள்ளலாம். இவர் வடித்துத் தந்த கருத்தியல் சாரத்தைப் பாரதியின் படைப்புகளில் பரவலாகக் காண முடியும். ராமலிங்கத் துறவியாக வெள்ளுடைத் தரித்து, ஒளி வடிவில் இறைவனைத் தரிசித்து, அவரெழுதிய அருட்பாக்களெல்லாம் சமய உலகம் இதுவரைக் காணாத ஒன்றாகும். அதிலும், குறிப்பாக, அவர் வாழ்வின் கடைசிப் பத்தாண்டுகளில் எழுதப்பட்டதாகக் கூறப்படும் பாடல்களில் வைக்கப்பட்டுள்ள கருத்துக்களின் வெப்பம் தாளாமல் சமய உலகம் கொந்தளித்தது. அந்தச் சூட்டின் சாரம் இன்றும் சுழன்றடித்துக் கொண்டேதான் இருக்கிறது.

இத்தகைய புரட்சித்துறவியின் இருநூறாவதாண்டின் நிறைவையொட்டி ‘வள்ளலார் வாழ்வும் வாக்கும்’ என்ற தலைப்பில் நடைபெறும் பன்னாட்டுக் கருத்தரங்கை மிக முக்கியத்துவம் வாய்ந்ததாகக் கருதுகிறேன். இதுபோன்ற கருத்தரங்குகளின் வாயிலாகத்தான் சமூகத்துக்குள் புதுப்பாய்ச்சலைப் புகுத்திய வள்ளலாரின் சிந்தனைகளை அடுத்த தலைமுறைக்கு எடுத்துச் செல்ல முடியும்.

இக்கருத்தரங்கிற்குப் பேராசிரியர்கள், ஆய்வு மாணவர்கள் எனப் பல தளங்களிலிருந்தும் கட்டுரை வந்துள்ளமை மகிழ்ச்சியைத் தருகிறது. இக்கட்டுரைகள் வள்ளலாரைப் பன்முகக் கோணங்களில் புரிந்து கொள்வதற்கு உதவுவதாக உள்ளன. அதுமட்டுமல்லாமல், அந்தந்தக் கட்டுரைகளில் இடம்பெற்றுள்ள கருத்துகளுக்கு அந்தந்தக் கட்டுரையாளர்களே பொறுப்பாவார்கள்.

நம் வடபழனி வளாக அறிவியல் மற்றும் மானுடவியல் புலத்தின் தமிழ்த்துறைச் செயல்பாடுகள் எதுவாயினும் அன்புள்ளத்தோடு ஒப்புதல் தந்து ஊக்கப்படுத்தும் நிறுவன வளர்ச்சி இயக்குநர் ஹரிணிரவி அம்மா அவர்களுக்கு இந்த இனிய தருணத்தில் நெஞ்சம் நிறைந்த நன்றியை உரித்தாக்கிக் கொள்கிறேன்.

இந்த ஆய்வுக்கோவைக்கான வாழ்த்துரைக்காக அணுகியபோது இன்முகத்தோடு உடனே அணிந்துரை வழங்கிச்

சிறப்பித்த நம் நிறுவனத்தின் துணைவேந்தர் பேராசிரியர் செ.முத்தமிழ்ச்செல்வன் ஐயா அவர்களுக்கு மனமார்ந்த நன்றியைச் சமர்ப்பித்து மகிழ்கிறோம். வள்ளலார் குறித்த இவ்வாய்வு நூலுக்கு எளிமையும் வலிமையும் கலந்த ஒரு மதிப்புரை வழங்கி, இப்பன்னாட்டுக் கருத்தரங்க முன்னெடுப்புக்கு வாழ்த்துக்களைத் தெரிவித்த நம் எஸ்.ஆர்.எம். நிறுவனத்தின் பதிவாளர் முனைவர் சு.பொன்னுசாமி ஐயா அவர்களுக்கு நெஞ்சார்ந்த நன்றியைத் தெரிவித்து மகிழ்கிறோம்.

தமிழ் மற்றும் பிறமொழிகள் துறை உற்சாகமாகச் செயல்பட நம்முடைய புலத்தலைவர் ஐயா எப்பொழுதும் துணை நிற்பவர். அதுமட்டுமல்லாமல், பல்வேறு ஆலோசனைகளையும் வழங்கி நன்றின்பால் செல்ல வழிகாட்டுபவர். இக்கருத்தரங்கம் நடைபெற ஒப்புதல் தந்ததோடு, தமிழ்மொழியின் மீது கொண்ட அளப்பரிய அன்பு காரணமாக நல்லதொரு வாழ்த்துரையை வழங்கிப் பெருமை சேர்த்திருக்கிறார். இந்த இனிய தருணத்தில் நம் புலத்தலைவருக்கு நன்றிகளை அள்ளித் தந்து அகம் நெகிழ்கிறோம்.

இந்தப் பன்னாட்டுக் கருத்தரங்கம் செவ்வனே நடைபெற, தொடக்க நாள்தொட்டு, நிறைவு நாள்வரை உடனிருந்து உழைத்த தமிழ்த்துறைப் பேராசிரியர்களுக்கும் உளமார்ந்த நன்றிகளைத் தந்து மகிழ்கிறேன். இந்நூலினை நேர்த்தியாக வடிவமைத்து உதவிய திருமதி அனுராதா அவர்களுக்கும், நவீன வடிவில் அட்டைப்படம் வடிவமைத்து உதவிய திரு. இலார்க் பாஸ்கரன் அவர்களுக்கும், சமூக அக்கறை மிகுந்த ஆர்வத்தால் நல்ல நூல்களை வெளியிடும் பரிசல் வெளியீட்டகத்திற்கும், அதன் உரிமையாளர் சிவ.செந்தில்நாதன் அவர்களுக்கும் அளவில்லா அன்பின் நன்றிகளைத் தெரிவித்து மகிழ்கிறோம்.

முனைவர் **இரா.இரவி**

தேதி: 11/07/2024

இடம்: சென்னை - 26

பொருளடக்கம்

1. காலனிய முரண்களுக்கிடையில் அறிவுவாதம் பேசிய சிந்தனைவாதி வள்ளலார் - **முனைவர் செ.சௌந்தரி** 11
2. வள்ளலார் வாழ்வியல் பணிகள் - **முனைவர்.மா.லெட்சுமி** 21
3. வள்ளல் பெருமான் வகுத்த பசித்திரு! தனித்திரு! விழித்திரு! - **முனைவர் ச.அய்யர்** 28
4. வள்ளலாரும் மெய்யியல் கோட்பாடும் -**முனைவர்.அ.சுகன்யா** 33
5. வள்ளலாரின் இறையியல் சிந்தனை - **முனைவர் ஆ. பிரின்ஸ் சார்லஸ்** 42
6. வள்ளலாரின் உரைநடை விண்ணப்பங்கள் - **முனைவர் ம. இளங்கோவன்** 54
7. புரட்சித்துறவி வள்ளலார் பாடல்களில் பயன்பாட்டுத் தமிழ் - **முனைவர். பா.ஜெயசுதா,** 63
8. வள்ளலாரின் நேயமும், நெறிப்படுத்தும் மாண்பும் - **முனைவர். ம. சித்ரகலா** 68
9. வள்ளலார் உணர்த்தும் மனிதம் - **முனைவர் ச.பிரவின்குமார்** 77
10. என்றென்றும் வள்ளலார் - **திருமதி ச.மீனாட்சி** 85
11. அருட்பாவில் அகப்பொருள் ஆராய்ச்சி - **தினேஷ்குமார் ப** 92
12. வள்ளலாரின் பெருநெறி வாழ்வியல் - **சு. கோபாலகிருஷ்ணன்** 103
13. புரட்சித் துறவி வள்ளலார் மனு முறை கண்ட வாசகத்தில் பழமொழிகள் - **முனைவர் த. ராஜீவ் காந்தி** 110
14. சங்கம் நிறுவி சமத்துவம் வளர்த்த வள்ளலார் - **மீ. செய்கு அப்துல் காதிர் மரைக்காயர்** 119
15. வள்ளலார் வாழ்வும் வாக்கும் - **கவியருவி ச. குமரவேல்** 125
16. நன்மார்க்கம் தரும் சன்மார்க்கம் - **முனைவர் கமலா முருகன்** 131
17. வள்ளலார் பார்வையில் மாணிக்கவாசகர் - **முனைவர் இரா. வள்ளி** 136
18. அருட்பெருஞ்ஜோதி தனிப்பெருங்கருணை -**முனைவர் பெ. ராகம்மாள்** 144
19. வள்ளலாரின் வாழ்வியல் நெறிமுறைகள் - **முனைவர் தே. இராணி எலிசபெத்** 150
20. அருட்பெருஞ்சோதி வள்ளலார் - **சு. ஜெயா** 158
21. வள்ளலாரும் ஜென்னும் - **முனைவர் வெ. பிரதீப் குமார்** 165
22. வள்ளலார் பாடல்களில் அகமரபு - **சு.சிவசங்கரி** 171
23. வள்ளலார் கண்ட சீவகாருண்ய ஒழுக்கம் - **மரகதவள்ளி** 179

24.	வள்ளலாரின் வழியில் இறைவழிபாடும் சமூகநல்லிணக்கமும்	-பா.ஜெயஸ்ரீ	185
25.	வள்ளலார் காட்டும் அரசியல் அறங்கள்	-மகேஸ்வரி வீரப்பன்	189
26.	வள்ளலார் உணர்த்திய வாழ்வியல் நெறி	- முனைவர் வெ. நளினி	200
27.	தெய்வமணிமாலையில் வழிபாடு	- சி.சரிதா	207
28.	வள்ளலாரின் பன்முகத்தன்மை	- ச. லதா	217
29.	அருட்பிரகாசரின் அருட்பா	- முனைவர் தோ.ரா.பெரியசாமி	225
30.	வள்ளலாரின் உயிரிரக்கக் கொள்கை	- முனைவர். செ.சு.நா. சந்திரசேகரன்	232
31.	வள்ளலார் ஒரு சிறந்த சமூக சீர்திருத்தவாதி	- இரா.சேகர்	237
32.	வள்ளலார் உணர்த்தும் மனிதம்	- முனைவர் ச.பிரவின்குமார்	247
33.	வள்ளலார் போற்றிய அப்பர்	- முனைவர். இர.சிவசக்தி	255
34.	வள்ளலாரின் மானுட மேம்பாட்டுச் சிந்தனைகள்	- திருமதி.அனுராதா	260
35.	அருட் பிரகாச வள்ளலாரும் உணவு அறிவியலும்	- முனைவர் க.ஸ்ரீபிரசாத்	267
36.	வள்ளலாரின் வாழ்வியல் நெறிகள்	- நா. நாகராஜ்	273
37.	பன்முக நோக்கில் வள்ளலார்	- முனைவர் த. நாகம்மாள்	277
38.	ஓடி ஓடி உட்கலந்த ஜோதி	- ஏ.தனசேகர்	287
39.	வள்ளலார் உணர்த்தும் வாழ்வியல் நெறிகள்	- முனைவர் கோ.கயல்விழி	295
40.	வள்ளலாரின் சன்மார்க்க வாழ்வு	- முனைவர் கா. சந்தானலெட்சுமி	304
41.	வள்ளலார் குறிப்பிடும் உயிரினத்தார்கள்	- முனைவர். சு.பால்பாண்டி	313
42.	கடைவிரித்தேன் கொள்வாரில்லை : இராமலிங்க வள்ளலாரின் இயங்கியலும் அரசியலும்	- முனைவர் வே.கண்ணதாசன்	317
43.	வள்ளலார் - கூர்நோக்கு வாசிப்பில் தட்டுப்படும் பெருங்கதையாடல் தகர்ப்புகள்	- முனைவர் இரா. இரவி	333
44.	உயிரிரக்கக் கொள்கையால் உலகை ஈர்த்த வள்ளலார்	- Dr Mari Anand	342
45.	இராமலிங்க வள்ளலார் வாழ்வும் வாக்கும்	-முனைவர். நா. சரண்யா	350
46.	Enlightenment of Saint Vallalar And the Leacy of Tamil Spirituality	- Dr. D.Jayabharathy	356
47.	Yogic Lotus and the Cartico Spinal Tract (CST)	- Baluanand.S	363

காலனிய முரண்களுக்கிடையில் அறிவுவாதம் பேசிய சிந்தனைவாதி வள்ளலார்

முனைவர் செ.சௌந்தரி
உதவிப்பேராசிரியர், தமிழ்த்துறை
ஸ்ரீ சாய்ராம் தொழில்நுட்ப நிறுவனம்
மேற்கு தாம்பரம், சென்னை- 600044
அலைப்பேசி 8220288168

முன்னுரை

இராமலிங்கனார் வாழ்ந்த காலகட்டம் சீர்திருத்த இயக்கங்களும், ஆசார சீர்திருத்த முயற்சிகளும் ஆங்காங்கே தங்கள் சித்தாந்தங்களின் வழியாகச் சமூகமீட்புடன் செயல்பட்டுக் கொண்டிருந்தன. இத்தகைய சூழலில் இராமலிங்கனார் தோன்றி எந்தவிதச் செல்வாக்கும் இன்றிச் சமய ஆதிக்கத்துக்கு எதிராகச் செயல்பட்டிருக்கிறார். மேலும் இவர் வாழ்ந்த காலத்தில் மிகவும் பிரபலமாக அறியப்பட்டவரல்ல. சமயவாதிகளால் தீவிரமாக விமர்சிக்கப்பட்டும், மிஷனரிமார்களால் தூற்றப்பட்டும் ஆத்திக மரபிலேயேதோன்றி சக ஆத்திகர்களுக்கு எதிராகச் செயல்பட்டார் என்று அறியப்பட்டவர்.

‘பிரிட்டிஷ் கிழக்கிந்திய கம்பெனி இந்தியாவில் காலூன்றி ஆட்சி அதிகாரத்தைப் பிடித்த பத்தொன்பதாம் நூற்றாண்டை வரலாற்று அறிஞர்கள் பஞ்ச நூற்றாண்டு என்பர். காரணம் 1851-1875 வரை 6 பஞ்சங்கள் ஏற்பட்டுப் பல்லாயிரக்கணக்கான மக்கள் உயிரிழிந்தனர்’ (ராஜ் கௌதமன், கண்மூடி வழக்கமெல்லாம் மண்மூடிப் போக, 2007, ப.8) இதனால் உண்டான பசி, பட்டிணி போன்றவை ஏற்படுத்திய தாக்கங்களுக்கு ஆட்பட்டவர் இராமலிங்கர்.

அதே சமயத்தில் பத்தொன்பதாம் நூற்றாண்டில் ஐரோப்பியர் வருகையும் கிறிஸ்தவ மிஷனரிகளின் தீவிரச் செயல்பாடுகளும் சைவ, வைணவ மதத்தின் சனாதன அடிப்படைகளைக் கேள்விக்குள்ளாக்கின. இதனால் அறிவுசார்ந்த நவீன கல்வி முறைகளால் நகரங்கள் முன்னேற்றமடைந்தாலும் சாதி, சமய அடிப்படைகள் தகரவில்லை. எதிராகச் சமய அடிப்படையிலான சமூக முன்னேற்றங்களில்தான் கவனம் செலுத்த முடிந்தது. இந்தக் காலகட்டத்தில் தோன்றிய எதிர்வினைகள் மற்றும் சீர்த்திருத்த மரபுகள், இயக்கங்கள் என அனைத்தும் பல புதிய போக்குகளையும் கொள்கைகளையும் தம்மிலிருந்து உருமாற்றிக் கொண்டிருந்தன.

வள்ளலாரின் காலத்தில் நிகழ்ந்த நவீன மாற்றங்களால் ஏற்பட்ட அறிவுமரபினைக் கண்டு சிறு பதற்றம் தொற்றிக் கொள்ளவே செய்தது. இத்தகைய சமூக, முரண்களுக்கிடையில் கருங்குழி, வடலூர், மேட்டுக்குப்பம் பகுதிகளில் சுத்த சன்மார்க்கக் கொள்கையின்படி புதிய ஜீவகாருண்ய ஒழுக்கம், மரணமிலாப் பெருவாழ்வு, ஆன்மநேய ஒருமைப்பாட்டுரிமை, ஒளி வழிபாடு, சாதி சமய மத சாத்திர ஒழிப்பு மேலும் சங்கம், சாலை, சபை மூலமாகச் செயல்பட்டுக் கொண்டிருந்த சி. இராமலிங்கம் பிள்ளை என்பவரைச் சைவ மடங்கள் மதித்து ஏற்றதாகத் தகவல்கள் இல்லை.

மதச் செயல்பாடுகளில் மாற்றங்கள், மறுவிளக்கங்கள் கொடுப்பது சமயத்தின் அடிப்படையில் சமூக முன்னேற்றத்திற்கு வழிவகை செய்வது போன்றவை பத்தொன்பதாம் நூற்றாண்டின் சிந்தனை போக்காக இருந்தது. இந்த அடிப்படையில் இராமலிங்கரையும் புரிந்து கொள்ளல் என்பது பிழையாகும். முருகப் பக்தனாக இருந்து, சிவ வழிபாட்டில் தன்னைக் கரைத்துக் கொண்டு சன்மார்க்க நெறிக்கு வந்து சேர்ந்த இவரின் பரிணாமம் ஆய்விற்குரியது. காலகட்டத்தையொட்டி ஏற்பட்ட அனுபவங்கள் மென்மை, கருணை, தன்மை போன்றவை இவரை சமயத்தின் நீட்சி நிலைக்கு இட்டுச்சென்று பொதுசிந்தனைக்குக் கொண்டுவந்து சேர்த்துள்ளது. அந்தக் காலகட்டத்தில் இத்தகைய சிந்தனை வியப்பையளிக்கலாம். ஆனால் இவரது அறிவுத்தளம்தான் நவீன நோக்கிற்கு இட்டுச் சென்றிருக்கின்றது.

இராமலிங்கர் பல இடங்களில் ஓதாது உணர்ந்தவன் என்று தம்மை அடையாளப் படுத்திக் கொண்டிருக்கிறார். அந்த வகையில் வித்துவானிடம் செலவு செய்து கற்றுகொள்ளும் வாய்ப்பு இல்லாமல் இருந்த இவர் திருமந்திரம், திருவாசகம், தேவாரம், பெரியபுராணம் முதலிய சைவ சித்தாந்த சாத்திர நூல்களையும் அருணகிரியார், பட்டினத்தார், தாயுமானவர் பாடல்கள், இலக்கண நூல்கள், அணி நூல்கள் முதலியவற்றை நன்கு கற்றுணர்ந்தவர்.

தொடக்கத்தில் எந்தச் சமயத்தை, வேதத்தை, ஆகமத்தை, கோயில் வழிபாட்டை சிரமேற்கொண்டு போற்றினாரோ அவற்றை 1869- க்குப் பிறகு தூக்கி எறிகிறார். 'இறைவனை சோதியாகவும், கருணையாகவும், வெளியாகவும் வழிபட்டது, சாதிமத சமய விகற்பங்களை வெறுத்தது, உடலைப் பேணி யோக நெறியில் நிற்க சொன்னது, இறைவனின் அருளுக்காக ஏங்கிய அவரது ஆன்ம உருக்கம், வேத, ஆகம, வேதாந்த சித்தாந்த சமரசம் கண்டது, இறுதியில் இவற்றை நிராகரித்தது, ஏகான்மவாதத்தை மறுத்து ஜீவகாருண்ய ஒழுக்கத்தை முதன்மைப்படுத்தியது, செத்தாரைப் புதைக்கச் சொன்னது போன்ற பல்வேறு கருத்துக்களில் ஒரு நீண்ட நெடிய மாற்றத்தை இவரிடம் பார்க்க முடிகிறது.' (ராஜ் கௌதமன், கண்மூடி வழக்கம் எலாம் மண்மூடிப் போக, 2012, ப. 41) இந்தத் தொடர்ச்சியை அறிந்து கொண்டால்தான் ஏன் மரபான நிலைப்பாட்டிலிருந்து புதிய தடத்தை உண்டாக்கினார் என்பதை அறிந்து கொள்ளமுடியும்.

இவரது பரிணாம மாற்றத்தில் மாணிக்கவாசகர், பட்டினத்தார், திருமூலர், தாயுமானவர், அப்பர், சுந்தரர், அருணகிரியார், சித்தர்மரபு, யோக நெறி, கிறிஸ்தவ நடைமுறை போன்றவை யாவும் தாக்கங்களாக இருந்திருக்கின்றன.

இராமலிங்கனாரின் கருத்தியல்கள்

சைவசமய வரலாற்றில் அடியவர்கள் தொடர்ந்து ஒரே மரபினைப் பின்பற்றியவர்களாகத் தெரியவில்லை. திருமூலர், தாயுமானவர் இவர்களைப் போலவே உள்மரபுகளைச் சேர்ந்தவர்கள் அந்தந்த கால சூழல் மற்றும் தேவைகளினால் புது நெறியையும் மார்க்கங்களையும் இலட்சியத்தையும் தோற்றுவித்துள்ளனர்.

ஆனால் இராமலிங்கரின் மரபு எல்லாவற்றிலும் இருந்து வேறுபடுகிறது.

அழியும் உடலை அழியாத சுத்த பிரணவ தேகமாக மாற்ற உடலை இறையுடன் சேரும் சிந்தனையை முன்வைக்கிறார். சொர்க்கம் - நரகம் பற்றிய கருத்துக்கள் இவரிடம் இல்லை. பிராமணர்களை ஒருபோதும் இவர் எதிராக நினைக்கவில்லை. ஆசாரங்களுக்கும் வழிபாட்டு முறைகளுக்கும், விக்கிரகம், கோயில் போன்றவற்றுக்கும்தான் எதிராக நிற்கிறார். ஆனால் பிரமணர்கள் இவரை எதிரியாகக் கருதியிருக்கின்றனர்.

யோகம் கைவரப் பெற்றவராகத் தெரிகிறார். பிராமணர் முதற்கொண்டு கடைநிலை சாதிவரை இவரது சபையினராக இருந்தனர். ஆனால் சைவ வட்டாரத்தில் இவர் பிள்ளைமார் கணக்கர் குலத்தில் பிறந்த காரணத்தால் தன்னை உயர்த்திக்கொள்ள இத்தகைய செயல்பாடுகளை மேற்கொள்கிறார் என்ற கருத்து அந்தக் காலத்தில் நிலவியது. ஆனால் இராமலிங்கர் தன் பெயருக்குப் பின்னால் இருந்த பிள்ளை என்ற சாதிப்பெயரைக்கூட இறைவனுக்கு தான் பிள்ளை என்ற பொருளில் அர்த்தப்படுத்திக்கொள்கிறார். சாதி வேறுபாடுகளைக் களைந்து சன்மார்க்கத்தினை வலியுறுத்தும் இவர் அனைத்து நாயன்மார்களையும் பாடிப் புகழ்ந்துவிட்டு 'திருநாளை போவார்' நந்தனாரை மட்டும் பாடாமல் விட்டது நெருடலாகப் படுகிறது. அனைத்து அடியார்களையும் பாட வேண்டிய தேவையில்லாமல் இருக்கலாம் என்ற பொதுவான கேள்விகளுக்குள் நந்தனார் மட்டும் விடுபட்டது கேள்விக்குரியது. ஆன்மா, மறுபிறவி இவற்றைப் பற்றிய கருத்துக்களுக்கே இவரது பாடல்கள் இடம்தராமல் இத்தகைய வீண்பேச்சுக்களைப் பிள்ளை விளையாட்டு (திருட்பா 4172) என ஒதுக்கிவிடுகிறார்.

மொழி பற்றிய கருத்தியலில் அதிகப் பற்றுடையவராகத் தெரியவில்லை. எல்லாம் தமிழின் சிறப்பு எனக் குறிப்பிடும் அவர் வடமொழியையும் உயர்வாகப் பேசுகிறார். சமஸ்கிருதத்தைக் கொண்டு விண்ணப்பங்கள் பாடியுள்ளார்.

சைவ சித்தாந்த சாத்திரங்களில் "இரும்பு பொன்னானாற் போல்" எனச் சுட்டப்படும் உருமாற்றம் நோக்கத்தக்கது. "சைவ

சமயக் குரவர் நால்வரும் திருவருளினால் பொன்னுடல் பெற்று எல்லையற்ற வியப்பாகப் பெருவெளியில் ஒளிமயமான வரம்பற்ற பரம்பொருளின் சச்சிதானந்த சொரூபத்தில் அடங்கிய வியபாப்பியமாக முக்தி பெற்றவர்கள்" (சோ.ந. கந்தசாமி, தொகுதி 3, இந்தியத் தத்துவக் களஞ்சியம், 2003, ப. 407) இதிலிருந்து இராமலிங்கரையும் சைவ வெள்ளத்திற்குள் இழுத்துக்கொள்ளும் காரணங்கள் இருந்ததாகப் பின்னால் வந்த சமயப் பெரியோர்கள் அடையாளப்படுத்திக் கொள்கின்றனர்.

இவர் பிறவி என்பதனை மறுபிறவியாகக் கொள்ளாமல் சாகாவரம், மரணமிலா பெருவாழ்வு எனக் குறிப்பிடுகிறார். மரணத்தை எட்டாமல் நித்திய நிலையில் (யோகம் சார்ந்த குறியீடு) இறைவனை அடைவதே இவரது கருத்தியலாக இருக்கிறது.

சிவன் தன்னுள் இருந்து பேசுவதாகவும், சிவன் காட்சியளித்த தாகவும் எல்லா நேரங்களிலும் இறைவன்மீது மனதைக் குவித்துச் சிந்திப்பவராகவும் இருந்திருக்கிறார். திரு அருட்பாவின் முதல் ஐந்து தொகுதிகளில் இத்தகைய தீவிரமான உளவியல் நடவடிக்கைகள் காணாமல் ஆறாவது தொகுதியில் புது மனிதராகத் தெரிகிறார். சித்திகள் பெற்ற சமூகப் புரட்சியாளர், அற்புதங்கள் செய்யக் கூடியவர், உருவ வழிபாட்டை விடுத்து ஒளி வழிபாட்டினைக் கொண்டுவந்தவர் போன்றவை பத்தொன்பதாம் நூற்றாண்டில் சைவப் பின்னணியில் இருந்துகொண்டே ஒரு சமூகப் புரட்சியாளராக மாறிய இவரை மற்ற சிந்தனை மரபிலிருந்து வேறுபடுத்திக் காட்டுகிறது.

'இராமலிங்கரின் ஆசை இனிய உணவு, பெண், காசு, பணம், மண் ஆகியவற்றில் எப்போதுமில்லை; தற்போது அவரிடம் உள்ள ஒரே இச்சை உலகத்து உயிர்க்கெல்லாம் இன்பம் செய்வது' (திரு அருட்பா, பா. 3401) என்பதிலிருந்து இறைவன்மீது பக்தி, உயிர்கள்மீது கருணை என இரண்டையும் ஒன்றாகப் பாவிக்கும் மனப்பாங்கினைக் கொண்டிருக்கிறார். யோக நெறியில் ஊன்றிய பிறகு சாதி, சமய, மத பேதங்களையும் வேத-ஆகமங்களையும் சமரசத்திற்கு இடமின்றி வெறுக்கிறார். உயிர்கள் மீது கொள்கின்ற இரக்கத்திற்கு மேற்கண்ட காரணங்கள் தடையாக இருப்பதனால்

சைவ மத்தின் கரணங்களான தாச, சற்புத்திர, ஞான, சன்மார்க்க நெறியின் நான்காவது நெறியான சன்மார்க்கத்துக்கு வந்து சேருகிறார்.

'நரகக்குழிக்கு இணையாகச் சாதிக்குழி, சமயக்குழி இருக்கிறது' (திரு அருட்பா, பா. 4729) 'பொருளாதார ஏற்றத்தாழ்விற்கும் இங்கே கருணை இன்மையே காரணம்' (திரு அருட்பா, பா. 5564) கருணையும், இரக்கமும் மனிதரிடத்தில் அதிகமாகும்போது பிரச்சினைகள் ஒழியும். மரணமிலா பெருவாழ்வும், ஒருமைப்பாடும் சாத்தியமாகும் (திரு அருட்பா, பா. 3538) இந்தக் கருத்தியல்தான் இராமலிங்கரை சன்மார்க்கவாதியாக அடையாளப்படுத்துகிறது.

சன்மார்க்கம் என்பது சைவத்தின் நான்குவகை மார்க்கங்களில் ஒன்று என்பது அனைவரும் அறிந்ததே. இதனை அறிவுநெறி எனக் குறிப்பிடுகின்றனர். சன்மார்க்கம் மற்றதைவிட உயர்ந்ததாகவும் இறைவனோடு உயிர்கள் இணைவதைக் குறிப்பதாகவும் சைவசித்தாந்தம் பொருள் குறிப்பிடுகையில் இராமலிங்கர் இதற்கு வேறு ஒரு புதுப் பொருளைக் கூறுகிறார். 'எல்லா உயிர்களையும் தன்னைப்போல் பாவித்தல்' என்பதே சன்மார்க்கம் என்கிறார். 'மரணமெலாம் தவிர்ந்து சிவமயமாகி நிறைதல்' (திரு அருட்பா, பா. 3377) என்பதில் மரணப் பயத்தை விடுத்து உயிர்கள் இறைவனோடு கலக்கும் என்ற பொருளில் எல்லா உயிர்களும் என்ற முரண்பட்ட கருத்துநிலையே இராமலிங்கருடையதாக இருக்கிறது.

'சன்மார்க்கத்திற்குத் தகுதியுடையவர்கள் புலால் மறுத்தவர்' (திரு அருட்பா, பா. 4163) எனக் குறிப்பிடும் இராமலிங்கர் புலால் உண்ணும் மனிதரிடத்திலும் கருணை காட்ட வேண்டும், பசியைப் போக்க வேண்டும் என்கிறார். இந்தச் சிந்தனை அந்தக் காலக்கட்ட பஞ்சம், வறுமை, பசி, பட்டிணி, ஆதிக்க மனப்பான்மையைப் பார்த்து வந்ததின் பிரதிபலிப்பாக இருக்கிறது.

இறைவனை அடைவதற்கான கருவியாக ஜீவகாருண்ய ஒழுக்கத்தை வரையறுக்கிறார். உனது வருகைக்காக ஒருவேளை பட்டிணி கிடக்கிறேன். நீ வரவில்லையெனில் என் பக்தர்கள் எனை ஏளனம் செய்வார்கள். எப்போதும் நடப்பதற்கு முன்னமே கற்பனை

செய்து பாடுவது என் வழக்கம் எனவும் குறிப்பிடுகிறார். இறைவன் காட்சியளித்தாக ஆனந்தத்தில் பாடிவிட்டு, எப்போதுதான் வருவாயோ? வருகிற சமயம் இதுவே என்று வேறு இடத்தில் குறிப்பிடுவது இவரது வழக்கமாக உள்ளது. இவருடைய சிந்தனை முழுவதும் இறைவனை சுற்றியே அமைகிறது.

'அன்று எனக்கு நீ உரைத்த தருணம் இது எனவே அறிந்திருக்கின்றேன் அடியேன்' (திரு அருட்பா, பா. *3788)* என்று இறைவனோடு கலக்கக்கூடிய தருணத்தை எதிர்ப்பாத்திருந்த இராமலிங்கரின் மனநிலை சமூக நன்மைக்காகச் சங்கம், சாலை, சபை நிறுவி அவற்றை முழு ஈடுபாட்டோடு இயக்கிக் கொண்டிருந்தாலும் உலக நிலையிலிருந்து விடுபடுவதையே எதிர்ப்பார்த்திருக்கிறார்.

பட முடியாது இனித் துயரம் படமுடியாது
பட்டதெல்லாம் போதும் இந்தப் பயம் தீர்த்து
இப்பொழுது என்உடல் உயிராதியெல்லாம் நீ
எடுத்துக்கொண்ட உன்உடல் உயிராகி
யெல்லாம் உவந்து எனக்கே அளிப்பாய்

(திரு அருட்பா, 3802)

இந்தப் பாடலில் இராமலிங்கர் எதைக் கண்டு பயப்படுகிறார். உலகத்தின் ஒட்டுமொத்த சிக்கல்களையும் மனதில்கொண்டு அதற்காக வருத்தப்படுபவராக இருக்கிறார். இயல்பிலேயே மிகுந்த பயந்த சுபாவம் கொண்டவர். எல்லாவற்றையும் வெறுமனே பேசிவிட்டுச் செல்பராக இல்லாமல் சிறந்த செயல்பாட்டினைக் கொண்டவராக இருக்கிறார்.

வடலூரில் *1872* இல் சன்மார்க்கச் சங்கம் தொடங்கிய ஆறுமாதத்திலேயே தனது சகாக்களின் செயல்பாடுகளும் நடைமுறைகளும் பிடிக்காமல் அதனை மறுவரைறை செய்கிறார். சமரச வேத சன்மார்க்கம் என்ற பெயரை சமரச சுத்த சன்மார்க்க சத்திய ஞான சபையென்று மாற்றுகிறார். சாலைக்கு சமரச சுத்த சன்மார்க்க சத்திய தருமசாலையென்றும் சங்கத்திற்குச் சமரச சுத்த சன்மார்க்க சத்தியச் சங்கமென்றும் பெயர் வழங்குகிறார். 'வேத' என்ற சொல்லையெடுத்துவிட்டு 'சுத்த' என்ற சொல்லைப் பொருத்தி

சத்திய என்ற பதத்தைப் புதிதாகச் சேர்த்துள்ளார். தமது சீடர்கள் எளிமையான வழிபாடுகளையும், வருணாசிரம சிந்தனையிலிருந்து விடுபடவும் இவ்வாறு நடைமுறைப்படுத்துகிறார்.

நான் இதுநாள் வரை வேத ஆகமங்களிலும் விக்கிரக வழிபாட்டிலும் உழன்று திரிந்தேன் அப்போது எனக்கிருந்த அறிவு 'அற்ப அறிவாக' இருந்தது என்கிறார்.

சாதியிலே மதங்களிலே சமய நெறிகளிலே
சாத்திரச் சந்தடிகளிலே கோத்திரச் சண்டையிலே
ஆதியிலே அபிமானத்து அலைகின்ற உலகீர்
அலைந்தலைந்து வீணே நீர் அழிதல் அழகலவே
(திரு அருட்பா, 4742)

என்று வெளிப்பாடையாகச் சாதி சமய நடவடிக்கைகளைப் பேசிய இராமலிங்கருக்கு எதிர்ப்பு வருவதில் வியப்பில்லை.

மேலும் "அருட்பா - மருட்பா" மோதல் இராமலிங்கர் மறைவிற்குப் பிறகும் வெகுகாலம் நடந்தது. 1904 இல் வெளிவந்த பாலசுந்தர நாயகர் எழுதிய "மருட்பா மறுப்பு" நூல் பற்றி ஏற்கனவே கூறப்பட்டுள்ளது. இதில் "இராமலிங்க பிள்ளையினது பாட்டுக்களைக் கண்டித்து அவர் காலந்தொடங்கி இதுகாறும் வெளியிட்டவை" என்று பதினெட்டு நூல்களும் பத்திரிகைகளும் பட்டியலிடப்பட்டுள்ளன. "இப்படி எதிர்ப்பு இயக்கம் நடத்துகிற அளவுக்கு இராமலிங்கரின் சிந்தனைகள் ஒரு பகுதி தமிழ் மக்களிடம் சென்றடைந்திருக்கின்றன என்பதையும் இதிலிருந்து உணர முடிகிறது" (அருணன், தமிழகத்தில் சமூக சீர்த்திருத்தம் இருநூற்றாண்டு வரலாறு, 2004, ப. 84) இன்று வரை பகுத்தறிவாளர்கள் மத்தியிலும்கூட இராமலிங்கர் சீர்திருத்தவாதி என்ற அடையாளத்தோடு அவர் சைப்பற்றாளர் என்ற கருத்தியலும் இணைந்தே காணப்படுகிறது. மரபான சைவப் பாரம்பரியத்தில் இருந்து, சனாதனம் முறையாகக் கடைபிடிக்கப்பட்ட காலத்தில் புது மாற்று மரபினைக் கொண்டுவந்தது இராமலிங்கருக்கு இருந்த சமகாலத்து அறிவு தாக்கங்களும், அனுபவங்களுமே காரணமாக அமைந்திருந்தன.

இதைத்தவிர நவீன அரசியல் நடைமுறைகளையும் அவர் விமர்சித்திருக்கிறார்,

நடுநிலை இல்லாக் கூட்டத்தைக் கருணை
நண்ணிடா அரையறை நாளும்
கெடுநிலை நினைக்கும் சிற்றதிகாரக்
கேடரைப் பொய்யால் கிளத்தாப்
படுநிலை யவரைப் பார்த்த போதெல்லாம்
பயந்தனன் சுத்த சன்மார்க்கம்
விடுநிலை உலகநடை எலாங்கண்டே
வெருவினேன் வெருவினேன் எந்தாய்

(திரு அருட்பா, 3546)

என்று அரசியல் நடவடிக்கைகளையும் கவனித்தவராகயிருக்கிறார். நாவலர் இவரைச் சாடும்போது கிறிஸ்தவ மிஷனரிகளின் தாக்கத்தால்தான் வெள்ளை உடையணிந்து காலில் பூட்சு அணிந்து, நாத்திகம் பேசுகிறார், மிஷனரிகளின் செயல்பாடுகளால்தான் நாத்திகம் பேசுபவர்களெல்லாம் வளர்ந்திருக்கிறார்கள் என்று இவருக்கு விமர்சனங்கள் இருந்துகொண்டேயிருந்தன. விதவைப் பெண்கள் தாலி கழட்ட வேண்டாம், பூசாரி என்பவர் ஞானசபைக்குத் தேவையற்றது, தகரத்தால் ஆன ஒளிக் கூடம் மட்டுமே வழிபாட்டுக்குரியது, பித்தளை விளக்குகள் ஆகாது, பிணங்களை எரித்தல்கூடாது, விக்கிரக வழிபாடு வேண்டாம், சாதி பேத, வேத, ஆகம வேறுபாடு இல்லா சன்மார்க்கம், யோக தாக்கம், சித்தர் நெறி மிஷனரியின் காலத் தேவை இவை அனைத்தும் இராமலிங்கரின் தத்துவப் பிரதிபலிப்புகளாக இருக்கின்றன. சித்தர் காலத்திற்குப் பின் மதம் மற்றும் சமூக அடக்குமுறைகளுக்கு எதிராக இவ்வளவு காட்டமான எதிர்ப்பு காட்டியவர் இராமலிங்கரே. ஆனால் மரித்தவரை சிவன் உயிர்ப்பிக்கப் போகிறார் என்ற கருத்தினை மட்டும் கடைசி வரை அவரின் சாவிலும் அவரால் நிரூபிக்க இயலவில்லை. நேரில் காட்சி தரும் காலம் எப்போது என்று சதா கேள்விக்கேட்ட அவருக்கே அந்த நிகழ்வில் முழு நம்பிக்கை இல்லாத மனநிலையே இருந்திருக்கிறது.

முடிவுரை

இராமலிங்கரின் பரிமாணம் ஜீவகாருண்யம், ஆன்மநேய ஒருமைப்பாடு, சாதிமத விகற்பங்களைக் கடந்து பொதுநிலை காணுதல் ஆகியவற்றால் இறுதியில் சமயத்தைக் கடந்து பொது நெறி என்ற மடைமாற்றத்திற்குள் வந்தடைந்திருக்கிறது. அவரது காலக்கட்டத்தில் சீர்த்திருத்தங்கள் அனைத்தும் சமயம் சார்ந்து இருந்த சூழலில் அந்த வரையறையை விழ்த்தி மாற்றுச் சிந்தனையைக் கொண்டு வந்தார். மேலும் பண்பாட்டுச் செயல்பாடுகளிலும் பகுத்தறிவு புரிதலோடு இயங்கிய இவர் தன்னைமீறிய ஒரு அதீத சக்தி என்ற மாயையை மட்டும் கைக்கொள்ளாமல் இருந்திருந்தால் இராமலிங்கரே ஒரு மிகச் சிறந்த பகுத்தறிவு வாதியாகவும், நாத்திகராகவும் அடையாளப்படுத்தப்பட்டிருப்பார்.

காலனியம் இந்திய வரலாற்றில் மிகப்பெரிய மாறுதல்களையும் மீட்டுருவாக்கங்களையும் கொண்டுவந்த காலகட்டமாக இருந்த நிலையில் வள்ளலார் இந்துப் பண்பாண்டின் முரண்பாடுகளுக்கு இடையில் ஒருமைவாதத்தையும் மனிதநேயத்தையும் விரும்பிய சிந்தனைவாதியாகக் காட்சித் தருகிறார்.

துணைநூற்பட்டியல்

1. அருணன், தமிழகத்தில் சமூக சீர்த்திருத்தம் இருநூற்றாண்டு வரலாறு, 1999, இரண்டாம் பதிப்பு, வசந்தம் வெளியீட்டகம், சிம்மக்கல், மதுரை-625001

2. பா.கமலக்கண்ணன் (ப.ஆ), திரு அருட்பா ஞானவிளக்கம், வானதி பதிப்பகம், 23, தீனதயாளு தெரு, தி.நகர், சென்னை-17.

3. ராஜ் கௌதமன், கண்மூடி வழக்கமெல்லாம் மண்மூடிப் போக, 2007, இரண்டாம் பதிப்பு, தமிழினி, இராயப்பேட்டை, சென்னை 600014

வள்ளலார் வாழ்வியல் பணிகள்

முனைவர் மா.லெட்சுமி,
உதவிப்பேராசிரியர், தமிழ்த்துறை,
அரசர் கல்லூரி, திருவையாறு
அலைப்பேசி : 7010463051
மின்னஞ்சல் : mlakshmitamil123@gmail.com

முன்னுரை

பத்தொன்பதாம் நூற்றாண்டில் தமிழகத்தில் தோன்றிய மெய்ஞ்ஞானிகளில் ஒருவர் சைவ அறிஞராகவும் கவிஞராகவும் அறியப்பட்டவர். சிற்றுயிர்க்கும் இரங்கி "வாடிய பயிரைக் கண்ட போதெல்லாம்" வாடியவர் இராமலிங்க வள்ளலார். தமிழக மெஞ்ஞானிகளில் ஒருவர் சைவ அறிஞராகவும் கவிஞராகவும் அறியப்பட்டவர் வள்ளலார். திருவருட்பா பாடிய அருட்செல்வராக மட்டுமின்றி தனது எண்ணங்கள் செயல்கள் மற்றும் வார்த்தைகளால் மக்களின் மத உணர்வில் ஆழமான மாற்றங்களை ஏற்படுத்தி புதிய சமய சீர்த்திருத்தக் கோட்பாடுகளை கண்டவராகவும் வெற்றி பெற்ற தலைவர்.

ஆன்மிக வாழ்வு

இராமலிங்க அடிகளாரின் வாழ்க்கை எளிமை, அனைத்து உயிர்களிடத்தும் கருணை மற்றும் சேவை ஆகியவற்றின் உருவகம். 12 ஆவது வயதில் இருந்து முழுமையான ஞானவாழ்வை தொடங்கினார். இளமையில் தினமும் திருவொற்றியூர் சென்று வழிபடத் தொடங்கினார். அருட்பா முதல் மூன்று திருமுறைகளில் பல பாடல்கள் "ஒற்றியூர் இறைவன்" மீது பாடப்பட்டவையாகும்.

இவர் இளமையில் கந்த கோட்டத்தில் பலமணி நேரம் தியானத்திலும் வழிபாட்டிலும் ஈடுபட்டவர் என்று வரலாற்றாசிரியர்கள் குறிப்பிடுவர். இவர் இயற்றிய முதல் இலக்கியமான "தெய்வமணி மாலை" இங்கு இருந்து வெளிவரப்பெற்றது. எளியச் சொற்கள் கொண்ட இத்தொகுப்பில் பாடல் தோறும் ஈற்றடி

"கந்த கோட்டத்துள் வளர்தலம் ஓங்குகந்தவேளே
தண்முகத்துய்யமணி உண்முகச்
சைவமணி சண்முகத் தெய்வமணியே"

என்று அமைந்திருக்கும். இதில்,

"ஒருமையுடன் நினது திருமலரடி நினைக்கின்ற
உத்தமர்தம் உறவு வேண்டும்"[1]

எனத் தொடங்கும் பாடல் மிகவும் புகழ் பெற்றது.

சமரச சன்மார்க்கம்

1865-ஆம் ஆண்டு 'சமரச சுத்த சன்மார்க்க சத்தியச்சங்கம்' என்ற அமைப்பை உருவாக்கினர். வேதாந்தம், சித்தாந்தம், போதாந்தம், நாதாந்தம், யோகாந்தம், கலாந்தம் என்னும் ஆறு அந்தங்களுக்கும் பொதுவான நெறி என்ற பொருளில் இப்பெயரை அமைத்தார்.

கடவுள் ஒருவரே, அக்கடவுளை ஒளிவடிவில் வழிபட வேண்டும். சிறு தெய்வ வழிபாடு கூடாது. அத்தெய்வங்களின் பெயரால் உயிர்ப்பலி கூடாது. அத்தெய்வங்களின் பெயரால் உயிர்ப்பலி கூடாது, புலால் உண்ணக்கூடாது சாதிசமய வேறுபாடுகள் கூடாது, எவ்வுயிரையும் தன்னுயிர் போல எண்ணவேண்டும், ஆன்மநேய ஒருமைப் பாட்டுணர்வைக் கைக்கொள்ள வேண்டும், பசி தீர்த்தல் முதலிய ஜீவகாருண்யமே பேரின்ப வீடு பேறடைய வழி போன்ற மெய்நெறிகளும் புராணங்களும் சாத்திரங்களும் முடிவான உண்மையைத் தெரிவிப்பதில்லை போன்ற சீர்த்திருத்த சிந்தனைகளும்; இறந்தவரை எரிக்காது, புதைக்க வேண்டும் என்பது போன்ற சீர்த்திருத்த கொள்கைகளும்; வழிபாட்டுச் சடங்குகளும்;

சாதிச்சடங்குகளும் தேவையில்லை என்பது போன்ற சமரச சுத்த சன்மார்க்க நெறி கொள்கைகளைப் பின்பற்றினார்.

"சாதி சமயச் சழக்கை விட்டேன்
அருட்சோதியைக் கண்டேனடி"[2]

"கலையுரைத்த கற்பனையே
நிலிய எனக் கொண்டாடும் கண்மூடி
வழக்கம்எலாம் மண்மூடிப்
போக மலைவறு சன்மார்க்கம்
ஒன்றே நிலைபெற"[3]

போன்ற பல பாடல்களில் இந்நெறியின் கொள்கைளை விளக்கி பாடியிருக்கிறார்.

சத்தியத் தருமச்சாலை

1858 முதல் *1867* வரை வடலூரில் பார்வதிபுரம் என்னும் கிராமத்து மக்களிடம் என்பது காணி நிலத்தைத்தனமாகப் பெற்று, மே*23 1867*-ல் சமரச வேத தருமசாலையைத் தொடங்கினார் பின்பு, அதை அவரே 'சமரச சுத்த சன்மார்க்க சத்திய தருமசாலை' எனப் பெயர் மாற்றம் செய்தார். மக்கள் வழங்கும் பொருள் உதவியைக் கொண்டு சாதி,மத, மொழி, இனம், நிறம், நாடு, உயர்ந்தோர், தாழ்ந்தோர் என்ற பாகுபாடுகள் பாராமல் மூன்று வேளையும் பசித்தவர்க்கு உணவளிக்கும் தொண்டினை தொடங்கினார். உணவிட்டமையால் இராமலிங்க அடிகள் வள்ளலார் என அழைக்கப்பட்டார். வடலூரில் தலைமை நிலையம் இருந்தாலும், உலகமெங்கும் அவரது கொள்கையைப் பின்பற்றுகிறவர்கள் வடலூர் போல அன்னசாலைகள் நடத்துகிறார்கள்.

வள்ளலார் *1867*-ல் 'சன்மார்க்க போதினி பாடசாலை' என்ற பாடசாலை ஒன்றைத் தொடங்கினார். தமிழ், சமஸ்கிருதம், ஆங்கிலம் என மும்மொழிகள் அங்கே கற்பிக்கப்பட்டன.

சத்திய ஞானசபை

எல்லா மதங்களிலும் உள்ள உண்மை ஒன்றே என்பதை குறிக்கும் வண்ணம் இராமலிங்க அடிகள் தான் தோற்றுவித்த மார்க்கத்திற்கு 'சர்வ சமய சமரச சுத்த சன்மார்க்கம்' என்று

பெயரிட்டார். அதை நிலை நிறுத்தம் பொருட்டு அவர் நிறுவிய சத்திய தருமச் சாலைக்கு அருகில் ஓர் ஒளித்திருக்கோவிலை 1971 ஆம் வருடம் சமரச சுத்த சன்மார்க்க சத்திய ஞானசபை என்ற பெயரில் துவங்கினார்.

25.12.1872-ல் முதல் ஒளி வழிபாட்டு விழா நடைபெற்றது. வள்ளலார் சாதியப் பாகுபாடுகளை மறுத்தார். வள்ளலார் சாதியப் பாகுபாடுகளை மறுத்தார். இந்து மதத்தில் இருந்து வந்த ஆசாரங்களை ஒப்புக்கொள்ளாமல், எந்த வழிபாட்டு சடங்குகளையும் கடைப்பிடிக்காமல் இறைவனை ஒளி வடிவமாக வணங்கும் "அருட்பெருஞ்சோதி" வழிபாட்டை முன் வைத்தார்.

1870-க்கு பிறகு இராமலிங்க அடிகள் 'பிரம்மதாண்டிகா யோகம்' முதலான பல விதமான யோக சாதனைகளை மேற்கொண்டவர். 20.10.1873-ல் சித்தி வளாகத் திருமாளிகை முன்பு கொடியேற்றி வைத்து, கூடியிருந்தவர்களுக்கு நீண்ட அருளுரை வழங்கினார். வள்ளலாரின் அந்த அருளுரையே 'பேருபதேசம்' என்று சொல்லப்படுகிறது. வள்ளலார் 3 வகைகளாக் தமிழ்ச் சமுதாயத்திற்கு பெரும்பங்காற்றியவர்.

மதச்சீர்திருத்தம்

சாதி, ஆதிக்கம், பழமைவாத ஒற்றைப்படையாக்கம் ஆகியவற்றுக்கு எதிராக எழுச்சியாக இராமலிங்க வள்ளலாரின் குரல் அமைந்தது. ஆலய வழிபாடு, சடங்கு ஆகியவற்றுக்கு எதிராக தனிமனிதனின் பக்தியையும் யோக சாதனைகளையும் முன் வைத்தார். சாதிப்பாகுபாடுகளை மறுத்தார். சமயச்சடங்குகள் பயனற்றவை என்றார். மத ஆதிக்கத்திற்கு எதிராக இருபாதம் நூற்றாண்டின் மானிட சமத்துவக் கருத்துகளையும் தனிமனித ஆன்மீக மீட்பையும் முன்வைத்தார். வள்ளலார் வலியுறுத்தியது நவீன ஜன்நாயகயுகத்திற்குரிய நவீன ஆன்மீகம். இதன் காரணமாகவே அப்போதும் பின்வந்த முற்போக்கு வாதிகளும் சீர்திருத்தவாதிகளும் இக்கருத்தை ஏற்றுக்கொண்டனர்.

கேரளத்தில் நாராயணகுரு, வங்காளத்தில் ராஜாராம் மோகன்ராய், ராமகிருஷ்ணபரமஹம்சர் என்று இந்தியா முழுவதும் மரபு வாய்ந்த மத ஆசாரங்களை மறுத்து உருவான நவீன பார்வை

ஆன்மீக இயக்கங்களில், வள்ளலாருடைய இயக்கம் முன்னோடியானது.

இலக்கிய வாழ்க்கை

இராமலிங்க வள்ளலார் பாடிய 5818 கவிதை பாடல்களின் திரட்டு 'திருவருட்பா' என்று அழைக்கப்படுகிறது. இது ஆசிரியவிருத்த நடையில் ஆறுதிருமுறைகளாக பகுக்கப்பட்டுள்ளது. திருவருட்பா முதலில் இராமலிங்க அடிகளின் தலைமைச்சீடர் தொழுவூர் வேலாயுத முதலியாரால் நான்கு திருமுறைகளாக வெளியிடப்பட்டன பின்னர் ஐந்தாம், ஆறாம் திருமுறைகள் வெளியிடப்பட்டன. முன்னாள் தமிழக அறநிலையத்துறை ஆணையாளர் பாலகிருஷ்ணன் இராமலிங்கரின் உரைநடை, கடிதங்கள் முதலியவற்றைத் தனி நூலாகத் தொகுத்து வெளியிட்டார். பின்னர் ஊரன் அடிகளும் வள்ளலார் படைப்புகளின் காலமுறைப் பதிப்பை வெளியிட்டுள்ளார்.

"கோடையிலே இளைப்பாற்றிக் கொள்ளும் வகைக்
கிடைத்த குளிர் தருவே தரு நிழவே நிழல்கனிந்த
கனியே".... (அருள் விளக்கமாலை, 2)

கல்லார்க்கும் கற்றவர்க்கும் களிப்பருளும் களிப்பே!
காணூர்க்கும் கண்டவர்க்கும் கண்ணளிக்கும்
கண்ணே"......... (அருள் விளக்கமாலை, 39)

"அருட்ஜோதி தெய்வம் என்னை ஆண்டு கொண்ட தெய்வம்
அம்பலத்தே ஆடுகின்ற ஆனந்த தெய்வம்"
(பரமசிவ நிலை - 1)

போன்ற எளிய வார்த்தைகளில் இறைவனைப் புகழ்ந்து பாடிய அருட்பா பாடல்கள் புகழ் வாய்ந்தவை. ஏறக்குறைய எல்லாப்பாடல்களும் சமரச ஜீவகாருண்யம் அடிப்படை கொள்கைகளையே பாடுபவையாகும். அவரது இலக்கியக் கொள்கை தெய்வீக இலக்கியம் மட்டுமே உண்மையான இலக்கியம். குறிப்பாக அவரது கவிதைகளில்

"என்மாலை மாத்திரமோ யார்மாலை எனினும்
இறைவரையே இலக்கியமாய்

இசைப்பதெனில் அவைதாம்
நன்மாலையாகும் அந்தச் சொல்
மாலை தனக்கே
நான் அடிமை தந்தனன் பல்
வந்தனம் செய்கின்றேன்”[4]

சிற்றிலக்கிய மரபைச் சேர்ந்த உலா, தூது வகையில் பல பாடல்கள் அருட்பாவில் இடம் பெற்றுள்ளன.

சிவபெருமான் உலாவரும் போது கண்டு காதல் கொண்ட காதலியாக் கற்பனை செய்து பாடிய பாடல்கள் திருவுலாப்பேறு, திருவுலா வியப்பு, திருவுலாத்திறம் போன்றவையாகும்.

உரைநடை

மனுமுறைகண்ட வாசகம்; (1854) என்னும் மனுநீதிசோழன் நீதிமுறை செய்த வரலாற்றை விளக்கும் உரைநடை நூலை எழுதியுள்ளார்.

நல்லோர் மனதை நடுங்கர் செய்தேனோ!
வலிய வழக்கிட்டு மானம் கெடுத்தேனோ!

எனத் துவங்கும் புகழ்பெற்ற பாடல் மகனது செயல்கேட்டு மனுநீதிச்சோழன் தன்செங்கோல் வளைந்தது என வருந்தும் பகுதியில் வருகின்றது.

செய்யுள் நுட்பங்கள்

செய்யுளில் குறிப்பிட்ட சில சொற்களை எடுத்துக்கொண்டு, அவற்றின் முதலிலும் இடையிலும், கடையிலும் உள்ள எழுத்துக்ளைத் தனித்தனியே பிரித்து வெவ்வேறு சொற்களாக்கிக் குறிப்பினால் பொருளுணர்த்தும் முறையில் இவரது பாடல்கள் அமைந்துள்ளன. இதனை மிறைக்கவி (சித்திரக்கவி) என்னும் வகையினைச் சேர்ந்த்து என்பர்.

“தாதாதா தாதாதா தாக்குறைக்கென்
செய்குதும்யாம்
தாதாதா என்றுலகில் தான் அலைந்தோம்
போதாதா

நந்தாமணியே நமச்சிவாயப் பொருளே
எந்தாய் எனப்புகழவே"[5]

என்னும் வெண்பாவின் முதலடியில் ஒருமுறை வந்துள்ள தா என்னும் எழுத்துக்களின் பின் குறை என்ற சொல்லை இணைத்து எழுதாக்குறைய என்று பொருள் கூறுகிறார். இரண்டாவது அடியில் உள்ள தாதாதா என்பது தாதா, தா என்று பிரித்து வள்ளலே தா(கொடு) எனப்பொருள் கூறுகிறார்.

முடிவுரை

வள்ளலாரின் மெய்யியல் என்பது நவீன யுகத்தின் மனிதாபிமான போக்கையும் சமத்துவப் பார்வையையும் பகுத்தறிவு சார்ந்த அணுகுமுறையையும் கொண்டது என்பதையும், அனுபவங்களையும் ஆன்மீகப் பெரு உணர்வையும் விளம்புவன என்பதை அறிந்துணர முடிகிறது.

சான்றெண் குறிப்பு :

1. திருவருட்பா, தெய்வமணிமாலை, 8வது பாடல்
2. திருவருட்பா, ஆறாம் திருமுறை, அருட்காட்சி
3. திருவருட்பா, அருத்தவம் திறத்தல்
4. திருவருட்பா 5797
5. திருவருட்பா, இரண்டாம் திருமுறை, பொதுத் தனித்திரு வெண்பா - 2

வள்ளல் பெருமான் வகுத்த பசித்திரு! தனித்திரு! விழித்திரு!

முனைவர் ச.அய்யர்
பட்டதாரி ஆசிரியர் (பணி நிறைவு)
125, அறிவாலயம்,
அமைதிச்சோலைநகர், திருநகர், மதுரை-625006
செல்பேசி: 8903581530

முன்னுரை

கருணைக்கடல் வள்ளல் பெருமான் சுத்த சன்மார்க்க சங்கத்தின் வாயிலாக பக்தர்களுக்கு மகத்தான மூன்று மந்திரங்களை உபதேசித்துள்ளார்.

அதாவது "பசித்திரு! தனித்திரு! விழித்திரு!" என்று மூன்று தாரக மந்திரத்தை சங்க நாதமாக உபதேசித்துள்ளார். இதனை மானிடர்கள் கை கொண்டு ஒழுகினால் நல் ஆற்றலுடனும், அறிவுடனும் இருக்க முடியும்.

பசித்திரு!

வள்ளல் பெருமான் "பசித்திரு" என்று கூறுவது எதனையும் உண்ணாமல் பசியோடு இருக்க வேண்டும் என்று பொருள் அல்ல!. அளவுக்கு அதிகமாக நாக்கு ருசிக்க சதா எப்பொழுதும் அசைப்போட்டுக் கொண்டு உடல் பெருத்து தொந்தி சரிந்து நடக்கக்கூட முடியாமல் உயிர் உண்டு கொழுப்பதினால் என்ன பயன் உள்ளது? உயிர் வாழ்வதற்கான வகையில் உண்ணுதல் வேண்டும். அதுவும் பாதி வயிறு உண்டு வாழ்தல் வேண்டும். ஒருவேளை மட்டும் உண்டு உயிர் வாழ்வதினால் நோய் நொடியில்லாதது நெடுநாள் வாழலாம் என்பதாகும். இதனை வள்ளல் பெருமான்

நான் பசித்த போதெல்லாம்
தான் பசித்ததாகி
நல்லுணவு கொடுத்தென்னைச்
செல்வம் உறவளர்த்தே
ஊன் பசித்த இளைப்பொன்றும்
தோன்றாத வகையை
ஒள்ளியதென் அமுதெனக்கிங்
குவந்தளித்த ஒளியே!

வள்ளல் பெருமான் உடல் பசியை ஒரு பொருட்டாக நினைக்காததினால் தான் அவரது உள்ளம் ஞான ஒளியை கண்டது. பரம்பொருளை உணர்ந்தது.

பசித்தால் புசிக்க வேண்டும் என்று எண்ணியதில்லை. அவர் பிறர் வற்புறுத்தலின் மூலமாக புசித்திருக்கிறார்.

ஆத்ம ஞானம் பெற்ற தாயுமான சுவாமிகள் வள்ளல் பெருமானின் பசித்திரு என்னும் தத்துவத்தை மிகத் தெளிவாக விளக்குகின்றார்.

“இருக்கும் இடம் தேடி
என்பசிக்கே அன்னம்
உருக்கமுடன் கொண்டு வந்தால்
உண்பேன்-பெருக்க
அழைத்தாலும் போகேன்
அரனே, என் தேகம்
இளைத்தாலும் போகேன்
இனி...!”

“ஆண்டவனே உன் அருளை விட பசி ஒரு பொருட்டே அல்ல! இருக்கும் இடம் தேடி எனக்கு புசிக்க அன்னம் அளித்தால் அருந்துவேனே தவிர வேண்டி அழைத்தாலும் போகேன். தேகம் இளைத்தாலும் கவலை இல்லை” என்று கூறுவதின் மூலம் பசித்திரு! என்னும் தத்துவத்தின் புனிதத்துவம் புரிகிறதல்லவா?

தனித்திரு!

பசித்திரு என்று வலியுறுத்திய வள்ளல் பெருமான் அதனை உணர்ந்தவர்களுக்கு தெரியும் எப்பொருள் மீதும் மனம் லயிக்காமல்

ஒருமுகப்படுத்தி ஆண்டவனிடத்தில் மனதை லயிக்க வைத்து ஆன்மசுத்தி பெருகின்ற ஆற்றலை அளிப்பதாகும்.

தனித்திரு என்பதனை "சும்மா இரு" "மௌனமாக இரு" என்றும் பொருள் கொள்ளலாம்.

சும்மா இல்லாத மனம் புறஇன்பங்களில் நாட்டம் கொண்டு மண்ணாசை, பெண்ணாசை ஆகியவற்றில் மதி மயங்கும். சும்மா இல்லாத மனம் மதிமயங்கி அலைபாய்வதை வள்ளல் பெருமான் எடுத்தியம்பும் பாங்கை பாருங்கள்

"மயங்குபுத்தி எனும் உலக வழக்காளிப்பயலே
வழித்துறையீ தென் றறியாய் வகைசிறிதும் அறியாய்
உயங்கிவிசா ரித்திடவே ஓடுகின்றாய் உணரும்
உளவறியாய் வீணுழைப்பிங் குழைப்பதில் என்பயனோ
வயங்கும்மனம் அடங்கியவா நடங்குகநீ இலையேல்
மடிந்திடுவேன் கணத்தில் உனை வாய்மை இது கண்டாய்
இயங்க என்னை அறியாயோ யார்என என் றணி னையோ
எல்லாஞ்செய் வல்லவனுக் கினிய பிள்ளை நானே!

மனம் சும்மா இருப்பது இயலாத காரியம் தான், இருந்தாலும் அதனை அடக்கியாளும் திறன் பெற்றால் நற்பயன்களைப் பெற முடியும்.

விழித்திரு!

"பசித்திரு" "தனித்த்திரு" என்று உபதேசித்த வள்ளல் பெருமான் அடுத்து "விழித்திரு" என்கிறார்.

"விழித்திரு" என்றால் தூங்காமல் கண் விழித்திரு என்று பொருளல்ல. மனித வாழ்வுக்குத் தூக்கம் இன்றியமையாததுதான். அதற்காக எந்நேரமும் உண்டுவிட்டு -உறங்குவது உடலுக்குத் தீங்கினை இழைக்கும். ஆதலின் தூக்கத்தினை முறையோடு கடைபிடித்து ஒழுகினால் ஆயுட்காலம் அதிகமாகும்.

கண்ட நேரம் தூங்குவதினால் அறிவு மந்தமாகி உடல் பெருத்துவிடும். உற்சாகம் குன்றி சோம்பலினால் சோர்வு ஏற்பட்டு நோய் உண்டாகும்.

ஆன்மீக ஞானிகள் நூற்றாண்டுகளுக்கு மேல் உயிர் வாழ்ந்துள்ளனர் என்றால் அவர்கள் தூக்கத்தை அறவே ஒழித்துள்ளனர். ஆண்டவனின் அருளைப் பெற தூக்கத்தினை ஒரு பொருட்டாக மதிக்காதவர்கள்.''விழித்திரு'' என்னும் தத்துவத்தை புறக்கணித்துத் தூங்குவதை சுகம் என்று கருதினால் ஒரு பயனும் இல்லை என்பதை வள்ளல் பெருமான்

"தூங்குகநீ என்கிறாய் தூங்குவனோ எனது
துரைவரும் ஓர்தருணத்தில் தூக்கமுந்தான் வருமோ
ஈங்கினிநான் தனித்திருக்க வேண்டுவதா தலினால்
என்னுடைத் தூக்கம்எலாம் நின்னுடையதாக்கி
ஏங்ககலறப் புறத்தேபோய்த் தூங்குகநீ தோழி
என்னிரு கண்மணி அணையார்எனை அணைந்த உடனே
ஓங்குறவே நான் அவரைக் கலந்தவரும் நானும்
ஒன்றானபின்னர் உனை எழுப்புகின்றேன் உவந்தே!"

''ஆண்டவனின் அருளுக்காக ஏங்கியிருக்கும் போது தூக்கம் வருமா? பரம்பொருளுடன் நன்றாக கலக்கும் வரையில் ஏது தூக்கம்? மனம் விழிப்புற்றிருந்தால்தானே அய்யனின் அருளினைப் பெற முடியும்!'' என்றுரைக்கின்றனர்.

மனிதன் ஒரு நாளைக்கு இரண்டரை நாழிகைக்கு தூங்கிப்பழகினால் அவன் ஆயிரம் ஆண்டுகள் வாழலாம் என்பது ஞானிகளின் அருள்வாக்கு. ஆனால் அளவோடு தூங்கினால் போதும், நூறு ஆண்டுகள் நோயற்று வாழலாம் என்பது தெளிவு,

மனம் தூங்கினால் மாசு ஏற்படும். மனத்தூய்மைக்கு ஆன்மீக விழிப்பு வேண்டும். இதனை மாணிக்கவாசகர்

பழிப்பு இல்நின் பாதப்பழம் தொழும்பு எய்திவிழ பழித்து
விழித்திருந்தேனே விடுதிகண்டாய்? வெண்மணிப் பனியி
கொழித்துமந்தாரம் மந்தாகினி நுந்தும் பந்தப்பெருமை
தழிச்சிறை நீரில் பிறைக்கலாம் சேர்தரு தாரவனே!"

- என்று இசைப்பதின் மூலமாக வள்ளல் பெருமானின் வாக்கை மேன்மையுடையதாக்குகிறது.

முடிவுரை

"பசித்திரு! தனித்திரு! விழித்திரு!" என்னும் கருணைக்கடல் வள்ளல் பெருமானின் வாக்கு ஆன்மீக ஞானத்திற்கு மட்டுமில்லாது, சாதாரண மனிதர்களுக்கும் நன்மை அளிப்பதாகும்.

இந்த தாரக மந்திரத்தை மானிட வர்க்கம் வாழ்வினில் கடைபிடித்து ஒழுகினால் மனித வாழ்வு மேம்பாடடையும் என்பது உண்மையாகும்.

"மூவகைச் சித்தியின்
முடிபுகள் முழுவதும்
ஆ(ம்) வகை எனக்கு அருள்
அருட்பெருஞ் ஜோதி!"

கருமசித்தி, யோகசித்தி, ஞானசித்தி - என்ற மூவகைச் சக்திகளையும், அவற்றின் சூழ்நிலைப் பேறுகளையும் முழுவதுமாக எனக்களித்து ஆக்கம் தருமாறு அவைகளை அமைத்து அளித்த அருட்பேரொளி!

வள்ளலாரும் மெய்யியல் கோட்பாடும்

முனைவர் அ.சுகன்யா,
உதவிப் பேராசிரியர்,
தமிழ்த்துறை,
ஸ்ரீஇராமகிருஷ்ணா மகளிர் கலை மற்றும்
அறிவியல் கல்லூரி, கோவை.

முன்னுரை

பக்தியில் தொடங்கி ஞானம் கண்டு அடைந்தது வள்ளலாரின் மெய்யியல் தேடல் ஆகும். 19 நூற்றாண்டில் பரந்துபட்ட அளவில் சமூக நீதி, சமத்துவம் , பெண்ணுரிமை, மூடநம்பிக்கை எதிர்ப்பு, சாதியெழிப்பு கருத்துக்களை பேசிய வள்ளலாரை ஒரு ஆன்மீகவாதியாக மட்டும் சுருக்கிவிட முடியாது. அவர் செற்பெழிவாளராக, சித்த மருத்துவராக, ஆசிரியராக, எழுத்தாளராக என பன்முகத்தன்மை கெண்டவர்.

மனித வாழ்க்கையின் உண்மை தத்துவத்தை சரியாக அறிந்து வைத்திருந்தவர் வள்ளலார் மெய்ஞானத் தத்துவமே அந்த வேண்டுதலில் இருந்தது. மக்களின் பசி பிணி பேக்குவதற்காக சமரச சுத்த சன்மார்க்க தரும சாலையை நிறுவினார். அதில் எந்தவித பாகுபாடின்றி அனைவருக்கும் மூன்று வேளையும் உணவளித்து வந்தார். கடந்த 1867ம் ஆண்டு மே 23ம் தேதி தெடங்கப்பட்ட அந்த அன்னதான பணி தற்போது வரை தெடர்ந்து வருகிறது. உடற்பிணியைப் போக்கியது போலவே மக்களின் மனப்பிணியைப் போக்க தன் பாடல்கள் மூலம் மெய்யியல் தத்துவங்களையும் விளக்கிக் கூறியுள்ளார்.

மெய்யியல் தத்துவம்

எது உண்மை, எது பொய், எது சரி, எது அறிவு, எது கலை, எது அறம், எது அழகு. கடவுள் என்று ஏதும் உண்டா என்ற அடிப்படையான கேள்விகளைப் பற்றி ஆழ ஆராயும் துறையே 'மெய்யியல்' (உள்ளதை உள்ளவாறே அறிவதைப் பற்றிய கொள்கை). இக்கோட்பாட்டு முறையில் வள்ளலாரின் தத்துவங்களை விளக்குவதே இக்கட்டுரையின் நோக்கமாக அமைகிறது.

வள்ளலாரின் தத்துவங்கள் :

- உடலியல் தத்துவம்
- மரணமிலாப் பெரு வாழ்வு
- ஜீவகாருண்யம்
- ஆன்ம தத்துவம்
- ஞான தத்துவம்
- இறைநிலைத் தத்துவம்

உடலியல் தத்துவம் :

மனித உடலை மூன்று தத்துவங்களில் மிகத் தெளிவாக விளக்குகிறார் வள்ளலார்,

சிவ தத்துவம் - 5

வித்யா தத்துவம் - 7

ஆன்ம தத்துவம் - 24

இவை அனைத்தையும் செயல்பட வைப்பது ஒவ்வொரு ஆன்மாவிலும் உள்ள அருள் என்னும் அமுதக் காற்றாகும். இவையே உடலியல் தத்துவங்களை இயக்கும் பேராற்றலாகும்.

"ஆன்மா உடம்பையும், உயிரையும் விட்டு வெளியே போகாமல் தன் அருளாலே உயிரையும் உடம்பையும் ஆன்மாவின் தன்மைக்கு ஒளியாக மாற்ற முடியும்"[1] என்பதே வள்ளலார் கருத்தாகும்.

மரணமிலாப் பெருவாழ்வு :

**"நானே தவம் புரிந்தேன் நம்பெருமான் நல்லருளால்
நானே அருட்சித்தி நாடடைந்தேன்
நானே அழியா வடிவம் அவை மூன்றும் பெற்றேன்
இழியாமல் ஆடுகிறேன் இங்கு."[2] (5513)**

தத்துவங்களை கடந்து மேலே உள்ள சித்து என்னும் சத்தைப் பெற்று, அதற்கு மேல் உள்ள சிவநிலையை தெரிந்து அதன் மயமாகி, உயிரும் உடம்பும் கரைந்து அருள் மயமாவதே மரணமிலாப் பெருவாழ்வு என்று தெளிவாக விளக்குகிறார். தான் செய்த தவத்தாலும், ஜீவகாருண்யத்தாலும் தன் ஸ்துல உடம்பை ஒளியுடம்பாக மாற்றினார். சுத்த தேகமாக மாறிய தேகம், பிரணவ தேகமாகி கடைசியாக ஞான தேகம் பெற்று அழியாத நிலையில் இன்று வரை மக்களுக்கு வழிகாட்டியாக இருக்கின்றார். இதை அருஞ்சோதி அகவல் வரிகளில்,

**"உடற்பிணி அனைத்தையும் உயிர்ப்பிணி அனைத்தையும்
மடர்ப்பறத் தவிர்த்த அருட்சிவ மருந்தே..
மரணப் பெரும்பிணி வாரா வகை மிகும்
கரணப் பெருந்திறல் காட்டிய மருந்தே..
நரை திரை மூப்பிவை நண்ணா வகை தரும்
உரை தரும் பெரும் சீர் உடைய நன் மருந்தே..
என்றே எனினும் இளமையோடி ருக்க
நன்றே தரும் ஞான மாமருந்தே..
சிற்சபை நடுவே திருநடம் புரியும்
அற்புத மருந்தெனும் ஆனந்த மருந்தே."[3]**

சுத்த தேகமாக மாறிய தேகம், பிரணவ தேகமாகி கடைசியாக ஞான தேகம் பெற்று அழியாத நிலையில் இன்று வரை மக்களுக்கு வழிகாட்டியாக இருக்கின்றார் என்பதை தெளிவாக விளக்கியுள்ளார்.

நிழல் அல்ல நிஜம் :

வள்ளலாரின் சமகாலத்தவர்களாகிய இராமகிருஷ்ணர், விவேகானந்தர் போல நரை, திரை. பிணி, மூப்பு போன்ற மாற்றங்கள் பெற்று, நோய்வாய்ப்பட்டு இறந்து போகவில்லை. மேலும்,

கற்றேன் சிற்றம்பலக் கல்வியைக் கற்றுக் கருணை நெறி
உற்றேன் எக்காலமும் சாகாமல் ஓங்கும் ஒளிவடிவம்
பெற்றேன் உயர்நிலை பெற்றேன் உலகில் பிறநிலையைப்
பற்றேன் சிவானந்தப் பற்றே என் பற்றெனப் பற்றினேனே"[4]

(4745)

வள்ளலாரை பலமுறை முயன்றும் நிழற்படம் எடுக்க முடியவில்லை. மழை படாது, வெயில் படாது, நிழல் தரையில் படாது இறுதியில் உருவமில்லா ஒளிவடிவமாகவே மாறினார். தற்போது உள்ள படங்களெல்லாம் மனிதர்களால் வரையப்பட்டதேயன்றி உண்மைப் படமன்று. இதுவே மரணமில்லாப் பெருவாழ்விற்கு ஆகச் சிறந்க சான்றாகும்.

"வாழி என் தோழி யென் வார்த்தை கேள்
மரணமிலாப் பெரு வரம் யான் பெற்றுக் கொண்டேன்"[5]

(4952)

என 1874 ஜனவரி 30 ம் நாள் அறைக்குள் புகுந்து ஜோதி வடிவானது நாம் அனைவரும் அறிந்ததே.

ஜீவகாருண்யத் தத்துவம் :

ஜீவகாருண்யம் என்பது ஆன்மாவின்உருக்கம் என்று ஜீவகாருண்ய ஒழுக்கம் - மூன்றாம் பிரிவில் வள்ளலார் விளக்குகின்றார். மேலும் ஜீவகாருண்யத்தின் முழுப் பரிணாமம் ஆன்ம நெகிழ்ச்சி. அதாவது நம்மை ஆன்ம நிலைக்கு ஏற்றுவதாகும். இதில் இரக்கம், கருணை, ஒழுக்கம், தவம், பக்தி, தியானம், சத்விசாரம், தயவு எல்லாம் அடங்கி இருக்கிறது. (அன்பு +சிவம்)

"கருணையும் சிவமே பொருளெனக் காணும் காட்சியும் பெறுக"

என்பதில் கருணையை ஆன்மா என்று கூறி ஆன்மாவின் இயற்கை குணம் தயை (கருணை). எல்லா உயிர்களிடத்திலும் கருணை காட்டி பசி, பிணி போக்க வேண்டும் என வலியுறுத்துகிறார்.

"பசி ஏழைகளின் உடலில் பற்றி எரியும் நெருப்பு..
பசி ஏழைகளின் மேல் பாய்ந்து கொல்லும் புலி..
பசி ஏழைகளின் அறிவாகிய விளக்கை
அணைக்க முயலும் விஷக்காற்று..
பசி உச்சி முதல் பாதம் வரை பாய்ந்து பரவும் விஷம்"[6]

என்று கூறிய வள்ளலார் , ஜீவர்களுக்கு ஜீவர்களால் உண்டாகும் பசி என்னும் துன்பத்தை போக்க வடலூரில் 23.5.1867 வைகாசி 11 ம் நாளில் தரும சாலையை நிறுவி பசி என வருபவரின் பசிப்பிணியை இன்று வரை போக்கி வருகின்றனர்.

"பசியென்கிற நெருப்பானது உயிர்களின்
தேகங்களில் பற்றி எரியும் போது
ஆகாரத்தால் அணைக்கிறதே ஜீவகாருண்யம்"[7]

ஒருவரின் பசியைப் போக்குமிடத்தில் அருளும் அன்பும் தழைத்தோங்கும்,தர்ம தேவதை நித்திய வாசம் செய்வாள் என்று வலியுறுத்துகிறார்.

ஆன்ம தத்துவம் :

அகக் கண்ணால் கண்டு கேட்டு. மனத்தால் உணரக் கூடியதே "ஆன்மா". இதை வடமொழியில், "ஆத்மா வா அரே த்ரஷ்டவ்ய: ச்ரோதவ்யோ மந்தவ்யோ நிதித்யாஸிதவ்ய:" (பிரகதாரண்யக உபநிடதம் 2 4- 5.) இதைத் தமிழில்,சிவம் என்ற நிலையான சக்தி இவ்வுலக இயக்கத்தை நிலை நாட்டுவதற்காக பார்வதி என்ற அசையும் சக்தியுடன் இணையும் போது ஆன்மா உருவாகிறது என்று இந்து மதமும், கிறிஸ்தவ மதத்தில் ஆதாம் ஏவாளில் இருந்து ஆன்மா உருவாகிறது என்று புராணங்கள் கூறுகின்றன. இவ்வாறு எல்லா மதங்களும் ஆன்மா ஒரு மூலத்தில் இருந்து தான் உருவாகிறது என்பதை ஏற்றுக் கொள்கிறது. ஆன்மாவின் பரிணாம வளர்ச்சியினை, ஒரு உயிரினத்துக்கு பரிணாம வளர்ச்சி இருப்பது போல ஆன்மாவிற்கும் பரிணாம வளர்ச்சி இருப்பதை மாணிக்கவாசகர் திருவாசகத்தில், சிவனில் இருந்து உருவாகும் ஆன்மாவானது பல படிமுறைகளை பல உடல்களைக் கடந்தே மனித உடலை அடைகிறதை பின்வரும் வரிகள் தெளிவுபடுத்துகின்றன.

"புல்லாகிப் பூடாய்ப் புழுவாய் மரமாகிப்
பல்விருக மாகிப் பறவையாய்ப் பாம்பாகிக்
கல்லாய் மனிதராய்ப் பேயாய்க் கணங்களாய்
வல்லசுர ராகி முனிவராய்த் தேவராய்ச்
செல்லாஅ நின்றஇத் தாவர சங்கமத்துள்

எல்லாப் பிறப்பும் பிறந்திளைத்தேன் எம்பெருமான்
மெய்யேயுன் பொன்னடிகள் கண்டின்று வீடுற்றேன்"[8]

என்று குறிப்பிடுகிறார்.

ஆன்மாவின் ஒரு அங்கமே அதாவது ஒரு பகுதியே மனமாகும். இந்த மனமே ஐம்புலன்களை கையாள்கிறது. மனமானது மூளையைப் பயன்படுத்தி புத்தி (அறிவு) என்ற செய்கையின் மூலமாக உடலைக் கட்டுப் படுத்துகிறது. உயிர் உடலுக்குள் இருந்து உடலை இயக்குகிறது. ஆன்மா உடலுடன் இணைந்தவாறு இருந்து கொண்டு மனதின் வழியாக உடலை இயக்குகிறது.

ஒரு ஆன்மாவானது மனத்தைத் தன் கட்டுப்பாட்டில் கொண்டு வருவதற்குரிய பயிற்சியே யோகப் (ராஜ யோகப்) பயிற்சியாகும். இதனையே திருமூலர் திருமந்திரத்தில் அட்டாங்க யோகமாக உபதேசித்துள்ளார். மானிட உடலைப்பற்றி திருமூலர் திருமந்திரத்தில் பின்வருமாறு விளக்குகிறார்.

"உடம்பினை முன்னம் இழுக்கென்று இருந்தேன்
உடம்பினுக் குள்ளே உறுபொருள் கண்டேன்
உடம்புளே உத்தமன் கோயில் கொண்டான் என்று
உடம்பினை யானிருந்து ஓம்பு கின்றேனே."[9]

இந்த உடம்பை அழுக்குடைய பிண்டம் என இழிவாக எண்ணி இருந்தேன். பரம்பொருளாகிய அந்த உத்தமன் உறைவது இந்த உடலுக்குள்ளேதான் என்பதை நான் உணர்ந்து கொண்டேன், அதனால் இறைவன் உறையும் ஆலயத்தை நாம் எப்படிக் காக்க வேண்டும் என்று நினைப்போமோ அவ்வாறு இந்த உடலையும் பேண வேண்டும் என்பதை நான் புரிந்து கொண்டேன் என்று கூறுகிறார்.

வள்ளலார் ஆன்மா என்பது உள்ஒளி, உயிர், உடம்பு இவை மூன்றும் சேர்ந்தது தான் மனித இயக்கம் என்று கூறுகிறார்.

"உடம்பு வரு வகைஅறியீர் உயிர் வகை அறியீர்
மடம்புகு பேய் மனத்தாலே மயங்குகின்றீர்
மனத்தை வசப்படுத்தீர்:
வசப்படுத்தும் வழிதுறை கற்றறியீர்"[10]

உடம்பு வந்த வழியும் ,உயிர் வந்த வழியும்,ஆன்மா என்கிற உள்ஒளி வந்த வழியும் தெரியாமல் பேய் பிடித்த மனம் போல் மயங்கிஅலைந்து திரியும் மனதை தன் வசப்படுத்தும் வழியை கற்றுக் கொள்ள வேண்டும் என்கிறார். ஆன்மா குறித்து 50 க்கும் மேற்பட்ட உபதேசக் குறிப்புகளை வள்ளலார் கூறியுள்ளார். அவற்றுள் சில, பிண்டத்தில் அகம் ஆன்மா ஆன்மா என்பது அணுக்கள் ஆன்மாவின் இயற்கை குணம் தயை. உண்மை அறிதலே ஆன்ம அறிவு உண்மை அறிதல் அனுபவ ஞானம். அனுபவ ஞானம் என்பது எதையும் தானாக அறியும் ஆன்ம காட்சி. ஆன்மா பிரகாசத்தின் உள் பிரகாசம்(உள் ஒளி). ஆக அருள் வெளியில் ஆன்மா காட்சியில் உள்ளொளியாக உள்ள கடவுளின் அருளாலேயே பெறுகின்ற வழியே வள்ளலார் வழியாகும்.

இறை நிலைத் தத்துவம் :

இறை என்னும் சக்தி வாய்ந்த கடவுள் எங்கே இருக்கிறார் ? அவர் யார்? என்ன உருவம்? எப்படி அறிந்து கொள்வது? எனும் பலவித மெய்யியல் தேடலுக்கு விடை கூறியவர் அருட்பெருஞ்சோதி.

"என்னுளே அரும்பி என்னுளே மலர்ந்து
என்னுளே விரிந்த என்னுடை அன்பே
என்னுளே விளங்கி என்னுளே பழுத்து
என்னுளே கனிந்த என்னுடை அன்பே"[11]

இறை என்னும் அதீத சக்தி வாய்ந்த கடவுள் உருவமாகவும் இல்லை, அருவமாகவும் இல்லை, அவர் மனித உருவமோ, மாய சக்தியோ கிடையாது?அளவிட முடியாத 'பேரணுவாகும்'. அந்த அணு தான் பல கோடி அண்டங்களையும் இயக்கி, இயங்கிக் கொண்டிருப்பதாகும். அதை 'அருள்' என்னும் அகக் கண்ணால் தான் காண முடியும். ஆன்ம ஒளியின் வாயிலாக உயிர் ஒளியைத் தந்து அனைத்து ஜீவராசிகளின் உள் ஒளியாக இயங்கிக் கொண்டு உள்ளதாகும். இதுவே இறைநிலை ஆகும். திருவருட்பா மூன்றாம் திருமுறை திருவடி புகழ்ச்சியில்,

"தவாத சாந்தப் பதம் துவாத சாந்தப்பதம்
தரும்இணை மலர்ப் ப+ம்பதம்
சகலர் விஞ்ஞானகலர் பிரளயாகலர்

இதய சாட்சியாகிய ப+ம்பதம்
தணிவிலா அணுபக்ஷ சம்பு+பக்ஷங்களில்
சமரசமுறும் பு+ம்பதம்
தருபரம் சூக்குமம் தூலம்
இவை நிலவிய தமக்குள் உயிராம் பு+ம்பதம்"[12]

மும்மலமற்ற நிலையே இறை நிலை. கண்ணின் மணியாக ஒளியின் வடிவமாக துலங்குகின்ற உள்ளொளியே இறைநிலை என்று இராமலிங்க வள்ளலார் கூறுகின்றார்.

ஞானத் தத்துவம் :

ஞானம் என்பது ஒன்றும் இல்லாதது அருளைப் பெற்று தன்னை ஒன்றும் இல்லாது மாற்றிக் கொள்வதாகும். இதை வள்ளலார்,

"ஜோதிமலை மேல் வீட்டில் தூய திருவமுதம்
மேதினிமேல் நான் உன்னை வேண்டினேன்-ஓதரிய
ஏகா அனேகா எழிற் பொதுவில் வாழா
ஞான தேகா கதவைத் திற"[13]

ஊனக்கண்களுக்குத் தெரியாத அருள் ஒளி. அதுவே அருட்பெருஞ்சோதி. இறைவனின் அருள் பெருவெளியாகிய ஞான வீட்டின் கதவைத் திறக்க ஜீவகாருண்யமே திறவுகோலாக உள்ளது என்று கூறியுள்ளார். மேலும் நம்முடைய உடம்பை இயக்குவது மனம். உயிரை இயக்குவது ஆன்மா எனும் நடுக்கண் ஒளியாகும். அந்த ஒளியை இடைவிடாது தொடர்பு கொள்ளுவதே உடம்பையும், உயிரையும் காப்பாற்றும் 'ஞானம்' எனும் அமுதமாகும். அந்த ஞானத்தைத பெறுவதே இறைவனை அடையும் வழியாகும். அதற்காக மனத்தை அடக்கி ஞானத்தை பெற வேண்டுமென வலியுறுத்துகிறார் வள்ளலார்.

முடிவுரை :

வையத்தில் தோன்றிய கபடு, சூது, பொய், களவு, வஞ்சனை, சினம், காமம், வெகுளி, பழிவாங்குதல், பொய்சாட்சிப் புகலுதல், பசிப்பிணி, பஞ்சம், போர் ஆகிய துர்க்குணங்களும் தீமைகளும் மறையவும், அன்பு, பண்பு, புகழ், அருள், நீதி நெறி, கொல்லாமை, சகோதரத்துவம் ஆகிய நன்னெறிகள் தழைத்து ஓங்கவும் வாழையடி

வாழை என அருளாளர்கள் இந்தத் தமிழ் மண்ணிலே தோன்றிக் கொண்டே இருக்கின்றார்கள். அந்த மரபில் வந்தவர்தாம் வள்ளலார். அவர் நமக்கு வழங்கிய நன்னெறிகள் மனித மனத்தில் அமைதியையும், வாழ்வில் மகிழ்ச்சியையும் உலகில் செம்மையையும் விளைவிக்கக் கூடியதாக இருக்கின்றது. உள்ளொளி ஓங்கிட உயிர்ஒளி விளங்கிட வெள்ளொளி காட்டிய மெய் அருட்கனலான வள்ளலார் வழியைப் பின்பற்றுவோம்.

அடிக்குறிப்புகள் :

1. வள்ளலாரின் சாகாக் கல்வி, ப.120.
2. திருவருட்பா, ஆறாம் திருமுறை, பா- 5513.
3. அருட்பெருஞ்சோதி அகவல், பா 1322.
4. திருவருட்பா, ஆறாம் திருமுறை, பா 4745.
5. மேலது, பா 4952.
6. ஜீவகாருண்ய ஒழுக்கம், பகுதி -1.
7. மேலது, பகுதி 1.
8. திருவாசகம், தற்சிறப்புப் பாயிரம்.
9. திருமந்திரம், பா 725.
10. திருவருட்பா, அனுபவமாலை, பா 87.
11. அருட்பெருஞ்சோதிஅகவல், பா- 1481.
12. திருவருட்பா, மூன்றாம் திருமுறை, பா-16.
13. திருவருட்பா, ஆறாம் திருமுறை, பா -3841.

பார்வை நூல்கள் :

1. திருவருட்பா., இராமலிங்க அடிகள்., வ.உ.சி நூலகம்., சென்னை.
2. திருவாசகம்., டாக்டர். கா. சு. ஸ்ரீனிவாஸ். ஸ்ரீஇந்து பப்ளிகேஷன்ஸ், சென்னை.
3. திருமந்திரம்., மூலமும் விளக்க உரையும்., ஞா.மாணிக்க வாசகர், உமா பதிப்பகம்., சென்னை.

வள்ளலாரின் இறையியல் சிந்தனை

முனைவர் ஆ. பிரின்ஸ் சார்லஸ்
உதவிப் பேராசிரியர், தமிழ்த்துறை
இலயோலா கல்லூரி, சென்னை - 34.
மின்னஞ்சல் - princecharles@loyolacollege.edu
அலைபேசி - 9940041810.

முன்னுரை

"அருட்பெருஞ்ஜோதி அருட்பெருஞ்ஜோதி!!
தனிப்பெருங்கருணை அருட்பெருஞ்ஜோதி!!"

இந்த சமுகத்தில் எல்லோரும் சமம். மக்கள் அனைவரும் சமரச சன்மார்க்கம் என்ற நெறியோடு வாழ வேண்டும் என்பதை வலியுறுத்தினார். அதற்காகத் தான் தனி இயக்கத்தையும் தனிக்கொடியையும் கொண்டு வந்தார் எனலாம். ஆன்ம நேய ஒருமைப்பாடு எங்கும் தழைக்க வேண்டும் என்றும், இவ்வுலக மெல்லாம் உண்மை நெறியைப் பெற்றிட வேண்டும் என்ற பேரவா கொண்டு, கடவுள் ஒருவரே என்ற கருத்தை உலகமெல்லாம் வலியுறுத்திச் சென்றார். அப்பேர்பட்ட வள்ளல் குணம் கொண்ட இராமலிங்க வள்ளலாரின் ஆன்மநேய சிந்தனையையும் இறையியல் சிந்தனையையும் மனிதநேய சிந்தனையையும் இக்கட்டுரையில் காணலாம்.

ஒவ்வொரு மனிதனும் அன்பையும், நற்கருணையையும், இரக்கத்தையும் வாழ்வின் அடிப்படையாகக் கருத வேண்டும். ஆணவம், கோபம், சோம்பல், பொறாமை, பொய், கடுஞ்சொல் முதலானவற்றை வாழ்விலிருந்து முற்றிலும் நீக்க வேண்டும் என்பதை வலியுறுத்திப் பாடியவர் வள்ளலார்.

**"வாடிய பயிரைக் கண்டபோ தெல்லாம் வாடினேன் பசியினால்
இளைத்தே
வீடுதோ றிரந்தும் பசியறா தயர்ந்த வெற்றரைக் கண்டுளம்
பதைத்தேன்"**

என்று பசியால் வாடும் மக்களின் நிலை குறித்து உள்ளம் பதைத்துப் பாடினார் வள்ளலார். மக்களின் பசியைப் போக்கிட அன்ன தானம் இடும் இடமாகச் "சத்திய ஞான சபையை" வடலூரில் ஏற்படுத்தினார். அங்கு உணவை மட்டும் வழங்காமல் அறிவையும் மக்களுக்குச் சேர்த்து அளித்தார். இதன் காரணமாக மக்களால் அன்புடன் "வள்ளலார்" என்றும் வடலூர் வள்ளலார் என்றும் போற்றப்பட்டார்.

வள்ளலாரின் பிறப்பு :

கடலூர் மாவட்டம் சிதம்பரத்தில் இருந்து 10 மைல் தொலைவில் உள்ள மருதூரில் குழந்தைகளுக்குப் பாடம் சொல்லித்தரும் ஆசிரியராக விளங்கியவர் இராமைய்யா. இவருடைய மனைவி பெயர் சின்னம்மையார், இராமைய்யா, சின்னம்மை தம்பதிக்கு ஐந்து குழந்தைகள் பிறந்தன. சபாபதி, பரசுராமர் என்ற ஆண் குழந்தைகளும் உண்ணாமுலை, சுந்தரம்மாள் என்ற பெண் மக்களும் பிறந்து, ஐந்தாவதாக 1823-ஆம் ஆண்டு, அக்டோபர் மாதம் 5-ஆம் நாள் ஞாயிறு மாலை 5.54 மணியளவில் ஆண்குழந்தை பிறந்தது. பிறந்த குழந்தைக்கு இராமலிங்கம் எனப் பெயர் சூட்டினர். இராமலிங்கம் ஐந்து மாத குழந்தையாக இருந்தபோது, அவரது பெற்றோர் அவரை சிதம்பரம் நடராஜர் கோயிலுக்கு அழைத்து வந்தனர். பூசாரி தீப ஆராதனை செய்யும் போது குழந்தை மகிழ்ச்சியுடன் இருந்தது; இது ஓர் ஆழ்ந்த ஆன்மீக அனுபவமாக இராமலிங்கத்தால் உணரப்பட்டது. பின்னாட்களில், அவர் இவ்வனுபவத்தைப் பற்றி கூறினார்: "ஒளி உணரப்பட்ட உடனேயே, மகிழ்ச்சி என் மீது மேலோங்கியது", மேலும் "அருட் பெரும் ஜோதி (அருள்களின் தெய்வீக ஒளி) காணப்பட்டவுடன் இனிய அமிர்தத்தை நான் சுவைத்தேன்" என்கிறார். இராமலிங்கம் பிறந்த எட்டாம் மாதத்தில் தந்தை இராமைய்யா காலமானார். சின்னம்மையார், தன் குழந்தைகளின் எதிர்காலம் கருதி பிள்ளைகளை அழைத்துக் கொண்டு தாம் பிறந்த

ஊரான பொன்னேரிக்கு அடுத்த சின்னக்காவனம் என்ற ஊருக்குச் சென்றார். சில காலம் சின்னக்காவனத்தில் வாழ்ந்த பின்பு, குழந்தைகளின் கல்வி மற்றும் எதிர்காலம் கருதி சென்னைக்கு வந்து சேர்ந்தார்.

சென்னையில் இராமலிங்க அடிகளார் :

1826-ஆம் ஆண்டு, சின்னம்மையார் தன் குடும்பத்துடன் சென்னையில், பெத்த நாயக்கன் பேட்டை ஏழு கிணறு, வீராசாமிப் பிள்ளைத் தெருவில் உள்ள ஒரு வீட்டில் குடியேறினர். மூத்த மகன் சபாபதி மற்றும் அவரது மனைவி பாப்பாத்தியுடனும் வசித்து வந்தனர். சபாபதி முறையாக ஒரு தமிழ் ஆசிரியரிடம் நன்கு தமிழ் பயின்றதின் விளைவாக ஒரு பள்ளியில் தமிழாசிரியராகப் பணிபுரிந்தார். அவருக்கு ஓய்வு கிடைக்கும் போதெல்லாம் பெரியபுராணக் கதைகளை விரிவாக நடத்தி, தன்வாழ்க்கையையும் சிறப்பாக நடத்திவந்தார்.

முருகனின் அருள் வடிவம் :

இளைய சகோதரரான இராமலிங்கத்திற்குப் படிப்பில் ஆர்வம் இல்லாதிருந்தது. ஆனால் அவர் பல புலவர்களின் பாடல்களைப் படிக்காமலேயே பாடும் திறன் கொண்டிருந்தார். ஒருமுறை அவருக்கு ஒதுக்கப்பட்ட அறையில் பெரிய கண்ணாடி இருந்தது. அதற்குச் சந்தனம், குங்குமமிட்டு, அழகு செய்த இராமலிங்கம் அதற்கு மாலை அணிவித்து, சாம்பிராணி புகை போடப்பட்டு, தன் உள்ளத்தில் தோன்றியதை அக்கண்ணாடியின் எதிரே நின்றவாறே இராமலிங்கம் பாடத் தொடங்க, ஒரு அற்புதம் அங்கே நிகழ்ந்தது. கண்ணாடியை இமை மூடாமல் இராமலிங்கம் பார்த்திருக்கையிலேயே அறுபடைகளில் ஒரு படை வீடான திருத்தணியில் குடியேறிய முருகனின் அருள் வடிவம் தோன்றியது. புன்னகை பூத்துக் கொண்டிருந்த அந்த அழகனின் திருமுகத்தில் இலயித்தவாறே அவர் நிற்க, கற்காத பல அருட் தகவல்கள், ஊற்றுப் போல அவர் மனதில் கொட்டிக் கொண்டே இருந்தது. அப்படி பாடிய ஒரு பாடலிது...

“உள்ள நெக்குவிட்டுருகு மன்பர்தந்
நள்ள கத்தினில் நடிக்கும் சோதியே!
தள்ள ருந்திறந் தணிகை யானந்த
வெள்ளமே மனம் விள்ளச் செய்வையே”

இன்னும் பல பாடல்களும், கருத்துக்களும், முறைப்படி கல்லாத இளைஞரான அவர் உள்ளத்திலே தினமும் பெருகிக்கொண்டு இருந்த விந்தை முடிவில்லாமல் தொடர்ந்து கொண்டு இருந்தது. சுப்ரமணியம் என்ற தத்துவத்தைத் தனது நுண்ணறிவால் கண்டுகொண்டு, அதற்கு இராமலிங்கம் அளிக்கும் விளக்கம் பிறரது உள்ளத்தைக் கொள்ளைக் கொள்ளும். குடும்பத்தினரின் புரிதலுக்குப் பின்னர் முழுமையாக அருள் வாழ்க்கையைத் தொடங்கிய வள்ளலார். திருவொற்றியூர், பாடி, திருமுல்லைவாயல், திருவள்ளூர், திருத்தணி என்று பல தலங்களுக்கும் சென்று அத்தல பெருமைகளை எழுதிப் பாடினார்.

திருமண வாழ்க்கை:

வள்ளலார் கோயில் குளம் என்று சுற்றிக் கொண்டிருப்பது தாயாருக்கும், அண்ணன் சபாபதிக்கும் மிகுந்த கவலையை அளித்தது. அவருக்கு திருமணம் செய்வித்தால் நிலைமை மாறும் என்று எண்ணி வள்ளலாருக்குத் திருமணம் ஏற்பாடுகள் செய்தனர். அவரோ திருமணம் வேண்டாம் என்று மறுத்தார். அவர்களால் முடிந்தவரை எவ்வளவோ அறிவுரைகள் கூறிப் பார்த்தனர். அவர்கள் வள்ளலார் அதிக ஈடுபாடு கொண்டிருந்த நந்தி ஆசிரமத் தலைவராகிய சிவயோகியாரிடம் சென்று எப்படியாவது இராமலிங்கரைத் திருமணத்திற்கு இசைய வைக்கவேண்டும் என்று வேண்டினர். சிவயோகியாரும் அவர்கள் கேட்டுக் கொண்டபடி வள்ளலாரைத் திருமணம் செய்து கொள் என்று வற்புறுத்தினார். “நீ பக்தி உள்ளவன்தானே. எல்லாம் அவன் செயல் என்பதை நம்புகிறாயா இல்லையா? நீ திருமணம் செய்து கொள்வது ஆண்டவனுக்குச் சம்மதம் இல்லை எனில், தடுக்கப்படும். நீ தடுப்பதில் நியாயம் இல்லை” என்றார். வள்ளலார் இதற்கு என்ன சொல்வது என்று தயங்கினார். ஆண்டவன் தடுத்துவிடுவார் என்று நம்பிக்கையில் பதில் பேசவில்லை.

அக்காமகள் தனக்கோட்டி

மௌனத்தையே சம்மதமாக எடுத்துக் கொண்டு தமக்கையார் உண்ணாமுலை அம்மாளின் மகளான தனக்கோட்டியை வள்ளலாருக்குத் திருமணம் செய்து வைத்தனர். திருமணம் நடந்தபோது வள்ளலாருக்கு வயது இருபத்தேழு. திருமணம் செய்து கொண்ட அன்றிரவு தனக்கோட்டியிடம் திருவாசகம் கொடுத்துப் படிக்கச் சொல்லிவிட்டு மனைவியை ஏறிட்டும் பாராது சிவ தியானத்தில் ஆழ்ந்துவிட்டார். அவரை அன்றே புரிந்து கொண்டு விட்ட தனக்கோடி, இல்லறத்தை நல்லறமாக நடத்தி, அவருடன் பக்தி மார்க்க நெறிமுறை தவறாமல் வாழ்க்கையை நடத்தி வந்தார்.

சென்னையை விட்டு வெளியேறுதல்

தமிழ் வித்வான், ஆன்மீகவாதி, சொற்பொழிவாளர், நூல் ஆசிரியர், நூல் பதிப்பாளர் என்று சென்னையில் பல பரிமாணங்களைக் காட்டிய வள்ளலார் 1858ல் சென்னையை விட்டு புறப்பட்டு, போக்குவரத்து வசதி இல்லாத அக்காலத்தில் மயிலாப்பூர், அச்சிறுபாக்கம், புதுச்சேரி வழியாக நடந்து சென்று சிதம்பரத்தை அடைந்தார். அங்கிருந்து அவருடைய பிறந்த ஊரான மருதூருக்குப் பக்கத்தில் உள்ள கருங்குழிக்கு சென்றார். சில நாட்களாக அங்கு நோய்வாய்ப்பட்டிருந்த அவருடைய சகோதரர் பரசுராமபிள்ளை காலமானார். இராமலிங்கனார் அவரது சகோதரரின் ஈமக் கடன்களைச் செய்தார். பின்பு அவர் கடலூர், மஞ்சக்குப்பம் ஆகிய இடங்களுக்குச் சென்றுவிட்டு, பிறகு கருங்குழி வந்து அங்கு நிலையாகத் தங்கினார். கற்றறிந்த துறவிகளும், தமிழாசிரியர்களும் உரையாடி மகிழவும், தங்கள் ஐயங்களைத் தெளிவு செய்து கொள்ளவும் இராமலிங்கரை நாடி வந்தனர். அவர் அவர்களுக்குத் தகுந்த விளக்கங்களை வழங்கினார்.

வள்ளலார் செய்த அற்புதங்கள் :

வள்ளலார் தன் வாழ்வில் பல அற்புதங்களைப் புரிந்துள்ளார். ஒரு சமயம் வள்ளலாரை புகைப்படம் எடுக்க விரும்பிய சிலர் எத்தனை முறை புகைப்படம் எடுத்தும் அவரின் திருஉருவம் அதில் பதிவாகவில்லை. இதற்குக் காரணம் வள்ளலார் பெற்ற 'ஒளி

தேகத்தை' அந்த புகைப்படக் கருவியால் பதிவு செய்யவே முடியவில்லை. பின்பு தனது அடியவர்களின் ஆசைக்காகச் சிறிது நேரம் தியானித்த பின், புகைப்படம் எடுத்துக்கொள்ளுமாறு அவரே கூறிய பிறகு அவரது உருவம் அதில் மங்கலாகப் பதிவாகியது.

நீரை எண்ணெய்யாக மாற்றியது

வள்ளலார் கருங்குழியில் ஒரு ரெட்டியாரின் இல்லத்தில் தங்கி, சிறு விளக்கு தந்த ஒளியில் 'அருட்பாக்கள்' எழுதிக் கொண்டிருந்தார். வீட்டில் யாரும் இல்லை. விளக்கில் எண்ணெய் தீரும் நிலை. எனவே அதன் ஒளி மங்கி, எக்கணமும் அணைந்து விடுமோ என்று இருந்தது. அதனை உணர்ந்து கொண்ட வள்ளலார், யாரிடமும் எண்ணெய் கோர முடியாத நிலையில், பக்கத்திலிருந்த மண்பானையில் வைத்திருந்த நீரை, அதன் அருகில் இருந்த மண் குடுவையில் எடுத்து விளக்கில் சொட்டுச் சொட்டாக அவர் விட, விளக்கு ஒளிர் விட்டு எரிய ஆரம்பித்தது. இதன்பின் வெளியிலே இருந்து திரும்பிய அவ்வீட்டார் இந்த அதிசய நிகழ்வினை கண்டு வியந்தார்கள்.

ஒரு முறை வடலூரிலுள்ள சத்திய ஞான சபையில் புதிய கொடிமரம் ஸ்தாபிக்க, அதற்கான மரத்தை வாங்க வள்ளலார் தனது சீடர்கள் சிலரை சென்னைக்கு அனுப்பிவைத்தார். சென்னைக்கு இரயிலில் வந்து இறங்கிய சீடர்கள், வள்ளலார் அவர்களிடம் முன்பே கூறிய அந்தக் குறிப்பிட்ட மரக்கடைக்குச் சென்றனர். அப்போது அச்சீடர்கள் காணும் வகையில் "சூட்சம" வடிவில் தோன்றிய வள்ளலார் ஒரு மரத்துண்டின் மீது நின்று, கொடிமரத்துக்கான மரம் அதுதான் என அடையாளம் காட்டினார். இந்த அதிசயத்தைக் கண்ட அந்தச் சீடர்கள் வடலூர் திரும்பிய பின்பு இது பற்றி அங்கிருந்தவர்களிடம் கூறினர். அப்போது அங்கிருந்தவர்கள் வள்ளலார் அந்தச் சீடர்களுக்குச் சென்னையில் காட்சியளித்த அதே நேரத்தில், இங்கு வடலூரில் தங்களுக்கு ஆன்மீக போதனைகளை வழங்கிக் கொண்டிருந்ததாகக் கூறினர். இதை கேள்விப்பட்ட அனைவரும் வள்ளலாரின் யோக ஆற்றலை எண்ணி வியந்தனர்.

இராமலிங்க அடிகளார் நிகழ்த்தியுள்ள அற்புதங்கள் அநேகம்! இதில் பாலுரெட்டியார் என்பவருக்குத் தொழுநோய் போக்கியது, முத்து நாராயண ரெட்டியாரின் கண் புறையை நீக்கியது, மழை கொட்டிக்கொண்டு இருக்கையில் அனைவரின் ஆடைகளும் நனைத்திட்ட நிலையில், வள்ளலார் மீது ஒரு சொட்டு நீர்கூட படாத நிகழ்வும், ஒரு அன்பருக்குத் தன் தலையில் தீண்டிய பாம்பால் பாதிக்கப்படாமல் நடந்ததோடு அதனை பிறர் கொல்ல முயற்சிக்கையில் பரோபகார (தியான)சிந்தனையில், உயிரோடு பாம்பை ஓட விட்டது என பட்டியல் இட முடியாத அளவுக்குப் போய்க்கொண்டே இருக்கும்!

திருக்குறளின் மீது ஈர்ப்பு

இராமலிங்கர் வள்ளுவரின் தாக்கத்தால் சிறுவயதிலிருந்தே திருக்குறள் போதனைகளில் ஈர்க்கப்பட்டார். வெகு விரைவில் குறள் வகுப்புகளை நடத்தி அதன் செய்தியைப் போதிக்கத் தொடங்கினார். அவர் குறளின் கருணை மற்றும் அகிம்சையின் நெறிமுறைகளைப் பின்பற்றுவதாக உறுதியளித்தார். மேலும், ஜீவ காருண்யம் ('உயிரினங்கள் மீது இரக்கம்') என்ற அவரது கருத்து மூலம் தனது வாழ்நாள் முழுவதும் பிற உயிர்களைக் கொல்லாத மற்றும் இறைச்சியற்ற உணவையே தொடர்ந்து வலியுறுத்தினார்.

சமரச சுத்த சன்மார்க்கம்

எவ்வகையாலும் கண்டுகொள்ள முடியாத இறைவனை மிகவும் சுலபமாக அனைவரும் அடைதற்பொருட்டு வள்ளலாரால் ஏற்படுத்தப்பட்டதே சமரச சுத்த சன்மார்க்கமாகும். கருங்குழியில் தங்கியிருந்தபோது 1865 ஆம் ஆண்டு வள்ளலார் "சமரச வேத சன்மார்க்க சங்கம்" என்ற அமைப்பை உருவாக்கினார். பிற்காலத்தில் அந்தப் பெயரை "சமரச சுத்த சன்மார்க்க சத்தியச் சங்கம்" என்று மாற்றியமைத்தார். மனிதனை துன்பத்தில் இருந்து மீட்டு, ஜீவகாருண்ய வழியில் நடத்தி, மனிதனை தெய்வநிலையை அடையச் செய்விப்பதே சுத்த சன்மார்க்கத்தின் முக்கிய நோக்குமாகும். சாதி, மதங்களில் பேதமுற்று அலைந்து வீணே அழியும் இந்த உலகத்தவர்களுக்கு ஆன்ம நேயத்தை உணர்த்தினார். எல்லா உயிரையும் தன்னுயிரைப் போல் பார்க்கும் உணர்வை

கொள்ளுதல் வேண்டும். எல்லா மதங்களிலும் உள்ள உண்மை ஒன்றே என்பதை குறிக்கும் வண்ணம் இவர் தோற்றுவித்த மார்க்கத்திற்கு சர்வ சமய சமரச சுத்த சன்மார்க்கம் என்று பெயரிட்டார். அனைத்துச் சமய நல்லிணக்கத்திற்காக சன்மார்க்க சங்கத்தை நிறுவினார். அறிவுநெறி விளங்க சிதம்பரம், அருகே உள்ள வடலூரில் சத்திய ஞானசபையை அமைத்தார். இத்தகைய உயரிய நோக்கங்களுக்காக தன் வாழ்நாளை அர்ப்பணித்துப் பணியாற்றினார். அவர் வாழ்ந்த காலத்தில் அவருடைய சிந்தனைகள் மிகவும் முற்போக்குடையதாகக் கருதப்பட்டாலும், தற்பொழுது உலகெங்கும் அவருடைய சிந்தனைகளுக்கு ஒத்த கொள்கைகள் புரிந்துகொள்ளப்பட்டு பின்பற்றி வரப்படுகின்றன.

வள்ளலாரின் திருவருட்பா

வள்ளலார் 1851ஆம் ஆண்டு ஒழுவில் ஒடுக்கம் என்ற நூலையும்,1855-இல் தொண்டமண்டல சதகம் என்ற நூலையும்,1857 இல் சின்மய தீபிகை என்ற மூன்று நூல்களை பதிப்பித்துள்ளார். மேலும், அவர் ஆறாயிரம் பாடல்களைக் கொண்ட திருவருட்பாவையும், மனுமுறைகண்ட வாசகம் மற்றும் சீவகாருண்ய ஒழுக்கம் என்ற மூன்று நூல்களையும் இயற்றி வெளியிட்டுள்ளார். ஆறாயிரம் பாடல்களைக் கொண்ட திருவருட்பாவானது ஆறு திருமுறைகளாகத் தொகுக்கப் பட்டுள்ளது. இப்பாடல்கள் அனைத்தும் இறை அருளால் அருள்நிலையில் பாடப்பட்டவையாகும். எனவே திருவருட்பா என பெயர்ப்பெற்றது. திருவருட்பா பாடல்கள் அனைத்தும் ஒன்பது வகையான இலக்கணங்களைக் கொண்டுள்ளது. அவை, எண்ணிலக்கணம், எழுத்திலக்கணம், சொல்லிலக்கணம், பொருளிலக்கணம், யாப்பிலக்கணம், அணியிலக்கணம், உரையிலக்கணம், புணர்ச்சியிலக்கணம் மற்றும் ஒற்றிலக்கணம் என்பனவாகும். திருவருட்பா என்பது உண்மை உரைக்க வந்த இறை நூலாகும். இதில் பற்பல சாதன ரகசியங்களும், சிவ ரகசியங்களும், சித்துகளையும் உள்ளடக்கி பாடப்பெற்றுள்ளது. எந்த ஒரு சித்த புருஷரும் வெளிப்டையாகப் பகிரங்கமாக எடுத்துரைக்காத விஷயங்களை எல்லாம் தெள்ளம் தெளிவாக எடுத்துரைக்கப் பெற்ற ஒரே ஒரு நூல் என்று சொன்னால் அதுவே

திருவருட்பாவாகும். வாடிய பயிரைக் கண்டபோதல்லாம் வாடினேன் என்ற வள்ளல் பெருமான், நாம் உண்மையையும் புனிதமும் பெறும் பொருட்டு அருளியதே திருவருட்பாவாகும். திருவருட்பா பாடல்கள் முழுவதும் உள்ளத்தை உருக்குவன. ஆழ்ந்த கருத்துகளைக்கொண்டன.

போதனைகள்

இராமலிங்கர் 1858 இல் சென்னையை விட்டு வெளியேறினார். முதலில் சிதம்பரம் சென்று அங்கு கோடகநல்லூர் சுந்தர சுவாமிகளுடன் வாக்குவாதம் செய்தார். ராமகிருஷ்ண ரெட்டியார் ஒருவரின் வேண்டுகோளின்படி, அவர் கருங்குழியில் (வடலூருக்கு அருகில்) தனது வீட்டிற்குச் சென்று ஒன்பது ஆண்டுகள் தங்கினார். சாதி அமைப்பு சமூகத்தில் ஏற்படுத்திய பாதகமான தாக்கங்கள் காரணமாக அவர் அதற்கு எதிராக இருந்தார். அந்த நோக்கத்தில், அவர் 1865 இல் "சமரச வேத சன்மார்க்க சங்கம்" என்று அழைக்கப்படும் பக்தர்களின் சங்கத்தைத் தொடங்கினார். 1872 இல், அது "சமரச சுத்த சன்மார்க்க சத்திய சங்கம்", அதாவது "உலகளாவிய சுயநிலையில் தூய உண்மைக்கான சமூகம்" என்று மறுபெயரிடப்பட்டது. மனிதர்கள் கசப்பான மற்றும் கொடூரமான இறைச்சியை உண்பதைப் பார்க்கும் போது, அது எனக்கு எப்போதும் திரும்பத் திரும்ப வரும் வருத்தமாக இருக்கிறது.

1867 ஆம் ஆண்டில், இராமலிங்கர் ஏழைகளுக்கு இலவச உணவு வழங்குவதற்காக வடலூரில் "சத்திய தர்ம சாலை" என்ற பெயரில் ஒரு அமைப்பை நிறுவினார். தொடக்க நாளில், அவர் கல் அடுப்பில் நெருப்பை ஏற்றி, நெருப்பு எப்போதும் உயிருடன் இருக்க வேண்டும், ஏழைகளுக்கு என்றென்றும் உணவளிக்கப்படும் என்று அறிவித்தார். இந்த வசதி, இன்றும் உள்ளது மற்றும் தன்னார்வலர்களால் நடத்தப்படுகிறது, ஜாதி வேறுபாடின்றி அனைத்து மக்களுக்கும் இலவச உணவு வழங்கப்படுகிறது. வசதிக்காக நிலம் அன்பான, தாராள மனப்பான்மையுள்ள மக்களால் நன்கொடையாக வழங்கப்பட்டது, இதற்குச் சான்றாகப் பார்வையாளர்களின் பதிவு ஆவணங்களைப் பார்க்கலாம்.

சத்திய ஞான சபையின் நுழைவு வாயிலின் மேலே உள்ள பலகையில், "இறைச்சி மற்றும் கொலையைத் துறந்தவர்கள் மட்டுமே நுழைய வேண்டும்" என்று எழுதப்பட்டுள்ளது. 1872 ஆம் ஆண்டு ஜனவரி 25 ஆம் தேதி, வடலூரில் "சத்திய ஞான சபை" (உண்மையான அறிவு மண்டபம்) இராமலிங்கம் திறந்து வைத்தார். இந்த உலகியல் இடம் கோவில் அல்ல; காணிக்கைகளும் இல்லை, ஆசீர்வாதங்களும் இல்லை. இறைச்சி உண்பவர்களைத் தவிர, வெளியில் இருந்து வழிபடுவதற்கு மட்டுமே அனுமதிக்கப்படும் அனைத்து சாதியினருக்கும் இது திறக்கப்பட்டுள்ளது. இராமலிங்கர் ஏற்றிய எண்ணெய் விளக்கு எப்போதும் எரிந்து கொண்டே இருக்கிறது. இராமலிங்கமே ஞான சபையில் செய்யப்படும் பூஜை பற்றி விரிவாக எழுதினார். 12 வயதுக்குட்பட்ட அல்லது 72 வயதுக்கு மேற்பட்ட பார்வையாளர்கள் மட்டும் ஞான சபையில் நுழைந்து பூஜைகள் செய்வார்கள் என்று எதிர்பார்க்கப்படுகிறது. வளாகத்திற்குள் ஏழு பருத்தி துணி திரைகள் உள்ளன, இது ஒரு ஆன்மா அதன் உண்மையான தன்மையை உணரவிடாமல் தடுக்கும் ஏழு காரணிகளைக் குறிக்கிறது. முழு வளாகமும் 21,600 இணைப்பு களைக் கொண்ட ஒரு சங்கிலியால் பிணைக்கப்பட்டுள்ளது, இது ஒரு சாதாரண மனிதனால் '21,600 உள்ளிழுக்கங்கள்' என்று கூறப்படுகிறது. எங்களிடம் உள்ள உளவுத்துறை மாயா புத்திசாலித்தனம், இது உண்மையான மற்றும் இறுதி நுண்ணறிவு அல்ல என்று அவர் கூறினார். ஜீவா காருண்யம் தான் இறுதியான புத்திசாலித்தனத்தின் பாதை.

வள்ளலார் சாதியற்ற சமுதாயத்தை ஆதரித்தார், பிறப்பின் அடிப்படையிலான சமத்துவமின்மையைக் கண்டித்தார். மூடநம்பிக்கைகள் மற்றும் சடங்குகளை எதிர்த்தார். உணவுக்காகக் கூட விலங்குகளைக் கொல்வதைத் தடை செய்தார். ஏழைகளுக்கு உணவளிப்பதை மிக உயர்ந்த வழிபாடாக அவர் வலியுறுத்தினார். இராமலிங்கரின் முக்கிய போதனைகளில் ஒன்று "உயிர்களுக்குச் சேவை செய்வது விடுதலையின் பாதை (மோட்சம்)" மரணம் இயற்கையானது அல்ல என்றும், மரணத்தை எதிர்த்துப் போராடுவதே வாழ்க்கையின் முதல் முன்னுரிமை என்றும் அவர் அறிவித்தார். மதத்தையே இருளாக அறிவித்தார். கடவுள் "அருட்

பெரும் ஜோதி" (தெய்வீக அருள் ஒளி), கருணை அல்லது கருணை மற்றும் அறிவு ஆகியவற்றின் உருவம் என்றும், இரக்கம் மற்றும் கருணையின் பாதை மட்டுமே கடவுளுக்கான ஒரே பாதை என்றும் அவர் கூறினார். இன்று, அவரது போதனைகளைப் பின்பற்றி, அருட் பெரும் ஜோதியின் வழியைப் பின்பற்றும் ஆன்மீகக் குழுக்கள் உலகம் முழுவதும் பரவியுள்ளன.

வள்ளலாரின் கொள்கைகள்

கடவுள் ஒருவரே. அவர் அருட்பெருஞ்ஜோதியானவர். எந்த உயிரையும் கொல்லக்கூடாது. புலால் உணவு உண்ணக்கூடாது. பசித்தவர்களுக்குச் சாதி, மதம், இனம், மொழி முதலிய வேறுபாடு கருதாது உணவளித்தல் வேண்டும். தெய்வ வழிபாடு பெயரால் பலி இடுதலும் கூடாது. எல்லா உயிர்களும் நமக்கு உறவுகளே. அவற்றைத் துன்புறுத்தக்கூடாது. மத வெறி கூடாது. எல்லா உயிரையும் தம் உயிர்போல் பாவிக்கும் ஆன்மநேய ஒருமைப் பாட்டு உரிமையைக் கடைபிடிக்க வேண்டும்!

பிள்ளைகளுக்கு வள்ளலார் அறிவுரைகள்

நல்லோர் மனதை நடுங்கச் செய்யாதே
தானம் கொடுப்போரைத் தடுத்து நிறுத்தாதே
மனமொத்த நட்புக்கு வஞ்சகம் செய்யாதே
ஏழைகள் வயிறு எரியச் செய்யாதே
பொருளை இச்சித்துப் பொய் சொல்லாதே
பசித்தோர் முகத்தைப் பாராதிராதே
இரப்போர்க்குப் பிச்சை இல்லை என்னாதே
குருவை வணங்கக் கூசி நிற்காதே
வெயிலுக்கு ஒதுங்கும் விருட்சம் அழிக்காதே
தந்தை தாய் மொழியைத் தள்ளி நடக்காதே

ஒளிவடிவம் பெற்று இறையோடு கலந்த வள்ளலார் :

கருங்குழிக்கு அருகிலுள்ள வடலூரில், பார்வதிபுரம் என்னும் கிராமத்து மக்களிடம் எண்பது(80) காணி நிலத்தைத் தானமாகப் பெற்று, 1867-ஆம் ஆண்டு, மே மாதம் 23(வைகாசி மாதம் பதினொன்றாம் தேதி) ஆம் தேதியன்று அங்கு சமரச வேத தர்ம

சாலையைத் தொடங்கினார். பின்பு, அதை அவரே சமரச சுத்த சன்மார்க்க சத்திய தருமச்சாலை எனப் பெயர் மாற்றம் செய்தார்.

பயன்பட்ட நூல்கள்

1. அண்ணாமலைப் பல்கலைக் கழகத்தின் திருவருட்பாவை 10 தொகுதிகளாக ஆறு திருமுறைகளிலும் தொகுத்து மூன்றாம் பதிப்பு வெளியிடப்பட்டது.

2. ஸ்ரீலதா ராமன் - மதங்களின் வரலாறு (ஆகஸ்ட் 2013) 3. அருட் பிரகாச வள்ளலார், உலகப் பார்வையின் புனிதர் வி.எஸ்.கிருஷ்ணன், ராமானந்த அடிகளார் அறக்கட்டளை, கோவை 641006 வெளியீடு

4. எம்.பி.சிவஞானம் (1974). திருக்குறளிலே கலைபற்றிக் கூறாதேன்? திருக்குறள் ஏன் கலையைப் பற்றி பேசவில்லை? பூங்கொடி பதிப்பகம், சென்னை.

5. வள்ளலாரியல், முனைவர் சூ. அமல்ராஜ், டுடே பப்ளிகேஷன்ஸ், சென்னை -5. 2024.

6. வள்ளலார் சுத்த சன்மார்க்கம், எ.பி.ஜே. அருள்,கருணை சபை சாலை அறக்கட்டளை, 2018.

7. திருஅருட்பா, ஆறாம் திருமுறை,திருஅருட்பிரகாச வள்ளலார் தெய்வ நிலையம், வடலூர்.

வள்ளலாரின் உரைநடை விண்ணப்பங்கள்

முனைவர் ம. இளங்கோவன்
இணைப்பேராசிரியர் & தமிழ்த்துறைத்தலைவர்
இராமகிருஷ்ணா மிஷன் விவேகானந்தா கல்லூரி
திருமயிலை, சென்னை 600 004.

ஆய்வுச் சுருக்கம்

உலகில் பிற உயிர்கள் துன்பத்திற்கு உள்ளாகாமல் இருக்க விரும்பிய வள்ளலாரைப் பற்றி ஆழ்ந்து அறியும்படியும், சமரச வேத பாடசாலை குறித்தும் அவர் இறைவனுக்கு எழுதிய விண்ணப்பங்கள் பற்றியும் இவ்வாய்வு செல்கிறது. வள்ளலாரின் மொழிச் சிந்தனையையும் அவர் மறுக்கும் இடங்களையும் ஆய்ந்தறிவதோடு சுதந்திரம் என்பதன் பொருளை அவர் வெளிப்படுத்திய தன்மையையும் எடுத்தியம்புகின்றது.

திறவுச் சொற்கள்

விண்ணப்பங்கள் : இறைவனுக்கு எழுதிய கடிதங்கள், தேவரீர் : இறைவன்.

முன்னுரை

எல்லா உயிர்களிலும் 'உயிர்' என்ற அடிப்படைக் கூறு இருப்பதால் அதுவே இறைவனின் தன்மை என்று உணர்ந்து எவ்வுயிரும் தம்முயிர்போல் எண்ணி உள்ளே ஒத்துரிமை கொண்டு வாழ்கின்ற தன்மையைத்தான் வள்ளலார் சன்மார்க்கம் என்று உணர்த்துகிறார். இந்த உணர்வு தமக்கு இறைவனாலேயே ஏற்பட்டது என்று குறிப்பிடுவதோடு அவ்வாறே வாழ்ந்திருக்கிறார். பிற உயிர்கள் எவ்வகையிலும் துன்பத்திற்கு உள்ளாகாமல் இருக்க வேண்டும் என்று விரும்பியவர். ஓரறிவு உயிரான வாடிய பயிருக்கும் வாடியவர்.

பத்தொன்பதாம் நூற்றாண்டில் உலகெங்கும் அறிவியல் அறிவும் மனித உரிமைகள் குறித்த சட்டதிட்டங்களும் வகுக்கப் பட்டுக் கொண்டிருந்த காலத்தில் வள்ளலார் சமய நிலையில் அறிவுருவாகக் கடவுளைக் காண்பதும் வீண் சடங்கு, சம்பிரதாயம், ஆடம்பரம் முதலியவற்றுக்கு இடங்கொடாமல் மனித இனம் சாதியாலும், சமயத்தாலும், சாத்திரத்தாலும், கோத்திரத்தாலும் பிளவுபட்டுக் கிடப்பதை எண்ணி அவற்றைத் துறந்து சன்மார்க்கத்தை நிலைநாட்ட தாம் துறவியானார். அவரும் வாழையடி வாழையென வந்த திருக்கூட்ட மரபினில் வந்தவர். பல்வேறு மத, மாச்சர்யங்களிலிருந்து விடுபட மக்களை விழிப்படையச் செய்தவர். மேலும் மனிதனுக்குரிய தேவையற்ற குணங்களை விட்டொழிக்க, திருவள்ளுவர்

"மனத்துக்கண் மாசிலனாதல் அனைத்தறன்
ஆகுல நீர பிற"   (திருக்குறள் 34)

என்றும் "மனமது செம்மையானால் மந்திரம் ஜெபிக்க வேண்டாம்" என்று அகத்தியரும் கூறியபடியே வள்ளலாரும் தீக்குணங்களை ஆளுருவமாக்கி அவற்றைப் பற்றாத வண்ணம் மனமாசு நீங்கப்பெறல் வேண்டும் என்ற நோக்கோடும், தெய்வமணி மாலையிலேயே,

"காம உட்பகைவனும் கோபவெங்கொடியனும்
கனலோப முழு மூடனும்
கடுமோக வீணனும் கொடுமதம் எனும் துட்ட
கண்கெட்ட ஆங்காரியும்
ஏமமறு மாச்சரிய விழலனும் கொலை என்று
இயம்பு பாதகனுமாம் இவ்
வெழுவரும் இவர்க்குற்ற உறவான பேர்களும்
எனைப் பற்றிடாமல் அருள்வாய்"

என்று மனத்தைக் குறிப்பாக இறைவனை எண்ணி உணர்ந்து அம்மயமாக வேண்டிய மனத்தை மாசுபடுத்தும் குற்றங்களை வள்ளலார் மிகத் தெளிவாக, மனக்கண்ணைக் கெடுக்கும் குற்றங்களைச் செய்யத் தூண்டும் ஆளுருவங்களாக உருவகப் படுத்துவது இங்கு உணரத்தக்கது. காமம், கோபம், லோபம், மோகம், மதம், மாச்சரியம், கொலை என்று ஏழு

கொடுங்குணங்களும் அவற்றைத் தூண்டும் கருவிகளுமாகிய அனைத்து மனத்தைப் பற்றி அழிக்காமல் காக்க இறைவனை வேண்டிய அவர் மிகப் பிற்காலத்தில் அதாவது 1872 ஜனவரி 11 அன்று வள்ளலார் சமரச வேத பாடசாலை தொடங்குவதற்கான அறிவிப்பு விடுக்கிறார். ஆனால், அதனைச் செயல்படுத்த முடியவில்லை. அதே காலத்தில் உரைநடையில் நான்கு சன்மார்க்க விண்ணப்பங்களை எழுதுகிறார் என்பது புரசு பாலகிருஷ்ணன் அவர்களின் மூலம் அறிந்துகொள்ள முடிகிறது. இந்த நான்கு சன்மார்க்க வின்ணப்பங்களில் குறிப்பிடும் செய்திகளை இக்கட்டுரை ஆய்வு செய்ய முயற்சி செய்கிறது. இதுமட்டுமன்றி செய்யுள் வடிவில் முதல் திருமுறையில் இரந்த விண்ணப்பம், மருண்மாலை வின்ணப்பம், வேட்கை விண்ணப்பம் எனவும் இரண்டாம் திருமுறையில் கருணை வின்ணப்பம், பெருவிண்ணப்பம், சிறுவிண்ணப்பம் என 17 விண்ணப்பங்களும் நான்காம் திருமுறையில் அபராத விண்ணப்பம், கலி விண்ணப்பம் எனவும், ஆறாம் திருமுறையில் பிள்ளைச்சிறுவிண்ணப்பம், பிள்ளைப்பெரு விண்ணபம், திருமுன் விண்ணப்பம் என மூன்றும் இடம்பெற்றுள்ளன.

சமரச வேத பாட சாலை

11.1.1872 ஆம் நாள் சமரசவேத பாடசாலை தொடங்குதல் பற்றிய குறிப்பு காணப்படுகிறது. இதில் படிக்க வரும் மாணவர்களுக்குரிய தகுதிகளாக வள்ளலார் வகுத்திருப்பவை எளிமையாக அனைவரும் பின்பற்றத் தகுந்தவை. அத்துடன் வாசிப்புப் பயிற்சிக்கும் அவரவர் குடும்பத்திற்குத் தக்கபடி மாதந்தோறும் பொருளுதவி செய்யப்படும் என்ற அறிவிப்பு இன்றைய கல்விக்கூட வசதிகளை அரசே செய்து தருவதற்கு முன்னோடித் திட்டமாக அமைந்திருக்கின்றது. அதாவது “இதில் வாசிக்க விரும்புகிறவர்கள் பதினைந்து வயதிற்கு மேற்பட்டவர் களாகி, நல்லறிவு, கடவுள் பக்தி, உயிரிரக்கம், பொது நோக்கம், திரிகரண அடக்கம் முதலிய நற்குண ஒழுக்கங்களையும் உண்மையுரைத்தல், இன்சொல்லாடல், உயிர்க்குபகரித்தல், முதலிய நற்செய்கை ஒழுக்கங்களையும் பெற்று சுத்த சன்மார்க்கத்திற்கு உரியவர்களாகி இருத்தல் வேண்டும். இதில் வாசிக்கின்றவர்களுக்கு

சிலகாலம் வாசித்து ஒருவாறு வாசிப்பிற் பயிற்சி நேரிட்டால், அந்தப் பயிற்சிக்கும் அவரவர்கள் குடும்பத்திற்கும் தக்கபடி மாதந்தோறும் பொருளுதவி செய்யப்படும். காலை மாலை சுமார் ஐந்தைந்து நாழிகை வாசித்தல் வேண்டும்.என்று அறிவிக்கிறார். இத்தகைய திட்டம் அரசால் செய்யப்பட வேண்டியதை ஒரு தனித்துறவி செய்ய விரும்பியிருக்கிறார். இதுதான் பிற்காலத்தில் தமிழ்வழியில் பிறபாடங்களைப் படிப்பவர்களுக்குப் பள்ளிகளில் மாணவர்க்கு உதவித் தொகை என்ற பெயரிலும் ஊக்கத்தொகை என்ற வகையில் கல்லூரிகளிலும் வழங்கப்பட்டுவருகிறது.

விண்ணப்பங்கள்

ஆங்கிலேயர் ஆட்சிக்காலம் ஆதலால் அதிகாரிகளிடம் வாழ்வு வசதிக்காக விண்ணப்பம் எழுதும் வழக்கம் இருந்திருக்கிறது. வள்ளலாருக்கு விண்ணப்பம் எழுதும் வழக்கம் இதன் அடிப்படையில் தோன்றியதன்று. அவர் வழிபடு நூலாகக் கொண்ட திருவாசகத்தில் ஐம்பது விருத்தங்கள் கொண்ட நீத்தல் விண்ணப்பமே செய்யுள் வடிவ வள்ளலாரின் விண்ணப்பங்களுக்கு அடிப்படையாக அமைந்திருந்தது எனலாம். ஆங்கிலேயர் ஆளும் ஆட்சியை வருணிக்கும் வள்ளலார் 'கருணையிலா ஆட்சி கடிது ஒழிக' எனக் கூறிய அவர் ஆங்கிலேயருக்கு விண்ணப்பம் செய்யும் முறையைப் பின்பற்றாமல் திருவாசகம் இறைவனுக்கு விண்ணப்பிக்கும் முறையினைப் பின்பற்றி உரைநடையில் இறைவனை முன்னிலைப்படுத்தி விண்ணப்பம் செய்கிறார். விண்ணப்பம் என்பது திருமுன் பணிந்து கோரிக்கை வைப்பது. (விண்ணப்பம் வேண்டுகோட் பணிமொழி பவானந்தர் தமிழ்ச்சொல்லகராதி) அப்படியானால் இதற்கென ஓர் அமைப்பு நெறி இருக்க வேண்டும். அதுவும் பக்திசார் விண்ணப்பம் என்பதால் உரைநடை விண்ணப்ப அமைப்பிற்கு வள்ளலாரின் விண்ணப்பங்களே முன்னோடி என்பது தகுதியுரைதான்.

வள்ளலாரின் உரைநடை விண்ணப்பங்களின் தலைப்பின் வழியே தமது கோரிக்கையை உணர்த்திவிடுகிறார். அவை வருமாறு;

1. சுத்த சன்மார்க்க சத்தியச் சிறு விண்ணப்பம்

2. சுத்த சன்மார்க்க சத்தியப் பெரு விண்ணப்பம்

3. சமரச சுத்த சன்மார்க்க சத்திய ஞான விண்ணப்பம்

4. சமரச சுத்த சன்மார்க்க சங்க சத்திய விண்ணப்பம்.

இந்த நான்கு விண்ணப்பங்களிலும் இறைவனின் தன்மையினை எளிய சொற்களால் விவரிக்கிறார். "இயற்கை உண்மையரென்றும், இயற்கை அறிவினரென்றும், இயற்கை இன்பினரென்றும், நிர்க்குணரென்றும், சிற்குணரென்றும், நித்தியரென்றும் சத்தியரென்றும், ஏகரென்றும், அநேகரென்றும் ஆதியரென்றும், அனாதியரென்றும்,அமலரென்றும், அருட்பெருஞ் சோதியரென்றும், அற்புதரென்றும், நிரதிசயரென்றும், எல்லாமான வரென்றும், எல்லாமுடையவரென்றும், எல்லாம் வல்லவரென்றும் குறிக்கப்படுதல் முதலிய அளவு கடந்த திருக்குறிப்புத் திருவார்த்தைகளால் சுத்த சன்மார்க்க ஞானிகள் துதித்தும், நினைத்தும், உணர்ந்தும், புணர்ந்தும் அனுபவிக்க விளங்குகின்ற தனித்தலைமைப் பெரும் பதியாகிய பெருங் கருணைக் கடவுளே! தேவரீர் திருவருட் சமூகத்தில் துரும்பினும் சிறியேமாகிய யாங்கள் சிற்றறிவால் செய்துகொள்ளும் சிறு விண்ணப்பங்களைத் திருச்செவிக்கேற்பித்தருளியெங்களை இரஷித்தருளல் வேண்டும்." (விண்ணப்பம்-1) என்று தொடங்கி எழுதுகிறார்.

இதே முறையில் பொதுநிலையில் இருக்கும் இறைவன் திருமுன்னர் பணிந்து விண்ணப்பிக்கும் வள்ளலார் நான்காம் விண்ணப்பத்தில் "உத்தர ஞான சித்திபுரமென்றும் உத்தர ஞான சிதம்பரமென்றும் திருவருளாலாக்கப்பட்ட ஆக்கச்சிறப்புப் பெயர்களும் பார்வதிபுரமென்றும் வடலூரென்றும் உலகியலால் குறிக்கப்பட்ட குறிப்புப் பெயர்களும் பெற்று விளங்குகின்ற தெய்வப் பதியினிடத்தே. இயற்கை விளக்க வாகியுள்ள...." என்று நிறை தொடங்கி எழுதுகிறார்.

இவ்விண்ணப்பங்கள் நான்கிலும் வள்ளலாரின் கொள்கைகள் அனைத்தும் வெளிப்படுவதை உணரலாம். முதல் விண்ணப்பத்தில் பல்வேறு உயிர் வர்க்கங்களாகப் பிறந்ததற்குக் காரணம் அஞ்ஞான இருளில் கிடந்து ஒன்றும் தெரியாத உணர்ச்சியின்றிக் கிடந்த காலம்போக அவ்விருளை விட்டு நீங்கிய காலத்தில் நேர்ந்த

பிறப்புகள் எனவும் அப்பிறப்புகளில் நேர்ந்த துன்பங்கள் அனுபவித்து ஆறறிவு பெற்ற மனிதப் பிறப்பு இறைவனை உணர்வதற்காகவே என்று வலியுறுத்துகிறார். மனிதப் பிறப்பிலும் கூட கருவாக இருந்த காலம்தொட்டு இறைவனின் பேரருட்பெருங் கருணையை எண்ணி எண்ணி வியந்திருக்கிறார்.

மேலும், தமிழ் உரைநடை வரலாற்றில் வள்ளலாருக்கு என்று தனித்த இடமும் அடையாளமும் இருக்கின்றது. "நீண்ட வாக்கியங்களைக் கொண்டு நீட்டி எழுதும் நடையும் இருந்தது. இராமலிங்க அடிகளின் மனுமுறை கண்ட வாசகம், சீவகாருண்ய ஒழுக்கம், உண்மைநெறி போன்ற உரைநடை நூல்கள் மிக நீண்ட வாக்கியங்களில் கற்றோருக்கே புரியும் சொற்களைப் பெய்து இலக்கண வரம்புடன் எழுதப்பட்டுள்ளன."[1] என்ற நடையிலிருந்து அவரே வேறுபட்டு எழுதிய விண்ணப்பங்களாக உள்ளதைக் கொண்டு உரைநடை வடிவத்தையும் பயன்படுத்திய தமிழறிஞராகவும் விளங்கியுள்ளார்.

வள்ளலாரின் மொழிச்சிந்தனை

வள்ளலார் தமிழ் மொழியின்பால் மிகுந்த ஈடுபாடு கொண்டவர் என்பதற்குப் பல்வேறு சான்றுகள் இருப்பினும் அவரது விண்ணப்பம் இரண்டில், "இடம் பத்தையும் ஆரவாரத்தையும் பிரயாசத்தையும் பெருமறைப்பையும் போதுபோக்கையும் உண்டு பண்ணுகின்ற ஆரிய முதலிய பாஷைகளில் எனக்கு ஆசை செல்லவொட்டாது, பயிலுவதற்கும், அறிதற்கும் மிகவும் இலேசுடையதாய்ப் பாடுதற்கும் துதித்தற்கும் மிகவுமினிமையுடையதாய், சாகாக் கல்வியை இலேசிலறிவிப்ப தாய்த் திருவருள் வலத்தால் கிடைத்த தென்மொழியொன்ற னிடத்தே மனம் பற்றச்செய்து அத்தென்மொழிகளால் பல்வகைத் தோத்திரப் பாட்டுகளைப் பாடுவித்தருளினீர்"[2] என்று தென்மொழியின் இனிமையைச் சொல்லி இறைவனுக்கு உகந்த மொழி தென்மொழியாம் தமிழே இறைமொழி என்பதை வலியுறுத்துகின்றார்.

வள்ளலார் மறுப்பவை

வள்ளலாரின் சிந்தனை பொதுமை நோக்கியதாகவே இருந்தது என்பதால் பகுத்துப் பிரித்து ஏற்றத்தாழ்வைக் கற்பிக்கும் எத்தகைய பேதமும் அவரது கண்டனத்துக்கு உரியவையாயின. "எல்லா உயிர்கட்கும் இன்பம் தருவதற்கு அகத்தும் புறத்தும் விளங்குகின்ற அருட்பெருஞ்ஜோதி உண்மைக் கடவுள் ஒருவரே உள்ளார் என்றறிகின்ற மெய்யறிவை விளக்குவித்தருளினீர். வாலிபப் பருவந் தோன்றியபோதே, சைவம், வைணவம், சமணம் பவுத்தம் முதலாகப் பல பெயர்கொண்டு பலபட விரிந்த அளவிறந்த சமயங்களும், அச்சமயங்களிற் குறித்த சாதனங்களும், தெய்வங்களும், கதிகளும், தத்துவசித்தி விகற்பங்களென்றும் அவ்வச் சமயங்களிற் பலபட விரிந்த வேதங்கள், ஆகமங்கள், புராணங்கள், சாத்திரங்கள் முதலிய கலைகளெல்லாம் தத்துவ சித்திக் கற்பனைக் கலைகளென்றும், உள்ளபடியே எனக்கறிவித்து அச்சமயாசாரங்களைச் சிறிதும் அனுட்டியாமற்றடை செய்வித்தருளினீர். அன்றியும் வேதாந்தம், சித்தாந்தம், போதாந்தம், நாதாந்தம், யோதாந்தம், கலாந்தம் முதலாகப் பல பெயர் கொண்டு பலபட விரிந்த மதங்களும் மார்க்கங்களும் சுத்த சன்மார்க்க அனுபவ லேச சித்திபேதங்களென்று அறிவித்து அவைகளையும் அனுட்டியாதபடி தடை செய்வித்தருளினீர்."³

மேற்கண்ட உரைநடைப் பகுதியினைக் கொண்டு வள்ளலார் யார் என்பதை அறிவிக்கும் பகுதியாகக் கொள்ள வேண்டியது உள்ளது. அவரது பொதுமை நோக்கமாகிய சன்மார்க்கத்திற்கு எதிராக இருப்பவை காலம்காலமாக பின்பற்றிய, கேட்டு வளர்ந்த புராணக் கூறுகளை எல்லாம் கடவுளைப் புறங்கவியக் கூறவில்லை. ஆகவே, அவற்றை மறுக்கலாம் என்று முடிவுசெய்து அந்த மறுப்பை இறைவனே அறிவித்தான் என்று துணிந்து கூறும் துறவி வள்ளலார்.

சுதந்திரம் என்பதன் பொருள்

சுதந்திரம் என்பது விடுதலை. எத்தகைய கட்டுப்பாடுகளி லிருந்தும் விட்டு விடுதலையாகும் ஆன்மாதான் இறைநிலையை

எளிதாக அடையும். சைவ சித்தாந்தம் ஆன்மா என்ற பசு சார்ந்ததன் வண்ணமாகும் தன்மைத்து என்பர். பசு மாயையிலிருந்து விடுபடவேண்டுமானால் சுததிரமாக இருக்க வேண்டும் என்று வள்ளலார் முன்மொழிகிறார்.

“எனது சுதந்திரமாகக் கொண்டிருக்கும் தேக சுதந்திரத்தையும், போக சுதந்திரத்தையும், ஜீவ சுதந்திரத்தையும், தேவரீர் திருவருட்கே சர்வ சுதந்திரமாகக் கொடுத்துவிட்டேன். கொடுத்த தருணத்தே, இத்தேகமும் ஜீவனும் போகப் பொருள்களும் சர்வ சுதந்தரராகிய கடவுள் பெருங்கருணையால் கொடுக்கப்பெற்றனமன்றி நமது சுதந்திரத்தால் பெற்றனவல்ல வென்னும் உண்மையை அருளாலறிவிக்கவும் அறிந்து கொண்டேன். இனி இத்தேகத்தி னிடத்தும் ஜீவனிடத்தும் போகப் பொருள் களிடத்தும் தேவரீர் திருவருட் சாட்சியாக எனக்கும் எவ்விதத்தும் யாதோர் சுதந்திரத் தோற்றமும் தோற்றமாட்டாது, தேவரீர் திருவருட் சுதந்திரத்தை என்னிடத்தே வைத்தருளி, மரணம், பிணி, மூப்பு, பயம், துன்பம், முதலிய அவத்தைகளெல்லாவற்றையும் தவிர்த்து, இத்தேகத்தையே நித்திய தேகமாக்கி எக்காலத்தும் அழியாத பேரின்ப சித்திப் பெருவாழ்வில் என்னை வாழ்வித்தல் வேண்டும்.”[4] என்று கூறும் உரைநடைப் பகுதிதான் வள்ளலார் தேகமுக்தி அடைந்தார் என்பதனை உறுதிசெய்கிறது.

நிறைவுரை

மேற்கண்ட உரைநடைப் பகுதியில் உயிர் எத்தகைய தடையுமில்லாமல் இறைநிலை அடைதற்கு உகந்தநெறி சன்மார்க்கமே என்பதை வலியுறுத்துவதோடு மரணமிலாப் பெருவாழ்வு வாழ்ந்துவிடலாம் சத்தியம் சொல்கின்றேன் என்று செய்யுட் பகுதியில் கூறியதற்கு மேலும் வலிமை சேர்க்கும் வகையில் முழுமொத்தமாய் இறைவனுக்குரியதாகத் தமது உடலைச் சமர்ப்பித்த ஒருவரின் வாக்குமூலமாக இப்பகுதி அமைந்துள்ளது.

அடிக்குறிப்பு

1. விமலானந்தம் மது.ச., தமிழ் இலக்கிய வரலாறு., ப. 268.
2. திருவருட்பா உரைநடைப்பகுதி, ப. 570
3. திருவருட்பா உரைநடைப்பகுதி, பக். 570-571
4. திருவருட்பா உரைநடைப்பகுதி, பக். 578-579

துணை நூற்பட்டியல்

1. புரசு பாலகிருஷ்ணன்; ஞானக்கவிராமலிங்கர். நேஷனல் புக் டிரஸ்ட்., முதற்பதிப்பு 1991, ப. 137
2. பவானந்தம் பிள்ளை ச., பவானந்தர் தமிழ்ச்சொல்லகராதி, நியூ செஞ்சுரி புக் ஹவுஸ்., பதிப்பு 2011.

புரட்சித்துறவி வள்ளலார் பாடல்களில் பயன்பாட்டுத் தமிழ்

முனைவர் பா.ஜெயசுதா,
உதவிப் பேராசிரியர்,
தமிழ்த்துறை,
ஸ்ரீ முத்துக்குமாரசுவாமிகலை மற்றும்
அறிவியல் கல்லூரி, கொடுங்கையூர்.

முன்னுரை

நம் தமிழ் மண்ணில் எத்தனையோ சான்றோர்களும், ஞானிகளும் சித்தர்களும் தோன்றின் புகழோடுத் தோன்றி சமூக மாற்றத்திற்கு தங்களுடைய எண்ணங்களையும் எழுத்துக்களையும் பதிவிட்டு சென்றனர். அதே போன்று வாழையடி வாழையாக வந்த திருகூட்டத்தில் வள்ளலாரும் வருவிக்கவுற்று மக்கள் பணியாற்றினார். மேலும் “ஊனூன் துறமின் உயிர்க்கொலை நீங்குமின் தானம் செய்யுமின் தவம் பலத் தாங்குமின்” என்ற இளங்கோவடிகளின் ஏக்கத்தையும் “உயிர் சொறிந்து உண்ணாமை நன்று” என்ற வள்ளுவரின் கூற்றையும் தனி ஒருவராய் நின்று சாதித்துக் காட்டினார். மேலும் உண்டிக் கொடுத்தோரே உயிர்க் கொடுத்தோர் என்பதையும் பசி வந்திட பத்தும் பறந்து போகும் என்ற மணிமேகலையில் கருத்துக்களை மனதில் பதிவுச் செய்து கொண்டு பசிப்பிணி என்னும் கொடிய நோயை 1867 ஆண்டு தொடங்கிய சத்திய தருமச்சாலையின் மூலம் போக்கினார். அன்று ஏற்றி வைத்த அனையா அடுப்பு 156ஆம் ஆண்டைக் கடந்தும். வள்ளலார் பிறந்து 200 ஆண்டு கடந்தும் இன்றும் பசியால் எரிந்து கொண்டிருக்கும் மக்களின் வயிற்றை அணைத்துக் கொண்டிருக்கிறது. வள்ளலார் கையிலிருந்த அட்சைய பாத்திரம் அள்ள அள்ளக்

குறையாமல் அழிப்பசி தீர்த்துக் கொண்டிருக்கிறது. மணிமேகலையோ காணார், கேளார், ஊனமுற்றோர் என பட்டியலிட்டு பசிப் போக்கினார். ஆனால் வள்ளலாரோ, ஆர்க்கும் இடுமின் அவரிவர் எண்ணன்மின் என்ற கருத்திற்கிணங்க எந்த சமயத்தாரும் மதத்தாரும், செய்கையாரும் அவர்களை விசாரிக்காமல் பசிப்பிணிப் போக்குக என கட்டளை யிட்டார். புலைப்புசிப்பு உடையவரானாலும் அவர்களுக்கும் பசிபோக்கு பேரறம் மட்டும் செய்ய வேண்டும் என்றார். வள்ளலார் செய்த புரட்சிகளில் பசிப்போக்கும் புரட்சியே முதன்மை புரட்சியாகும். மேலும் இவ்வுலகில் சில மனிதர்கள் 'தோன்றின் புகழோடு தோன்றுக' என்ற வள்ளுவரின் வரிகளுக்கு ஏற்ப சான்றோர்களாகத் தோன்றுகிறார்கள். இச்சான்றோர்கள் அனைவரும் மானுட மக்களுக்கு எடுத்துக்காட்டாய் வாழ்ந்து இறுதியில் சாதாரண மனிதர்களாக இறந்து விடுகிறார்கள். இதுவே இவ்வுலகத்தின் இயற்கையாகும். இவ்வகையில் சான்றோராகவும், அற்புத பிறப்பாகவும் தோன்றி சமுதாயத்தில் உயிரிரக்கத்தையும், மனிதநேயத்தையும், ஆன்மநேயத்தையும் வெளிப்படுத்தி எவ்வுயிரும் தம்முயிராய் நினைத்து சாதிமத சமயங்களையும் வேரறுத்து சமூகத்தில் ஒரு மாபெரும் புரட்சியை ஏற்படுத்தி இறுதியில் சாதாரண மனிதனாக இறக்காமல் தன் உடலை ஒளி உடலாக மாற்றிக் கொண்டவரும் அனைத்து மக்களாலும் ஏற்றுக் கொள்ளப்பட்டவரும் உலகில் ஒருவரே. அவர்தான் புரட்சித்துறவி வள்ளலார் ஆவார். சிறப்பு வாய்ந்த புரட்சித் துறவி வள்ளலார் தமிழ் இலக்கிய உலகில் தமது அருட்பா பாடலில் எளியோரும் புரிந்து கொள்ளும் வகையில் தேன் கலந்து, பால் கலந்து தீஞ்சுவை கலந்து உவட்டாமல் இனிப்பதுவே என எல்லோரும் எளிமையாக புரியும் கண்ணம் பாடல் இயற்றினார். எளியோர்களை நேசித்து சமூகச் திருத்தத்தை உருவாக்கிய வள்ளலார் தமது பாடல்களிலும் எளியோர் புரியும்படி எளிய சொற்களை பயன்படுத்தியது சிறப்பிற்குரியதாகும். வள்ளலார் பாடல்களில் எளிய சொற்களை ஆய்வதே இக்கட்டுரையின் அவசியமாகிறது.

இறைமையில் எளிய தமிழ் இறைவனிடம் தன் சுயநல வேண்டுதலை நிறைவேற்றிக் கொள்ளும் மானிடர்களிடையே அனைத்து உயிர்களிடையே நான் அன்பு செய்ய வேண்டும் என

இறைவனிடம் வேண்டுவதிலும் தம் எளிய சொற்களை பயன்படுத்தியுள்ளார்.

அப்பா நான் வேண்டுதல் கேட்டு அருள் புரிய வேண்டும்
ஆருயிர்க்கெல்லாம் நான் அன்பு செய்தல் வேண்டும்

தனிமனித ஒழுக்கத்தில் எளிய தமிழ் தனிமனித ஒழுக்கத்தின் இலக்கணத்தை எளியோர்கள் புரியும் வண்ணம், எளிய சொற்களைப் பயன்படுத்தியுள்ளார்.

கையுற வீசு நடப்பதை நாணிக்
கைகளைக் கட்டியே நடந்தேன்
நாட்டிய வுயர்ந்த திண்ணை மேலிருந்து
நன்குறக் களித்துக் கால் கீழே
நீட்டவும் பயந்தேன் நீட்டிப் பேசுதலை
நினைக்கவும் பயந்தேன்

என இனிய தமிழ்ப் பரப்பி ஒழுக்கத்தை வெளிப்படுத்துகிறார்.

பசிப்பிணியில் எளிய தமிழ்

பசி வந்தால் பத்தும் பறந்து போகும், படிப்பதும் மறந்து போவது போல, வள்ளலார் பசியில் சுயநினைவு இழந்து இறை உணவு அளித்து பசிப்பிணியை போக்கியதைத் தன் எளியச் சொற்க கொண்டு கடவுளுக்கு நன்றி கூறுகிறார்.

இருள் இரவில் ஒருமூலைத் திண்ணையில் நான் பசித்தே
இளைப்புடனே படுத்திருக்க எனைத்தேடி வந்தே
பொருள் உணவு கொடுத்துணைச் செய்வித்தே பசியைப்
போக்கி அருள் புரிந்த என்றன் புண்ணிய நற்றுணையே!
(திருவருட்பா -5381)

மேலும் பசிப்பிணையை பட்டியலிடும் வள்ளலார்,

உறுபசி உழந்து வெந்துயரால்
வள்ளலே நெஞ்சம் வருந்தவும் படுமோ
மற்றிதை நினைத்திடுத் தோறும்
எள்ளலேன் உள்ளம் எரிகின்றது உடம்பும்
எரிகின்றது என் செய்வேன் (திருவருட்பா -5382)

எனத் தனது பகுத்தறிவு சிந்தனையோடு, பசித்துயர் போக்குவதில் எளிய சொற்களை கொண்டு பதிவு செய்கிறார்.

சமயச் சீர்திருத்தத்தில் எளிய தமிழ்

சமயம் என்ற பெயரால் மக்களிடையே ஏற்படும் ஏற்றத்தாழ்வுகளைப் போக்குவற்கு எளியச் சொற்களைப் பயன்படுத்தியுள்ளார். இவற்றை,

தெய்வங்கள் பலபல சிந்தை செய்வாரும்
சேர்கதி பலபல செப்புகின் றாரும்
பொய்வந்த கலை பல புகன்றிடு வாரும்
பொய்ச் சம யாதிலே மெச்சுகின் றாரும் (திருவருட்பா -4176)

மதித்த சமயங்கள் எல்லாம் வேறோடு சாய்ந்தது என்பதைத் தனது வண் சொற்களை கொண்டு எடுத்துரைக்கிறார். மனித இனத்திற்குள்ளே உயர்ந்தவன் தாழ்ந்தவன் என்றும், எனது இதன் தான் உயர்ந்த இனம் ஆகையால் எம் இனத்தின் கீழ் கட்டுப்பட்டு நடக்க வேண்டும் என ஒடுக்கப்பட்ட மக்கள் மீது அடக்கு முறைகளை திணிப்பதை கண்ட வள்ளலார் தனது எலியை சொற்களைப் பயன்படுத்தி கண்டிக்கிறார் அவற்றை,

"சாதியிலே மதங்களிலே சமய நெறிகளிலே
சாத்திரச்சந் தடிகளிலே கோத்திரச் சண்டையிலே
ஆதியிலே அபிமானித்து அலைகின்ற உலகீர்"
(திருவரு - 5566)

"சாதியும் சமயமும் பொய்யென
ஆதியில் உணர்த்திய அருட்பெருஞ்சோதி"
(அகவல் - 211-12)

"வகுக்கின்றீர் இருகுலமும் மாண்டிடக் காண்கின்றீர்
சாதியும் மதமும் சமயமும் தவிர்ந்தேன்
சாத்திரக் குப்பையும் தணந்தேன்" (திருவருட்பா 4075)

சாதிக்கு குழி வெட்டி

சமாதிக்கட்டுவதற்கு வள்ளலார் தமது எளியச் சொற்களை பயன்படுத்தியுள்ளார்.

ஜீவகாருண்யத்தில் எளிய தமிழ்

ஜீவகாருண்யம் என்பது தன்னலம் பாராமல் பிறர் நலம் பார்க்கும் பேராண்மைக்காரர்களுக்கு உரியது. பிறிதின் துன்பத்தைத் தன் துன்பமாக ஏற்று வேதனைப்படுவோர்க்கு உரியது. வெற்றாரைக் கண்டு உள்ளம் பதைத்தவர்களுக்கு உரியது. பசித்தவர்களைக் கண்டு பசியாற்ற துடிப்பவர்களுக்கு உரியது. ஜீவகாருண்யம் என்னும் பொருள். இப்பட்டியலிட்டதையெல்லாம் வள்ளலார் தனது எளிய சொற்களைக் கொண்டு எடுத்துரைக்கிறார்.

> உலகினி லுயிர்களுக்கு குறுமிடை யூறெலாம்
> விலக நீ யடைந்து விலக்குக மகிழ்க?
>
> (ஆறாம் திருமுறை - 96)

உயிர்களிடத்தில் இரக்கத்தையும், அன்பையும், ஜீவகாருண்யத்தை விதைத்து எளிய தமிழில் வெளிப்படுத்துகிறார்.

முடிவுரை

முதன்முதலில் எளிய சொற்களை, பாமரமக்கள் பயன்படுத்திய சொற்களை தமிழில் புகுத்தியவர்கள் சித்தர்களே. புரட்சித்துறவி வள்ளலார் அவர்கள் சமூகச் சீர்திருத்தவாதி மட்டுமல்லாமல், சித்தராகவும் தன்னைப் பதிவு செய்து கொண்டவர். ஆகையால்தான் தான் இவர் இயற்றிய அருட்பா பாடல்களில் அதிகமாக எளிய தமிழ் சொற்கள் அணிவகுக்கின்றன. இவர் எளியோர்களையும் வறியோர்களின் மீதும் அன்பு செலுத்திய காரணத்தினால் எளிய சொற்களை இயற்றியுள்ளார். மேலும் எளிய சொற்களாக இருந்தாலும் அவ்வெளிய சொற்களை யாப்பு இலக்கணமான எழுத்து, அசை, சீர், அடி, தொடை, துகை, மோனை இவற்றை முறையாக பயன்படுத்தி, எளியத் தமிழை வெளிப்படுத்தியது போற்றுதற்குரியதாகும்.

வள்ளலாரின் நேயமும், நெறிப்படுத்தும் மாண்பும்

முனைவா ம. சித்ரகலா,
உதவிப் பேராசிரியா,
என்.ஜி.எம் கல்லூரி, பொள்ளாச்சி.
அலைப்பேசி : 9842250753,
மின்னஞ்சல்: chitrababu1996@gmail.com

ஆய்வுச் சுருக்கம்

வள்ளலார் வாழ்ந்து காட்டிய நேயமிகு வாழ்வியல் அறங்களையும், இன்றளவும் அவரின் ஆன்மீக நெறி மக்களை நல்வழியில் பக்குவப்படுத்துகின்றது என்ற ஆள்மன உந்துதலில் நோக்கில் "வள்ளலாரின் நேயமும், நெறிப்படுத்தும் மாண்பும்" என்ற தலைப்பில் இக்கட்டுரை ஆராயப்பட்டுள்ளது. இக்கட்டுரையில் உயிநேயம், மனமுருகி வேண்டல், சமுதாய சீதிருத்த நெறி, ஆன்மீகப் பயிற்சி, முற்போக்குச் சிந்தனை, இல்லற நெறி போன்ற துணைத்தலைப்புகளில் இக்கட்டுரை ஆராயப்பட்ட தோடு கட்டுரையின் நிறைவாக தொகுப்புரையும் வழங்கப் பட்டுள்ளதே இக்கட்டுரையின் ஆய்வுச் சுருக்கமாக அமைகின்றது.

முன்னுரை

உலகத்தை உய்விக்க அந்தந்தக் காலங்களில் இறைவனின் அருட்பெருங்கருணையால் அருட்பெரும் சான்றோர்கள் தோன்றுவதால்தான் உலகம் இன்றளவும் நிலைப்பெற்று இயங்கிக் கொண்டிருக்கின்றது. அருள் நெஞ்சம் கொண்ட அந்த நல்லவாகளின் வாழ்க்கை குறிக்கோள் நிறைந்ததாக மட்டும் இல்லாமல் உயிர் நேயமுடனும் ஆன்மீக சக்தியால் உலகில் பெரும் மாற்றங்களை

ஏற்படுத்த முடியும் என்பதையும் உலகறியச் செய்து வாழ்ந்து காட்டிச் சென்றுள்ளார். இன்றைய காலகட்டம் போட்டிகள் நிறைந்தது மட்டுமல்ல பொறாமைகளும் வஞ்சனை குணங்களும் குடிகொண்ட காலமாக உருமாற்றிக் கொண்டுள்ளது. நாம் வாழ பிறரை வதைக்கும் நிலைமட்டும் அல்லாமல் தான் வாழ பிரறைக் கொலை செய்யும் நிலையில் இவ்வுலகம் தள்ளாடிக் கொண்டுள்ளது. இந்நிலை மாற்ற தன்நிலை மறந்து உயிர் நேயம் கொண்டவர் களையும், சமுதாயம் மேன்மையுற தன்னையே இறைபணிக்கு அபணித்த செம்மல்களின் செயல் திறனையும் ஆராய்ந்தால் உலக நிலை மாற்றம் ஏற்படும் என்ற உன்னத நோக்கத்தோடு "வள்ளலாரின் நேயமும், நெறிப்படுத்தும் மாண்பும்" என்ற தலைப்பில் இக்கட்டுரை ஆராயப்பட்டுள்ளது.

உயிர்நேயம்

நேயம் என்றால் அனைத்து மனிதாகளிடமும் அன்பு காட்டுவது கருணையோடு இருப்பது மனித நேயம் எனக் கூறலாம். இதில் உயிரிரக்கப் பண்பு என்பது மனித நேயத்தில் இன்றியமையாத இடம் பெறுகிறது எனலாம். பிறருக்கு துன்பம் அளிக்காமல் இருத்தல், இயலாதவாகளின் துன்பத்தைப் போக்குதல், இளகிய மனம், இரக்க குணம், நல்ல செயல்பாடுகளையும் நேயமிகு பண்பு என கூறலாம். மனித நேயரான சுவாமி விவேகானந்தா *1893* அமெரிக்காவில் சிகாகோ நகரில் நடைபெற்ற உலக மதங்களின் பாராளுமன்ற கூட்டத்தில் உலக மக்கள் அனைவரையும் பார்த்து "சகோதர.. சகோதரிகளே..." என்று உரையாற்றி உலக மக்களிடையே தனது மனிதநேயப்பண்பை வெளிப்படுத்தினார். சிபிச்சக்கரவாத்தி காயப்பட்ட புறாவின் உயிரைக்காக்க தானே தாரசு தட்டின் மீது ஏறி நின்று புறாவின் உயிரைக் காப்பாற்றனார். இப்பண்பு உலக உயிர்கள் அனைத்திடமும் நேயம் வேண்டும் என்றும் இரக்க குணம் என்றும் மனிதனை நெஞ்சிறுத்திப் பாராட்டி சான்று கூறும் என்பதை உணாத்திச் சென்றுள்ளார்.

இலக்கியங்களின் வழி ஆராய்ந்தால் சங்க காலத்தில் வாழ்ந்த கணியன் புங்குன்றனார் "யாதும் ஊரே யாவரும் கேளிர்" என்று கூறினார். திருவள்ளுவப் பெருந்தகையோ

"அன்பின் வழியது உயாநிலை அஃதிலார்க்கு
என்புதோல் போர்த்த உடம்பு" (குறள்.80)

என்றார். 1979 இல் அமைதிக்கான நோபல் பரிசினையும் 1980ல் இந்தியாவின் சிறந்த குடிமக்கள் விருதான பாரதரத்னா விருதினையும் பெற்ற அன்னை தெரேசா அவாகளை உலக மனித நேயா என்றே சொல்லலாம். இவா காசநோய், தொழுநோய் போன்ற நோயால் பாதிக்கப்பட்டவாகளுக்கான நலவாழ்வு மையங்கள், இலவச உணவு வழங்குமிடங்கள், குழந்தைகள் மற்றும் குடும்பத்திற்கான ஆலோசனைத் திட்டங்கள், அனாதை இல்லங்கள், பள்ளிக்கூடங்கள் ஆகியவை நடத்தினார். இவா இறப்பின்போது அன்பின் பணியாளர் சபையில் 123 நாடுகளில் 610 தொண்டு நிறுவனங்களும் இயங்கிக் கொண்டிருந்தது. இது இவருடைய கருணையால் கிடைத்த பெரும்பேறன்றோ!

அவ்வகையில் "அருட்பெருஞ்சோதிஅருட்பெருஞ்சோதி தனிப்பெருங்கருணை அருட்பெருஞ்சோதி" ஆக திகழும் வள்ளலாரின் உயிர் நேயமோ வாடிய பயிரைக் கண்ட போதெல்லாம் வாடிய மகானின் உயிர் நேயப்பண்பு உற்று நோக்கத்தக்கது எனலாம். அவா ஏழை எளியவாக்கு உதவியது மட்டும் அல்லாமல் உயா தாழ்வு சமுதாயத்தில் இருக்க கூடாது என சமரசசன்மாக்க சங்கத்தையும் ஏற்படுத்திய பெருந்தகை வள்ளலார்.

மனமுருகி வேண்டல்

இறைவனிடம் மனதார மனமுருகி நல்லதை வேண்டின் நமக்கு நல்லதே நடக்கும். இதனை சுவாமி விவேகானந்தா "நீ நினைப்பது எதுவோ அதுவாகவே நீ ஆகிறாய்...!" என்றும் நான் இப்போது இருக்கும் நிலைக்கு நானே பொறுப்பு என்றும் மொழிந்தார். ஆக மனத்தில் நோமுறையான எண்ணங்களை வைப்பது சிறப்பு எனலாம். தாயுமானவா "சித்தமிசை குடிகொண்ட அறிவான தெய்வமே" என்றார். திருமூலரோ,

"உள்ளம் பெருங்கோயில் ஊனுடம்பு ஆலயம்
வள்ளல் பிரானார்க்கு வாய் கோபுர வாசல்
தெள்ளத் தெளிந்தார்க்கு சீவன் சிவலிங்கம்
கள்ளப் புலன் ஐந்தும் காளா மணிவிளக்கே"

(திருமந்திரம் பா. 1823)

என்றார். "காதலில் அன்பின் பக்தியில் கண்ணீ வருவதை" "காதலாகி கசிந்து கண்ணீ மல்கி" என்கிறது தேவாரம். அவ்வகையில் வள்ளலார் சிறுவயதில் தன்நிலை கண்டு தானே வேதனை உற்று கந்தப் பெருமானை நோக்கி வேண்டல் "அருள் நாயகா! முருகப் பெருமானே! கந்தக் கடவுளே! கடம்பா! கார்த்திகை பாலா! தலமோங்கும் சென்னையில் கந்தகோட்டத்துள் வளா சண்முகத் தெய்வமணியே! நான் உற்றாருக்கும் உறவினாக்கும் உதவாக்கரை பிள்டளையானேனே! உலகியல் நடப்புகள் ஒன்றும் ஒட்டாத உள்ளத்தை கொண்டேனே! இதனால் எல்லோரின் பேச்சுக்கும் ஏச்சுக்கும் ஆளாகிவிட்டேனே! பெற்ற தாயாருக்கும், பேணிக் காக்கும் தமையனாருக்கும், தாயன்பில் உற்றவாறு என்னை வளாக்கும் அண்ணியாருக்கும் வேதனை தரும் பிள்ளையானேனே! இந்த உலகில் நடப்பை என்னவென்று அறிவேன்? ஏதென்று கருதி விலகுவேன்? எனக்கு அருள்செய்வீ, ஐயனே! என்மீது கருணை வைத்துக் காத்தருள்வீ கந்தப்பெருமானே! ஏடும் எழுத்தும் அறியாத இப்பிள்ளையைக் கல்வி கற்க மாட்டாத மூடமகன் என்கின்றனரே! வழிக்கு வராத பின்னை என்கின்றனரே! இந்த அபவாதத்திலிருந்து என்னைக் காத்தருள்வீ குகப்பெருமானே! தேவரீ! எனக்கு தாயும் தந்தையும் குருவுமாக இருந்து, ஏடகத்தே எழுதாத மறைகள் எல்லாம் என்னுள்ளே எழுதி அருள்புரிய வேண்டும்! தேவரீ, அருள்புரிய வேண்டும்! வாய்மணக்க உளமினிக்க உம்புகழை நான் பாட அருள்செய்ய வேண்டும் தெய்வசிகாமணியே!" (பா. 37) என்று வேண்டினார்.

இராமலிங்கத்தின் வேண்டுதலுக்கு செவிசாத்து அருள்புரிந்தான் கந்தவேள். அடுத்தகணம் அவா "கணீா" குரலில் "திருஓங்கு புண்ணியச் செயல் ஓங்கி அன்பருள்" (திருவருட்பிரகாச வள்ளலார் வாழ்க்கை வரலாறு ப. 37) என்ற பாடலைப் பாடத்தொடகினார்.

ஆக அவர் மனமுருகி வேண்டியதும் தன் தவறுகளை உணாந்ததும், தன் குடும்ப நிலை, உறவுகளில் மனநிலை தன்நிலை என பலவாறு வேண்டியதும் உள்ளத்தின் வெளிப்பாடு. அவ்வெளிப்பாட்டால் இறையருள் முழுமையாக கிடைத்தது. இன்றைய கால கட்டத்தில் உள்ளவாகளுக்குத் தன் தவறுகளை

உணரும் மனப்பக்குவமோ, குடும்ப நிலை உணர்ந்து நடக்கு நிலைப்பாடுகளோ, உறவுகளின் மனநிலை உணாந்து செயல்படும் பக்குவமோ இல்லை. யார் என்ன நினைத்தால் என்ன? என் மகிழ்ச்சி தான் எனக்கு முக்கியம் என்று இருக்கும் இளைய சமுதாயத்தினருக்கு வள்ளல் பெருமானின் வேண்டுதல் ஒரு பாடமாக அமைய வேண்டும் என்ற உணாவே இவ்விடத்தில் மேம்பட்டது எனலாம்.

சமுதாய சீர்திருத்தவாதி

வள்ளலாரின் தம் படைப்பான திருவருட்பாவில் 6000 பாடல்களுக்கு மேல் படைத்துள்ளார். அப்பாடல்கள் அனைத்தும் சமுதாய ஒழுக்கங்களைப் பேணுவதாகவும், அரசியல், பொருளாதாரம், கலை இலக்கியம், பண்பாடு, சாதி சமய வேறுபாடுகளைக் கலைந்து சமரசப் போக்கை ஏற்படுத்துதல், உயிர் நேயம், தேசிய நேயம், பக்தி முக்தி, சித்தி என அனைத்து சமுதாய சிக்கல்களையும் சீர்திருத்த வேண்டி பகுத்தறிவு சிந்தனையுடன் சமரச சுத்த சன்மார்க்க கொள்கைகளைப் புகுத்தி மனிதகுலம் நலவாழ்வு வாழ வாழ்ந்து காட்டிச்சென்ற மகான் வள்ளலார். சாதி, பேதங்களை ஒழிக்க,

“நால்வருணம் ஆசிரமம் ஆனநம் முதலா
நவின்றகலைச் சரிதமெலாம் பிள்ளை விளையாட்டே
மெய்வருணம் தோல்வருணம் கண்டறிவா ரிலைநீ
விழித்துப்பார் என்றெனக்கு விளம்பிய சற்குருவே”

(திருவருட்பா.பா. 4174)

என்று பாடினார். சுயமரியாதை இயக்கக் கருத்துக்களை மக்களிடம் விதைக்கும் பெரியார் 1935ஆம் ஆண்டு வள்ளாலாரின் திருவருட்பா பாடல்களில் ஆறாம் திருமுறையில் உள்ள 100 பாடல்களை குடியரசுப் பதிப்பகத்தின் 3ஆம் வெளியீடாக இராமலிங்க சுவாமிகள் பாடல் திரட்டு என்ற பெயரில் வெளியிட்டார் என்பது ஈங்கு குறிப்பிடத்தக்கது.

மூடநம்பிக்கை யுடன் உழன்று கொண்டிருக்கும் மக்களைப் பக்குவப்படுத்த எண்ணிய வள்ளல்பெருமான்,

"சாதியிலே மதங்களிலே சமயநெறிகளிலே
சாத்திரச்சந் தடிகளிலே கோத்திரச் சண்டையிலே
ஆதியிலே அபிமானித் தலைகின்ற உலகீர்
அலைந்தலைந்து வீணேநீ அழிதல் அழகலவே"
(மேலது பாடல். 5564)

என்றும்

"கலை உணர்த்த கற்பனையே நிலையெனக் கொண்டாடும்
கண்மூடி வழக்கமெலாம் மண்மூடிப் போக
(மேலது பா. 3768)

என்றும் தனது பகுத்தறிவுச் சிந்தனையைப் பட்ட வாத்தனமாகப் பாடிய புரட்சியாளா வள்ளல்பெருமான்.

முற்போக்குச் சிந்தனை

மனம் இருந்தால் மார்க்கம் உண்டு என்பதும் விளையும் பயிர் முளையிலே தெரியும் என்பதும் பழமொழி. சிறுவயதில் சொற்பொழிவாற்றிய வள்ளல் பெருமான் ஞானம் எது? கருணை எது? என்பதை சுந்தரர், திருஞானசம்பந்தர் இவர்களில் செயல்திறன்களை வைத்து சொற்பொழிவாற்றுபோது, "திருமுறைகளில் முதலாவது ஞானசம்பந்தா வாக்கு. திருஞானசம்பந்தர் வயதில் சிறியவராயினும், ஞானத்தில் பெரியவா. தம்முடன் கயிலைக்கு வந்த சேரமான் பெருமாள் நாயனாரை உள்ளே அழைத்துச் செல்லவில்லை சுந்தரா. ஆனால் சம்பந்தா தம் திருவமணத்துக்கு வந்த அத்தனை பேருக்கும் சிவலோகக் காட்சியளித்தார். அத்துணைக் கருணையுள்ளம் படைத்தவா சம்பந்தா. கருணை வேறு, ஞானம் வேறு என்று சிலா சொல்லுகிறார்கள். அது பிழை. ஞானத்தின் பயன்தான் கருணை" என்று கூறுகிறார்.

இன்றைய கால கட்டத்தில் மனிதன் நிலையும் அவ்வாறே தான் எதை விரும்புகிறோமோ அதை பிறருக்குக் கொடுத்தல் சிறப்பு. ஆனால் தனக்கு எது வேண்டாம் என்று எதை வைத்திருக்கிறோமே அதை கொடுத்து விட்டு தியாகம் செய்தேன் தருமம் செய்தேன் என்று விளம்பரம் செய்வது காலத்தின் கண்கூடே. இதனை திருவள்ளுவர்,

"அறிவினான் ஆகுவ துண்டே பிறிதரின்நோய்
தந்நோய்போல் போற்றாக் கடை" (குறள். 315)

என்று கூறுகிறார். நமக்கு கிடைத்த நல்லவற்றை நினைத்து மன நெகிழ்வதோடு பிறருக்கும் அந்த நல்லதைச் செய்து ஞானியாக வேண்டும். இவ்வாறு இறையருள் கிடைக்கப்பெற்ற மாணிக்கவாசகர், "நாயிற் கிடையாய் கிடைந்த அடியேற்கு தாயிற் சிறந்த தாயவான தத்துவனே" (சிவபுராணம் ப. 60) என்றும் நம்மையும் ஒரு பொருளாக்கி நாய் சிவிகை ஏற்று வித்து என்றும் கூறுவது இறையன்பின் மேன்மை உணாந்த பாங்கைக் குறிக்கிறது. நமக்கு கிடைத்த நல் ஞானமாகிய பொருள் மற்றவாக்குக் கிடைக்க வில்லையே என மனம் நெகிழ வேண்டும் இல்லாதவாகளையும் ஏழைகளையும் கண்டு மனம் இரக்க நிலை எய்தவேண்டும். "நெஞ்சக் கனகல்லு நெகிழ்ந்து உருக வேண்டும் என்பார் அருணகிரிநாதா. இவ்வாறு முன்னோர்களின்வழி கருணையோடு இருந்தால் உலகம் உன்னதநிலையடையும் என்பது திண்ணம்".

ஆன்மீகப் பயிற்சி

வள்ளலார் பெருமான் ஆன்மீக வழியில் மனிதனைப் பக்குவப்படுத்துவது மட்டுமல்லாமல் யோகா பயிற்சியின்வழி மனித குலம் வாழ்வாங்கு வாழும் என்று உணாந்தார். யோகாவை ஒருவரின் வாழ்வில் அன்றாட பின்பற்றும் வழக்கமான பயிற்சியாக மேற்கொள்ள வேண்டும் என வலியுறுத்தினார். தியானத்தின் வழக்கமான பயிற்சி ஆன்மீக அறிவொளியை அடைய மற்றும் தெய்வீகத்துடன் இணைக்க உதவுகிறது என்று அவா நம்பினார். மனிதன் மரணமிலா பெருவாழ்வு வாழ வேண்டும் என்ற உன்னத நோக்கம் கொண்டார். மரணமில்லா பெரு வாழ்வு இறைவனோடு கலப்பதை குறிழப்பது. மறுபிறவி இல்லாதது. இதனையே ஔவைப்பிராட்டி அரிது அரிது மானிடராய்ப் பிறத்தல் அரிது என்றார். இந்த மனித பிறப்பு எடுத்தவுடனே இறப்பு என்பது நிச்சயம் நிகழும். இந்த மனித பிறப்பில் அடுத்தவாகள் துன்பப்படுத்துவதையும், தான் மட்டும் முன்னேறி செல்ல வேண்டும் என்ற சிற்றின்ப ஆசையையும் விடுத்து இறை சிந்தனை மேலோங்கி வாழ்ந்தால் இறைவனடி நிச்சயம். அப்படி இறை சிந்தனையோடு வாழ்வபனை,

"வையத்துள் வாழ்வாங்கு வாழ்பவன் வான்
உறையும் தெய்வத்துள் வைக்கப்படும்." (குறள. 50)

என்றார். வள்ளல் பெருமகனார் தான் பெற்ற முத்தேக சித்தியைப் பல பாடல்களில் எடுத்துரைக்கின்ற தன்மையை விளக்குவதாக,

"நானே தவம் புரிந்தேன் நம்பெருமான் நல்லருளால்
நானே அருட்சித்தி நாடடைந்தேன் நானே
அழியா வடிவம் அவை மூன்றும் பெற்றேன்
இழியாமல் ஆடுகின்றேன் இங்கு" (திரு. பா. 5513)

என்றும்

"ஆடுகின்ற சேவடிக்கே அளானேன் மாளாத யாக்கை பெற்றேன்
கூடுகின்ற சன்மார்க்க சங்கத்தே நடுவிருந்து குலாவுகின்றேன்
பாடுகின்றேன் எந்தை பிரான் பதப்புகழைப் பாடிப்பாடி
நீடுகின்றேன் இன்பக் கூத்தாடுகின்றேன் எண்ணமெலாம்
நிரம்பினேனே" (56)

இவை போன்ற பல பாடல்களால் தான் மரணமில்லா பெருவாழ்வு வாழ்ந்தப் பயனைக் கூறி உலக மக்களை நெறிப்படுத்துகிறார் வள்ளலார்.

இல்லற நெறி

ஒருவன் இல்லறத்தில் வாழ்ந்து கொண்டு தெய்வீக நிலையை அடைய முடியும் என்கிறார் வள்ளுவா. வாழ்க்கையில் மேம்பாடாக மதிக்க வேண்டியது இல்லற வாழ்வு. நல்லதையும் உயாவையும் பாராட்டியும், குறைகளை எடுத்து விளக்காக சொல்லியும் நிறைவாக வாழ முயற்சி செய்ய வேண்டும். "பிறர் உயிர் வாழ துணையாக நிற்கவும், ஒருவரோடொருவா கூடிவாழவும் செய்யும் ஒப்பற்ற வாழ்வே திருமணம் என்பதை, வாழ்க்கையைக் கூட்டுப் பொறுப்பில் நடத்துவதற்குப் பலரறியச் செய்து கொள்ளும் ஒப்பந்தம் திருமணம்ஞ (பெரியார், ஈவெ.ரா. சிந்தனைகள் ப. 85) என்கிறார். வேதாந்த மகரிஷி திருமண வாழ்வை வாழ்த்தி,

"இறையுணாவும், அறநெறியும், கல்வி, தனம், தானியம்
இளமை, வலிவு, துணிவு, நன்மக்கட்பேறு
அறிவிலுயாந்தோர் நட்பு, அன்புடைமை, செல்வம்,
அழகு, புகழ், மனித மதிப்புணாந்தொழுகும் பண்பு
பொறையுடைமை எனும் பேறு பதினாறும் பெற்று
போற்றலுக்கும் தூற்றலுக்கும் வாழ்த்துக்களே கூறி

மறைவிளக்கும் உயா வாழ்வை மதித்து ஒழுக்கம் காத்து
மனைவி கணவன் வாழ்வில் ஒளிவிளக்காய் வாழ்க"
(ஞா.க. 513)

என கணவன் மனைவி நட்பு மதிக்கத்தக்கது என்கிறார். வள்ளல் பெருமானோ உள்ளன்போடு இருவரும் வாழ வேண்டும் பிறன்மனை நயவாமை வேண்டும் என்பதை,

"மஞ்சட் புச்சின் மினுக்கி னிளைஞர்கள்
மயங்க வே செய்யும் வாள்விழி மாதாபால்" (திரு. பா. 252)

என்கிறார். மேலும் இல்லறம் ஓம்புதல் பற்றியும், குடும்பநிலை பற்றிய அறிவுறுத்தல், உடல்நலம் பேணும்முறை, குழந்தைப்பேறு போன்றவற்றை தன் பாடல்களில் கூறி மனிதனை நெறிப்படுத்தி யுள்ளார் வள்ளலார்.

தொகுப்புரை

ஆக மனிதராய் பிறந்தவா வாழ்ந்தோம் மடிந்தோம் என்று இல்லாமல் இவ்வுலகிற்கு ஏதாவது ஒரு நற்பயனை செய்தால் அவாகளை இவ்வுலகம் உலகம் உள்ளவரை வாழ்த்தும். அவ்வகையில் வள்ளல் பெருமானின் செய்த செயற்கரிய செயல்கள் மனிதனை மனிதனாக மாற்றவும், எவ்வுயிரையும் தம் உயிர்போல் எண்ணும் உன்னதப் பண்பையும் ஏற்படுத்துகிறது. ஆக இவ்வுலகத்தில் அன்பு கருணை இவைகள் நிலைத்து நின்று உலகைக் காக்க வேண்டுமானால் வள்ளலார் போன்ற மகான்களின் வாழ்வியல் நெறியைக் கடைபிடித்து வாழ்வோம். இவ்வுலகம் மேன்மையுற உதவுவோம். வாழ்க பாரதம். வாழ்க தமிழ்.

துணை நூற்பட்டியல்

1. திருக்குறள்
2. திருவருட்பா
3. வேதாத்திரி, ஞானக்களஞ்சியம்
4. தேவாரம்
5. திருவாசகம்
6. திருமந்திரம்
7. www.google .com

வள்ளலார் உணர்த்தும் மனிதம்

முனைவர் ச.பிரவின்குமார்
உதவிப் பேராசிரியர், தமிழ்த்துறை,
தனலட்சுமி பொறியியல் கல்லூரி,
தாம்பரம், சென்னை.

ஆய்வுச் சுருக்கம் :

மனிதம் என்பதை அன்பு, கருணை, இரக்கம் என்றெல்லாம் வகைப்படுத்தலாம் "அன்பின் வழியது உயிர்நிலை" என்ற வள்ளுவரின் வாக்கும் "வாடிய பயிரைக் கண்டபோதெல்லாம் வாடினேன்" என்ற வள்ளல்பெருமானின் வாக்கும் அன்பிற்கான மனித மாண்பை முன் நிறுத்துகின்றன. அன்பு என்பது மனிதன் மீது மட்டுமல்ல மனிதன் பிற உயிர்களின் மீதும் காட்டுவதான அன்பும் பரிவுமே மனித மாண்பின் கூடுதல் சிறப்பு. அவ்வன்பின் வழியில் மனிதநேயத்தை எண்ணற்ற இலக்கியங்கள் எடுத்துரைக்கின்றன. மனிதன் காலத்திற்கேற்ற மாற்றங்களால் வாழ்வியல் அறங்களை மறந்து வாழும் நிலையில் வள்ளலார் உணர்த்தும் மனிதம் என்னும் இக்கட்டுரை வள்ளலார் உணர்த்தும் மனித மாண்பை வெளிப்படுத்துவதாய் அமைகிறது.

கலைச்சொற்கள் :

மனிதம், ஜீவகாருண்யம்,

முன்னுரை:

"பிறப்பொக்கும் எல்லா உயிருக்கும் சிறப்பொவ்வா
செய்தொழில் வேற்றுமை யான்"

என்ற வள்ளுவரின் வாசகத்திற்கிணங்க எல்லா உயிர்களையும் சமமாகக் கருதுவதும் அவ் உயிரினங்கள் மீது அன்பு செலுத்துவது மாகும். மனித வாழ்வில் இருக்கும் ஏற்றத்தாழ்வுகளைக் களைய முற்பட்ட அறிஞர் பெருமக்களுள் வள்ளுவரைப் போன்று வள்ளலார் தலைசிறந்தவர். வள்ளலார் கண்ட நெறி சமரசம் என்பதாகும் எல்லோருக்கும் எல்லாமும் கிடைத்திட வேண்டும் என்னும் பொதுமாண்பு அவரை சிறந்த ஜீவகாருண்ய சீலராகவும் சமரச சன்மார்க்கியாகவும் உணர வைத்தது. 1823 இவ்வுலகில் தோன்றி சிறு வயது முதலே அறிவு ஜீவியாக திகழ்ந்து இறை பக்தியில் தன்னை அர்ப்பணித்து பக்தி பாடல்கள் உருவாக்கிய வள்ளலாரே பிற்காலத்தில் இறை வழிபாட்டில் புது மார்க்கத்தையும் உருவாக்கிக் காட்டியவர். ஆம் சிலைகளில் இறைவனை வணங்கி வந்த பக்தர்களை ஜோதி வடிவில் இறைவனை காணுவதற்கு வித்திட்டு ஆன்மீக உலகில் மாபெரும் புரட்சியை ஏற்படுத்தியவர் அவரின் மானுட மாண்பை ஆராய்வதே இக்கட்டுரையின் நோக்கமாகும்.

மனித நேயம்:

மனித நேயம் = மனிதம்+ நேயம் தொடர்புடைய பலம் வாய்ந்த குணங்களாக அன்பும், கருணையும், இரக்கமும் இருக்கின்றன. இதில் உயிரிரக்கப் பண்பு என்பது மனித நேயத்தில் முக்கிய இடம் வகிக்கின்றது. பிறருக்கு துன்பம் அளிக்காமல் இருத்தல், இயலாதவர்களின் துன்பத்தைப் போக்குதல், இளகிய இதயமும், இரக்க சுபாவமும், உறுதியான செயல்பாடுகளும் கொண்டிருத்தல் என்றும் கூறலாம்.

சாதியச் சீர்திருத்தம் :

சாதி மதம் சமயம் என குறுகிய வட்டத்திற்குள் சிக்கித் தவித்துக் கொண்டிருந்த மனித சமூகத்திற்கு தனதான மனித மாண்பை உணர்த்தி மாற்று பாதைக்குச் செல்ல மடை மாற்றியவர்.

"அகத்தே கருத்துப் புறத்தே வெளுத்
திருந்த உலகத் தனைவரையும்
சகத்தே திருத்திச் சன்மார்க்க

சங்கத் தடை வித்திட எவரும்
இகத்தே பரத்தைப் பெற்று மகிழ்ந்
திருத்தற்கென்றே எனை இந்த
உலகத்தே இறைவன் வருவிக்க
உற்றேன் அருளைப் பெற்றேன"
(திருவருட்பா: ஆருந்திருமுறை: உற்றதுரைத்தல்-9)

சமூகத்தின் முரண்பாடுகள் களையப்பட வேண்டும் எனும் நோக்கில் அமையும் இப்பாடல் வரிகளில் உள்ளொன்றும் புறமொன்றும் வைத்து பேசும் மனிதர்களைச் சாடுகிறார். சுத்த சன்மார்க்க வழியில் நன்னெறி படுத்தி மானுடம் தழைக்கச் செய்கிறார். சன்மார்க்க சங்கத்தில் சேருவோர் எச்சாதியினராகவும், எம்மதத்தினராகவும், எவ்வினத்தவராகவும் இருக்கலாம் எனும் வள்ளலாரின் சீரிய சிந்தனை சமத்துவத்தின் மீட்சி, மனித மாண்பின் திறவுகோல் என்றால் அது மிகையாகாது.

வள்ளலாரின் நெறிகள்:

வள்ளலார் அவர்கள் பல்வேறு நிலைகளில் பல்வேறு விதமான நெறிகளை மக்களுக்கு அறிவுறுத்தியுள்ளார் அவற்றில்

1. சாதி மத சமய வேறுபாடுகளை களைய வேண்டும்.
2. இறைவனின் பெயரால் உயிர்பலி கூடாது.
3. பசித்தவருக்கு உணவளிப்பது இறைவனுக்குச் செய்யும் பூசை.
4. எல்லா உயிர்களும் இறைவனின் ஆலயமே.
5. கடவுள் ஒருவரே அவரே அருட்பெருஞ்ஜோதி.
6. உயிர்க்கொலை, புலால் உண்ணுதல், மது அருந்துதல் இவைகள் கூடாது.
7. உண்மையை பேச வேண்டும்.
8. நல்ல எண்ணங்களோடு இரு.
9. கலந்து யோசனை செய்.
10. மெதுவாய் பேசு அது உன் ரகசியங்களை பாதுகாக்கும்.

11. பசித்திரு, தனித்திரு, விழித்திரு.
12. இறந்தவர்களைப் புதைக்க வேண்டும்.
13. மனிதகுலத்திற்குச் சேவை செய்வது மோட்சத்தின் பாதை.
14. வாழ்வென்பது உயிர் உள்ள வரை மட்டுமே!
15. நாம் சுவாசிக்கும் வரை மட்டுமே வாழ்க்கை
16. தேவைக்கு மட்டும் செலவு செய்யுங்கள்
17. ரசிக்க வேண்டியவற்றை மட்டும் அனுபவிக்கவும்.
18. முடிந்தவரை மற்றவர்களுக்கு பொருள் உதவி செய்யுங்கள்.
19. ஜீவகாருண்யத்தை கடைபிடி.
20. இனி பல ஆண்டுகள் வாழப்போவதில்லை.
21. உயிர் போகும் போது, எதுவும் செல்ல போவதுமில்லை.
22. ஆகவே, அதிகமான சிக்கனம் அவசியமில்லை.
23. இறந்த பிறகு என்ன நடக்கும் என்று கவலைப்பட வேண்டாம்.
24. உயிர் பிரிய தான் வாழ்வு. ஒரு நாள் பிரியும். சுற்றம், நட்பு, செல்வம், எல்லாமே பிரிந்து விடும்.
25. கடைசி மூச்சு விடுவதுதான் வாழ்க்கை. ஒரு நாள் கிளம்பும். உற்றார், உறவினர், செல்வம், நட்பு எல்லாம் விலகும்.
26. வாழும் வரை ஆரோக்கியமாக இருங்கள்.
27. ஆரோக்கியத்தை இழப்பதால் செல்வம் சேராது.
28. உன் குழந்தைகளை பேணு. அவர்களிடம் அன்பாய் இரு, சில பரிசுகள் அளி.
29. அனைவருக்கும் பாராட்டுக்களை வழங்குங்கள்.
30. மற்றவர்களிடம் அதிகம் எதிர்பாராதே. அடிமையாகவும் ஆகாதே.

என்பனவற்றை பல்வேறு நிலைகளில் உரைக்கிறார் மக்களின் இனிய வாழ்க்கைக்கு எளிய மருந்துகளாகிய இந்நெறிகளை எல்லாம் கடைபிடித்தாலே மானுடம் தழைக்கும்.

அறம் போதித்தல்

"சாதியிலே மதங்களிலே சமய நெறிகளிலே
சாத்திரச் சந்தையிலே கோத்திரச்சண்டையிலே
ஆதியிலே அபிமானித் தலைகின்ற உலகீர்
அலைந்தலைந்து வீணே நீர் அழிதல் அழகல்லவே
நீதியிலே சன்மார்க்க நிலைதனிலே நிறுத்த
நிருத்தமிடும் தனித்தலைவர் ஒருத்தர் அவர் தாமே
வீதியிலே அருட்ஜோதி விளையாடல் புரிய
மேவுகின்ற தருணமிது கூவுகின்றேன் உமையே"

(திருவருட்பா-5566)

என மனிதனை மனிதன் இழிவாகப் பார்ப்பதற்குத் துணையாய் நிற்கும் பிரிவுகளாகிய சாதி, மதம், சமயம் உள்ளிட்டவற்றை கடுமையாகச் சாடுகிறார். அற நெறியில் அனைவருக்கும் பொதுவான ஒரு கோட்பாட்டை உருவாக்க முற்படுகிறார்.

"சாதியும் மதமும் சமயமும் தவிர்ந்தேன்
சாத்திரக் குப்பையுந் தணந்தேன்
நீதியும் நிலையுஞ் சத்தியப் பொருளும்
நித்திய வாழ்க்கையுஞ் சுகமும்
ஆதியும் நடுவும் அந்தமும் எல்லாம்
அருட்பெருங் சோதியென் றறிந்தேன்
ஓதிய அனைத்தும் நீயறிந் ததுதான்
உரைப்பதென் னடிக்கடி யனக்கே" (திருவருட்பா-4075)

என்ற பாடலின் வழியே வள்ளலார் அறிவுறுத்திய சமரச சமத்துவ ஞானத்தை தெளிவுபடுத்துகிறார். சாதியும் மதமும் சமயங்களும் மக்கள் இனத்தை ஒற்றுமைப்படுத்துமா? எக்காலத்தும் ஒற்றுமைப்படுத்தாது பிரிவினையை தான் உண்டாக்கும். இதை வள்ளலார் மிகத் தெளிவாக உணர்த்தியுள்ளார் சாதிய வேறுபாடுகளை மக்களது மனதில் நிலை கொள்ளச் செய்வது எது என ஆராய்ந்தால் எழுத்துருவில் நீடிக்க செய்த சாத்திரங்கள் தான்

என்பது எளிதில் விளங்கும் இச்சாத்திரங்கள் பலவும் ஒன்றுக்கொன்று வேறுபட்டு ஒன்றோடு ஒன்று ஒவ்வாமல் மக்களின் ஒற்றுமைக்கு ஊறு விளைவிப்பன என்பதை தெளிவாக்குகிறார். ஆகையினாலே இதனை கடிந்து ஒதுக்குதல் ஆகச் சிறந்தது என்று உணர்த்தும் பாங்கில் சாத்திர குப்பையையும் தனந்தேன் என்ற சொற்றொடரைப் பயன்படுத்துகிறார்.

ஒரு உயிர் துன்பப்படுவதை மற்றொரு உயிர் பார்த்து இரக்கம் கொண்டு உதவி செய்து துன்பத்தைப் போக்கி வாழ்வதன் மூலம் ஒருவருக்கொருவர் அன்பும் நட்பும் கலந்து ஒற்றுமையை உண்டாகும் அதனால் இருவரும் இன்பமும் மகிழ்ச்சியும் அடைகின்றனர். எனவே உயிர்கள் படும் துன்பத்தைக் கண்டு மனம் இறங்கி அத்துன்பத்தை அகற்ற முயல்வது ஜீவகாருண்ய ஒழுக்கமாகும் அதுவே அருள் ஒழுக்கமுமாகும் இதனை

"ஜீவகாருண்யமே சன்மார்க்கம்
அல்லாத வழி எல்லாம் துன்மார்க்கம்"

(திருவருட்பா உரைநடை பகுதி)

என்று அறங்களில் தலைசிறந்தது ஜீவகாருண்யமாகும் அதுவே வள்ளல் பெருமான் உணர்த்தும் சன்மார்க்கமாகும்.

இதேபோன்று வேறொரு இடத்தில்,

"காக்கைகள் கூவக் கலங்கினேன் பருந்தின்
கடுங்குரல் கேட்டுள்ளங் குலைந்தேன்
தாக்கிய ஆந்தை குரல் செய்யப் பயந்தேன்
சாக்குரல் பறவையால் தளர்ந்தேன்
வீக்கிய வேறு கொடுஞ்சகு னஞ்செய்
வீக்களால் மயங்கினேன் விடத்தில்
ஊக்கிய பாம்பைக் கண்டபோ துள்ளம்
ஒடுங்கினேன் நடுங்கினேன் எந்தாய்"

(ஆறாம் திருமுறை -247)

என்கிறார் அதாவது எல்லா உயிர்களையும் நேசிக்கும் ஜீவகாருண்யமே இவ்வாழ்வின் ஆகச் சிறந்த குணம் அதுதான்

மனித இனத்தை அடுத்த கட்டத்துக்கு நகர்த்திச் செல்லும் மானுட மாண்பு இந்த மானுட மாண்பை காற்றமைக்காகவே மனித இனம் வாழும் காலம் வரை வள்ளலாரை வாழ்த்தும்.

பசிப்பிணி:

பசி என்ற நெருப்பு ஏழை எளியவர்களின் தேகத்தில் பற்றி எரிகின்ற போது அதை நீக்க எடுக்கப்படும் முயற்சி தான் இந்த ஜீவகாருண்யம் விளிம்பு நிலையில் இருக்கும் ஏழை, எளியோர்களின் பசியை போக்க வேண்டியது எளிய மனிதனின் தலையாய கடமை.

"வாடிய பயிரைக் கண்டபோதெல்லாம்
வாடினேன் பசியினால் இளைத்தே
வீடுதோ றிரந்தும் பசியறா தயர்ந்த
வெற்றரைக் கண்டுளம் பதைத்தேன்
நீடிய பிணியால் வருந்துகின் றோர்என்
நேருறக் கண்டுளந் துடித்தேன்
ஈடில் மானிகளாய் ஏழைக ளாய்நெஞ்சு
இளைத்தவர் தமைக்கண்டே இளைத்தேன்"

(திருவருட்பா, பிள்ளைப் பெரு
விண்ணப்பம் -24) எனப் பாடுகிறார்.

"உண்டி கொடுத்தோர் உயிர் கொடுத்தோரே"

என்று உணவு கொடுத்தல் என்பது உயிரைக் கொடுத்ததற்கு ஈடாகும் என்கிறது புறநானூறு.

"செவிக்குணவு இல்லாத போழ்து சிறிது

வயிற்றுக்கும் ஈயப் படும் "

எனப் பசியில் இருப்பவருக்கு அறிவை புகட்டும் முன் உணவளி என்கிறது வள்ளுவம்.

இதைபோன்றே வள்ளலார் அவர்கள் பசியில் இருப்பவனுக்கு நாம் எதை சொன்னாலும் ஏறாது அவனின் வயிற்று பசியை தீர்த்தால்தான் அவன் செவிகளுக்கு நாம் சொல்லுவது புலப்படும் என்று சொன்னதோடு மற்றும் நில்லாமல் வடலூரில் சத்திய தரும சாலையை நிறுவி பசித்த அனைவருக்கும் சாதி, மத

பேதங்கள் இன்றி பசிப்பிணியைத் தீர்த்தவராவார் இன்று வரை நடைமுறையில் உள்ள இத்திட்டம் வள்ளலாரியம் இன்னும் நீர்த்துப் போகவில்லை என்பதை நினைவுக் கூறுகிறது.

முடிவுரை :

கருணையின் பாதையே கடவுளுக்கான பாதை என்றெண்ணும் வள்ளலார் மூடநம்பிக்கைகளையும் சடங்குகளையும் எதிர்த்தவர். உணவுக்காக விலங்குகளைக் கொல்வதைத் தடைச் செய்தவர். ஏழை, எளியோர்க்கு உணவளிப்பதை மிக உயர்ந்த வழிபாடாக அவர் வலியுறுத்தியவர்.

வாழ்க்கைக்குத் தேவையான அன்பு, பாசம் போன்ற உணர்வுகள் மறக்கப்பட்டும் மறுக்கப்பட்டும் வருகின்றன. இப்பேற்பட்ட இச்சூழலில் மனித மாண்பை மற்றவர்களுக்கு அடையாளப்படுத்த வேண்டியதும் அறிவுறுத்த வேண்டியதும் காலத்தின் தேவையாக உள்ளது. மனிதன் தனது மானுட மாண்பாகிய மனிதத்தை இழந்து சுயநலத்தோடு வாழ்கின்ற இன்றையச் சூழலில் வள்ளலார் இன்றளவும் தேவைப்படுகின்றார். சாதி, மத, இன, மொழி வேறுபாடுகளை வைத்து அரசியல் பிழைப்பவர்களுக்கு எதிராய் வள்ளலாரின் அறமே கூற்றாகும்.

துணைநூற்பட்டியல்

திருவருட்பா - (மூலமும் - உரையும்), உரைவேந்தர், ஔவை சு.துரைசாமிப்பிள்ளை உரை.

திருவருட்பா, வள்ளலார் பதிப்பித்தவை, வரலாற்றுப் புத்தகங்கள், அகவல் உரை விளக்கம், திருவருட்பா விளக்கவுரைகள், ஜீவகாருண்ய ஒழுக்கம் 1, ஜீவகாருண்ய ஒழுக்கம் 2, ஜீவகாருண்ய ஒழுக்கம் 3, மனு முறைகண்ட வாசகம்

என்றென்றும் வள்ளலார்

திருமதி ச.மீனாட்சி,
உதவிப்பேராசிரியர்,
முதுகலை மற்றும் தமிழாய்வுத்துறை,
தி ஸ்டாண்டர்டு ஃபயர் ஒர்க்ஸ்
இராஜரத்தினம் மகளிர் கல்லூரி, சிவகாசி.
meenakshis-tam@sfrcollege.edu.in

ஆய்வுச்சுருக்கம்

திருவருட்பிரகாச வள்ளலார் என்று போற்றப் பெறும் சிதம்பரம் இராமலிங்க பிள்ளை பன்முக ஞானமும் ஒருங்கே பெற்றவர். இறைவன் பால் நீங்காத அன்பும் உயிர்களிடம் வற்றாத இரக்கமும் கொண்டவர். வாழ்க்கையில் இறைவனைக் கண்டு இறவாநிலையைப் பெற எத்தனையோ ஆன்ம ஞானிகள் முயற்சித்துள்ளனர். அவ்வகையில் வள்ளலாரும் இறைநெறிக் கோட்பாடுகளையும் சமூக நெறிக்கொள்கைகளையும் இணைத்து சமரச சுத்த சன்மார்க்க நெறிகளை உருவாக்கி மக்கள் அனைவரையும் உயர்வடையச் செய்ய வேண்டும் என்று விரும்பினார். இச்சாரத்தின் அம்சமாய் வெற்றி கண்டவராகவும் மற்றவர்களுக்கு வழிகாட்டுபவராகவும் திகழ்கின்ற ஓர் ஆன்மீகச் செல்வர் வள்ளலார் என்பதனை வள்ளுவப்பெருந்தகை,

"வேண்டிய வேண்டியாங் கெய்தலால் செய்தவம்
ஈண்டு முயலப் படும்" (குறள்.265)

என்ற குறளில் சுட்டுகின்றார். தம் இளமைப் பருவத்தில் முருகனை வழிபடு கடவுளாகவும், ஞானசம்பந்தரை வழிபடு குருவாகவும் திருவாசகத்தை வழிபடு நூலாகவும் அமைத்துக் கொண்ட வள்ளலாரின் கருத்துக்கள் என்றென்றும் நம் வாழ்வியலுக்கு

உதவுவன என்பதனை விளக்குவதாக இவ்வாய்வுக் கட்டுரை அமைகின்றது.

முன்னுரை

உலகில் வாழ்கின்ற மனிதர்களை இலக்குகளை நோக்கி பயணப்படச் செய்வதில் இலக்கியங்கள் முக்கியத்துவம் பெறுகின்றன. அவ்வகையில் காலத்திற்கேற்ப இலக்கியங்கள் பல்வேறு பரிமாணங்களை அடைகின்றன. ஆக மனிதர்களைச் சீர்படச் செயல்படுத்துவதில் இலக்கியங்கள் முக்கியத்துவம் பெறுகின்றன என்றே குறிப்பிடலாம். பல்வேறு சமயங்கள் தோன்றிய காலகட்டத்தில் மக்களிடையே வள்ளலார் சமய நல்லிணக்கத்தை போதித்தார். இவர் போதித்த நல்லிணக்கங்கள் சமரச சுத்த சன்மார்க்க நெறிமுறைகள் தோன்றுவதற்கு வழி வகுத்தன. உலகில் வாழ்கின்ற அனைத்து மக்களின் பசிப்பிணியை நீக்கும் வண்ணம் உலகில் வாழ்ந்துக் காட்டிய வள்ளலாரின் கொள்கைகள் என்றென்றும் நிலைபெற்றன என்பதனை விளக்கும் வண்ணம் "என்றென்றும் வள்ளலார்" என்ற தலைப்பில் இவ்வாய்வுக் கட்டுரை அமைகின்றது.

என்றென்றும் வள்ளலார்

வாடிய பயிரைக் கண்ட போதெல்லாம் வாடினேன் என்றுரைத்த வள்ளலாரின் கொள்கைகள் இன்று வரை நமது வாழ்வில் நீங்கா இடம்பெறும் அளவிற்குச் சிறப்பு வாய்ந்த ஒன்றாகவே உள்ளது. அவ்வண்ணம் நோக்கில் நம் வாழ்வில் என்றென்றும் நீக்கமற இடம்பெறுகின்ற வள்ளலாரின் கொள்கைகளை,

- கடவுள் ஒருவரே
- உள்ளமே கோவில் ஜீவ காருண்யம்
- ஆன்மநேய ஒருமைப்பாடு
- வாழ்வியல் நெறி
- இன்றைய ஜோதி தரிசனம்

என்ற முறைகளில் பகுத்து ஆராயலாம்.

கடவுள் ஒருவரே

சைவம், வைணவம், பௌத்தம், சமணம், இசுலாம், கிருத்தவம், சீக்கியம் என்று பல்வேறு சமயங்களையும் பல பெயர் கொண்ட கடவுளையும் இன்று வரை நாம் வழிபட்டுக் கொண்டிருக்கிறோம். இச்சூழலில் வள்ளலார் கடவுள் ஒருவரே என்று குறிப்பிடுகின்றார். நாம் வேற்றுமை தொலைத்து சமரசத்தை உருவாக்க வேண்டுமெனில் கடவுள் ஒருவரே என்பதனை வலியுறுத்துகின்றார். அனைத்து சமயத்தினருக்கும் பொருந்தும் வண்ணம் அருவுருவ வழிபாட்டினைச் சுட்டுகின்றார். அதாவது உருவம் இல்லா ஜோதி வழிபாட்டினைப் போற்றுகின்றார்.

"அருட்பெருஞ்ஜோதி அருட்பெருஞ்ஜோதி
தனிப்பெருங்கருணை அருட்பெருஞ்ஜோதி"

என்று ஜோதி வடிவில் மக்களின் மனதில் சித்தாந்தத்தை தோற்றுவித்தார். மேலும் கடவுள் ஒருவரே என்ற கொள்கையானது மக்களிடையே மன ஒருமைப்பாட்டினை வளர்கின்றது. இஃது மனிதனின் ஆன்ம பலத்திற்கு வழி வகுக்கின்றது.

உள்ளமே கோவில்

வள்ளலார் அவரவர் உள்ளமே கோவில் என்று தவவலிமையை மெருகேற்றினார். சுத்த அறிவே பரம்பொருள் என்பது புலனாகின்றது. இவரது கருத்திற்கு ஏற்ப திருமூலரும் என்ற கருத்தினை,

"உள்ளம் பெருங்கோயில் ஊனுடம்பு ஆலயம்
வள்ளற் பிரானார்க்கு வாய்க்கோ புரவாசல்
தெள்ளத் தெளிந்தார்க்குச் சீவனே சிவலிங்கம்
கள்ளப் புலன்ஐந்தும் காளா மணிவிளக்கே" (திருமூலர்)

என்ற பாடலடியில் விளக்குகின்றார். உள்ளத்தை பெருங் கோவிலாகவும், உடம்பினை ஆலயமாகவும், வாயினை கோபுரவாசலாகவும், உயிரினை சிவனாகவும், கள்ளப் புலன்களாகிய (கண், மூக்கு, உடம்பு, காது, வாய்) ஐம்புலன்களையும் மகா ஒளி வீசுகின்ற விளக்காகவும் திருமூலர் சுட்டுகின்றார். இவரது வாக்கிற்கிணங்க பூசலார் மனத்தினுள்

கோவில் ஒன்றினை எழுப்பி இறைவனும் வருகை புரிந்த நிகழ்வினை நாம் அனைவரும் அறிந்ததே.

ஜீவ காருண்யம்

பிற உயிர்களின் மீது அன்பு, தயவு, இரக்கம், கருணையோடு இருப்பதே ஜீவகாருண்யமாகும். மனதில் இறைத்தன்மை உடையவர்களே ஜீவ காருண்யத்தோடு செயல்பட முடியும். வள்ளலார் தனக்கு முக்தி பெற வேண்டும் என்ற ஆசை இல்லை. என் ஆசை ஒன்றே என்பதனை,

"ஆருயிர்கட்கு எல்லாம் நான் அன்பு செயல் வேண்டும்"

என்ற பாடலடியில் உணர்த்துகின்றார். உலகத்து உயிர்கள் அனைத்திற்கும் இன்பம் செய்வதே எனது இச்சையாகும் என்று குறிப்பிடுகின்றார். வள்ளலாரின் தயவு கூர்ந்த உள்ளத்திற்கு முதன்மைச் சான்றாக, "வாடிய பயிரைக் கண்ட போதெல்லாம் வாடினேன்" என்பதே ஆகும். உயிர்களிடத்து அன்பு செய்ய வேண்டும். அவர்களது பசியினை நீக்குதல் வேண்டும். அவர்களுக்கு தயவு காட்டுதல் வேண்டும் என்பதே வள்ளலாரின் ஜீவகாருண்ய ஒழுக்கம். பயங்கரவாதமான இவ்வுலகில் போட்டி பொறாமையால் நாடுகள் பல அழிகின்றன. பிறரது பசியினை போக்குவதற்கு வள்ளலார் 1867 இல் தர்மசாலைகளை உருவாக்கினார். தற்கால வரை வடலூரில் மூன்று வேளையும் அன்னதானம் வழங்கப்படுகின்றது.

பசிப்பிணியை நீக்குவதே சுவர்க்க இன்பத்தை விட மேலான இன்பமாகக் கருதினார் வள்ளலார். பசிப்பிணியை நீக்கினால் மட்டுமே நாம் யார், நம் நிலை என்ன? கடவுள் யார்? கடவுள் நிலை என்ன? கடவுளை அடைவது எப்படி? என்றெல்லாம் மக்கள் யோசிப்பர். எனவே பிறரது பசியினை நீக்குதல் வேண்டும். உலகில் வாழக் கூடிய விலங்கு, பறவை, மீன், பூச்சி, புழு, தாவரங்கள் என்று அனைத்து உயிரினங்களையும் தன்னுயிர் போல் பாவிக்கும் தன்மை உடையவரே ஜீவ காருண்ய ஒழுக்கத்தை கடைப்பிடிக்க இயலும். மார்க்கோபோலோ தன் பயணக்குறிப்பில் "மற்ற உயிரினங்களுக்கு தீங்கு நினைப்பதை பாவச்செயலாக கருதி வாழும் இந்திய மக்களை நான் கண்டேன்." என்று குறிப்பிடுகின்றார். "வள்ளுவர்

"பகுத்துண்டு பல்லுயிர் ஓம்புதல்" என்று சுட்டுகின்றார். வள்ளலார் தனிப்பெருங்கருணை என்று சுட்டுகின்றார். மான்செஸ்டர் "குருவிகளின் தாகம் அறிந்து மொட்டை மாடியில் நீர் வைக்கின்றார்." கிருஷ்ணனின் தோழர் குசேலர் துவாரகைக்கு நடந்து செல்லும் போது நிழலில் தங்கியிருக்கும் எறும்பு, பூச்சி, புழுக்கள் காலில் மிதிப்படும் என்றெண்ணி,

"சீத நீழற்செயில் சிற்றுயிர்த் தொகை
போதச் சாம்பும் என்று எண்ணிய புத்தியான்
ஆதவன் தவழ் ஆறு நடந்திடை
காதல் அங்கை விரித்துக் கவித்தரோ"

சூடான தரையில் நடந்து போகின்ற குசேலரின் ஜீவகாருண்யத்தை என்ற பாடலடி விளக்குகின்றது. இதே போல் அகநானூற்றில் கார் காலம் தொடங்கி தலைவியைக் காண வருகின்ற தலைவன் மணிகள் பூட்டிய தேரில் வருகின்றான். மணியோசைக் கேட்டு பூக்கள் பூத்துக்குலுங்குகின்ற சோலைகளில் இணைந்துள்ள வண்டுகள் அச்சங் கொள்ளக் கூடாது என்பதற்காக மணியின் நாவினை இழுத்துக் கட்டுகின்ற முறைமையினை,

"பூத்த பொங்கர் துணையொடு வதித்த
தாது உண்பறவை பேதுறல் அஞ்சி
மணி நா ஆர்த்த மாண் வினைத்தேரன்
உவக்காண் தோன்றும் குறும்பொறை நாடன்" (அகநானூறு)

என்ற பாடலடிகள் இயம்புகின்றன. மனதில் இறைத்தன்மை உடையவர்களால் மட்டுமே ஜீவகாருண்ய ஒழுக்க நெறியினை மேற்கொள்ள முடியும்.

ஆன்மநேய ஒருமைப்பாடு

மனிதனை மனிதனாக நேசிப்பதே மனிதநேயம். அனைத்து உயிர்களையும் தன்னைப் போல் நேசிப்பதே ஆன்மநேயம். வள்ளலார் சர்வதேச அளவில் "ஆன்ம நேய ஒருமைப்பாட்டினை" உயர்த்தினார். உயிரினையும், ஆன்மாவையும் இயக்குவதே ஆன்மநேய ஒருமைப்பாடு. உலகநாதர் இயற்றிய "ஓதாமல் ஒரு நாளும் இருக்க வேண்டாம். ஒருவரையும் பொல்லாங்கு சொல்ல

வேண்டாம் என்ற வரிகளைக் கேட்ட வள்ளலார் இப்பாடல் அமங்கலமாக உள்ளது என்று தன் ஆசிரியரிடம் உரைத்தார். ஆசிரியர் நீயே மங்கலமாக பாடலைப் பாடு என்றவுடன்,

> **“ஒருமையுடன் நினது திருமலரடி நினைக்கின்ற**
> **உத்தமர் தம் உறவு வேண்டும்”**

என்ற பாடலைப் பாடினார். நல் உறவு வேண்டும் என்று மங்கலமாக உரைத்ததோடு உறவுகளைப் பேணி பாதுகாத்தார் என்றும் குறிப்பிடலாம். உள்ளத்தில் இருக்கின்ற இறைவனை புறத்தில் தேட வைத்து விட்டார்கள் சாதி சமய வாதிகள் என்று வருந்தினார். பல தெய்வ வழிபாடு செய்து நரை, பிணி, மூப்பு என்று உழன்று உழன்று மீண்டும் மீண்டும் பிறப்பு எடுக்கிறோம் என்று வள்ளலார் வருந்தினார். மக்களிடையயே பூசல்களைத் தவிர்த்து உலக மக்களுக்கு பிரகாசம் அளிக்கின்ற ஜோதியை ஏற்றினார். ஜோதி வழிபாட்டினை மக்களிடையே வலியுறுத்தினார். ஒரு மனிதனின் பக்தி என்பது தனிச்சொத்து. ஒருமைப்பாடே மனிதனின் பொதுச்சொத்தாகும். எனவு சாதி, சமய பேதமின்றி எல்லா உயிர்களையும் தம் உயிர் போல் நேசிக்கும் எண்ணமே ஆன்மநேய ஒருமைப்பாட்டின் உரிமையாகும் என்பதனைச் சுட்டுகின்றார்.

வாழ்வியல் நெறி

வள்ளலார் மூன்று விதமான வாழ்வியல் நெறிமுறைகளை பின்பற்றினார். வள்ளலார் போற்றிய வாழ்க்கை முறையினை,

1. புண்படா உடம்பு (பசிப்பிணி நோய் இல்லாத உடம்பு)
2. புரைபடா மனம் (குற்றம் இல்லாத மனம்)
3. பொய்படா ஒழுக்கம் (பொய் இல்லாத ஒழுக்கம்)

என்ற முறைகளால் அறியலாம்.

இன்றைய ஜோதி தரிசனம்

வள்ளல் பெருமான் ஞானத்தினை வெளிப்படுத்திய நாளாக தைப்பூச நட்சத்திரம் கருதப்படுகின்றது. ஒவ்வொரு வருடமும் தை மாத பூச நட்சத்திரத்தில் வடலூரில் ஜோதி தரிசனம் நிகழ்ந்து கொண்டு வருகின்றது. இத்தரிசனத்தில் ஏழு திரைகளை நீக்கி

கண்ணாடியில் தெரிகின்ற ஜோதி தரிசிக்கப்படுகின்றது. இவ்வெழு திரைகளை,

1. கருப்புத்திரை   -   மாயையை விலக்கும்.
2. நீலத்திரை   -   உயர்ந்த நோக்கத்திற்காக ஏற்படும் தடையை விலக்குதல்.
3. பச்சைத்திரை   -   உயிர்களிடம் அன்பு கருணையை உண்டாக்கும்.
4. சிவப்புத்திரை   -   உணர்வுகளைச் சீராக்கும்.
5. பொன்னிறத்திரை   -   ஆசையால் ஏற்படும் தீமைகளை விலக்குதல்
6. வெள்ளைத்திரை   -   ஞானசக்தியை உருவாக்குதல்.
7. 6 வண்ணங்களும் இணைந்த திரை -   உலக மாயைகளை விலக்குதல்.

என்ற முறையில் அறியலாம். இத்திரைகள் அனைத்தும் மனிதனின் உள்ளக்கிடங்கான பொல்லாத் திரைகளான ஆசை, கோபம், தன்னலம், பொய்மை, மாயை ஆகியனவற்றை விலக்கினால் மட்டுமே இறையை உணர முடியும் என்ற நுண்ணிய நோக்கத்தை பிரதிபலிப்பதாகும்.

முடிவுரை

- வள்ளலாரின் வலிமையான கருத்துக்களான,
- கடவுள் ஒருவரே   மன ஒருமைப்பாடு
- உள்ளமே கோவில் - தவ வலிமை

  ஜீவ காருண்யம்   பரம்பொருள் உணர
- ஆன்மநேய ஒருமைப்பாடு   இறைவனை உணர

என்ற நான்கும் அன்றாட வாழ்வில் மனிதனால் கடைப்பிடிக்கக் கூடியதாகும். என்றென்றும் வள்ளலாரின் கருத்துக்கள் நம் வாழ்விற்கு பயனளிக்கக் கூடியதாகும் என்பதனை இவ்வாய்வுக் கட்டுரையின் வாயிலாக அறிய முடிகின்றது.

அருட்பாவில் அகப்பொருள் ஆராய்ச்சி

தினேஷ்குமார் ப.,
முனைவர் பட்ட ஆய்வாளர்,
சுப்பிரமணிய பாரதியார் தமிழியற் புலம்,
புதுவைப் பல்கலைக்கழகம்,
புதுச்சேரி - 605 014.
செல்பேசி : +91 7305879314,
மின்னஞ்சல்: thirunavukarasupalanivel@pondiuni.ac.in

ஆய்வுச் சுருக்கம் :

உயிர்த்திரள் எல்லாம் ஒன்றெனக் கருதித் தனிப்பெருங் கருணை ஆட்சி நடத்திய வள்ளல்பெருமான் திருவாய்மலர்ந்த அருட்பா ஒரு தெள்ளார் அமுதப் பெருங்கடல். இத்திருவருட்பா ஆறு திருமுறைகள் மற்றும் உரைநடைப் பகுதிகள் தத்துவம், சமய சமரசம் மற்றும் சமுதாய சீர்திருத்தம் பற்றிய பலவற்றைப் பாடுப்பொருளாகக் கொண்டுள்ளது. இவ்விடயங்களுக்கு வடிவமாக வள்ளலார் அகத்துறைப் பாடல்களைப் பயன்படுத்தி யுள்ளார். எனவே, அருட்பாவில் அகப்பொருள் ஆராய்ச்சி என்ற பொருண்மையில் இவ்வாய்வுக் கட்டுரை அமைகிறது.

குறிசொற்கள்:

தமிழிலக்கியத்தில் அகப்பொருள் பத்தி இலக்கிய நீட்சி - அருட்பாவில் அகத்துறைப்பாடல்கள் - bridal mysticism - இருவகை அகப்பாடல்கள் - கலத்தற்குரிய காலம்

முன்னுரை:

19ஆம் நூற்றாண்டில் தமிழ்ச் சமுகத்தைச் சீர்திருத்த சமயத்தின் பாற்பட்ட ஓர் பேரியக்கத்தை நிறுவியவர்

திருவருட்பிரகாச வள்ளலார் எனும் இராமலிங்க அடிகள்(1823-1874) ஆவார். இச்சமய வழிபட்ட சமுதாய சீர்திருத்தம் அவர் காலம் தொடங்கி பல எதிர்ப்புகளைச் சந்தித்து வருகின்றன. பெரும்பாலும், இவ்வெதிர்வினைகளை ஆற்றியது சம்பிரதாய சைவ மடங்களைச் சார்ந்தவர்களாக இருந்தபோதும் பத்தொன்பதாம் நூற்றாண்டில் சமயத்துறையில் தீவிரமாக இயங்கிய பரசமய கோளரி எனப் போற்றப்பட்ட வைதிக சைவசித்தாந்த சண்டமாருதம் சூளை சோமசுந்தர நாயக்கர் முதலிய அறிவாளர்கள் வள்ளலாரை போற்றவும் செய்தனர். இதற்கு ஓர் காட்டு, விபவ வருடம் ஆவணி மாதம் வெளியான வேதபாஷ்ய சமாஜகண்டணம் எனும் நூலில் சூளை சோமசுந்தர நாயக்கர் வழங்கிய சாற்றுக்கவியைச் சுட்டலாம். அச்சாற்றுக்கவி பின்வருமாறு காணலாம்;

"சீர்பூத்த மறைமுனிவர் அகம்பூத்த நலம்பூத்த திறத்தினானிப்
பார்பூத்த மயல்பூத்த எனதுள்ளத்தில் பூத்தநசை பாறப் பூத்த
ஏர்பூத்த அருணயன இணைபூத்த இருந்தவனிங் கிறைமை பூத்த
பேர்பூத்த போதசிதம் பரராமலிங்கனடி பேணி வாழ்வாம்."

எதிர்ப்புகளும் ஆதரவும் இருப்பினும் தான் கண்ட சமரச சுத்த சன்மார்க்கம் எனும் இயக்கத்தை நிறுவன(ங்களா)மாக்கி நிலைக்கொள்ளச் செய்யும் முயற்சியை வள்ளலார் இடைவிடாது மேற்கொண்டார். இவ்வியக்கச் செயற்பட்டிற்கு அவர் கைகொண்ட முறைமைகள் பல; அவற்றுள் ஒன்று, பழந் தமிழிலக்கிய வடிவங்களை, பாடுபொருளை தகவமைத்து தமக்கேற்றாற்போல பயன்படுத்திக் கொள்ளுதலாகும். தமிழ்ச் செவ்விலக்கிய அகப்பாடல் மரபு; தமிழிலக்கிய வரலாற்றுப் பெரும்பரப்பில் பத்தி இலக்கியங்கள் அகத்துறையைத் தனதாக்கிக் கொண்ட நெடிய நீட்சியை வள்ளற்பெருமான் மிகச் சரியாகப் பயன்படுத்திக் கொண்டார் என்றுதான் சொல்ல வேண்டும். இதன் விரிவை இனிக் காண்போம்.

தமிழிலக்கியத்தில் அகப்பொருள் பத்தி இலக்கிய நீட்சி:

எல்லாம் வல்ல பரம்பொருளைத் தம் ஆருயிர் நாயகனாக எண்ணிக் காமுற்றுப் பேரன்பு செய்யும் வழிபாட்டு முறையும் தொல்காப்பியனார் காலத்துத் தமிழகத்தில் நிலவியிருந்தமையை

அரண் செய்யும் இலக்கணமாகக் காமப்பகுதி கடவுளும் வரையார், ஏனோர் பாங்கினும் என்மனார் புலவர் (தொல். புற. 23) எனவரும் இத்தொல்காப்பிய நூற்பா அமைந்துள்ளமை காணலாம். மக்களைப் பொருளாகக் கொண்டு பாடுதற்குரிய காமப்பகுதியினைக் கடவுளைப் பொருளாகக் கொண்டு பாடினும் நீக்கார். கடவுளை மக்கள் காமுற்றதாகச் செய்யுள் செய்தலும் நீக்கப்படாது என்றார் தொல்காப்பியனார். இவ்விருவகையினையும் கடவுள் மாட்டுத் தெய்வப்பெண்டிர் நயந்த பக்கம் எனவும், கடவுள்மாட்டு மானிடப் பெண்டிர் நயந்த பக்கம் எனவும் முறையே குறிப்பிடுவர் இளம்பூரணர். இவ்விருவகையுடன் கடவுள் மானிடப் பெண்டிரை நயத்தலையும் சேர்த்து மூன்றாகக் கொள்வர் நச்சினார்க்கினியர் "காமம் என்னாது காமப்பகுதி என்றதனானே கைக்கிளை, அன்பின் ஐந்திணை, பெருந்திணை என்னும் எழுதிணைக்குரிய காமமும், காமஞ்சாலா இளமையோள்வயிற் காமமும் அன்று; இதுவேறோர் காமம் என்று கொள்க" என்பர் நச்சினார்க்கினியர். சைவத்திருமுறை ஆசிரியர்களாகிய நாயன்மார் களும், நாலாயிரத்திவ்வியப் பிரபந்த ஆசிரியர்களாகிய ஆழ்வார்களும் எல்லாம் வல்ல இறைவனை ஆருயிர்நாயகனாகவும் தம்மை அவனது அருள்வேட்ட தலைவியாகவும் கொண்டு போற்றிய ஞானநன்னெறிப் பாடல்களாகிய இவ்வகைத்திருவருள் இலக்கியத்திற்கு அரண் செய்யும்.

பொதுவாகச் சமய இலக்கியங்களில் வரும் அகப் பொருள் பாடல்களில் இறைவனைத் தலைவனாகவும் ஆன்மாவைத் தலைவியாகவும், மனத்தைத் தோழியாகவும் கருதும் முறையுள்ளது. பக்குவ நிலைபெற்ற ஆன்மா தனது உடன் பிறப்புக்களான 'பரை'யாகிய செவிலியையும் மனமாகிய தோழியையும், தத்துவங்களாகிய உறவினரையும் விடுத்து, அதன் விளைவாகத் தன்னைச்சூழ்ந்த மலம் முதலியன அகலத் தனித்த நிலைபெற்று இறைவனை அடைதலும், பற்றுதலும் எளிதாகும். பெற்ற தாய், வளர்த்த தாய், தோழி, உறவினர் அனைவரையும் விடுத்து மனப் பக்குவம் பெற்ற தலைவி, தனது தலைவன் ஒருவனையே நம்பி, அவனுக்குத் தொண்டு செய்து அவன் பின் தொடர்ந்து சென்று, அவனோடு இணைந்து வாழத் தயாராகுதல் போன்றதே

மேற்காட்டிய தத்துவம். தன்னையன்றி வேறு துணையில்லை எனத் தன்னைச் சரண் அடைந்த தலைவிக்குத் தலைவன் தக்க துணையாய் அமைவதோடு தன்னோடு ஒன்றாக்கி உடன் அழைத்துச் செல்லும் இயல்பு தலைவனுக்கு உரியது. இங் ஙனமே அனைத்தையும் துறந்த பக்குவ ஆன்மாவைப் பரம் பொருள் நாடிச்சென்று உடன் சேர்தல் இயல்பு. அன்புடைய. தலைவனும் தலைவியும் ஒன்றாதல்போல பக்குவமுடைய ஆன்மாவும் பரம்பொருளும் ஒன்றாகும். சீவன் சிவனாகும் அவ்வரிய தத்துவத்தை இல்வாழ்வில் காணும் உண்மையை அடிப்படையாகக் கொண்டு விளக்க எழுந்ததாக இந்நாயகி நாயக தத்துவம் (bridal mysticism) அமைந்தது எனலாம் பிறப்பிலும் உடல் நிலையிலும் ஆணாக இருந்தும், உள்ளத்தாலும், உணர் வாலும் பெண்மையைப் பெற்றுப் பாடுவது என்பது எளி தானதன்று. இருப்பினும், பக்தித் துறையில் அருளாளர் பலர் இம்முறையைக் கையாண்டுள்ளனர். இது நிற்க,.

அருட்பாவில் அகத்துறைப்பாடல்கள்:

இனி, திருவருட்பாவிலுள்ள அகத்துறைப்பாடற் பகுதிகளைக் காண்போம். முதல் திருமுறை : இங்கிதமாலை

இரண்டாம் திருமுறை : நற்றாய் கவன்றது, சல்லாப லகரி

மூன்றாம் திருமுறை : திருவுலாப்பேறு, நாரையும் கிளியும் நாட்டுறு தூது, இரங்கன் மாலை, திருவுலாவியப்பு, சல்லாபலியன் மொழி, இன்பக் கிளவி, இன்பப் புகழ்ச்சி, திருவுலாத்திறம், வியப்புமொழி, புணராவிரகு பொருந்துறு வேட்கையின் இரங்கல், குறி ஆராய்ச்சி, காட்சி அற்புதம், ஆற்றாக் காதலின் இரங்கல், திருக்கோலச் சிறப்பு, சோதிடம் நாடல், திருவருட் பெருமிதம், காதற் சிறப்பு கதுவா மாண்பு, ஆற்றா விரகம், காதல் மாட்சி

ஐந்தாம் திருமுறை : கூடல் விழைதல், பவனிச் செருக்கு, இங்கிதப் பத்து

ஆறாம் திருமுறை - முதற் பகுதி : தலைமகளின் முன்ன முடிபு, தலைமகள் பாங்கியொடுகூறல், தனித்திரு அலங்கல்

ஆறாம் திருமுறை - இரண்டாம் பகுதி : கண்டேன் கனிந்தேன் கலந்தேன், இறைவனை ஏத்தும் இன்பம், அருள்விளக்க

மாலை, தாய் கூறல், பாங்கி தலைவிபெற்றி யுரைத்தல், தலைவி வருந்தல்

ஆறாம் திருமுறை - மூன்றாம் பகுதி : திருவடிப் பெருமை, தலைவி தலைவன் செயலைத் தாய்க்குரைத்தல், நற்றாய் செவிலிக்குக் கூறல், தோழிக்குரிமை கிளத்தல், தலைவி கூறல், அனுபவ மாலை

கீர்த்தனைப் பகுதி : பாங்கிமார்கண்ணி - 27 பாடல்கள், ஆடற் பாடல்கள் - 6 பாடல்கள், உபதேச வினா - II பாடல்கள், அம்பலவாணர் ஆட வருகை - II பாடல்கள், அம்பலவாணர் அணைய வருகை -11 பாடல்கள்

தனிப்பாசுரப் பகுதி : அருண்மொழி மாலை -31 பாடல்கள், இன்ப மாலை - 11 பாடல்கள், சிவபெருமால் தனித்திரு அலங்கல் - 1 பாடல்

திருவருட்பா பதிப்புச் செம்மல் ஆ. பாலகிருஷ்ண பிள்ளையால் தொகுக்கப் பட்ட இப்பகுதி தொழுவூர் வேலாயுத முதலியாரால் மூன்றாம் திருமுறையாக வகுக்கப்பட்டிருக்கும் அடிகளாருடைய திருவொற்றியூர்ப் பதிகங்கள் கொண்ட இரண்டு ஏட்டுப் பிரதிகளில் இப்பாசுரங்கள் உள்ளன. எனினும், ஆராய்வுழி இப்பாடல்கள் (தனிப் பாசுரப் பகுதி) அனைத்தும் முதல் திருமுறையில் உள்ள இங்கிதமாலையிலிருந்து எடுக்கப்பட்டு பொருள் ஒன்றி - இறுதி அடிமட்டும் மாற்றப்பட்ட பாக் களாக உள்ளமை தெற்றென விளங்கும்.

அருண் மொழிமாலையில் காணப்படும் 31 பாடல்களும் இங்கித மாலையின் 44 முதல் 75 வரையிலுள்ள பாடல்களாக உள்ளன. இப்பகுதியின் 7 வது பாடல் மட்டும் தனித்துச் சார்பற்று உள்ளதுபோல் இங்கிதமாலையின் 46 ஆவது பாடல் மட்டும் விடுபட்டுள்ளது. இப்பகுதியை அடுத்துள்ள இன்பமாலை'யில் காணப்படும் 11 பாடக்களும் இங்கித மாலையில் 76 முதன் 81 வரையிலுள்ள பாடல்களாக உள்ளன. இடையில் இங்கித மாலையின் 78, 80, 87 ஆகிய மூன்று பாக்களும் விடுபட்டுள்ளன. அடுத்துள்ள தனிப்பாடல், இங்கிதமாலையின் 102ஆவது பாடலாகக் காணப்படுகின்றது.

இப்பாடல்களையும் சேர்க்க அடிகளாரின் அருட்பாக்களில் காணப்படும் அகப்பாக்களின் எண்ணிக்கை 939 ஆகும். இவை அனைத்தும் அடிகளார் இறைவன்பால் கொண்ட ஆழ்ந்த காதலை உணர்த்துவன. இவ்வடைவை திருவருட்பா ஆராய்ச்சி எனும் நூலில் இரா. மாணிக்கவாசகம் தருகிறார். சன்மாக்க தேசிகன் திரு. ஊரன் அடிகளார் தம் பதிப்பில் தரும் அட்டவணை பின்வருமாறு காணலாம்.

அகப்பொருட் பதிகங்கள், பாடல்கள்

பதிக எண்	பதிகத்தின் பெயர்	பாடல் தொகை	பதிக எண்	பதிகத்தின் பெயர்	பாடல் தொகை
	முதல் திருமுறை			நான்காம் திருமுறை	
20	ஆற்றா விரகம்	10	15	தனித்திரு விருத்தம் 55,56	2
37	கூடல் விழைதல்	10	25	நடராஜ அலங்காரம்	3
41	பவனிச் செருக்கு	10	26	பாங்கிமார் கண்ணி	27
47	இங்கிதப் பத்து	12	32	தோழியர் உரையாடல்	6
	இரண்டாம் திருமுறை		33	தெண்டனிட்டேன்	9
15	அருள் விடை வேட்கை	10	34	இன்னந்தயவு வரவிலையா	7
77	திருவுலாப் பேறு	10	35	வினாவிடை	3
78	நாரையும் கிளியும் நாட்டுறு தூது	10	36	நற்றாய் கவன்றது	9
79	இரங்கன் மாலை	31	37	சல்லாப லகரி	2
80	திருஉலாவியப்பு10		38	தலைமகளின் முன்ன முடிபு	10
81	சல்லாப வியன்மொழி	10	39	வேட்கைக் கொத்து 10	
82	இன்பக் கிளவி	10		ஆறாம் திருமுறை	
83	இன்பப் புகழ்ச்சி	10	58	நற்றாய் கூறல்	10
84	திருஉலாத்திறம்	10	59	பாங்கி தலைவிபெற்றிஉரைத்தல்	10
85	வியப்பு மொழி	10	60	தலைவி வருந்தல்	24
86	புணரா விரகு பொருந்துறு வேட்கையின் இரங்கல்	30	61	உபதேச வினா	11
87	குறி ஆராய்ச்சி	11	70	அம்பலவாணர் வருகை	105
88	காட்சி அற்புதம்	10	71	அம்பலவாணர் ஆடவருகை	12
89	ஆற்றாக் காதலின் இரங்கல்	11	72	அம்பலவாணர் அணைய வருகை	12

90	திருக்கோலச் சிறப்பு	10	73	வருவார் அழைத்துவாடி	5
91	சோதிடம் நாடல்	10	74	என்ன புண்ணியம் செய்தேனோ	9
92	திருஅருட் பெருமிதம்	10	75	இவர்க்கும் எனக்கும்	5
93	காதற் சிறப்புக் கதுவா மாண்பு	12	125	தனித்திரு அலங்கல் 40-42, 129	4
94	ஆற்றா விரகம்	10	138	தலைவி தலைவன் செயலைத் தாய்க்குரைத்தல்	10
95	காதல் மாட்சி	10	139	நற்றாய் செவிலிக்குக் கூறல்	10
96	அருண்மொழி மாலை	31	140	தோழிக்குரிமை கிளத்தல்	14
97	இன்ப மாலை	11	141	தலைவி கூறல்	10
98	இங்கித மாலை (கலைமகள் வாழ்த்தும், காப்பும் நீங்கலாக நூல்மட்டும்)	165	142	அனுபவ மாலை	100

ஆக, சன்மாக்க தேசிகன் பதிப்பின் வழி, அகப்பொருட் பகுதிகள் மொத்தம் 54, பாடல் எண்ணிக்கை 933 ஆகும்.

இருவகை அகப்பாடல்கள்:

அடிகளாரின் அகப்பாடல்களை இரண்டு பகுதிகளாகப் பிரிக்கலாம். அவை;

1. புணரா நிலை
2. புணர்ந்த நிலை

புணர்ச்சி என்பது உலகியலில் ஆண் பெண் சேர்க்கை யாகும். ஆன்மீகத் துறையில் சீவன் சிவனோடு இணையும் சாயுச்சிய நிலையாகும். பக்குவம் பெற்ற பின்னும் சீவன் சிவனுடன் இணையாத நிலையே புணரா நிலையாகும்

"அவரை மாலையிட்ட அன்று முதலாய் இன்றளவும்
அந்தோ சற்றும் அணைந்தறியேன்"

"என்னையறியா யிலம்பருவந் தனிலே மகிழ்ந்துவந்து
மாலையிட்டான் மறித்து முகம்பாரான்"

இவ்வரிகள் அடிகளாரின் ஆற்றாமையைக் காட்டுவன. இரங்கன்மாலை, புணராவிரகு பொருந்துறுவேட்கையின் இரங்கல், ஆற்றாக் காதலில் இரங்கல், ஆற்றாவிரகம், தலைமகள்

பாங்கியொடு கூறல் ஆகிய சில பகுதிகள் நிலை பற்றிக் கூறுவன. அனுபவ மாலை, வியப்புமொழி, நற்றாய் செவிலிக்குக் கூறல், தலைவி கூறல், கண்டேன் கனிந்தேன் கலந்தேன் ஆகிய பாசுரங்களில் வரும் பாடல்கள் புணர்ந்த நிலையைக் கூறுவன,

"கற்பூரம் மணக்கின்ற தென்னுடம்பு முழுதும்
கணவர் திரு மேனியிலே கலந்தமணம் அதுதான்"

என வருதல் ஒரு சான்று.

கலத்தற்குரிய காலம்:

அடுத்துப் புணரும் தருணத்தைக் குறிக்கும்போது காலையைக் குறிக்கின்றார். உலகியலில் இரவு நேரத்தில் புணர்ச்சி நிகழ்தல் இயல்பு. இவரோ காலை கலத்தலுக்குரிய நேரம் என்கின்றார்.

1, 2, 3, 4, 5, 6, 10:41, 6:39 ஆறாம் திருமுறை - மூன்றாம் பகுதி

24, 67, 69, 70, 71, 72, 73, 76, 77, 78, 42- ஆறாம் திருமுறை - மூன்றாம் பகுதி

ஆகிய பாடல்கள் காலைப் புணர்ச்சி பற்றிக் கூறுவன. வரும் தருணம், காலை வந்தது. ஆதலின், தன்னைத் தனித்து விட்டுச்செல்ல வேண்டும் என்ற தலைவிக்குத் தோழி, உலகில் மகளிர் கணவருடன் கலக்கின்ற நேரம் இரவு தானே என்று வினா எழுப்புகின்றாள். அநுபவமாலையில்,

"இரவகத்தே கணவரோடு கலக்கின்றார் உலகர்
இயல் அறியார் உயவ் அறியார் மயல்ஒன்றே அறிவார்
கரவகத்தே கள்உண்டு மயங்கிநிற்கும் தருணம்
கனிகொடுத்தால் உண்டுசுவை கண்டுகளிப்பா ரோ
துரவகத்தே விழுந்தார்போன் றிவர்கூட்டும் கலப்பில்
சுகம் ஒன்றும் இல்லையடி துன்பம் அதே கண்டார்
உரவகத்தே என்கணவர் காலையில் என்னுடனே
உறுகலப்பால் உறுசுகந்தான் உரைப் பரிதாம் தோழி"

எனத் தோழியின் வினாவிற்குத் தலைவி விடைகூறுவதாகப் பாடுகின்றார் அடிகளார் இங்கு இருள் அறியாமை, மாயை முதலியனவற்றைக் குறிக்கும், காலை என்பது ஞானநிலை அல்லது தெளிவு பெற்றநிலையைக் குறிக்கும். அஞ்ஞானம் முதலிய கருமையை நீக்கியபின் ஆன்மா தனித்துத் தெளிவு நிலைபெறும்.

"விடிந்ததுபேர் ஆணவமாம் கார்இருள் நீங்கியது
வெய்ய வினைத்திரன் எல்லாம் வெந்தது காண்மாயை
ஒடிந்ததுமா மாயை ஒழிந் ததுதிரைதீரிந் ததுபேர்
ஒளிஉதயம் செய்த தினித் தலைவர்வரு தருணம்"

இப்பாடல் அக்கருத்தினுக்கு விளக்கமாய் அமையும் தகையது. விரிப்பின் பெருகும் தொகுப்பின் எஞ்சும் என அஞ்சி விடுக்கின்றோம்.

தொகுப்புரை:

'சன்மார்க்க உலகில் செய்ய வேண்டிய அறிவுப்பணிகள், ஆராய்ச்சிப்பணிகள் எவ்வளவோ உள்ளன.' (ஊரன்அடிகள், 2019:21) என்று இராமலிங்க அடிகள் வரலாறு எனும் நூலில் சன்மார்க்க தேசிகன் ஊரன்அடிகள் கூறுவதை அடியொற்றி அருட்பாவில் அகப்பொருள் ஆராய்ச்சி என்ற பொருண்மையில் இக்கட்டுரை அறிமுக அளவில் திருவருட்பாவிலுள்ள அகத்துறைச் சார்ந்த செய்திகளைத் தொகுத்துரைப்பதாக அமைந்துள்ளது. இக்கட்டுரை வழி நாம் அறிந்து கொள்ளும் விடயங்களாவன,

i. அடிகளாரின் அருட்பாக்களில் காணப்படும் அகப்பாக்களின் எண்ணிக்கை 939 ஆகும் என திருவருட்பா ஆராய்ச்சி எனும் நூலில் இரா. மாணிக்கவாசகம் தரும் எண்ணிக்கைக்கும் திருவருட்பா முதல் ஐந்து திருமுறைகள் எனும் நூலில் தவத்திரு. ஊரன்அடிகள் (சன்மார்க்க தேசிகன்) 933 என்ற எண்ணிக்கையும் வேறுபடுகின்றன.

ii. அடிகளாரின் அகப்பாடல்களை புணரா நிலை, புணர்ந்த நிலை என்று இரண்டு பகுதிகளாகப் பிரிக்கலாம்.

iii. அடுத்துப் புணரும் காலத்தைக் குறிக்கும்போது காலைப் பொழுதைக் குறித்தல். வாழிஎனை தூக்கிவைத்த கரதலங்கள்

வாழியெலாம் வல்ல மணிமன்றம் வாழிநடம்

வாழி அருட்ஜோதி வாழி, நடராஜன்

வாழி சிவஞான வழி.

துணைநூற்பட்டியல்:-

1. திருவருட்பா முதல் ஐந்து திருமுறைகள், தவத்திரு. ஊரன்அடிகள் (சன்மார்க்க தேசிகன்) (ப.ஆ.), சமரச சன்மார்க்க ஆராய்ச்சி நிலையம், வடலூர் - 607 303, 1989.

2. திருவருட்பா ஆறாம் திருமுறை, தவத்திரு. ஊரன்அடிகள் (சன்மார்க்க தேசிகன்) (ப.ஆ.), சமரச சன்மார்க்க ஆராய்ச்சி நிலையம், வடலூர் - 607 303, 1989.

3. திருவருட்பா உபதேசப்பகுதி நான்காம் புத்தகம், ஆ.பாலகிருஷ்ணபிள்ளை (ப.ஆ.), தி பார்க்கர், சென்னை - 14, 2007.

4. திருவருட்பா உரைநடைப் பகுதி, தவத்திரு. ஊரன்அடிகள் (சன்மார்க்க தேசிகன்) (ப.ஆ.), சமரச சன்மார்க்க ஆராய்ச்சி நிலையம், வடலூர் - 607 303, 1978.

5. திருவருட்பா பதிப்புச் சோலை, இராம. பாண்டுரங்கன், ஐந்திணை வெளியீட்டகம், விழுப்புரம் - 605 602, 2017.

6. திருவருட்பா முதல் ஐந்து திருமுறைகள், தவத்திரு. ஊரன்அடிகள் (சன்மார்க்க தேசிகன்) (ப.ஆ.), சமரச சன்மார்க்க ஆராய்ச்சி நிலையம், வடலூர் - 607 303, 1989.

7. திருவருட்பா மூலமும் உரையும் (10 தொகுதிகள்), ஔவை சு.துரைசாமிப்பிள்ளை (உ.ஆ.), வர்த்தமானன் பதிப்பகம், சென்னை - 17, 2010.

8. திருவருட்பிரகாச வள்ளலாரின் அருள்நெறியும் அமைப்புகளும், மு.பெ.சத்தியவேல் முருகனார், சைவ சித்தாந்தப் பெருமன்றம், சென்னை - 4, 1998.

9. புரட்சித்துறவி வள்ளலார், தவத்திரு. ஊரன்அடிகள் (சன்மார்க்க தேசிகன்), சமரச சன்மார்க்க ஆராய்ச்சி நிலையம், வடலூர் - 607 303, 1997.

10. வழிகாட்டிய வள்ளல், மு.வளவன், முத்தையன் பதிப்பகம், சென்னை - 5, 1991

11. வள்ளலாரின் அணுகுமுறைகள், சு.அமிர்தலிங்கம், கலைமணி பதிப்பகம், விருத்தாச்சலம் - 606 001, 1998.

12. வள்ளலாரின் மனிதநேயம், சீனி. திருநாவுக்கரசு, கலைவாணி புத்தகாலயம், சென்னை - 17, 1999.

13. வள்ளலார் இராமலிங்க அடிகள் வரலாறு, தவத்திரு. ஊரன்அடிகள் (சன்மார்க்க தேசிகன்), வர்த்தமானன் பதிப்பகம், சென்னை - 17, 2019.

14. வள்ளலார் காட்டிய வழி, ஏ.எஸ். வழித்துணைராமன், பாரதி நிலையம், சென்னை - 17, 1995.

15. வள்ளலார் வாய்மொழி, சீ.நி.திருநாவுக்கரசு, கலைவாணி புத்தகாலயம், சென்னை - 78, 1982.

16. வள்ளலார் வாழ்வும் வாக்கும், அ.லெ.நடராஜன், இராமலிங்கர் பணிமன்றம், சென்னை - 86, 1974.

வள்ளலாரின் பெருநெறி வாழ்வியல்

சு. கோபாலகிருஷ்ணன்
முதுகலைத் தமிழாசிரியர்,
கருவக்குறிச்சி, திருவாரூர் மாவட்டம்
அலைப்பேசி : 9750883557
மின்னஞ்சல்: akshyaakshya85@gmail.com

"அருட்பெருஞ்ஜோதி! அருட்பெருஞ்ஜோதி!
தனிப்பெருங்கருணை! அருட்பெருஞ்ஜோதி!"

முன்னுரை:

அன்னையிடம் பெற்றது தாய்ப்பால், தமிழனிடம் பெற்றது மொழிப்பால். வள்ளலார் அருளிய அருளால் அவர் மீது கொண்ட அன்பால், வள்ளலார் பெருமைகளைக் குறித்து சில கருத்துக்களை இக்கட்டுரையில் காண்போம். திருவருட் பிரகாச வள்ளலார் இராமலிங்க அடிகளார் (1823 - 1874) பத்தொன்பதாம் நூற்றாண்டில் வாழ்ந்த மாபெரும் அருளாளர். "அன்பு" என்பது சிறியவர் பெரியவரிடத்தில் காட்டுவது; "அருள்" என்பது பெரியவர் சிறியவரிடத்தில் காட்டுவது; "கருணை" என்பது தன்னை ஒத்தவரிடத்தில் காட்டுவது. வள்ளலார் இம்மூன்றையும் கண்டு அன்பு நெறி, அருள்நெறி, கருணை நெறி ஆகிய மூன்று நெறிகளாலும் பின்னப்பட்ட பெருநெறியைக் கையாண்டு நமக்கும் நடத்திக் காட்டி மகிழ்ந்தார்.

வள்ளலாரின் வாழ்க்கை வரலாறு:

இப்பெருமான் சோழவள நாட்டில் சிதம்பரத்திற்கு வடமேற்குத் திசையில் உள்ள மருதூர் என்னும் சிற்றூரில் இராமையாப்பிள்ளை, சின்னம்மாள் என்போருக்கு 1823 ஆம் ஆண்டு அக்டோபர் ஐந்தாம் நாள் ஐந்தாவது மகனாகப் பிறந்தார்.

> "தாய் முகலோ ரொடுசிறிய பருவமதில் தில்லைத்
> கலக்கிடையே திரைதூக்கத் தரிசித்த போது
> வேய்வகைமேல் காட்டாத என்றனக்கே எல்லாம்
> வெளியாகக் காட்டிய என் மெய்உறவாம் பொருளே"
> அருள்விளக்க மாலை-44

ஐந்து திங்கள் குழவியுடன் பெற்றோர் ஆடலரசன் வழிபாட்டிற்குச் சிதம்பரம் சென்றனர். அப்போது அடிகருக்குச் "சிதம்பர ரகசியம்" தரிசனமாயிற்று என்பது இப்பாடற் பகுதி அறியச் செய்கிறது. இறைவனால் அனுப்பப்பட்டு அவதரித்தவர் என்ற காரணத்தினால்தான் யாரிடமும் கல்வி கற்காமல், பள்ளிக்குச் செல்லாமல் ஒன்பது வயதுச் சிறுவனாக இருந்தபோதே புராணப் பிரசங்கம் செய்யத் தொடங்கினார். சிதம்பரம் இராமலிங்கப் பிள்ளை தம் பன்னிரெண்டாம் வயதில் சென்னை கந்தகோட்டம் கோவிலில் இனிய எளிய தமிழில் பாடிய முப்பத்தோரு கருத்துச்செறிவு மிக்க பாடல்களே "தெய்வமணிமாலை" என்ற பெயரில் விளங்கி வருகிறது. வள்ளலார் அவர்கள் தெய்வப் பிறவியாக வளர்ந்து, ஐம்பது ஆண்டுகாலம் வாழ்ந்து, பல அற்புதங்களை எல்லாம் நிகழ்த்தி ஆறாயிரம் தெய்வப் பாடல்களை இயற்றி, பல புதிய தத்துவங்களை இவ்வுலகுக்கு அறிவுறுத்தி யுள்ளார். தேவாரப் பாடல் பெற்ற தலங்கள் 274. இந்த 274 தளங்களின் சிறப்புகளையும் ஒரே பாடலில் அமைத்து "விண்ணப்பக் கலிவெண்பா" என்ற தலைப்பில் பாடியுள்ளார். தாயுமானவர் போன்று சமய சமரச நெறியைப் போற்றினார். இவர்தம் சமரச சன்மார்க்க நெறி, வைணவர்களின் திருமால் நெறியையும், சைவர்களின் சித்தாந்த நெறியினையும் இணைக்கும் பாலமாக அமைந்துள்ளது.

திருவருட்பா

6 திருமுறைகள், 6 பகுதிகள், 399 பதிகங்கள், 5818 பாடல்களைக் கொண்ட "திரு" சேர்ந்த மனிதரிலும் அருளாளர்கள் கேட்க அருளாளர் பாடியது "ஒருமையுடன் நினது திருமலரடி நினைக்கின்ற" என்று கந்தகோட்ட முருகனிடம் எவ்வெவற்றை வேண்டினார் என்பதைக் காட்டுகிறது.

"ஒருமையுடன் நினதுதிரு மலரடி நினைக்கின்ற
உத்தமர்தம் உறவு வேண்டும்
உள்ஒன்று வைத்துப் புறமொன்று பேசுவார்
உறவுகல வாமை வேண்டும்
பெருமைபெறு நினது புகழ் பேசவேண் டும்பொய்மை
பேசாதிருக்க வேண்டும்
பெருநெறி பிடித்தொழுக வேண்டும் மத மானபேய்
பிடியா திருக்கவேண்டும்
மருவுபெண் ஆசையை மறக்க வேண்டும்" தெய்.மாலை 8

இப்பாடலில் பொதிந்துள்ள கருத்துக்கள் பொதுவானவை; எல்லா சமயத்தினரும் ஏற்றுக் கொள்ளக் கூடியவை. திருவருட்பாவின் 5618 ஆவது பாடல்

கருணையிலா ஆட்சி கடுகி ஒழிக
அருள்நயந்த நன்மார்க்கர் ஆள்க நெருள் நயந்த
நல்லோர் நினைத்த நலம் பெறுகநன்று நினைந்து
எல்லோரும் வாழ்க இசைந்து

நாடுகளை ஆட்சிபுரிபவர்கள் எப்படிப்பட்டவர்களாக இருக்க வேண்டும் என்பதை வள்ளலார் குறிப்பிடுகின்றார். கீர்த்தனை, கும்மி, கண்ணி, சிந்து முதலிய நாட்டுப்புற வடிவங்களைத் தம் பாடலில் கையாண்டார். ஜீவகாருண்யம், ஆன்மநேய ஒருமைப்பாடு, ஜோதி வழிபாடு என்பவற்றைப் போற்றிய அடிகள் மனுமுறை கண்ட வாசகம், ஜீவகாருண்ய ஒழுக்கம் என்ற இரண்டு உரைநடை நூல்களையும் எழுதியுள்ளார்.

கொள்கைகள்

சமரச சுத்த சன்மார்க்க கொள்கை கொண்ட வள்ளலார் அகிம்சையையும் அறத்தையும் தன் செயல்கள் வழி போதித்தார். "சமரச சுத்த சன்மார்க்க சங்கம்" 1865ல் முதன் முதலில் "சமரசு வேத சன்மார்க்க சங்கம்" என்ற பெயரில் நிறுவப் பெற்றது. "கடவுள் ஒருவரே; அவரை உண்மை அன்பால் ஒளி(சோதி) வடிவில் வழிபட வேண்டும்; சிறுதெய்வ வழிபாடு கூடாது. அத்தெய்வங்களின் பெயரால் உயிர்ப்பலி கூடாது; புலால் உண்ணக் கூடாது; சாதி சமயம் முதலிய எவ்வகை வேறுபாடுகளும்

கூடாது; எவ்வுயிரையும் தம் உயிர் போல் எண்ணும் ஆன்ம நேய ஒருமைப்பாட்டுரிமையைக் கைக்கொள்ள வேண்டும்; ஏழைகளின் பசி தீர்த்தலாகிய ஜீவகாருண்யமே பேரின்ப வீட்டின் திறவு கோல். புராணங்களும், சாத்திரங்களும் முடிவான உண்மையைத் தெரிவிக்க மாட்டா; இறந்தவரைப் புதைக்க வேண்டும்; எரிக்கக் கூடாது; கருமாதி, திதி முதலிய சடங்குகளைச் செய்ய வேண்டாம்'' இவையே சமரச சுத்த சன்மார்க்கத்தின் கொள்கைகளாகும். ஒரு விளக்கு இன்னொரு விளக்கை ஏற்றுவதன்மூலம் எதையும் இழந்து விடாது. அந்த இடத்தில் ஒளி இரண்டு மடங்காகும். அதுபோல நாம் பிறருக்கு உதவுவதால் நாம் இழக்கப்போவது எதுவுமில்லை. அதனால் நாம் பெறும் இன்பம் இரு மடங்காகும் என்பது வள்ளலார் வாழ்க்கைக்குத் தந்த பொன் மொழியாகும்.

சன்மார்க்க தருமசாலை:

பசியால் துன்பமுற்றவர்களைக் கண்டபோதும், அவர்களைப் பற்றிக் கேட்டபோதும் அடிகளாரின் உள்ளம் நடுங்கும் என்பதை பின்வரும் பாடலில் தெளிவுபடுத்தியுள்ளார்.

வாடிய பயிரைக் கண்டபோ தெல்லாம்
வாடினேன் பசியினால் இளைத்தே
வீடுதோறும் இரந்தும் பசியறாது அயர்ந்த
வெற்றரைக் கண்டுளம் பதைத்தேன்
நீடிய பிணியால் வருந்துகின் றோர்என
நேர்உறக் கண்டுளந் துடித்தேன்
ஈடின்மா னிகளாய் ஏழைக ளாய்நெஞ்
சிளைத்தவர் தமைக்கண்டே இளைத்தேன் (52)

எவ்விதப் பிரதிபலனும் இல்லாமல் எளியவர்களுக்கு உணவு வழங்குதல் இறைவனை அடையும் எளிய வழியான ஜீவகாருண்யம். இக்கொள்கையின் அடிப்படையில் 1867 ஆம் ஆண்டு வைகாசி மாதம் 13ஆம் நாள் சன்மார்க்க தருமசாலை அமைக்கப்பட்டது. பசிக் கொடுமையை வள்ளல் பெருமான் உரைத்ததோடல்லாமல், "சத்திய தரும சாலை" அமைத்து. பசி தவிர்த்தலில் ஈடுபட்டார். இன்றும் குன்றாது மக்களின் அரும் பசியைக் களையும் பேரறம் சத்திய தரும சாலையில் இன்றும் சாதி, சமய வேறுபாடுகளின்றி

நடைபெற்று வருகின்றது. இருப்போர் கொடுக்க இல்லாதவர்களுக்குப் பசியாற்றுகிறது சத்திய தருமசாலை மிகவும் எளிய உணவுப் பழக்கவழக்கங்களை மட்டுமே பெருமானார் எடுத்துரைக்கிறார். நாம் அறிந்தோ, அறியாமலோ செய்த பாவச் செயல்களைப் போக்குவதற்கு ஜீவகாருண்யம் என்ற ஒழுக்கமே சரியானது என்று வள்ளல் பெருமான் கூறுகிறார். உண்டியலில் காணிக்கை செலுத்துவதற்குப் பதிலாக பசியிலிருப்போருக்கு வயிறார உணவு கொடுங்கள் அதுவே கடவுளுக்கு மகிழ்ச்சி கொடுக்கும் என்று கூறுகின்றார். தற்போது தருமசாலைக்கான உணவுப் பொருட்களைத் தமிழக அரசு குறைந்த விலைக்கு வழங்கி வருகிறது.

புலாலுண்போர்

புலாலுண்ணுபவர்களை அடிகள் தம் சங்கத்தில் சேர்த்துக் கொள்வதில்லை. எனினும் அவர்கள் பசி என்று தருமசாலைக்கு வந்து விட்டால் அப்புறவினத்தார்க்கும் உணவளிக்கும் திட்டம் இருந்தது.

"கொல்லான் புலாலை மறுத்தானைக் கைகூப்பி
எல்லா உயிரும் தொழும்." (திருக்குறள்)

ஆம்! கொல்லாமை, புலால் மறுத்தல் எனப் பல்வேறு வாழ்வியல் அறங்களை, நெறிகளைக் கற்பித்து நன்னெறி புகட்டிய வள்ளலாரைக் கைகூப்பி தொழுது உயர்வு பெறுவோமாக!

திருக்குறள் வகுப்பு

வடலூரில் முதன்முதலாக பொது மக்களுக்காக திருக்குறள் வகுப்பு நடத்தத் தொடங்கியவர் வள்ளல் பெருமானேயாவார். தமது பாடல்களில் குறட்பாக்கள், நற்கருத்துக்கள், சொற்றொடர்கள் ஆகியவற்றைக் கையாண்டுள்ளார்.

"சன்மார்க்கப் போதினி" பாடசாலை (1867):

இங்கு சிறுவர் முதல் முதியோர் வரை அனைவருக்கும் கல்வி கற்பிக்கப்பட்டது. மேலும் இது தமிழ், வடமொழி, ஆங்கிலம் ஆகிய மும்மொழிகளையும் கற்பிக்கும் மும்மொழிப் பாட

சாலையாகும். பசிப்பிணி மருத்துவராகத் திகழ்ந்த அடிகளார் சித்த மருத்துவ முறையில் நோய் தீர்த்து உடற்பிணி மருத்துவராகவும் திகழ்ந்தார்.

ஞானசபை

வள்ளலார் சத்திய ஞான சபையினை நிறுவினார். இதுவரை வந்த அருளாளர்கள் இறைவனை வணங்க ஆலயங்கள் அமைத்தார்கள்.

> "உள்ளம் பெருங்கோயில் ஊனுடம்பு ஆலயம்
> வள்ளல் பிரானுக்கு வாய் கோபுர வாசல்
> தெள்ளத் தெளிந்தார்க்கு ஜீவன் சிவலிங்கம்
> கள்ளப் புலன் ஐந்தும் காணா மணிவிளக்கே!"

என்று திருமூலர் பாடியிருக்கின்றார். வள்ளலார் இறைவனை வழிபாடு செய்ய முந்தைய அருளாளர்களிடமிருந்து மாறுபட்டு ஓர் ஞானசபையை நிறுவுகிறார். வள்ளலார் நிறுவிய ஞானசபை ஓர் ஞான விளக்காகும். வள்ளலார் உருவாக்கிய ஞான சபை இன்றளவும் அதே வேகத்தோடும் தன்மையோடும் இயங்கி வருகிறது.

சீர்திருத்தங்கள்

வள்ளலார் ஏழை, பணக்காரர், மேல்சாதி, கீழ்சாதி முறைகளைக் கண்டித்தார்; சமய வேற்றுமைகளைச் சாடினார்; புராண இதிகாசங்களை வெறுத்தார்; கோவில் கட்டியவன் கோவிலுக்குப் போகாத நிலையையும், குளம் வெட்டியவன் தண்ணீர் எடுக்க முடியாத நிலையையும் தாக்கி, ஒரு பெரும் புரட்சி செய்தார்.

வளரும் பிள்ளைகளுக்கு வள்ளலார் வழங்கிய அறிவுரைகள்:

நல்லோர் மனதை நடுங்கச் செய்யாதே, தானம் கொடுப்போரைத் தடுத்து நிறுத்தாதே, மனமொத்த நட்புக்கு வஞ்சகம் செய்யாதே, ஏழைகள் வயிறு எரியச் செய்யாதே, வெயிலுக்கு ஒதுங்கும் மரத்தை வெட்டாதே, குருவை வணங்கக்

கூசி நிற்காதே, இரப்போர்க்குப் பிச்சை இல்லை என்னாதே, பசித்தோர் முகத்தைப் பார்த்திராதே.

தொகுப்புரை:

வள்ளலாரின் வாழ்க்கை வரலாறும் அவர்தம் பாக்களும் நம்முடைய வாழ்வியலுக்குக் கலங்கரை விளக்கமாக விளங்குகிறது. வள்ளலார் மக்களின் போக்கைக் கண்டு வாடினார்; சமுதாயத்தின் குறைகளைக் கண்டு சாடினார்; அவற்றைப் போக்க இறைவனது திருவருளைத் தேடினார்; ஆயிரக்கணக்கான பாடல்களைப் பாடினார்; தமது நெறிமுறைகளை மக்கள் ஏற்காதது கண்டு சித்தி விலகத் தனி அறைக்குள் சென்று கதவை மூடினார்; இறைவனோடு இறைவனாக இரண்டறக் கலந்து கூடினார். வள்ளலார் வகுத்த பிறருக்குத் தீங்கிழைக்காத வாழ்க்கை நெறிகளும், அறமும், தூய சன்மார்க்க வழி முறைகளும் இன்றைய காலகட்டத்திற்கு மிகவும் தேவையாக இருக்கிறது. அடிகளாரது சேவையைக் கருத்தில் கொண்டு இந்திய அரசு 2007ஆம் ஆண்டு இவருக்கு அஞ்சல் தலை வெளியிட்டுக் கௌரவித்தது. வடலூரை அடுத்த மேட்டுக்குப்பம் என்னுமிடத்தில் 1874 ஆம் ஆண்டு ஜனவரி 1 ஆம் நாள் அருட்பெருஞ்ஜோதி இறைவனுடன் கலந்தார்.

துணைநூற்பட்டியல்:

1. வள்ளலாரும் அருட்பாவும், கி.ஆ.பெ. விஸ்வநாதன் டி.லிட். பாரி நிலையம், 184 பிராட்வே, சென்னை. 1980

2. இராமலிங்க அடிகள், பேராசிரியர் சுப்பு ரெட்டியார் M.A.,B.Sc, L.T.Vidwan, Ph.D.,D.Lit. 2003, கலைஞன் பதிப்பகம், தியாகராய நகர், சென்னை-14.

புரட்சித் துறவி வள்ளலார் மனு முறை கண்ட வாசகத்தில் பழமொழிகள்.

முனைவர் த. ராஜீவ் காந்தி
உதவிப் பேராசிரியர் தமிழ்த் துறை
அகர்சந்த் மான்மல் ஜெயின் கல்லூரி,
மீனம்பாக்கம், சென்னை-61
அலைப்பேசி : 9797065515. மின்னஞ்சல் : rajiviphd@gmail.com

தமிழ் மொழி முத்தமிழே முதன்மையான மொழி, எல்லா மொழிகளுக்கும் முந்தி பிறந்த மொழி என்று ஆய்வியல் அறிஞர்கள் அறிந்திட்டு கூறியுள்ளனர். பிறமொழி கலப்பு இல்லாமல் பிறந்த மொழி, பிற மொழிகளுக்கு தன் மொழியை கடன் கொடுத்த மொழியாகும். நம் தமிழ் மொழி கனிவான மொழி என்றால் அவை மிகையாகாது. பண்பாடும் நாகரிகத்தை பறைசாற்றிய மொழி, உயிர் இரக்கத்தையும் அறத்தையும் நேர்மைப் பற்றி நேர்படப் பேசிய மொழி இத்தகுச்சிறப்பு வாய்ந்த நம் தமிழ் மொழியில் இலக்கணம், இலக்கியம், பேரிலக்கியம், சிற்றிலக்கியம், காப்பியம், அறஇலக்கியம், சிற்றிலக்கியம், பக்தி இலக்கியம் என பல பரிமாற்றம் கொண்ட மொழி. இத்தகு கொள்கை மாறாத தமிழ் மொழியில் பழமொழிகள் தொல்காப்பியம் காலந்தொட்டே முதுமொழி என்ற சொல்லாடலில் வழங்கி வந்துள்ளன. பழமொழியானது அனுபவத்தின் மூலம் சிக்கலில் மூலம் பிறந்த பழமொழியில் நன்மையான பழமொழி,தீமையான பழமொழி என இருவகையில் பரவி வந்தன.இவற்றை அறிந்து கொண்டு முன்னெச்சரிக்கையாக நடந்து கொள்ள வேண்டும் என்பதே பழமொழியின் நோக்கமாகும்.இவ்வரிசையில் புரட்சித்துறவி வள்ளலாரின் மனுமுறைகண்ட வாசகத்தில் பழமொழிகள் எப்படி

பயன்படுத்தி உள்ளார் என்பதை அறியவும் தொடக்க முதல் முடிவு வரை கதை களத்திற்கு பொருத்தமாக எப்படி முதுமொழியை பயன்படுத்தி ஜீவகாருணத்தை உயிர் இரக்கத்தை வெளிப்படுத்தினார் என்பது அவர் பண்படுத்திய பழமொழிகளே சாட்சி கூறும்.

பொதுவான பழமொழிகள்

முன்னோர்கள் பாமர மக்கள் அன்றாடம் வாழும் வாழ்க்கை முறையில் பணி செய்கிற பொழுது கதைக்கூறும் பொழுது அல்லது தன் வேதனையை வெளிப்படுத்தும் பொழுதும். சில பழமொழிகளை பேசுது உண்டு அவற்றில்

ஆற்றில் போட்டாலும் அளந்து போடு

உள்ளூர்ல ஓணம் பிடிக்காதவன் அசல் ஊருல ஆணை புடிச்ச கதையாம்.

அரசன நம்பி புருஷனை கைவிட்ட கதையாம் யானைக்கும் அடி சறுக்கும்

எறும்புக்கு என்ஜாண் உடம்பு

புலிப்பசித்தாலும் புல்லைத் திங்காது.

யானைக்கு ஒரு காலம் வந்தால் பூனைக்கு ஒரு காலம் வரும்.

அடி உதவுவது போல் அண்ணன் தம்பி உதவ மாட்டான்.

தலைக்கு வந்தது தலப்பாவோட போச்சு

தன்வினை தன்னைச் சுடும்

சட்டியில் இருந்தால் தான் அகப்பையில் வரும்

கூடி வாழ்ந்தால் கோடி நன்மை

ஆழம் தெரியாமல் காலை விடாதே

சிறிதுளி பெருவெள்ளம்

சிறு துரும்பும் பல் குத்த உதவும்

நோயற்ற வாழ்வே குறைவற்ற செல்வம்

அரண்டவன் கண்ணுக்கு இருண்டதெல்லாம் பேய்

பழுத்த ஓலையை பார்த்து குருத்த ஓலை சிரித்ததாம்

ஆடு நனையுதுன்னு ஓணாஅழுததாம்

வெள்ளம் திங்கறவன் ஒருத்தன் வெரல சூப்பரவன் இன்னொருத்தவன்

எறும்பூர கல்லும் தேயும்

பதராத காரியம் சிதறாது

அளவுக்கு மீறினால் அமிர்தமும் நஞ்சு

காற்றுள்ள போதே தூற்றிக்கொள்

என முன்னோர் வகுத்த தன் அனுபவத்தால் கற்றுக் கொண்ட பழமொழிகளை அறிந்தோம்.

மனுச்சோழன் பிள்ளைப்பேரு பெற்றதில் பழமொழிகள்

மனுநீதிச் சோழனுக்கு 60 ஆண்டுகளுக்குப் பிறகு தியாகரச பெருமாள் அருளால் குழந்தை கிடைத்த மகிழ்ச்சியில்.

மல்லிக்கொடி மனமுள்ள மலரை பெற்றது போல (ப-68)

தூரதேசத்திற்கு போயிருந்த கப்பல் துறைமுகத்திற்கு வந்தது என்று சொல்லக்கேட்ட வர்த்தகனைப் போல(69)

கூடி பிரிந்த மங்கையின் குரலோசைக் கேட்டேன் நாயகனைப் போலவும்.(69)

என்று வீதி விடங்கன் பிறந்த மகிழ்ச்சியில் இப் பழமொழிகளை வள்ளலார் வெளிப்படுத்தியுள்ளார்.

வீதி விடங்கன் ஆலயவழிபாடு செய்ய அனுமதி கோருதல்

வீதி விடுங்கள் குலதெய்வ வழிபாடு செய்வதற்கு தன் தந்தையிடம் அனுமதி பெறுகிறார். அப்பொழுது மன்னன் அவர்கள்

பிள்ளைத்தேடும்புண்ணியம் பிதாவுக்கு உண்டு.(ப -70)

நெல் முதலான பயிருக்கு நீர் விடுவோரையும், குருடர்க்கு கோல் கொடுப்பவரையும், இரவில் வந்தவருக்கு இடம் கொடுப்பவரையும், அஞ்சி வந்தவருக்கு அபயம் கொடுப்ப வரையும், தாகம் கொண்டோர்க்கு தண்ணீர் கொடுப்பவரையும், ஆற்றில் வெள்ளத்தில் அகப்பட்டுரையும் தடுத்தாலும். சிவ தரிசனம் குருதரிசனம் செய்பவரை ஒரு காணந் தடுக்கப்படாது.(ப-71)

என மனுநீதிச் சோழன் கூறி தன் மகனை தெய்வ தரிசனம் செல்ல அனுமதி கூறும் பொழுது மகிழ்ச்சியோடு அனுமதி வழங்குகிறார்.

கன்று இறந்தபோது வெளிவந்த பழமொழிகள்

வீதி விடங்கள் தங்கத்தேரில் மந்திரிகள், அந்தணர்கள், காப்பாளர்கள்,நடன கலைஞர்கள் ஆகியரோடு ஆடம்பரமாக புடைசூழ கோயிலுக்கு செல்லும் பொழுது தேர்ச்சக்கரத்தில் இளைங்கன்று ஓடிவந்து அகப்பட்டு இறந்து விடுகிறது. இறந்த செய்தி கெட்ட வீதி விடங்கன்.

இளங்கன்று பயம் மறியாது (ப-74)

இடியோசை கேட்ட நாகம் போல(ப-75)

விரிந்த பாற்கடலில் விஷம் பிறந்தது போல (ப-75)

குலத்தை கெடுக்க வந்த கோடரி காம்பானேன்(ப-75)

கன்றுக்குப் பாலூட்டாதவனை கண்டாலும் பாவம்(ப-76)

என்று வீதி விடங்கன் அறியாமல் செய்த தன் தவறை. மன்னிக்க முடியாது தவறாக ஏற்றுக் கொள்ள முடியாத பிழையாக கருதுகிறார். பழமொழிகளிலும் வள்ளலார் உயிரிழக்க பழமொழி களையே பயன்படுத்துவது வள்ளலார் அனைத்து உயிகளிலும் இரக்கம்வைத்திருப்பது தெரிகிறது.

வீதி விடங்கனுக்கு மந்திரிகள் ஆறுதல் கூறும் பழமொழிகள்

வீதி விடங்கன் பரம்பரை பரம்பரையாக உயிர் இரக்கம் வம்சத்தில் பிறந்த நான் இன்று கொலைகாரன் பட்டத்தை சுமக்கிறேன். என் மூதாதியரான சிபி தன் உயிரையே கொடுத்து

புறாவின் உயிரை காப்பாற்றி காருண்யத்தை நிலைநாட்டினார். அப்படி சிறப்பு வாய்ந்த எம் வம்சத்தில் இப்படி ஒரு பழிவந்து சேர்ந்ததே என்று மந்திரி களிமண் புலம்பும்போது மந்திரிகளோ கும்பகோணத்து பள்ளன் கொள்ளை கொண்டு போகத் தஞ்சாவூரு பார்ப்பான் தண்டங் கொடுத்தான் (ப-77) முற்ற நனைந்தார்க்கு ஈரமில்லை(ப-77) என்று மீதி விடங்கனிடம் இக்கன்று விதியால் இருந்தது நீ வருந்தாதே என்று கன்று உயிரை சிறிதாக நினைத்து பேசும் மந்திரிகளின் செயல்களில் வள்ளலார் உயிரிழக்கத்தையே உயிர் மூச்சாக கொண்டு பழமொழிகளை பயன்படுத்தி உள்ளார்.

பசுவின் பதறலில் பழமொழிகள்

தவம் கிடந்து பெற்ற ஒரே பசுக்கன்று என்னை தவிக்க விட்டு சென்றதே இனி எப்படி உன்னை காண்பேன் என்று பசுவின் புலம்பலிலும்.

சூறைக்காற்றில் அகப்பட்ட துரும்பை போல்(ப-76)

ஆறாத பெரு நெருப்பைஅடிவயிற்றில் வைத்தாயே.(ப-77)

பாவிக்கு பாக்கியம் தக்காது.(ப-77)

என்று தாய்ப் பசு தன் கன்றை இறந்த சோகத்திலும் உயிர் இரக்க பழமொழிகளை கொண்டு புலம்புவதாக வள்ளலார் பதிவு செய்கிறார்.

மனுநீதிச் சோழன் அலறலில் பழமொழிகள்

நீதி தவறாது ஆட்சி செய்த நம் வம்சத்தில் நிறைகள் நிறைந்திருக்க குறைகளுக்கு இடமில்லை காருண்யம் நிறைந்திருக்க தீய கருமாவுக்கு இடமில்லை நல்லறம் சூழ்ந்து இருக்க அல்லது சோழ மண்ணில் இடமில்லை மேலும் எலியும் பூனையும், புறாவும் கழுகும், கீரியும் பாம்பும், ஒற்றுமையாக சேர்ந்து வாழும் போது அதாவது எதிர்வினை உயிரினங்களே ஒன்று சேர்ந்து ஒரே கூட்டமாக வாழும் பொழுது. மனுநீதிச் சோழன் ஆட்சியில் எந்த குற்றமும் இல்லாமல் நீதியோடு தர்மத்தோடு ஆட்சி நடக்கும் போது திடீரென்று ஆராய்ச்சி மணி அடிக்க மன்னன் அடிவயிறு குலுங்கியது. என்ன நடந்தது என்று மந்திரியிடம் கேட்க பசுவின்

கன்றை உங்கள் மகன் செல்லும் தேர்ச் சக்கரத்தில் விழுந்து இறந்து விட்டது. அதற்காக தாய்ப் பசு ஆராய்ச்சி மணிஅடிக்கிறது என்று மந்திரிகள் சொல்ல மன்னனோ.

அழுக்கு குரல் ஓசை கேட்ட அந்தணர் போல(ப-79)

புலி முழக்கம் கெட்ட புல் வாய் போலவும்.(ப-79)

பெருங்காற்றால் அடி அடியற விழுந்த பனைமரம் போலவும்,(ப-79)

சாவியாப் போன தன் பயிரைக் கண்ட தரித்திரனைப் போல்.(ப-79)

வெந்த புண்ணில் வேலுருவியது போல்(ப-80)

நெருப்பில் விட்ட நெய்ய போல்(ப-80)

குள்ளனை கொண்டு ஆழம் பார்க்க வந்தது போல்.(ப-80)

பேயைத் தெய்வமென்று பிள்ளை வரும் கேட்க வந்த போலவும்(ப-80)

வீட்டின் வயலில் வெள்ளெருக்கு பூத்தது போல்.(ப-80)

என்று மனுச்நீதிச் சோழன் கன்று கதறி துடிதுடித்து இறந்ததைக் கண்டு தன்னுயிர் இறந்தது போல் மன்னன் துடித் துடித்து போன காட்சியை வள்ளல் பெருமான் உயிர் இரக்க பழமொழிகளோடு பதிவு செய்கிறார்.

மனுநீதிச் சோழன் உட்பிறவியில் செய்த பாவங்களில் பழமொழிகள்

மனுநீதிச் சோழன் கன்று இருந்ததை நினைத்து நினைத்து மனம் சோர்வடைந்து நான் அறநெடுகாமல் நீதியோடு ஆட்சி புரிகின்றேன் ஜீவகாருண்யத்தோடு வாழ்ந்து கொண்டிருக்கிறேன். இப்படி நல்லாட்சி தந்து நல்லாச்சி தந்துகொண்டிருக்கும் வேளையில். உட்பெருவில் ஏதோ பாவங்களை செய்து விட்டோமே என்று மனுநீதிச் சோழன் புலம்பும்போது.

"நல்லோர் மனத்தை நடுங்கச் செய்தேனோ!

நட்டாற்று கையை நழுவி விட்டேனோ! தானம்

கொடுப்பவரைத் தடுத்து நின்றேனோ!

ஏழைகள் வயிறை எரியச் செய்தேனோ!

தர்மம் பாராது தண்டஞ் செய்தேனோ! உயிர்க்கொலைச் செய்வோர்க்கு உபகாரம் செய்தேனோ!

களவு செய்வோருக்கு உளவு சொன்னேனோ! ஆசை காட்டி மோசம் செய்தேனோ!

வேலையையிட்டு கூலி கொரைத்தேனோ!

பசித்தோர் முகத்தை பாராதிருந்தேனோ!

இரப்போர்க்குப் பிச்சை இல்லை யென்றேனோ!

கோல் சொல்லி குடும்பம் குலைத்தேனோ!

குருவை வணங்க கூசி நின்றேனோ!

கன்றுக்கு பாலூட்டாது கட்டி வைத்தேனோ!

ஊன் சுவை உண்டு உடலை வளர்த்தேனோ!

வெயிலுக்கொதுங்கும் விருஷ மழித்தேனோ!" (ப-82)

என்று 43 பாவ செயல்களை செய்தேனோ என்று வள்ளலார் உயிர் இருக்க பழமொழிகளை பரிவோடு பதிவு செய்கிறார்.

மனு நீதிச்சோழன் அறிவுரைகள்

மந்திரிகள் மன்னனிடம் கன்றைக் கொன்றது பாவம் இல்லை அது தானாக வந்து மடிந்தது. அதனால் உம் மகனுக்கு வழங்கும் தண்டனையை திரும்பப் பெறு வேண்டும் என்று மந்திரங்கள் கேட்க அதற்கு மன்னனோ

பாய்மர சுற்றிலகப்பட்ட காக்கைப் போல்.(ப-88) பால் வேண்டி அழுகின்ற குழந்தைக்கு பழத்தை எதிர் வைத்து பராக்கு காட்டுவது போல் இருக்கின்றது .(ப-89) மலையை யெடுத்துண்டு வயிறு நோகின்றவனுக்கு சுக்கிடித்து கொடுத்தது சொஸ்தப் படுத்தவார்களோ(ப-89) என்று காரணம் கற்பிக்கிறீர்கள் நான் நீதியை நிலை நாட்டுபவன் என்று அரசன் கூறுவது போல் வள்ளலார் நேர்மையான பழமொழிகள் மூலம் உணர்த்துகிறார்.

மந்திரி கலா வல்லவன் புலம்பலில் பழமொழிகள்

தன் மகன் வீதிவிடங்கனுக்கு தண்டனையை நிறைவேற்றும் வண்ணம் மந்திரி கலாவல்லபனை அழைத்து.என் மகனே கொலை செய்துவிட்டு வரச் சொல்கிறார். அப்பொழுது மந்திரி ஏற்க மறுத்தும் அச்சத்திலும். கடுந்தவம் புரிந்து பெற்ற கவுத்துவ மணியைக் கடலிலெறிந்து விட்டு வா வென்றும். (ப-91)

பல நாள் வருந்தி வளர்த்த பஞ்சவர்ணக்கிளியே பருந்துக்கு இரையிட்டு வா வென்றும்.(ப-91) தவம் செய்து பெற்ற தேவாமுதத்தைச் சேற்றில் அழித்து வாவென்றும்.(ப-91) இருதலை கொள்ளிக்குள் அகப்பட்ட எறும்பு போலவும்.(ப-91) மந்திரி அச்சப்பட்டு துடிதுடித்து பழமொழிகளை பக்குவமாய் கூறி வீதிவிடங்கனுக்காக தன் உயிரையே விடுகிறான்.

அரசன் புலம்பலில் பழமொழிகள்

மந்திரி இறந்த செய்தியை கேட்ட மன்னனுக்கு. சோதனை மேல் சோதனை சோழ வம்சத்திற்கு வந்துவிட்டதே! என்று சோர்வுற்று இருக்கிறான். அப்பொழுது அளிந்த புண்ணில் அம்பு பட்டது போல்(ப-91) நீண்டெரியின் நெருப்பில் நெய் விடுவது போலவும் (ப-91) கொள்ளை கொண்டவனை விட்டு குறுக்கே வந்தவன் மேற் குற்றம் நாட்டியது போலவும்.(ப-91) கொண்ட மனையால் இருக்க கூலி வாங்க வந்தவளை தாலி வாங்க சொன்னது போலவும். மேலும் தாய் புலம்புகிற பொழுதுபாவியாகிய விதி என் பாக்கியத்தை அழித்தே (ப-93)என்று மன்னனும் தன் மனைவியும் அழுது புலம்புகிறார்கள்.

மக்களின் புலம்பலில் பழமொழிகள்

வீதி விடங்கள் தங்கத்தேரில் அழகாக பார்த்த மக்கள் அதற்குள் நம்மையெல்லாம் விதி அழ வைத்து விட்டதே என்று புலம்பும் பொழுது. நல்ல விதி நடுவே இருக்க கோணிய விதி குறுக்க வந்ததுபோல் என்று சொல்வதற்கு சரியாகியதே.(ப-94) கிணறு வெட்டப் போன இடத்தில் பூதம் புறப்பட்டது போல்.(ப-94) கடை கொள்ளைப் போகும்போது கள்ளன் எதிர்பட்டது போல்..(ப-94) என்று தன் இளவரசன் வீதிவிடகனுக்கா இத்தகு பழி வந்து சேர்ந்து

விட்டது என்று. மக்கள் புலம்பிப் புலம்பி தன் ஆற்றாமையை வெளிப்படுத்தினார்கள்.

முடிவுரை

மனுமுறை கண்ட வாசக மனிதர்களை நேர்மறையாக வாழ வழி செய்கிறது. எல்லா உயிர்களும் பொதுவானது எவ்வுயிருக்கும் துன்பம் தரக்கூடாது என்பதை நன்கு உணர்த்துகிறது. நீதியும் காருண்யத்தையும் இன்நூல் நமக்கு அறவகுப்பு எடுக்கிறது. அது மட்டுமல்லாமல் அன்பான, துன்பமான பழமொழிகள் படையெடுத்து வருவதை நம்மால் உணர முடிகிறது. புரட்சித்துறவி வள்ளலார் பழமொழிகள் மூலம் அனைத்து உயிர்கள் மீது பரிவு காட்டுவதை நன்கு உணர முடிகிறது. பழமையானதும் பாரம்பரியத்தை எடுத்துக் கூறுவதே பழமொழிகளின் நோக்கமாகும். அவற்றை புரட்சித்துறவி வள்ளலார் அவர்கள் ஏழைகளின் மீது இரக்கம் கொண்டதால் பாமர மக்கள் பயன்படுத்திய எளிய சொற்கள் நிறைந்த பழமொழிகளை நமக்கு பரிசாக தந்துள்ளார். மேலும் உயிர் நேயத்தையும் நமக்கு ஊட்டுகிறார். எனவே பழமொழியானது மனிதனை பண்படுத்தும் பக்குவப்படுத்தும். பட்டுப் போவது பழமொழி அல்ல மனிதனைப் பக்குவப்படுத்துவதே பழமொழியாகும்.

பயன்படுத்திய நூல்கள்

திரு அருட் பிரகாச வள்ளலார், திரு அருட்பா உரைநடைப் பகுதி, வருத்தமான பதிப்பகம். ஏ. ஆர்.ஆர். காம்ப்ளக்ஸ், 141, உஸ்மான் ரோடு, தியாகராய நகர், சென்னை 17.

சங்கம் நிறுவி சமத்துவம் வளர்த்த வள்ளலார்

மீ. செய்கு அப்துல் காதிர் மறைக்காயர்,
முனைவர்பட்ட ஆய்வாளர்,
புதுக்கல்லூரி, சென்னை.

திருவருட் பிரகாச வள்ளலார் என்று மக்களால் அன்புடன் அழைக்கப்பட்டவர் இராமலிங்க அடிகளார். இவர் அக்டோபர் 5ந் தேதி 1823-ம் ஆண்டு சிதம்பரத்தை அடுத்துள்ள மருதூரில் இராமையா - சின்னம்மாள் இணையருக்கு ஐந்தாவது மகனாக பிறந்தார். ஆன்மீக உலகில் மறுமலர்ச்சியுற்ற எண்ணங்களை விதைத்த இவரை ஓதாதுணர்ந்த அறிஞர், சமூக சீர்திருத்தவாதி, ஆன்மீகச் சொற்பொழிவாளர், நூலாசிரியர், பதிப்பாசிரியர், மொழி ஆய்வாளர், சித்த மருத்துவர், பொதுத் தொண்டாற்றியப் புனிதர் என பன்முகங்களைக் கொண்டவர். மேலும் வடலூர் ராமலிங்கம் என்றும் அறியப்பட்டுள்ளார். பேராசிரியர் முனைவர் மு.வரதராசன் அவர்கள் வள்ளலாரை "தமிழ்க் கவிதைக்குத் தெளிவும் எளிமையும் உருக்கமும் தந்து தமிழ் இலக்கிய வளர்ச்சியில் ஒரு திருப்பத்தை ஏற்படுத்திய பெருமை இராமலிங்கரையே சாரும்" என பறைச் சாற்றுகிறார். "அருட்பெருஞ்ஜோதி தனிப்பெருங் கருணை" என்ற தாரக மந்திரத்தினை தமிழ் நாடெங்கும் மணக்கச் செய்த இவர் சைவ சமயத்தில் பல்வேறு சீர்திருத்தங்களையும் சாதி சமய பாகுபாடுகளையும் தகர்த்தெறிந்ததோடு செந்தமிழின் சுவையறிந்து ஆன்மீக நெறியை சங்கத் தமிழில் செழித்தோங்கச் செய்தார். தாம் தமிழ்குடியில் பிறந்தவர் என்பதனால் மட்டும் அவர் தமிழ் மொழியை போற்றிப் புகழவில்லை, மாறாக அன்னைத் தமிழ் குறித்து அறிந்து ஆராய்ந்து பரம்பொருளாளனின் பண்புகளை பாரெங்கும் எடுத்துரைக்க தமிழ் மொழியை தனது கருவியாக எடுத்து அருளிச் செய்தார்.

நிலைத்து நிற்கும் நிறுவனங்கள்

அடிகளார், தம் பின்னாளில் விளங்கிய வடலூரில் நான்கு நிறுவனங்களை நிறுவினார். அவை இன்றளவும் சீரோடும் சிறப்போடும் நடைபெற்று வருகிறது.

*சமரச சுத்த சன்மார்க்க சங்கம் (1865)

*சமரச சுத்த சன்மார்க்க தருமசாலை (1865)

*சமரச சுத்த சன்மார்க்க சத்திய ஞான சபை (1872)

*சித்தி வளாகம் (1870)

முதல் மூன்றும் வடலூரில் ஒரே இடத்தில் அமையப்பட்டது. நான்காவது, வடலூர்க்குத் தெற்கே மூன்று மைல்கல் தொலைவில் மேட்டுக்குப்பம் என்னும் ஊரில் அமைந்துள்ளது. சிதம்பரம் ராமலிங்கம் அவர்களின் தம் வாழ்க்கையினை இரு பகுதியாக பிரிக்கலாம். ஒன்று சென்னை வாழ்க்கை மற்றொன்று வடலூர் வாழ்க்கை. தன்னுடைய இளமை பருவம் முதல் 25 ஆம் அகவை வரை சென்னையிலும், வடலூர் வாழ்க்கையோ வழிபாடு, பாடல் செய்தல், உபதேசஞ் செய்தல் எனப் பின்னர் காலம் முழுவதும் அமைந்திருந்தது.

சன்மார்க்க சங்கம்

1858 ஆம் ஆண்டு வடலூரை அடுத்த கருங்குழி வள்ளலாரின் உறைவிடமாயிற்று. தன்னுடைய பெரும் பணியாக சிதம்பரம் சென்று வழிபடுவதையும், பாமாலைகள் பாடிப் பரவுதையுமே அடிகள் வாழ்ந்து வந்தார். இந்நிலையில் தமது மார்க்கத்திற்கு ஒரு சங்கம் காண விரும்பினார்.

"தங்கமே அனையார் கூடியஞான
சமரச சுத்த சன்மார்க்கச்
சங்கமே கண்டுகளிக்கவும் சங்கம்
சார்திருக் கோயில்கண் டிடவும்
துங்கமே பெருஞ்சார் சங்கம் நீடூழி
துவங்கவும் சங்கத்தில் அடியேன்
அங்கமே குளிர நின்றனைப் பாடி
ஆடவும் இச்சைகாண் எந்தாய்."

சமரச சுத்த சன்மார்க்கச் சங்கம்

"சமரச சுத்த சன்மார்க்கச் சங்கத்தை நிறுவ இறைவனிடம் விண்ணப்பித்து 1865 - ல் கருங்குழியில் நிறுவினார். சங்கம் அமைப்பது புதியது அல்ல...மாறாக தமிழ் நாட்டில் ஆன்மீகத்திற் கென்றே முதன்முதலில் சங்கம் நிறுவியவர் வள்ளலாரே. வள்ளலாரின் தொலைநோக்கு சிந்தனை இதில் விளங்கும். காரணம், மடம் அமைக்காது சங்கம் அமைப்பதின் நோக்கம் என்ன? மடம் என்பது ஆடவர்களுக்கு மட்டுமே பொருந்தும் மாறாக சங்கம் பெண்டீர்க்கும் உரியது. இன்றளவும் நாடெங்கும் சன்மார்க்கச் சங்கத்திற்கு வள்ளலார் வித்தாக விளங்குகிறார்.

சத்திய தருமசாலை

தாம் இயற்றிய 'சீவகாருணிய ஒழுக்கம்' என்ற நூலின் அடிப்படையிலேயே வாழ்க்கையையும் அமைத்தார். அதன்படி சத்திய தருமசாலையை நிறுவினார். வள்ளலாரின் கொள்கைகளில் முதன்மையானது சீவகாருணியம். அதாவது அற்றார் அழிபசி தீர்த்தல், புலால் மறுத்தல் என இருவகையில் வற்புறுத்திக் கூறுவார். வள்ளலாரின் வாய்மொழியாக அமைந்த சீவகாருணிய ஒழுக்கமே கடவுள் வழிபாடு என்பதாகும். 23.05.1867 இல் சத்திய தருசாலையை வடலூரில் அடிக்கல் நாட்டுவதும் திறப்பு விழாவும் ஒரே நேரத்தில் நிகழ்ந்தன. சத்திய ஞான சபை : வள்ளலாரின் கொள்கை கடவுள் ஒருவரே. அவர் ஜோதி-ஒளி-வழிபட வேண்டும் என்பதே அவர் கூற்று. இறைவன் ஜோதி வடிவில் வழிபடுவதற்கென்றே வடலூரில் வள்ளலாரால் சத்திய ஞான சபை நிறுவப்பட்டது.

சித்தி வளாகம்

1870 இல் வள்ளலார் மேட்டுக்குப்பம் சென்றார்கள். அடிகள் தனித்துறைத்த இடமே சித்தி வளாகத் திருமாளிகை. சித்தி வளாகம் என்பது அடிகளே இட்ட பெயர். 30.01.1874 இல் சித்தி பெற்றது இங்கேயே. வள்ளலார் மேலும் பத்து நிறுவனங்களை நிறுவத் திட்டமிட்டார். ஏற்பாடுகளையும் செய்தார், ஆயினும் அவை நிறுவப் பெறாமலேயே நின்று போயின.

1. வைத்தியசாலை 2. சாஸ்திரச சாலை 3. உபகார சாலை 4. விருத்தி சாலை 5. உபாசனா சாலை 6. யோக சாலை 7. விவகார சாலை

மேற்கூறப்பட்ட ஏழும் நிறுவப்படவில்லை.

சன்மார்க்க போதினி (1867) சன்மார்க்க போதினி என்பது மும்மொழிப் பாடசாலை ஆகும். இதில் தமிழ், ஆரியம், ஆங்கிலம் மூன்றையும் சிறார்களுக்கும் முதியோர்களுக்கும் கற்பித்துக் கொடுப்பது இதன் நோக்கமாகும். தமிழ்நாட்டில் முதியோர் கல்வியை முதல் முதலில் அறிமுகம் செய்து வைத்தது வள்ளலாரையே சாரும்.

சமரச வேத பாடசாலை (1872)

சில காலம் இதில் பயின்று ஓரளவு பயிற்சி பெற்றபின் அவரவர்கள் பயிற்சிக்கும், குடும்பத்துக்கும் தக்கவாறு மாதந்தோறும் பொருளுதவி செய்யப் பெரும். குடும்பத்திற்குத் தக்கவாறு பொருளுதவி என்பது வள்ளலாருக்கே உரிய தனிப்பெருங்கருணைத் திருவுள்ளம். இப்பாடசாலை காலையும் மாலையும் இரண்டு இரண்டு மணி நேரம் நடைபெறும். நல்லறிவு, கடவுள் பக்தி, உயிர் இரக்கம், பொதுநோக்கம், திரிகரண அடக்கம் முதலியவை இப்பாடசாலையில் போதிக்கும் பயிற்சிகளாகும்.

சன்மார்க்க விவேக விருத்தி (1868)

வள்ளலார் அவர்கள் தன்னுடைய நிறுவனங்களுக்கும், திட்டங்களுக்கும் ஒரு பத்திரிகை பலம் வேண்டும் என எண்ணி 1867-ல் சன்மார்க்க விவேக விருத்தி என்று ஒரு மாத இதழை தொடங்கினார். அதற்கு அவரே முதற் கையொப்பக்காரர். சிதம்பரம் இராமலிங்கம், ரூபாய் ஒன்று எனத் தாமே தன் கையெழுத்தில் எழுதியுள்ளார். வேட்டவலம் ஜமீந்தாரிலிருந்து சிதம்பரம் அருணாசல பரதேசிவரை, வேங்கடேசய்யரிலிருந்து காதர் சாயபு வரை பலதரத்தார், பல சமயத்தார் கையொப்பமளித்துள்ளனர். சன்மார்க்க விவேக விருத்தி இதழ் தொடக்கத்தோடேயே நின்று போயின. 1967 முதல் முனைவர் தவத்திரு ஊரன் அடிகள் தொடங்கி நடத்தி வந்தார், பின்னர்

அதுவும் பொருள் உதவி இல்லாமல் தொடர முடியவில்லை. பின்னர் 2015-ல் மின்னிதழாக ச.மு.க. அறக்கட்டளை வெளியிட்டு வந்தனர்.

தமிழ் மற்றும் சமுதாயப் பணி

முருகன், இராமன், சிவன் என அனைத்து தெய்வங்கள் மீதும் பாக்கள் எழுதிய போதிலும் கடவுள் ஒருவரே என்றும், எவ்வுயிரும் தம்முயிர் போல எண்ணுதல் வேண்டும் என்றும், கோவில்களில் உயிர்ப் பலி கூடாது என்ற சமய சீர்திருத்தக் கொள்கையுடையவர். சாதி சமய வேற்றுமைகளையும் வழிபாட்டுச் சடங்குகளையும் மறுத்து, இறையை ஒளி வடிவாக வணங்கும் அருட்பெருஞ்சோதி வழிபாட்டை முன்வைத்தவர். தமது சமரச சுத்த கொள்கைக்காக தனிக் கொடி, தனிச் சபை என ஏற்படுத்திய வள்ளலார் 'வாடிய பயிரைக் கண்டபோதெல்லாம் வாடினேன்' என்று இவர் ஏற்றிய 'அணையா அடுப்பு' இன்றளவும் வடலூர் தரமசாலையில் மக்களின் பசியாற்றிக் கொண்டிருக்கிறது. இவர் எழுதிய திருவருட்பாவுக்கு எதிராக யாழ்ப்பாணம் ஆறுமுக நாவலர், அவரின் பாடல்களை மருட்பா என்று சொல்லி மறுக்க, இருவருக்கும்மிடையே, அருட்பா மருட்பா விவாதமும் நடந்துள்ளது.

வள்ளலாரும் பதிப்பும்

சென்னையில் வாழ்ந்த காலத்தில் ஒழிவில் ஒழுக்கம் (1851), தொண்ட மண்டல சதகம் (1855), சின்மய தீபிகை (1857), ஆகிய மூன்று நூல்களைப் பதிப்பித்துள்ளார். வள்ளலார் இளம் வயதிலிருந்தே சிறந்த ஞான நூல்களை ஆராய்ந்து பதிப்பிக்கும் ஆற்றலைப் பெற்று இருந்தார் என்பதனை இந்தப் பதிப்புகள் மூலம் நன்கு அறியலாம்.

தொண்ட மண்டல சதகம் (1855)

சென்னையில் வாழ்ந்த காலத்தில் 1855-ல் தொண்டை மண்டல சதக்கத்தை முதல் முறையாக தன்னுடைய 32 வது அகவையில் பதிப்பித்தார். இப்பதிப்பிற்கு காஞ்சிபுரம் மகாவித்துவான் சபாபதி முதலியார், புரசை அட்டாவதானம் சபாபதி முதலியார், புதுவை சுப்புராய முதலியார், விருத்தாசலம்

தியாகராஜ கவிராயர் ஆகிய நால்வரும் சற்றுக்கவிகள் அளித்துள்ளனர். தொண்ட மண்டல சதகம் = தொண்டன் மண்டலம் சதகம். இந்நூலில் மொத்தம் 101 அருட்பாடல்கள் உள்ளனர். ஒவ்வொரு பாடலின் கடைசி இரண்டு சொற்கள் தொண்டமண்டலமே என்று இடம்பெறுகிறது. சின்மய தீபிகை (1857) பெருமான் அவர்கள் தன்னுடைய 37 வது அகவையில் சென்னையில் வாழ்ந்த காலத்தில் 1857-ல் சின்மய தீபிகையை பதிப்பித்தார்கள். பெருமானார் கடைசி முறையாக அச்சிற் பதிப்பித்தது இந்த அரிய ஞான நூலைதான். 119 அருட்பாடல்கள் உடைய இந்நூல் வாழ்வியலை விளக்கி அருளியலை அடைய அருட்துணையாக விளங்குகின்றது. சின்மய தீபிகை என்பதற்குச் சிவஞானத்தை விளக்கும் அருள்விளக்கு என்று பொருள்படும்.

முடிவுரை

வள்ளலார் தன்னுடைய வாழ்நாளில் ஏறத்தாழ 6000 பாக்கள் படைத்துள்ளார். மேலும் வள்ளலாரை கவுரவிக்கும் வகையில் இந்திய மத்திய அரசு 2007-ல் இவருக்கு அஞ்சல் தலை வெளியிட்டது. இவருடைய காலத்தில் வாழ்ந்த பெருமக்களாக இருந்தவர்கள் காஞ்சிபுரம் மகாவித்துவான் சபாபதி முதலியார், திரிசிரபுரம் மகாவித்துவான் மீனாட்சி சுந்தரம் பிள்ளை, ஆறுமுக நாவலர், குலாம் காதிறு நாவலர், சிதம்பரம் சபாபதி முதலியார் போன்றோர்கள். சர்வ சமய சமரச சுத்த சன்மார்க்க சங்கத்தை நிறுவிய வள்ளலார் ஜனவரி 30, 1874 ஆம் ஆண்டு இவ்வுலகை விட்டு மறைந்தார்.

துணை நூற்பட்டியல்

1. தமிழ் வளர்த்த சான்றோர்கள் - நாஞ்சில் ஸ்ரீ விஷ்ணு

2. இராமலிங்க அடிகள் வரலாறு - ஊரன் அடிகள்

3. இராமலிங்க அடிகள் - டாக்டர். ந. சுப்பு ரெட்டியார்

வள்ளலார் வாழ்வும் வாக்கும்

கவியருவி ச. குமரவேல்,
தான்யா ஆவாஸ்,குடில் எண். 73,
2 வது குறுக்குத்தெரு, சன்பீம் நகர்,
டிவிஎஸ் முதன்மைச் சாலை,
நஞ்சாபுரம், ஓசூர் 635 109.
அலைப்பேசி : +91 88709 18797 மின்னஞ்சல்: ...
kumaravel.sambandam.neel@gmail.com
வலைப்பூ: https://hosur-kumaravel.blogspot.com
ORCID Id: https://orcid.org/0009-0009-3115-2967

ஆய்வுச் சுருக்கம் : வாழ்வு-பொருள்-வாக்கு பொருள்-விளக்கம்.

குறிச்சொற்கள் சத்திய ஞான சபை, அருட்பெருஞ்சோதி, சமரச சன்மார்க்க சபை, ஞானதீபம், இராமலிங்க அடிகளார், வள்ளலார், திருமுறை, திருவருட்பா.

முன்னுரை

"ஆசை அறுமின்கள் ஆசை அறுமின்கள் ஈசனோடு ஆயினும் ஆசை அறுமின்கள் ஆசைப் படப் பட ஆய் வரும் துன்பங்கள் ஆசை விட விட ஆனந்தமாமே." (திரு மந்திரம்-2615). இதனை வடலூரில் சத்திய ஞான சபையில், ஞான தீபமேற்றிய சோதியில் கலந்த, இறையருட் செல்வர் வள்ளலார், "அன்பெனும் பிடியுள் அகப்படும் மலையே, அன்பெனும் குடில்புகும் அரசே, அன்பெனும் வலைக்குட் படும்பரம் பொருளே, அன்பெனும் கரத்தமர் அமுதே............" என்ற (திருவருட்பா-3269) பாடல் வரிகளால், அவாவினை அகற்றி, அனைவரிடத்தும் அன்பு கொள்வதன் மேன்மையை - முக்கியத்தை நயம்பட

விவரிக்கின்றார். சைவ நெறியாளர், அன்பெனும் கடை விரித்தேன் கொள்வாரில்லை என்று மனம் வருந்தினார்.

வாழ்வு

மனம், வாக்கு, காயம் ஆகிய மூன்றிலும் ஒருவன் தூயவனாக இருக்க வேண்டும். வாழ்க்கை என்பது மனிதனின் சிந்தனை, எண்ண ஓட்டம், ஒழுக்கம், கருணை, நேர்மை, போன்ற குணங்களால் ஆளப்பெற்று அன்பினாலும் அறத்தாலும் கட்டமைக்கப் பெற்ற வேள்வி ஆகும். சுரோணிதத்தாலும் சுக்கிலத்தாலும் உருவாகும் மனித உடல் ஆன்மாவின் துணையுடன் செயலாற்றல் பெறுகிறது. பிறப்பு, இறப்பு இரண்டிற்கும் இடைப்பட்ட தவத்தின் - வாழ்வியலின் தேடுதல் சரியை, கிரியை, ஞானம் ஆகிய மார்க்கங்களைக் கடந்து, உடலிலுள்ள சக்கரங்கள் (மூலாதாரம், சுவாதிட்டானம், மணிபூரகம், அனாகதம், விசுத்தி, ஆஞ்ஞை, துரியம்) வழியில் முக்தி எனும் ஆன்ம நிலையை அடைகிறது. இத்தத்துவத்தை அடிப்படையாகக் கொண்டு, சமயங்களைக் கடந்த, சத்துவ குணம் கொண்ட சமரச சன்மார்க்க நெறிதனை தோற்றுவித்த இராமலிங்க அடிகளார், (5.10.1823 30.01.1874) வாழ்வியால் நெறியாக ஒழுக்கமாக தொலை நோக்குப் பார்வை கொண்ட பத்து கட்டளைகளை தரணி உய்ய பாமரனும் உணரும் வண்ணம் அருளியுள்ளார். 1) இயற்கை எய்தியவர் உடல் எரிதழல் கொள்ளாமல், சமாதியில் அடக்கம் செய்யப் படவேண்டும். 2) ஒவ்வொரு நற்செயலும் சமுதாய நோக்கில் கையாளப் படவேண்டும். 3) உயிர்க் கொலை எனும் பாவம் கர்மாவாகும். 4) கொல்லாமை உகந்தது போற்றத்தக்கது. 5) தெய்வ வழிபாடு பெயரில் உயிர்ப்பலி நிகழ்வு அறவே கூடாது. 6) பசி எனும் பிணியினை சமமான நோக்குடன் அகற்ற வேண்டும். 7) புலால் மறுத்தல் பண்பு முதன்மையானது. 8) இறைவன் ஒருவனே, அவன் அருட்பெருஞ் சோதியாய் ஒளிர்பவன். 9) இன, மத, சாதி, மொழி பேதங்கள் ஏற்புடையதல்ல. 10) அனைத்து சமய நிலைப் பாட்டினையும் நெறிகளையும் நேர் கொண்ட நோக்குடன் ஏற்றுக்கொள்ள வேண்டும். வாடிய பயிரைக் கண்டு வாடிய வள்ளலார், இறையை மன மாசுகளை - மலங்களைக் களையும்

கருவியெனும் அணையா சோதிப் பிழம்பை வடலூரில் உருவாக்கினார். அவர் அருளிய நெறிதனை நம் முன்னோர் அனைவரும் செயல் முறைப் படுத்தி, போற்றி பின்பற்றி வாழ்வில் மேன்மை காணுகின்றனர். கள்ளுண்ணாமை, தீவினைக்கு அஞ்சுதல், அழுக்காறு, அவா வெகுளி, இன்னாசொல் உள்ளடக்கிய பொய், களவு, காமம் போன்ற தீய குணங்களை, எண்ணங்களைத் தவிர்த்து, ஆட்சித்திறம், நல்லிணக்கம், கருணை, ஒப்புரவு, இறையின்ப நிறைவு, விருந்தோம்பல் போன்ற நற்பண்புகளை அவற்றின் முக்கியத்துவத்தினை சிறப்பை, வள்ளலாரும் நயம்பட திருவருட்பாவில் கூறியுள்ளார்.

அனைத்து உயிர்களையும் தம்முயிர் போல் கருதி, வாழ்க்கை அன்பு மயமானது என்ற அறத்தினை ஆறாம் திருமுறையில் "எத்துணையும் பேதமுறாது எவ்வுயிரும் தம்முயிர்போல எண்ணி உள்ளே ஒத்துரிமை உடையவராய் உவக்கின்றார் யாவரவர் உளந்தான் சுத்த சித்துருவாய் ....அடிக்கேவல் புரிந்திட என் சிந்தைமிக விழைந்ததாலோ." (திருவருட்பா - 5295) என்கிறார் பன்முக வித்தகர். இவர் இறைவனிடம் வேண்டுவதாவது, "அப்பா-அத்தா நான் வேண்டுதல் கேட்டருள் புரிதல் வேண்டும் ஆருயிர்கட் கெல்லாம் நான் அன்பு செய்ய வேண்டும்" (ஆறாம் திருமுறை: பதிகம்-21) என இறைஞ்சுகின்றார். "ஒருமையில் உலகம் எல்லாம் ஓங்குக" என்பதை, "ஒத்தாரும் உயர்ந்தாரும் தாழ்ந்தாரும் எவரும் ஒருமையுளர் ஆகிஉல கியல் நடத்தல் வேண்டும் (திருவருட்பா 4082). ஆன்மநேய ஒருமைப்பாட்டுடன் அனைவரையும் அணுகவேண்டும் என்பது இவரது தாரக மந்திரம். சுமார் ஆயிரம் நூற்றாண்டுகளுக்கு முன் வாழ்ந்த சைவக் குரவர் மாணிக்க வாசகரை தனது மானசீக ஆசானாக ஏற்றுக் கொண்டு, அவர் கூறிய வாழ்வியல் நெறிமுறைகளை இக்காலத்திற்கு ஏற்றவாறு தனது பாடல்களில் தெளிவுபடுத்தியுள்ளார். ஆணும் பெண்ணும் சமம் என்பதை, "பெண்ணினுள் ஆணும் ஆணினுள் பெண்ணும் அண்ணுற வகுத்த அருட்பெருஞ்சோதி" (அகவல்-703) என்கிறார். மகளிர் முன்னேற்றத்திற்காக கூறியுள்ள கருத்துக்கள், "பெண்களுக்கு பேதமற்று அபேதமாய்ப் படிப்பு முதலியவற்றைச் சொல்லிக் கொடுக்க வேண்டும்" என்பதாம். பன்மொழி பயிலல்

மேன்மை தரும் என்பது இவரின் அனுபவம். முதன் முதலில் முதியோர் நல்வாழ்வு தொண்டினை வேள்வியை தவத்தை தொடங்கியவர் அடிகளார்.

"ஒருமையுடன் நினது திருமலரடி நினைக்கின்ற உத்தமர் தம் உறவு ....பெருமை பெறு நினதுபுகழ் பேசவேண்டும் பொய்மை பேசாதிருக்க வேண்டும்" *(திருவருட்பா: தெய்வமணி மாலை-8).* நல்லறிவும், நல்லுறவும், நற்சிந்தனையும் வாழ்க்கையை வசந்தமாக்கும் என்பது இவர் கூற்று. சமணம் இயம்புவது போல், உணவு, மருந்து, கல்வி, அடைக்கலம் போன்ற தானங்கள் செய்ய வேண்டும் எனும் கருத்தினை, ".........பட்டினி யுற்றார் பசித்தனர் களையால் பரிதவிக் கின்றன ரென்றே ஒட்டிய பிறரால் கேட்டபோ தெல்லாம் உள்ளம் பகீரென நடுக்குற்றேன் ...." (திருவருட்பா-***3431)*** என்று பாமரர் எதிர்கொள்ளும் இன்னல் கண்டு மனம் நோகின்றார்.

ஔவையார் கூற்றுப்படி, பசிவந்திடப் பத்தும் பறந்து போ(கு)ம், (மானம், குலம், கல்வி, வண்மை, அறிவுடைமை, தானம், தவம், முயார்ச்சி, தாளாண்மை, காமம்) என்பதைக் கண்கூடாக உணர்ந்தவர் இவர். இதன் வெளிப்பாடாக, வடலூரில் உருவாக்கிய அணையா அடுப்பு, ***23.05.1867*** முதல் தொடர்ந்து பசிப்பிணி எனும் அல்லல் அறுத்து தர்ம நெறிகளைப் பின்பற்றி இயங்கிக் கொண்டிருக்கின்றது. இன்றும் பசிப்பிணி எனும் நோய் வடலூர் மட்டுமின்றி, பல இடங்களில் வாழும் சமரச சன்மார்க்க மடங்களால் அகற்றப்பட்டு வருகின்றது. அருட்பிரகாச வள்ளலார் தொடங்கிய மருத்துவ உதவி, ஞான பீடங்கள், கல்விக்கூடங்கள் இடையறாது தன்னார்வத் தொண்டர்களால் வழி வழியாக செவ்வனே தமது பணிகளைச் செய்து கொண்டிருக்கின்றன.

இன, மொழி, சாதி, மத பேதங்களைக் கடந்தது அருட்பெருஞ்சோதி. சாதியையும் மதமும் சமயமும் பொய்என ஆதியில் உணர்த்திய அருட்பெருஞ்சோதி *(ஆறாம் திருமறை: அகவல்-212).* எல்லா மதங்கள் கூறும் உண்மை ஒன்றே. அது ஞான தீபம் என்கிறார்.

வாக்கு

உறுதி மொழிதல் : “போக மாட்டேன் பிறரிடத்தே பொய்யிற் கிடந்து புலர்ந்து மனம் வேக மாட்டேன்...... பொய்யுலகன் ஆக மாட்டேன்...... தீ மொழிகள் சொல்ல மாட்டேன்........பிறஉயிரைக் கொல்ல மாட்டேன் கனவிலும்........” (ஆறாம் திருமறை:29). அழுக்காறு, அவா, வெகுளி, இன்னாசொல் தவிர்ப்பேன் என்கிறார். அனுதினமும் ஆன்றோரைத் தொழுது, உலகம் உய்ய நம்மைப் படைத்த இறைவனைப் போற்றி, இசைத்து, பாடி, வழிபட்டு உயிர்களிடத்தில் அன்பு செலுத்தி, ஒழுக்க நெறியுடன் மெய்யறிவைப் பேணி வளமுடன் வாழ உறுதி பூண வேண்டும் என்கிறார் கவிஞர் அருட்பிரகாச வள்ளலார். “சற்சபைக் குரியார் தம்மொடும்கூடித் தனித்தபேர் அன்புமெய் அறிவும் நற்சபைக் குரிய ஒழுக்கமும் அழியா நல்லமெய் வாழ்க்கையும் பெற்றே சிற்சபை நடமும் பொற்சபை நடமும் தினந்தொறும் பாடிநின் றாடித் தொற்சபை உலகத் துயிர்கெலாம் இன்பம் செய்வதென் இச்சையாம் எந்தாய்” (திருவருட்பா -3401). யாவர்க்கும் நலம் தரும் கொள்கைகளை மேற்கொண்டு தொண்டு புரிய வேண்டும் என்கிறார். தனித்த பேரன்பும், மெய்யறிவும் நற்சபைக்குரிய ஒழுக்கமும், அழியா நல்ல மெய் வாழ்க்கையும் பெற்று உய்ய வேண்டும் என்பது இவரின் குறிக்கோள். சமூக முன்னேற்றத்திற்காக வள்ளலார் கூறும் புரட்சிகரமான கருத்துகள் உறுதிமொழியாக ஏற்புடையன ஆகும்.1. இறைவன் ஒருவன் என மக்கள் உணரும்படி விழிப்புணர்வு உருவாக்க முற்படவேண்டும். 2.சாதிப் பாகுபாடுகளை வேரறுத்து களைய வேண்டும். 3. இந்து சமயத்தினரிடம் பரவியுள்ள அனைத்து வேற்றுமைகளையும் களைந்து சகோதரத்துவமும் சமத்துவமும் மலரச் செய்ய வேண்டும். 4. இந்துமத வேதங்களைத் தாமே பயின்று பொருளுணர்ந்து, பயின்ற கருத்துக்களை தொலை நோக்குப் பார்வையுடன் அலசி ஆராய்ந்து வேதங்களின் மாண்பைப் போற்றி அதன் வழியில் நடந்திட வேண்டும். மூடநம்பிக்கையினை ஒழித்திடப் பாடுபட வேண்டும். 5. பெண்ணடிமை அகற்றி, ஆணும் பெண்ணும் சமம் எனும் சூழலை உருவாக்க வேண்டும். 6. வேற்றுமையில் ஒற்றுமையை வளர்க்க வேண்டும்.

ஒளவையார் ஆத்திச்சூடி-29 இல் கூறியது போல், 'இளமையில் கல்' கருப்பொருளுக்கு ஏற்றவாறு, இன்றைய தலைமுறையினரின் மனதில் பதிப்பிக்க வேண்டிய கருத்துகளாக வள்ளலார் கூறுவது : 1. நல்லோரைப் போற்றிடு. 2. தான தர்ம சிந்தனையை வளர்த்திடு. 3. நட்பின் இலக்கணம் நன்மை பயக்கும். 4. வறியவர் என்றும் மெலியவர் மீது அன்பு கொண்டு தழுவிக் காத்திடு. 5. பொருளாசை அகற்றி உண்மை புகழ்ந்திடு. 6. உண்டி கொடுத்திடு - அன்னதானம் உகந்தது. 7. இரப்போர்க்கு அகமகிழ்ந்து இனிது செய். 8. ஆசானைத் தொழுதிடு. 9. மரம் வளர்த்து பசுமைப் புரட்சி செய். 10. தாய்மொழி தன்னிகரற்றது தழைக்கச்செய் வளமாக்கு. 11. உருவுகண்டு எள்ளாது உதவி செய்திடு. 12. எவ்வுயிரையும் தம்முயிர் போல் எண்ணுதல் நன்று.

முடிவுரை

வள்ளலார் அருளிய 5818 பாடல்களைக் கொண்ட திருவருட்பா, பன்னிரு திருமுறைகளில் ஆறு திருமுறைகளாக வலம் வந்து ஆன்மீக நெறிகளைப் பரப்பிக் கொண்டிருக்கின்றது.

துணை நூற்பட்டியல் :

தொகுப்பு நூல் - ஒப்பிலக்கிய நோக்கில் வள்ளலார் முத்தமிழ்ப் பேரவை வெளியீடு-2, பிராவிதென்சு மகளிர் கல்லூரி, குன்னூர்-4. நீலகிரி. சிச்டெக்சு பதிப்பகம், சிவகாசி.

சான்றெண் விளக்கம் :

திருமந்திரம்-2615, திருவருட்பா:3269, 5295, 3431, 3401, ஆறாம் திருமுறை:பதிகம்: 21, 29, அகவல்-703, திருவருட்பா: தெய்வமணிமாலை-8, ஆறாம் திருமறை:அகவல்-212, ஆத்திச்சூடி-29,

பின்னிணைப்புகள் :

விக்கி பீடியா வலைப்பக்கம்.

நன்மார்க்கம் தரும் சன்மார்க்கம்

முனைவர் கே. இரா. கமலாமுருகன்
உதவிப்பேராசிரியர் தமிழ்த்துறை
இராணிமேரி கல்லூரி (தன்னாட்சி)
அலைபேசி : 9790837739

உலகில் உள்ள அனைவரின் ஆவலும் தேடுவது பெரும்பாலும் "தாமின் புறுவது உலகின் புறக்கண்டு காமுறுவர் கற்றறிந்தார்" என்றதான வள்ளுவனின் நெறியினையே ஆகும். அன்பின் வழியதான உயிர்நிலையினை என்றென்றும் நன்னெறியில் செலுத்திட வேண்டும். அதற்குரிய பல்வேறு நன்னெறிகளை காலந்தோறும் எடுத்துரைக்கும் வகையில் சான்றோர்கள் தோன்றி எடுத்துரைப்பதுடன் அருளாளர்கள் தோன்றி தாமே முன்னின்று வழிகாட்டி வாழ வைத்திட முனைகின்ற சூழல்கள் இந்தியாவில் குறிப்பாக தமிழகத்தில் மிகுதியும் உள்ளது. அவ்வகையில் புரட்சித்துறவியாக தோன்றிய வள்ளலார் காட்டிய சன்மார்க்கத்தின் நன்னெறியினை எடுத்துரைப்பதாக இக்கட்டுரை அமைகின்றது.

சன்மார்க்கம்

வள்ளலார் தம் அனுபவ ஞானத்தில் இறைவன் ஒருவன் என்பதனையும் அவனது ஒளிவடிவமே அனைவருக்குமான பொதுநிலை வழிபாட்டுக்குரிய வடிவம் என்பதனை உணர்ந்து எடுத்துரைத்து

"தெய்வங்கள் பலபல சிந்தை செய்வாரும்
சேர்கதி பலபல செப்பகின்றாரும்
பொய்வந்த கலை பல புகன்றிவாரும்
பொய்ச் சமயாதியை மெச்சுகின்றாரும்
மெய் வந்த திருவருள் விளக்கம் ஒன்றில்லார்

மேல் விளைவு அறிகிலர் வீண் கழிக்கின்றார்
எம்வந்த துன்பொழித் தவர்க்கறிவு அருள்வீர்
எனைப் பள்ளி எழுப்பி மெய் இன்பந் தந்தீரே"
(திரு. 12. பதி-1 பா.11)

என்ற பாடல் மூலம் பல்வகையான சமயநெறிகளில் சங்கடத்தின் பாதைகள் அதிகம் என்பதனை எடுத்துரைக்கின்றார். காரணம் சமயம் மதம் ஆகிய இரண்டிலும் நம்பிக்கை வைத்து அதற்கு தொடர்புடைய வேத ஆகமங்கள் புராண இதிகாசங்கள் ஆசாரங்கள் சாத்திரங்கள் ஆகிய அனைத்தினையும் போற்றுவதை வள்ளலார் ஏற்க மறுத்தமையே சன்மார்க்க நெறி தோன்றவும் காரணமாகிறது எனலாம். எனவே இந்நெறி காண 'இறைவன் ஒருவனே என்னும் தூயநெறி காண "ஒருவன் என்றும் ஒருவன் காண்க" (திருவாசகம் - திருவண்டபகுதி) என்று கூறும் மாணிக்கவாசகர் வாக்கினையும் "ஒன்றே குலம் ஒருவனே தேவன்" (திருமந்திரம் - 104) என்ற திருமூலரின் வாக்கினையும் உணர்ந்து இறைவனை ஒளிவழிபாட்டில் ஏற்கும் உள்ள நெறிகண்டு

"உருவராகியும் அருவராகியும்
உரு அருவினராயும் ஒருவரே உளர் கடவுள்"
(திருவருட்பா 10)

என்ற நிலையினை உணர்ந்து

"தனிப்பெருஞ்சுடர்" (திருவருட்பா-11)

"விரும்பி என் உளத்தே
இடங்கொண்டு விளங்கும்
விளக்கு" (திருவருட்பா-11)

என்றும் உணர்ந்து எடுத்துரைத்து சமரச சுத்த சத்திய ஞான சபையினை உருவாக்கி சன்மார்க்க நெறி பரவுகின்றார். ஒளிவழிபாடு என்பதுவே தமிழரின் பழம்பெரும் - வழிபாட்டு நெறி என்பதும் யாவரும் உணர்ந்தமையே ஆகும். சான்றாக தொல்காப்பியம்

"கொடி நிலை கந்தழ வள்ளி என்ற
வடு நீங்கு சிறப்பின் முதலான மூன்றும்
கடவுள் வாழ்த்தொடு கண்ணிய வருமே" (தொல்காப்பியம்)

என்று சுட்டுவதும் திருமுருகாற்றுப்படை

"உலகம் உவப்ப வலன் ஏர்பு திரிதரு
பலர் புகழ் ஞாயிறு" (திருமுருகாற்றுப்படை) என்பதும்

"ஞாயிறு போற்றும் ஞாயிறுபோற்றும்"   (சிலப்பதிகாரம்)
என்பதும்

"அலகில் சோதியன் அம்பலத்தாடுவான்" (பெரியபுராணம்)
என்பதும்

"ஆதியந்தமும் இல்லா அருட்பெருஞ்சோதி" (திருவாசகம்)
என்பதும்

போன்ற பல பாடல்கள் ஒளிவழிபாட்டினை எடுத்துணர்த்துகின்றன.

சுத்த சன்மார்க்கம் சேரும் நெறிகள்

மண்ணாசை பெண்ணாசை பொன்னாசை தவிர்த்து கொழுப்புச்சத்து உணவுகளை நீக்கி எல்லா உயிர்களையும் தன்னுயிர்போல் பாவித்து போற்றும் உணர்வு உடையவர்களாய் வாழுதல் சன்மார்க்கம் சேரும் முக்கிய நெறியாகும். எனவே விரும்பி வந்து சேருங்கள் மானிடரே என்பதனையும்

"ஆடாதீர் சற்று மசையாதீர் வேறொன்றை
நாடாதீர் பொய்யுலகை நம்பாதீர் - வாடாதீர்
சன்மார்க்க சங்கத்தைச் சார்வீர்"   (திருவருட்பா)

என்று அழைக்கின்றார். சன்மார்க்கம் என்பது ஜீவனை உய்விக்கும் சத்தியமார்க்கம். நன்மார்க்கம் தரும் சன்மார்க்கம் **"என் மார்க்கம் இறப்பைக்கொழிக்கும் சன்மார்க்கம்"** என்று கூறி மக்களை அழைப்பதன் நோக்கம் எல்லோரும் மரணமிலாப் பெருவாழ்வு வாழ வேண்டும் என்பது மட்டுமல்ல எல்லோரும் சம உயிர்களை நேசிக்கும் மனிதர்களாக வாழ வேண்டும் என்பதுதான். சோதி வழிபாட்டின் நோக்கமும் அதுதான். எவ்வகையான பேதங்களும் சண்டை சச்சரவுகளும் இன்றி மக்கள் வாழ வழிகாட்டுவதே சன்மார்க்கம்.

**"சாதியிலே மதங்களிலே சமய நெறிகளிலே
சாத்திரச் சந்தடிகளிலே கோத்திரச் சண்டையிலே
ஆதியிலே அபிமானித்து அலைகின்ற உலகீரே"**

என்று விளித்தேத் தம் சன்மார்க்கம் கூறுகின்றார். தான் உணர்ந்தபின்னரே கூறுவதனையே

**"சாதியும் மதமும் சமயமும் பொய்யென
ஆதியிலே உணர்த்திய அருட்பெருஞ்சோதி"- (திருவருட்பா)**

என்று தெளிவாகக் கூறுகின்றார். எனவேதான் நீங்கள் செய்யுங்கள் என்று கூறும் முன்னர் தானே தனக்குரியதாக

**"அப்பா நான் வேண்டுதல் கேட்டருள் புரிதல் வேண்டும்
ஆருயிர்கட் கெல்லாம் நான் அன்பு செயல் வேண்டும்**

என்று வேண்டுகின்றார். தான் ஏன் இதனை மற்றவர்களுக்குக் கூற வேண்டும் என்றால் தன்னை இறைவன் படைத்தமை அதற்கே என்பதனையும்

**"அகத்தே கறுத்துப் புறத்தே வெறுத்திருந்த
உலகர் அனைவரையும்
சகத்தே திருத்திச் சன்மார்க்க சங்கத்(து)
அடைவித் திட அவரும்
இகத்தே பரத்தைப் பெற்று மகிழ்ந்திட
தற்கென்றே எனை இந்த
உலகத்தை இறைவன் வருவிக்க உள்ளேன்"
(ஆறாந்திருமுறை 1273)**

என்று பாடுகின்றார். ஞானிகள் கண்ட நால்வகை நெறிகளாகிய தாசமார்க்கம் சர்ப்புத்திர மார்க்கம் சகமார்க்கம் சன்மார்க்கம் என்பதனுள் ஞானத்தின் ஞானமான சன்மார்க்கம் சிறப்புடையது என்று வள்ளலார் உணர்ந்து தெளிந்து பிறர்க்கும் உணர்த்துகின்றார்.

**"மார்க்கம் எலாம் ஒன்றாகும் மா நிலத்தீர் வாய்ப்பை இது
தூக்கம் எலாம் நீக்கித் துணிந்துளத்தே ஏக்கம்விட்டுச்
சன்மார்க்க சங்கத்தைச் சார்ந்த திருமின் சத்தியம் நீர்
நன்மார்க்கம் சேர்வீர் இந்நாள்" (ஆறாம் திருமுறை 152)**

என்று எடுத்துரைக்கின்றார். இந்த சன்மார்க்க சங்கத்தின் சிறப்பினை ம.பொ. சிவஞானம் அவர்கள் தம் நூலில்

"தமிழகத்தில் வரலாற்றிலே முதன்முதலில் தோன்றிய சமய சமூக சீர்திருத்த அமைப்பு வள்ளலார் துவங்கிய சமரச சன்மார்க்க சங்கமே ஆகும். பிற மதங்களைப்போல தானும் ஒரு மதமாக இச்சங்கம் தோன்றவில்லை. மதங்களற்ற ஒரு சன்மார்க்கச் சமுதாயத்தை தோற்றுவிப்பதற்கான சேவா சங்கம் தோன்றியது" (வள்ளலார் கண்ட ஒருமைப்பாடு. ப. 169 ம.பொ.சி) என்று எடுத்துரைக்கின்றார்.

நிறைவுரை

இன்று நாம் வாழும் பல்வேறு சிக்கல்களும் சுயநலமும் கலந்த உலகில் நமக்குத்தேவை சமரசம் சமுதர்மம் சமஉணர்வு இதன் அடிப்படையான அன்பு இவற்றைக் கண்டு யாவரும் உய்ந்திட சமரசுத்த சன்மார்க்கம் தரும் நன்மார்க்கம் பெற்று வள்ளலார் காட்டிய நெறியில் வாழாமல் உயிரி ஏக்கத்துடன் வள்ளலாராய் வாழ முற்படுவோம்.

வள்ளலார் பார்வையில் மாணிக்கவாசகர்

முனைவர் இரா. வள்ளி
உதவிப் பேராசிரியர், தமிழ்த்துறை
ஸ்ரீமத் சிவஞான பாலய சுவாமிகள்,
தமிழ் கலை அறிவியல் கல்லூரி
மயிலம் 604 304
அலைப்பேசி : 9486416800 மின்னஞ்சல் : Valli23111980@gmail.com

ஆய்வுச் சுருக்கம்

எல்லாம் வல்ல பரம்பொருளாகிய சிவபெருமான் உயிர்களிடம் கொண்டுள்ள கருணையினால் அருள்வடிவம் தாங்கித் திருக்கோயில்களில் காட்சி தருகிறார். அப்பெருமானது அருளை வியந்து பாடிய அருளாளர்களுள் சமயக்குரவர் நால்வர் குறிப்பிடத்தக்கவர். உலகத்திற்கே உயர்கருணையைப் போதித்த வள்ளல்பெருமான் சமயக் குரவர்களுள் மாணிக்கவாசகரைப் போற்றிப்பாடிய ஆளுடைய அடிகள் அருள்மாலை எனும் பகுதி ஆய்வுப் பொருண்மையாக அமைகிறது.

கருச்சொற்கள்

கருவெளி, அண்டம், சின்மயம், சதுரர், சேமம்.

முன்னுரை

பாருக்குள்ளே நல்ல நாடு நம் பாரத மணித் திருநாடு எனப் போற்றப்பெறும் பாரத தேசத்துள் வந்தாரை வாழவைக்கும் வளமுடையது தமிழகம். கடலூர் மாவட்டம் மருதூரில் 19 ஆம் நூற்றாண்டில் அவதரித்தவர் வள்ளலார். இராமலிங்கம் எனும் இயற்பெயர் கொண்ட இவர் பசித்திரு! தனித்திரு! விழித்திரு! எனும் உபதேசங்களை மானுடத்திற்குக் கூறி வழிகாட்டியவர்.

அருட்பெருஞ்சோதி தனிப்பெருங் கருணை எனும் தாரக மந்திரத்தைக் கூறி மக்கள் மனதில் சீவ சோதியாய் வாழ்ந்து கொண்டிருக்கும் வள்ளலார் அருளிய ஆறு திருமுறைகள் தொகுக்கப்பட்டு திருவருட்பா என வழங்கப்படுகிறது. இந்நூலுள் ஐந்தாம் திருமுறையில் சமயக்குரவர் நால்வரையும் போற்றி 41 பாடல்கள் பாடப்பெற்றுள்ளன. சன்மார்க்க நெறி நின்று திருவாசகத்தை அருளிய மாணிக்கவாசகரை வள்ளலார் போற்றும் பாங்கினை இக்கட்டுரை முன்வைக்கிறது.

சரியை, கிரியை, யோகம், ஞானம் எனும் நான்கு வழிகளில் ஞானம் எனும் சன்மார்க்கம் மாணிக்கவாசகரோடு தொடர்புடையது. ஞானம் ஒன்றே முக்திக்கு ஏது எனப் பாடிய நல்லாற்றூர் சிவப்பிரகாசர்.

> "பெருந்துறை புகுந்து பேரின்ப வெள்ளம்
> மூழ்கிய புனிதன் மொழிந்த வாசகமே
> வாசகம் அதற்கு வாச்சியம்
> தூசகல் அல்குல் வேய்த்தோள் இடத்தவனே"
>
> (நால். நான். பா.8)

எனப்பாடி திருவாசகத்தின் பொருள் நடராசப் பெருமானே என்று நயம்பட உரைக்கின்றார்.

திருஞானசம்பந்தரை சற்குருவாகவும், திருநாவுக்கரசரைத் தெய்வமாகவும், சுந்தரரைப் பெருந்தகையாகவும் ஏற்றுக் கொண்ட வள்ளல்பெருமான் மாணிக்கவாசகரைத் தமக்கு வழிகாட்டும் துறவியாக ஏற்றுக் கொண்டு தரவு கொச்சகக் கலிப்பாவில் ஆளுடைய அடிகள் அருள்மாலையைப் பாடிப் பரவுகின்றார்.

நாலுபேர் சென்ற வழியிலே செல் என்பதற்கேற்ப சமயக்குரவர் நால்வரையும் ஒருசேர அமைத்துப் பாடிய வள்ளலார், மூன்றாம் திருமுறையில் இறைவனது திருவடிப் புகழ்ச்சியைப் பாடுமிடத்து நால்வர் பாக்களைப் பின்வருமாறு புகழ்ந்துரைக்கிறார்.

எம்பந்தம் அற எமது சம்பந்த வள்ளல் மொழி இயல்மணம்
மணக்கும் பதம்
ஈவரசர் எம்முடைய நாவரசர் சொல்பதிக இசை பரிமளிக்கும் பதம்

ஏவலார் புகழ்எமது நாவலாரூரர்புகல் இசை திருப்பாட்டுப்பதம்
ஏதவூர் தங்காத வாதவூர் எங்கோவின் இன்சொல் மணி அணியும் பதம்

(3 ஆம் திருமுறை.129 132)

வேதநெறி, திருநீறு, உருத்திராக்கம், ஐந்தெழுத்து எனும் சைவத்தின் பெருமைகளை தங்களது இனியபாக்களால் உலகறியச் செய்தவர்கள் நால்வர் பெருமக்கள் என்பதை அறியமுடிகிறது.

ஒளி படைத்த உள்ளத்தில் தெள்ளமுதாகவும், மாணிக்கம் போன்ற வாசகமும் இன்ப வடிவுடைய துறவியாகவும் உள்ள உமது திருவாசகத்திலிருந்து மலரும் தமிழ்மறையின் (திருவாசகம்) அனுபவத்தை எமக்கு அருள வேண்டும் என்பதை,

“மாசுஅகன்ற நீ திருவாய் மலர்ந்த தமிழ் மாமறையின்
ஆசு அகன்ற அனுபவம் நான் அனுபவிக்க அருளுதியே”

(ஆரு.அடி.பா.1)

எனப் பாடுகிறார்.

மூவர் தமிழைப் போற்றிப் பாடிய வள்ளலார் திருவாசகத்தைப் போற்றும் போது தமிழ்மறை எனப் பாடியிருப்பதிலிருந்து அந்நூலின்மேல் வள்ளலார் கொண்ட மதிப்பை அறியமுடிகிறது. வழிபடு நூலாகத் திருவாசகம் அவருக்கு விளங்கியது குறிப்பிடத்தக்கது.

“நிறைமொழி மாந்தர் ஆணையிற் கிளந்த
மறைமொழி தானே மந்திரம் என்ப”

(தொல். பொருள். செய்.நூ.17)

நற்பண்புகளால் நிறைந்த மாந்தரின் வாக்கிலிருந்து வருகிற மொழிகள் யாவும் மறையே என்பது தொல்காப்பியச் சிந்தனை.

கருவெளிக்குள் புறமாகி நின்ற அந்தக்கரணங்கள் (மனம், புத்தி, சித்தம், அகங்காரம்) யாவும் கடந்து நின்ற வெட்டவெளியை அடைய பித்தாகி நின்றனர் தவசியர். ஆனால் நீ இறைவனோடு கலந்த உரு வெளியைக் கண்டு வேதங்கள் புகழ்கின்றன என்பதைப் பின்வருமாறு பதிவு செய்கிறார்.

"கருவெளிக்குள் புறன்ஆகிக் கரணம் எலாம் கடந்துநின்ற
பெருவெளிக்கு நெடுங்காலம் பித்தாகித் திரிகின்றோர்
குருவெளிக்கே நின்று உழலக் கோதுஅறநீ கலந்த தனி
உருவெளிக்கே மறை புகழும் உயர்வாதவூர் மணியே"
(ஆளு.அடி.பா.2)

வாதவூரில் அவதரித்த மணிவாசகர்.

"தந்தது உன்தன்னைக் கொண்டது என்தன்னை
சங்கரா ஆர்கொலோ சதுரர்
அந்தம் ஒன்றில்லா ஆனந்தம் பெற்றேன்
(திருவாசகம்,கோயில் திருப்பதிகம்.10)

என்று இறை அனுபவம் பெற்றதைச் சுட்டுகிறார்.

உயிர்சக்தியான குண்டலினியை மேலேற்றும் தவசிகள் ஒருபுறம் தியானத்தில் மூழ்கியிருக்க, நீயே அன்பு உருவம், அருள் உருவம், இன்ப உருவம் பெற்றமை சிறப்புக்குரியது. மெய்யன்பினால் எதையும் பெறமுடியும் என்பதைப் பின்வரும் பாடலடிகள் விளக்குகின்றன.

அன்புஉருவம் பெற்று அதன்பின் அருள்உருவம்
அடைந்துபின்னர்
இன்பு உருவம் ஆயினை நீ எழில்வாத ஊர்இறையே
(ஆளு.அடி.பா.3)

என்று மணிவாசகரைப் போற்றுகிறார்.

செய்க தவம்! செய்க தவம்! நெஞ்சே
அன்பிற் சிறந்த தவமில்லை
(பாரதியார் கவிதைகள்.ப.16)

திருவாசக திருஅண்டப் பகுதியில் உலகத்தோற்றம், வளர்ச்சி, முடிவு ஆகியன கூறப்பட்டுள்ளன. அண்டப் பெருமறையை அருளிச் செய்த மணிவாசகரை இவ்வுலகம் குருநாதர் எனப் போற்றுகிறது. என்னையும் இருப்பதாக்கினன் எனும் தொடருக்குப் பொருள் தருக என வள்ளலார் கேட்டதை

குரு என்று எப்பெருந்தவரும் கூறுகின்ற கோவே நீ
இரு என்ற தனிஅகவல் எண்ணம் எனக்கு இயம்புதியே
(ஆளு. அடி. 4)

எனும் பாடலடிகள் சுட்டுகின்றன.

**சும்மா இரு சொல் அற என்றலுமே
அம்மா பொருள் ஒன்றும் அறிந்திலனே**
(கந்தரனுபூதி.பா.12)

எனும் அருணகிரிநாதரின் சிந்தனை ஒப்பு நோக்கத்தக்கது.

திருச்சிற்றலம்பலத்தில் நடம்புரியும் நடராசனின் திருவடிக்கீழ் ஆடுகின்ற அமுதமாக விளங்கும் வாதவூரர் தலைவனே, எனது துன்பங்களைப் போக்கி ஒருமுறையாவது வந்து அருள் செய்ய வேண்டுமென வள்ளலார் பாடுகின்றார்.

**தேடுகின்ற ஆனந்தச் சிற்சபையில் சின்மயமாய்
ஆடுகின்ற சேவடிக்கீழ் ஆடுகின்ற ஆரமுதே
நாடுகின்ற வாதவூர் நாயகனே நாயடியேன்
வாடுகின்ற வாட்டமெல்லாம் வந்து ஒருக்கால் மாற்றுதியே**
(ஆளு.அடி.5)

நாயடியேன் என்று மணிவாசகர் கூறுவதைப் போல வள்ளலாரும் பல இடங்களில் கூறுகின்றார். நாய் என்பது இழிபிறவி ஆயினும் நன்றி உணர்வுக்கு முதலிடம் என்பதால் இச்சொல்லாட்சி ஆளப்பட்டுள்ளது. பட்டினத்தாரும்,

"அங்காடி நாய் போல அலைந்தனையே நெஞ்சமே"
(நெஞ்சொடு புலம்பல்.பா.1)

என்று பாடியிருப்பது சிந்திக்கத்தக்கது.

திருவாசகத்தை எண்ணும்தோறும் காமம் மிக்க காதலனுடைய கலவியை எண்ணுகின்ற கற்புடைய மனைவி கொள்ளும் இன்பத்தைக் காட்டிலும் பேரின்பம் உண்டாகிறது என்பதைப் பின்வரும் பாடலில் சுட்டுகிறார்.

**மாமணியே நீ உரைத்த வாசகத்தை எண்ணுதொறும்
காமமிகு காதலன்தன் கலவிதனைக் கருதுகின்ற
ஏமம்உறு கற்புடையாள் இன்பினும் இன்பு எய்துவதே**
(ஆளு. அடி. 7)

துறவற இன்பத்திற்கு இல்லற இன்பத்தை உவமை காட்டியது துறவறமும் இல்லறமும் ஏற்றத்தாழ்வு அற்றவை என்பதைக் காட்டவே ஆகும். அவ்வையாரும், இல்லற மல்லது நல்லற மன்று (கொன்றை வேந்தன்.பா.3) எனப்பாடிச் சிறப்பிக்கின்றார்.

"புணர்ச்சியுள் ஆயிழைமேல் அன்புபோல்
உணர்ச்சியுள் ஆங்கே ஒடுங்க வல்லார்க்கு
(திருமந்திரம்.பா.283)

என்று பேரின்பத்தைக் கூற வந்த திருமூலர் சிற்றின்பத்தை இணைத்துப் பாடியிருப்பது கருதத்தக்கது. ஆறறிவு படைத்த மானுடப்பிறவி மட்டுமல்ல ஐயறிவு உடைய பறவைகள் விலங்கினங்களும் கூட திருவாசகத்தைக் கேட்டு மெய்ஞ்ஞான நாட்டம் உற்றன என்று வள்ளலார் பாடுவதிலிருந்து திருவாசகத்தின் பெருமை எத்தகையது என்பதை உணரமுடிகிறது.

திருவாசகம் இங்கு ஒருகால் ஓதின்

கருங்கல் மனமும் கரைந்துகக் கண்கள்
தொடுமணற் கேணியில் சுரந்துநீர்பாய
மெய்ம்மயிர் பொடிப்ப விதிர்விதிர்ப்பெய்தி
அன்பர் ஆகுநர் அன்றி
மன்பதை உலகில் மற்றையர் இலரே (நால். நான். பா.4)

இறைசிந்தனை என்பது நாளொரு மேனியும் பொழுதொரு வண்ணமுமாய் வளர்ந்து நிறைந்து வலிமைபெற வேண்டும். வாழ்க்கையே ஒரு வேள்வியாக வழிபாடு என்ற ஒன்றை அதிலிருந்து பிரித்துத் தனித்து வைத்திடாமல் சுருக்கமாகச் சொல்வதானால் ஆன்மீக சாதனை என்று எதையும் சொல்லாமல் வாழ்க்கையே ஒரு தெய்வீகமாக அனைத்தையும் ஆன்மீகக் கண்ணோட்டத்தில் செய்ய வேண்டும். இவ்வாறு செய்பவனுடைய வாழ்க்கை மிகச் சிறப்பாக அமையும் என்பதையே அருளாளர் பாடல்கள் வலியுறுத்துகின்றன. (உனை மறவாது இருக்க வேண்டும்.பா.80)

அன்புள் உருகி அழுவன் அரற்றுவன்
என்பும் உருக இராப்பகல் ஏத்துவன்
என்பொன் மணியை இறைவனை ஈசனைத்
தின்பன் கடிப்பன் திருத்துவன் தானே (திருமந்திரம்.பா.2980)

எனும் திருமந்திரப் பாடலுக்கு ஏற்ப மணிவாசகரின் வாழ்வு ஞானமயமாக விளங்கியது. வெட்டவெளியில் கலந்த இவரின் திருவாசகத்தை வள்ளலார் உணர்ந்து பாடும்போது நற்கரும்புச் சாறு, தேன், பால், பழம் முதலிய சுவைமிக்க பொருட்களைக் கலந்து பருகும்போது உண்டாகும் இனிமை தனக்கு ஏற்பட்டதாகப் பின்வரும் பாடலில் பதிவுசெய்கிறார்.

வான்கலந்த மாணிக்க வாசக நின்வாசகத்தை
நான்கலந்து பாடுங்கால் நற்கருப்பஞ் சாற்றினிலே
தேன்கலந்து பால்கலந்து செழுங்கனித் தீஞ்சுவை கலந்து என்
ஊன்கலந்து உயிர்கலந்து உவட்டாமல் இனிப்பதுவே
(ஆளு. அடி.7)

இறைவன் மாணிக்க வாசகருக்காக தானே இறங்கி வந்து செய்த அருட்செயல்கள் யாவும் வியக்கத்தக்கன.

1. *வைகைப் பெருக்கை அடைக்க மண்சுமந்தது*
2. *வந்தியிடம் பிட்டு வாங்கி உண்டது*
3. *பிரம்படி பட்டது*
4. *பரிகளை நரிகளாக்கியது*

“பெண்சுமந்த பாகப்பெருமான் ஒருமாமேல்
எண்சுமந்த சேவகன் போல் எய்தியதும் வைகைநதி
மண்சுமந்து நின்றதும் ஓர்மாறன் பிரம்படியால்
புண்சுமந்து கொண்டதும் நின் பொருட்டன்றோ
புண்ணியனே”(ஆளு.அடி.9)

இதே கருத்தை பண் சுமந்த எனத் தொடங்கும் திருவாசகப் பாடலில்,

கண்சுமந்த நெற்றிக் கடவுள் கலிமதுரை
மண்சுமந்து கூலிகொண்டு அக்கோவால் மொத்துண்டு
புண்சுமந்த பொன்மேனி பாடுதுங்காண் அம்மானாய்.

என்று மணிவாசகரே அகச்சான்றாகப் பாடியமை கருதத்தக்கது.

முடிவுரை

வள்ளலாரின் மனம் கவர்ந்த துறவியாக மாணிக்கவாசகரும் உயிரில் கலந்த பாடலாகத் திருவாசகமும் அமைந்திருப்பதை அறியமுடிகிறது. ஆங்கிலத்தில் என்று கூறுவதற்கேற்ப மாபெரும் தவசியான வள்ளல் பெருமானுக்குக் குருநாதராகி மணிவாசகர் விளங்கியிருப்பதைக் காணமுடிகிறது. அன்பும் அருளும் பேரின்பத்திற்கு வழி வகுப்பன என்பதை மணிவாசகரைப் போற்றி வள்ளலார் பாடுவதன் வழி அறிந்து கொள்ள முடிகிறது. ஆண்டவனிடம் எளிதில் கொண்டு சேர்ப்பது அடியார் வழிபாடு என்பதை உணர்ந்து கொள்ள ஆளுடைய அடிகள் அருள்மாலை பெரிதும் துணை செய்கிறது.

அருட்பெருஞ்ஜோதி தனிப்பெருங்கருணை

முனைவர் பெ. ராகம்மாள்
பிஷப்தார்ப் கல்லூரி, தாராபுரம்,
திருப்பூர்-638657
9445153252

ஆய்வுச்சுருக்கம்

அருட் பெரும்ஜோதி ஆண்டவா வெளியில் எங்கோ காணக்கூடிய பொருள் அல்ல. அவர் எல்லா உயிர்களின் சிரநடுவில் நிலைத்து இருப்பவா எனவே அவரை வேறு எந்த இடத்திலும் ஏறித்தேடி அளையவேண்டியது இல்லை என்ற கருத்தையும் அருட்பெரும் ஜோதியே தம்மை விளங்கிக்கொள்ளும்படி அன்பாகளை உயாத்துகிறார். அவர்கள் மனத்தையும் உடலையும் சுத்தப்படுத்தி உயாத்துகிறார். இவ்வாறு உயாத்தி அவாகள் சுத்த சன்மார்க்க சுகத்தை அனுபவிக்க வேண்டும் என்ற இன்பநிலையை குறித்தும், மனிதனுக்கு தகாதனவற்றை எங்ஙனம் விலக்க வேண்டும் என்பதனையும் நல்ல உடல், நல்ல உரைநடை, நல்ல உள்ளம், நல்ல கவிதை உரையும் பாட்டும் ஒன்றியது போல் உடலும் உள்ளமும் ஒன்றி உயாக! என்று வாழ்த்தியும் ஒழுங்குமுறைகளாக இமயம், நியமம் தரும் செய்திகளையும் முடிவில் (மனிதன்) அவன் அடையக்கூடிய உள்ளொளி உயாநிலை, மனம் பெரும் பேரின்பத்தை பெற உதவும் வகையில் கட்டுரை அமைக்கப் பட்டுள்ளது.

ஒளிநெறி:

ஏறா நிலைமிசை என்தனக்கே
ஆறு ஆறு காட்டிய அருட்பெரும் ஜோதி!

இந்தப்பாடலில் ஆறு என்ற சொல் இரண்டு முறை வருகிறது. முதல் ஆறு என்ற சொல் ஒளியைக் குறிப்பது. இரண்டாவது ஆறு என்ற சொல் நெறியைக் குறிப்பது. இவை இரண்டும் சோந்து ஒளிநெறி ஆகிறது. ஒளிநெறி என்பது சுத்த சன்மார்க்க சுகநிலை என்று, அதாவது சுத்த சன்மார்க்கத்தில் வாழ்பவர்கள் அடைகிற நிறைவான இன்பம் என்று வள்ளலார் கூறுகிறார். அருட்பெரும்ஜோதி தான் எல்லாருக்கும் எல்லாவற்றுக்கும் உரிய ஒரே கடவுள். அவாதான் எங்கும் எதிலும் நிறைந்து இருப்பவா. எக்காலத்திலும் இருப்பவா.

இறைவன் அருட்பெரும் ஜோதியாகவே விளங்குகிறார். அருட்பெரும்ஜோதி என்ற பெயரில் உள்ள எழுத்களை எண்ணும்போது அதில் இருக்கும் மெய் எழுத்துக்கள் நீக்கி எண்ண வேண்டும். இது தான் தமிழ் மொழியில் இருக்கும் நுட்பம். அப்படி மெய்யெழுத்துக்களை நீக்கி எண்ணினால் அருட்பெரும் ஜோதியில் ஆறு எழுத்துக்கள் தான் இருக்கும். இந்த ஆறு எழுத்துக்களும் கலாந்தம்2 முதலிய ஆறு அந்தங்களைக் குறிக்கின்றன. இதை ஆறாம் திருமுறையில் மிக அழகாகப் பாடியிருக்கிறார்.

உயிரிலும் மனதிலும் உடம்பிலும் பரவி வெளிப்பட்டு இருக்கிறது. அருட்பெரும்ஜோதி[3]

இயமம் நியமம்

தகாதவற்றை விலக்குதல் இயமம் என்பதில் அடங்கும். தக்கவற்றை மேற்கொண்டு ஒழுகுதல் நியமம் என்பதில் அடக்கம். உண்மை அன்பு அருள் ஒழுங்கு தூய்மை முதலானவற்றை நியமம் சார்ந்தவை தக்கன இவையிவை தகாதன இவையிவை என்று நம்முடைய அறநூல்கள் தெளிவாக விளங்கப் பேசுகின்றன. பொய், கொலைகள், களவு, காமம் ஆகிய இந்த ஐந்தும் பல நூற்றாக்கணக்கான தீமைகளுக்கு ஆணிவேர் போல அமைந்தவை. அதனால்தான் இவற்றை ஐம்பெருந்தீமைகள் என்றன இவற்றை விலக்குதல் இயமமாம்[4].

ஐம்பெரும் தீமைகளுக்கு இடங்கொடுத்துவிட்டால் அதற்குப்பிறகு ஆயிரக்கணக்கில் விளையுந்தீமைகளைக்

கட்டுப்படுத்த இயலாது. அதனால்தான் தீமைகளை முளையிலேயே கிள்ளவேண்டும் என்று முன்னோர்கள் அறிவுறுத்தி உள்ளார்கள். இந்த 5-ம் பெரும் தீமைகளைப் பற்றி நாம் நன்கு விளங்கிக்கொள்ள வேண்டியது முக்கியம். உள்ளதை இல்லையென்று சொல்லுவதை மட்டுமே பொய் என்று நாம் கருதுகின்றோம். பொய் என்பது மேலும் பல செய்திகளை உள்ளடக்கிய ஒன்று.

மொழி என்பது மனிதனுக்கு மட்டுமே கிடைத்த ஒரு மாபெருங்கருவி. அந்தக் கருவியை அவன் பிறரை ஏமாற்று வதற்காகவும் குறுக்கு வழியில் தன்னை வளர்த்திக் கொள்ளவும் தன்னுடைய உள்ளுணர்வுக்கு மாறான வகையில் ஆகுவானானால் அவன் பேச்சு எல்லாவற்றையுமே நாம் பொய் என்ற தீமையில்தான் அடக்க வேண்டும். மனிதனை மனிதன் நம்புவதும் சமுதாய வாழ்க்கை அமைதியாக நடைபெறுவன. மனித ஆற்றலால் மிகப்பெரிய அருஞ்செயல்கள் நடப்பதும் ஆகிய இவையெல்லாம் மொழியின் துணையினால்தான் நிகழ்கின்றன. மொழி என்ற கருவியை அதாவது பேசுந்திறமையை மக்கள் தவறாக ஆளத்தொடங்கி விட்டால் வாழ்க்கையெல்லாம் அவ நம்பிக்கையும் சந்தேகமும் மலிந்து மனித வாழ்க்கை சீரழிந்து போகும். ஆகவேதான் பொய் என்பது விலக்கத்தக்க ஒன்றாகக் கருதப்படுகிறது.

தனிமனித வளர்ச்சிக்குத் தடையான மனிதர்களையும் தனி மனிதனுடைய தவறுகளை வெளிப்படுத்திக் காட்டத்தக்க வகையில் சாட்சியாக உள்ள மனிதர்களையும் ஒரு மனிதன் தந்திரத்தாலோ வலிமையாலோ கொலை செய்வானேயானால் அவன் வாழ்க்கை திசைமாறி அவனுடைய நோக்கமும் பிறந்து அவன் அமைதியற்று அழியநேரும்.

மனிதர்களைக் கொல்லும் கொலையொடு மற்ற விலங்குகளைக் கொல்லும் கொலையும் மனிதனின் அருள் உணர்ச்சியை அழிக்கிறது. அருள் உணர்ச்சி ஒன்று தான் மனித மனத்தை மிக விரைவில் உயர்ந்த நிலைக்குக் கொண்டு செல்ல வல்லது. ஆகவேதான் கொலையினையும் விலக்கத்தக்க ஒன்றாக கொள்ளுகிறோம்.[5]

நாம் உட்கொள்ளும் எல்லாவகை உணவுகளையும் விட மது வகைகளுக்கு மட்டுமே நமது புலன்களைத் தன்வயப்படுத்தி ஆளத்தக்க வலிமை உண்டு. குடிப்பழக்கத்திற்கு அடிமையாக ஒருவன் தன்னைத்தான் ஆளமுடியாமல் தன்னை மது வகைகளிடம் ஒப்படைத்து விடுகிறான். குடிப்பழத்திற்கு அடிமைப்பட்டபின் எந்த ஒரு காரியத்தையும் அளவறிந்து செய்ய முடியாமல் போகிறது. அந்த நிலையில் குறித்த வேலையை குறித்த நேரத்தில் செய்ய இயலாமல் தவிக்கின்ற அவன் தனக்கும் சமுதாயத்திற்கும் இடையேயுள்ள உறவையும் சீர்குலைக்கிறான். ஆகவேதான் குடிப்பழக்கத்தையும் விலக்கத்தக்க ஒன்றாக கொள்ளுகிறோம்.

உழைத்து ஈட்டிய ஒருவனது பொருளை எவ்வித உழைப்புமில்லாமல் பொருளுக்கு உரியவனுக்கும் தெரியாமல் கவர்ந்து கொள்ளுவதெல்லாம் களவுதான். உரியவனுக்கு தெரிந்தே பறித்துக் கொள்ளுவது கொள்ளை. களவும், கொள்ளையும் ஒரு சமுதாயத்தில் வளருமானால் உழைப்பவர் தொகை தானே குறைந்து விடும். உழைப்பு இல்லாமல் எந்தச் சமுதாயமும் எந்த நாடும் உயர முடியாது. உழைப்பதற்கு விருப்பமில்லாமல் சுகபோகங்களை அனுபவிபதிலேயே குறியாக இருக்கின்ற கூட்டம் நாட்டுக்கும் சமுதாயத்திற்கும் அழிவு விளைவிக்கின்ற கொடிய நோய் என்றே சொல்லலாம். சமுதாய நல்வாழ்வுக்குக் களவு என்பது மாபெரும் பகை. அதனால் தான் களவும் விலக்கத்தக்க ஒன்றாக கொள்ளப் பட்டது.[7]

காமம் என்பது நாம் எப்போதும் பாலுணர்ச்சியோடு தொடர்பு படுத்தியே நினைக்கிறோம். சுக போகங்களை அனுபவிக்க வேண்டும் என்பதிலேயே ஒருவனது நாட்டம் ஏற்பட்டுவிட்டால் அவன் உழைப்பதற்கும் உதவுவதற்கும் தகுதியற்றவன். அப்படிப்பட்ட மனிதன் (நல்ல உடல் நல்ல மனம்) நாளடைவில் சமுதாயத்தால் புறக்கணிக்கப்பட்டு மனித நிலையிலிருந்து தாழ்ந்து போகிறான். அதனால் தான் காமம் என்பது விலக்கத்தக்க ஒன்றாயிற்று.

கொஞ்சம் கற்பனைத்திறனைப்பயன்படுத்தி அமைதியாக எண்ணிப்பார்த்தால் இங்கே கூறிய ஐந்து தீமைகளும் பல ஆயிரக்கணக்கான தீமைகளை உருவாக்குகின்ற ஆணிவேர்கள் என்பது நன்றாகப் புலப்படும். இந்தத் தீமைகளை விலக்கினால்தான்

மனிதன் சமுதாயத்தில் ஒரு உறுப்பாக வாழ இயலும். இந்தத் தீமைகளை விலக்காதவன் சமுதாயத்தில் வாழத் தகுதியற்றவன். சமுதாயத்திற்கு நோய் போன்றவன். இந்த தீமைகளை விலக்கவேண்டும். என்ற வைராக்கியம் எவன் மனத்தில் ஏற்படுகின்றதோ அவன்தான் மனிதன்.[8] (ப.102)

இன்று முதல் புதியதொரு
மனிதனாய் மாறினேன்
இனியாவு மின்ப மயமே
எவரிடமும் எதனையும்
எதிர்பார்ப்ப தில்லையெனில்
ஏமாற்றம் என்பதில்லை
தொண்டே செய்து என்றும் தொழுது வழி யொழுக
பண்டே பரமன் பணித்தபணி வகையே
'ஓதி உணாதல் பிறாக்குரைத்தும் தானங்காப்
பேதையிற் பேதையார் இல்' (குறள்.834)

கற்றவற்றை கற்று அதன் பழி நடப்பவனே நல்ல மனிதன்
திருவடி இன்பம் அளவிடப்படாத தென்பது
அழியாப் பேரின்ப பெருந்தேன்[10]

என்பது வரும் செந்தமிழ் திருமாமறை முடிபுகளான் உரை முடிகிறது. வள்ளலார் உயிரிலும் மனதிலும் உடம்பிலும் பரவி வெளிப்பட்டு இருக்கிறது அருட்பெரும்ஜோதி தனிப்பெருங் கருணை எனவும் கூறுகிறார்.

சுத்த சன்மார்க்கம் மனிதர்களை நிலையான வாழ்க்கைக்கு
அழைத்துச் செல்லும் மார்க்கமாகும்[11]

அகத்தே கறுத்து புறத்தே வெளுத்திருந்த உலகா அனைவரையும் சகத்தே திருத்தவும் அவாகளை சன்மார்க்க சங்கத்து அடையவித்திடவும் இகத்தே பரத்தைப்பெற்று இன்புறச் செய்யவும் தோற்றுவிப்பட்டவா வள்ளலார்.

முடிவுரை

இந்த கட்டுரையை படித்து முடித்த பிறகு ஒரு நிறைவும் தெளிவும் ஏற்பட்டதை உணர்வீர். இற்றுரை வழிகாட்டும் ஒளிவிளக்காக அனைவருக்கும் பயன்படுத்த வேண்டும். மனதைச் செம்மைப் படுத்தவும் உயாநிலைக்கு மனதைக் கொண்டு

செல்லவும் நிம்மதிபெறவும் மனத்தை நடுநிலையில் வைத்துக் கொள்ளவும் உள்ளொளியில் ஒன்றவும் உள்ளொளியில் ஒன்றியவாகள் தொடர்ந்து இன்பமயம் எனும் பெற்றைப்பெறவும் உதவுகின்ற வகையில் அமையும்.

மனிதனுக்கு இருக்கிற ஆற்றலைப் பயன்படுத்தவும் மேலும் மேலும் ஆற்றலைப் பெருக்கவும் உதவுவதோடு சமயம் கடந்த நிலையில் மனித சமுதாயத்தின் இனிய நல்வாழ்வுக்கு உயர்த்த ஒரு உறுதுணையாகவும் விளங்கும் யோகக்கலை எல்லோரும் உணற வேண்டிய கலை.

அடிகுறிப்புகள்

1. திரு அருட்பா ப 1, 2
2. மேலது ப 2, 3
3. நல்ல உடல் நல்ல மனம் ப 15,
4. மேலது 16
5. மேலது 16
6. மேலது 17
7. மேலது 18
8. மேலது 19
9. மேலது 102
10. திருக்குறள் 834
11. தாயுமானவர் திருப்பாடல் 16
12. திரு அருட்பா ப 5
13. மேலது ப 7

துணைநூற்பட்டியல்

1. திரு அருட்பா, முதல்பதிப்பு 1972, இராமலிங்க பணிமன்றம், சென்னை.
2. திருக்குறள் , முதல்பதிப்பு, மயிலாப்பூ, சென்னை.
3. தாயுமானவர் திருப்பாடல்கள், சித்தாந்தச் சிறப்புரை, உரையாசிரிய நூல் முதல்பதிப்பு 1966, மறு பதிப்பு 1975, சைவசித்தாந்த நூற்பதிப்புக் கழகம், பிரகாசம் சாலை, சென்னை 3
4. நல்லஉடல் நல்லமனம், டாக்டர் பொற்கோ, முதல்பதிப்பு 1982 1997, பொன்கோதண்டராமன் சிதம்பரம், தாயகம் பதிப்பகத்தார்

வள்ளலாரின் வாழ்வியல் நெறிமுறைகள்

முனைவர் தே. இராணி எலிசபெத்
தமிழ்த்துறைத் தலைவர்
சோகா இகெதா கலை மற்றும் அறிவியல் மகளிர் கல்லூரி
சென்னை 600 099.
அலைப்பேசி : 79045 03920,
மின்னஞ்சல்: raanipargunan2023@gmail.com

ஆய்வுச் சுருக்கம்

வாடிய பயிரைக் கண்டபோதெல்லாம் வாடினேன் என்று பாடிய திருவருட் பிரகாச வள்ளலார் உலகம் இன்புற்றிருப்பதற்கான நெறிமுறைகளை வழங்கிச் சென்றவர். அனைத்து உயிர்களிடத்தும் அன்பு கொண்டு, பசித்தவர்களுக்கு உணவளித்து இன்புற்று வாழ்ந்திருக்க வேண்டும் என்பதை அறிவுறுத்தி வாழ்ந்து காட்டியவர். இவரது ஆறாயிரம் பாடல்களின் தொகுப்பான திருவருட்பா அறிவுறுத்தும் வாழ்வியல் கோட்பாடுகளை எடுத்தியம்புவதாக இக்கட்டுரை அமைகிறது.

திறவுச் சொற்கள்

வள்ளலார், அன்புடைமை, உயிரிரக்கம், பசிப்பிணியின்மை.

முன்னுரை

சங்க கால மக்கள் வாழ்க்கையை நெறிபடுத்தி வாழ்ந்தவர்கள் என்பதைச் சங்க இலக்கியங்கள் எடுத்துக்காட்டுகின்றன. அவ்வகையில் பத்தொன்பதாம் நூற்றாண்டில் வாழ்ந்த வள்ளலார், மனிதன் வாழ்கின்ற நாட்களில் வாழ்வியலுக்கான கோட்பாடுகளை வரையறுத்துக் கொண்டு வாழ வேண்டும் என்கிறார். அவர், மனிதன் உலகில் இன்புற்று வாழ்ந்திருக்க, வாழ்நாளில் கடைபிடிக்க

வேண்டிய நால்வகை ஒழுக்கங்களைக் காட்டுகிறார். ஐம்புலன் களைக் கட்டுப்படுத்துவது, மனதை ஒருநிலைப்படுத்துவது, உயிர்கள் அனைத்தையும் தன் உயிராக எண்ணுதல், உயிர்கள் அனைத்திலும் இறைவனைக் காணல் ஆகியவற்றைப் பின்பற்றினால் இறையருளைப் பெற்று இன்புற்றிருக்க முடியும் என்கிறார். இந்நால்வகை ஒழுக்கங்கள் உயிர்களிடத்து அன்பு பாராட்டி, அருளுடன் பசிப்பிணி போக்குவதை முதன்மைபடுத்து கின்றன என்பதை இக்கட்டுரை எடுத்துக்காட்டுவதாக அமைகிறது. ஒன்றே சிவம் இறைவன் ஒருவனே. அவ்விறைவன் அருட்பெருஞ் சோதியாக விளங்குகின்றான். அன்பு வடிவமான இறைவனை வழிபடுவதற்கான வழி உண்மை நெறி எனப் பொருள்படும் சன்மார்க்க நெறி ஆகும் என்கிறார் வள்ளலார்.

ஒன்றே சிவம் அதை ஒன்று சன்மார்க்கமும்
ஒன்றே என்றீர் இங்கு வாரீர்
நன்றே நின்றீர் இங்கு வாரீர் (திருவருட்பா 4439)

இதனையே திருமூலர்,
ஒன்றே குலமும் ஒருவனே தேவனும்
நன்றே நினைமின் நமனில்லை நாணாமே
சென்றே புகுங்கதி இல்லைநும் சித்தத்து
நின்றே நிலைபெற நீர்நினைந்துய் மினே
(திருமந்திரம் - 2104)

மனித குலம் முழுவதும் ஒன்று. இறைவனும் ஒருவன். மற்றவர்க்கு நல்லதையே நினைத்தால் உங்கள் உயிருக்கு ஆபத்தில்லை என்கிறார். மற்றவரிடம் அன்புணர்வோடு நடந்துகொண்டால், இறைவனின் அருளைப் பெற முடியும் என்கிறார். மேலும், கருணையோடு இறைவனை அகத்திலும் புறத்திலும் இடைவிடாது நினைந்து போற்றுபவர்கள் இறைவனின் அருள் நிறைந்து மகிழ்வர் என்கிறார்.

கருணை நிறைந்து அகம் புறமும் துளும்பி வழிந்து
உயிர்க்கு எல்லாம் களைகண் ஆகித்
தெருள் நிறைந்த இன்ப நிலை வளர்க்கின்ற
கண் உடையோய் சிதையா ஞானப்
பொருள் நிறைந்த மறை அமுதம் பொழிகின்ற

மலர்வாயோய் பொய்யனேன் தன்
மருள் நிறைந்த மனக் கருங்கல் பாறையும் உள்
கசிந்து உருக்கும் வடிவத்தோயே   (திருவருட்பா - 2070)

திருவருட்பாவின் திருப்பாடலால் இவை அறிவுறுத்தப்
பெற்றுள்ளதைக் காண முடிகிறது.

அன்புடைமை

மனிதர்கள் ஓரறிவிலிருந்து ஆறறிவு வரையிலான அனைத்து உயிர்களிடத்தும் அன்பு செலுத்த வேண்டும். உயிர்களிடம் செலுத்தும் அன்பு அவ்வுயிர்களுக்கு உயிரான சிவனிடம் சென்று சேரும். உயிர்ப் பண்பான அன்பும், உயிர்களுக்கு உயிரான சிவனும் ஒன்றேயாகும். சிவனையும் அன்பையும் பிரிக்க முடியாது என்கிறார் திருமூலர்.

அன்பும் சிவமும் இரண்டென்பர் அறிவிலார்
அன்பே சிவமாவது ஆரும் அறிகிலார்
அன்பே சிவமாவது ஆரும் அறிந்தபின்
அன்பே சிவமாய் அமர்ந்திருந் தாரே   (திருமந்திரம் 270)

இதனை,

அன்பிலார் எல்லாம் தமக்குரியர் அன்புடையார்
என்பும் உரியர் பிறர்க்கு   (திருக்குறள் 72)

அன்பில்லாதவர்கள் எல்லாப் பொருளும் தமக்குரியது என்பார்கள். ஆனால் அன்புடையவர்கள் உயிரும் பிறர்க்கு உரியது என்பார்கள் என்று அறிவுறுத்தும் இக்குறள் அன்பு தன்னலமற்றது என்பதைக் காட்டுகிறது. அன்பே அனைத்திற்கும் அடிப்படையாகும். அது மற்றவரை நம்மிடத்து கொண்டு வந்து சேர்க்கும். ஒருமைப்பாட்டுணர்வை வளர்க்கும்.

எவ்வுயிரும் பொதுவெனக் கண்டிரங்கி உப
கரிக்கின்றார் யாவர் அந்தச்
செவ்வியர்தம் செயலனைத்தும் திருவருளின்
செயல் எனவே தெரிந்தேன் இங்கே

கவ்வை இலாத் திருநெறி அத்திருவாளர்
  தமக்கேவல் களிப்பால் செய்ய
ஒவ்வியதென் கருத்தவர் சீர் ஓதிடஎன்
  வாய்மிகவும் ஊர்வ தாலோ   (திருவருட்பா-5295)

வள்ளலார் எல்லா உயிர்களிடத்தும் அன்பு பூண்டு எவ்வித பேதமில்லாமல் நடப்பது மனிதச் சமுதாயத்திற்கு இன்றியமையாத தேவை என்கிறார். அனைவரையும் அன்பால் தனதாக்கிக் கொண்டால் நன்மை உண்டாகும் என்பதை வாழ்வியல் நெறி உணர்த்தும் புறநானூற்றுப் பாடல் காட்டுகிறது.

யாதும் ஊரே யாவரும் கேளிர்
தீதும் நன்றும் பிறர்தர வாரா
நோதலும் தணிதலும் அவற்றோ ரன்ன
சாதலும் புதுவது அன்றே வாழ்தல்
இனிதுஎன மகிழ்ந்தன்றும் இலமே முனிவின்
இன்னா தென்றலும் இலமே மின்னொடு
வானம் தண்துளி தலைஇ ஆனாது
கல்பொருது இரங்கும் மல்லற் பேர்யாற்று
நீர்வழிப் படூஉம் புணைபோல் ஆருயிர்
முறைவழிப் படூஉம் என்பது திறவோர்
காட்சியின் தெளிந்தனம் ஆகலின் மாட்சியின்
பெரியோரை வியத்தலும் இலமே
சிறியோரை இகழ்தல் அதனினும் இலமே (புறநானூறு - 192)

இவ்வடிகள் ஊர்களனைத்தும் சொந்தம். எல்லோரும் உறவினர். தீமையும் நன்மையும் துன்பமும் இன்பமும் தாமே வருவன. பிறரால் வருவன அல்ல. சாதல் புதிதன்று. வாழ்தல் இனிமையானது என மகிழ்வதும் இல்லை. மின்னலுடன் வானத்திலிருந்து விழும் நீர்த்துளிகள் மழையாகப் பெய்து, மலையில் உள்ள கற்களை அலைத்தொலிக்கும் ஆற்று நீராகச் செல்லும் வழியில் மிதக்கும் தெப்பம் போல், வாழ்க்கை, முறைப்படி அமையும். ஆகையால், பெருமைக்குரிய பெரியோரைக் கண்டு வியப்பதும் இல்லை. சிறியோரை இகழ்வதும் இல்லை என்று இவ்வடிகள் வாழ்வியலை எடுத்துக்காட்டுகின்றன.

உயிர்களிடத்து இரக்கம்

பண்டைத் தமிழர்கள் உயிரிரக்க உணர்வைப் பிறப்பிலேயே பெற்றவர்கள். அனைத்து உயிர்களிடமும் அன்பு பூண்டு, கருணை உள்ளத்தோடு வாழ்ந்தனர். இதனைப் புறநானூற்றுப் பாடல் காட்டுகிறது. வளைந்த சிறகு, கூரிய நகம் உடைய பருந்தின் தாக்குதலுக்குப் பயந்து அடைக்கலமாக வந்தடைந்த புறாவின் மீது கருணை கொண்டு, தன் துயரைப் பொருட்படுத்தாது புறாவினைத் தொடர்ந்த பருந்தின் பசியைப் போக்க புறாவின் எடைக்கு ஈடாகத் தன் உடம்பினைத் தராசில் வைத்து நிறுத்துத் தந்தவன் சோழ மன்னன் சிபி.

நிலமிசை வாழ்நர் அலமரல் தீர
தெறு கதிர்க் கனலி வெம்மை தாங்கி
கால் உணவு ஆக, சுடரொடு கொட்கும்
அவிர்சடை முனிவரும் மருள, கொடுஞ்சிறைக்
கூர் உகிர்ப் பருந்தின் ஏறு குறித்து, ஒரீஇ
தன் அகம் புக்க குறு நடைப் புறவின்
தபுதி அஞ்சிச் சீரை புக்க
வரையா ஈகை உரவோன் மருக (புறநானூறு 43: 1-8)

எனச் சங்கத் தமிழனின் கருணையுள்ளந்தனை உயிரிரக்கப் பண்பை புறநானூற்றுப் பாடலடிகள் உணர்த்தி நிற்கின்றன. மற்ற உயிர்களின் துன்பத்தைத் தன் துன்பம் போல் கருதி தீர்க்கும் வழியினைக் காண வேண்டும் என்பதை,

அறிவினான் ஆகுவ துண்டோ பிறிதின்நோய்
தன்னோய்போல் போற்றாக் கடை (திருக்குறள் 315)

என இக்குறள் வலியுறுத்தி நிற்கிறது. பண்டைத் தமிழர்கள் அனைத்து உயிர்களையும் போற்றி வாழும் மரபினர் என்பது புலனாகிறது.

என்னையும் இரக்கம் தன்னையும் ஒன்றாய்
இருக்கவே இசைவித்திவ் வுலகில்

மன்னுவாழ் வுறவே வருவித்த கருணை
வள்ளல் நீ நினக்கிது விடயம்
பன்னல் என் அடியேன் ஆயினும் பிள்ளைப்
பாங்கினால் உரைக்கின்றேன் எந்தாய்
இன்னவா றென நீ சொன்னவாறு இயற்றா
திருந்த தோர் இறையுமிங்கிலையே (திருவருட்பா-3509)

வள்ளலார் கடவுள் அருளைப் பெறுவதற்கு உயிர்களிடத்து இரக்கம் கொள்வதே என திருப்பாடல்கள் வழி காட்டுகிறார்.

பசிப்பிணியின்மை

அறங்கள் எல்லாவற்றிலும் சிறந்த அறன் உயிர்களின் பசிப்பிணியைப் போக்குவதாகும். உடலில் உயிர் தங்கியிருக்க உணவு அவசியமானது. நீரின் இன்றியமையாமையை எடுத்துக்காட்டும் புறநானூற்றுப் பாடல்,

நீரின்றி லயமையா யாக்கைக் கெல்லாம்
உண்டி கொடுத்தோர் உயிர் கொடுத்தோரே
உண்டி முதற்றே உணவின் பிண்டம்
உணவெனப் படுவது நிலத்தொடு நீரே
நீரும் நிலனும் புணரியோர் - ஈண்டு
உடம்பும் உயிரும் படைத்திசி னோரே

(புறநானூறு 18:18-23)

உடம்பிற்கு உணவு கொடுத்தவர் உயிர் கொடுத்தவராக மதிக்கப்படுவர் என்று கூறுகிறது. பசித்தோர்க்கு உணவளித்துப் பசியைப் போக்குபவர்கள் குறித்துக் குறள்,

அற்றார் அழிபசி தீர்த்தல் அஃதொருவன்
பெற்றான் பொருள் வைப்புழி (திருக்குறள் - 226)

வறியவரின் கடும்பசியைத் தீர்த்தால், அதுவே செல்வமுடைய ஒருவன் அச்செல்வத்தைத் தனக்குப் பிற்காலத்தில் உதவுமாறு சேர்த்து வைக்கும் இடம் என்கிறது. திருவருட்பா,

வாடிய பயிரைக் கண்டபோ தெல்லாம்
    வாடினேன் பசியினால் இளைத்தே
வீடுதோ றிரந்தும் பசியறா தயர்ந்த
    வெற்றரைக் கண்டுளம் பதைத்தேன்
நீடிய பிணியால் வருந்துகின்றோர் என்
    நேருறக் கண்டுளந்துடித்தேன்
ஈடின் மானிகளாய் ஏழைகளாய் நெஞ்
    சிளைத்தவர் தமைக்கண்டே இளைத்தேன்
(திருவருட்பா - 3471)

வள்ளலார் வாடிய பயிரைக் கண்ட போதெல்லாம் உள்ளம் வாடினார். பசியினால் துன்புற்று வீடுகள்தோறும் இரந்தும் பசிப்பிணி தணியாதோரைக் கண்டு உள்ளம் பதைத்தார். நீங்காத நோயால் வருந்துவோரைக் கண்டு உள்ளம் துடித்தார். மானமுடையராய் இரந்துண்ண மனமின்றி ஏழைகளாய் நெஞ்சு இளைத்தவர்களைக் கண்டு இளைப்புற்றார். மக்கள் கூடி வாழும் சமுதாயத்தில் பசிப்பிணியை நீக்க வேண்டும் என உறுதி பூண்ட இராமலிங்க அடிகளார் ஏட்டில் எழுதுவதை நடைமுறைப்படுத்த உளம் கொண்டு உத்தர ஞான சிதம்பரம் என்ற வடலூரில் சத்திய தர்மச் சாலையை நிறுவினார். மக்களுக்கு நாள்தோறும் மூன்று வேளையும் உணவளித்துப் பசிப்பிணிக்கு மருத்துவராகத் திகழ்ந்தார். பொது நோக்கத்தோடு எவ்வுயிரையும் துன்புறுத்தாது பசித்தவர்க்கு உணவளித்து வாழ்ந்தால் அருட்பெருஞ்சோதியான இறைவனின் அருளைப் பெற முடியும் எனத் திடமாக நம்பியவர் வள்ளலார்.

முடிவுரை

இராமலிங்க அடிகளார் அன்பே உருவானவர். இறைவன் ஒருவனே என்ற கொள்கைப் பிடிப்போடு வாழ்ந்தவர். அன்புள்ளத்தோடு பிற உயிர்களை மதிக்க வேண்டும் என்ற கோட்பாட்டைக் கொண்டவர். உயிர்களிடத்து இரக்கம் வேண்டும் என்று வலியுறுத்தியவர். மக்களின் பசிப்பிணியைப் போக்குதல்

இறைவனின் அருளைப் பெறுவதற்குச் சமம் என்று வாழ்ந்து காட்டியவர். அவருடைய வாக்கினைப் பின்பற்றினால் நாளும் நலம்பெற முடியும் என்பதை இக்கட்டுரை காட்டுகிறது.

துணைநின்ற நூல்கள்

1. ஔவை துரைசாமிப் பிள்ளை, திருவருட்பா மூலமும் உரையும், அண்ணாமலைப் பல்கலைக்கழகம், 1979.

2. முனைவர் கு.வெ. பாலசுப்பிரமணியன், புறநானூறு மூலமும் உரையும், நியூ செஞ்சுரி புக் ஹவுஸ், சென்னை, 2004.

3. டாக்டர். மு. வரதராசனார், திருக்குறள் தெளிவுரை, கழக வெளியீடு, சென்னை, 2003.

4. ஞா. மணிவாசகன், திருமூலர் திருமந்திரம், மூலமும் விளக்க உரையும், உமா பதிப்பகம், சென்னை, 2008.

அருட்பெருஞ்சோதி வள்ளலார்

சு. ஜெயா,
முனைவர் பட்ட ஆய்வாளர் (முழுநேரம்),
தமிழ் உயராய்வு மையம்,
விவேகானந்தா கல்லூரி, அகஸ்தீஸ்வரம். மனோன்மணியம் சுந்தரனார்
பல்கலைக்கழகம், அபிஷேகப்பட்டி, திருநெல்வேலி.
கைபேசி எண். 9600335765, மின்னஞ்சல் :vijayakumar.info57@gmail.com

நெறியாளர் : முனைவர் கு. இளங்குமார்,
தமிழ்த்துறைத் தலைவர், தமிழ் உயராய்வு மையம், விவேகானந்தா
கல்லூரி, அகஸ்தீஸ்வரம்.

ஆய்வுச் சுருக்கம்

அருட்பெருஞ்ஜோதி தனிப்பெருங்கருணை வாடிய பயிரைக் கண்ட போதெல்லாம் வாடினேன் என்று மனம் நொந்த வள்ளலார் என்ற அருளாளர், தான் போற்ற விரும்பிய ஒழுக்க நெறிகளை, ஆன்ம நெறிகளை சொன்னவரேயல்லாமல், தன்னை சித்தாந்தி என்றோ அத்வைதி என்றோ கூறிக் கொள்ளவில்லை. அவரை ஒரு கூண்டுக்குள் அடைப்பது அவ்வளது பொருத்தமாகாது. அருட்பிரகாசர் சைவக் குரவர்களைப் பாராட்டும் உள்ளம் உடையவர். இவர் முழுமையாக ஜீவகாருண்யத்தைக் கடைப்பிடித்தவர். அகிம்சை என்னும் கோட்பாட்டின்படி நடந்து எல்லாவற்றையும் நிறுவினார். வள்ளலார் ஒரு மாயாவாதி அல்ல. வள்ளலார் ஒரு சிறந்த கவிஞர்; இசை உள்ளமும் படைத்தவர்; சங்கத் தமிழ் இலக்கணம் நீக்கமறக் கற்றவர். அவரது தத்துவங்களின் சாரமே ஜீவகாருண்ய ஒழுக்கமாகும். அவர் கருத்துக்களில் சிந்தனைத் தெளிவுகள் தேங்கி நிற்கும். அவரது தத்துவக் கோட்பாடுகள் எல்லாம் உயிர்த்துடிப்புள்ள உயர்ந்த தத்துவங்களாகும். எனவே வள்ளல் பெருமாள் சமயவாதி அல்ல,

அவர் ஒரு நல்ல சமுதாய சீர்திருத்தவாதி என்பதையே நாம் உணர வேண்டும்.

முன்னுரை

அன்பே சிவம் இது இராமலிங்க அடிகளாரின் தாரக மந்திரம். இவர் அடிகளார் என்றாலும் சித்தரின் வரிசையில் இவரைச் சேர்க்கும்; சித்து வித்தைகள் அதிகம் கைவரப் பெற்றவர். முருகனின் அம்சமோ என்று சொல்லும் அளவில் சிவனுக்கு இவர் பிள்ளைபோலும். "தனித்திரு" "விழித்திரு" "பசித்திரு" என்ற இந்த வாக்கியங்கள் நம் பாஷையில் சொல்லப்படவில்லை. "அதாவது கண் முழிச்சுக்கோ" எப்பவும் தனியா இரு தனியா சாப்பிடு "பசித்திரு நல்ல யானைத் தீனி தின்னும் அளவு பசியோடு இரு" என்பது அர்த்தமில்லை. தனிமையில் இரு ஏகாந்தம். அது தியானத்திற்கு சிறந்தது. விழித்திரு இந்த மாயை என்ற தூக்கத்தை விட்டு விழித்துக் கொள் பசித்திரு வயிற்றுப் பசியல்ல... ஞானப்பசி... அது வந்தால் தான் மனிதனின் வாழ்க்கை நிறைவடையும் என்பதே உண்மையான பொருளாகும். "அருட்பெருஞ்சோதி வள்ளலார்" குறித்து ஆராய்வதாக இக்கட்டுரை அமைகிறது.

ஐந்தாவது மகனாகப் பிறந்தார்

வள்ளலார் அவதரித்ததால் கடலூர் மாவட்டமும், சிதம்பரம் வட்டமும், மருதூர் கிராமமும் பெருமை பெற்றது. 1823ஆம் ஆண்டு அக்டோபர் மாதம் 5ஆம் தேதி சுபானு ஆண்டு புரட்டாசி மாதம் 21ஆம் நாள் சித்திரை நட்சத்திரத்தில் ஞாயிற்றுக் கிழமை மாலை 5.54 மணியளவில் கருணீகர் மரபில் சிதம்பரம் இராமலிங்கம் என்பவர் அவதரித்தார். இவரைப் பெற்றெடுத்த பாக்கியம் தாயார் சின்னம்மையாருக்கும் தந்தையார் இராமையாப் பிள்ளைக்கும் கிட்டியது. பெற்றோருக்கு ஐந்தாவது மகனாகப் பிறந்தவர் இவர். சபாபதி, பரசுராமன் ஆகிய ஆண்மக்களும் உண்ணாமலை, சுந்தராம்பாள் என்னும் பெண் மக்களும் இவர் உடன்பிறந்தோராவர்.

தந்தையாரை இழந்தார் இராமலிங்கம்

கிராமக் கணக்கு வேலையைச் செய்துவந்த இராமையாப் பிள்ளை, தெய்வக்குழந்தை இராமலிங்கம் பிறந்து ஆறு மாதத்திலேயே இறைவனடி சேர்ந்தார். வறுமையில் வாடியது குடும்பம், ஊருக்கே உழைத்துத் தனக்கென எதுவும் வைத்துக் கொள்ளாத குடும்பம் தவித்தது. தாயார் சின்னம்மையார் செய்வதறியாது திகைத்தார். அவர் பிறந்த ஊர் பொன்னேரிக்குப் பக்கத்திலுள்ள சின்னக்காவனம் இரண்டு என்ற சிற்றூர், குழந்தைகளை அழைத்துக் கொண்டு சின்னக் காவணத்தில் குடும்பம் அமைத்து இரண்டு ஆண்டுகள் கழித்தார். பின்னர் சென்னை நகருக்குக் குடும்பத்துடன் இடம் பெயர்ந்தார்.

தனி அறையில் தியானம்

'வள்ளலார் கல்வி பயில வேண்டும்' எனத் தலைவன் சபாபதிப்பிள்ளை காஞ்சிபுரம் மகாவித்துவான் சபாபதி முதலியாரிடம் அனுப்பி வைத்தார். ஆனால் வள்ளலாரின் அறிவுநுட்பம் கண்டு அவருக்குக் கற்பிக்க வேண்டிய அவசியம் இல்லையென்றும், அவர் கல்லாமலே உணரும் பக்குவம் கொண்டவர் என்றும் கண்டு கொண்டார். அருட்பெருஞ்சோதி அகவலில்,

> "ஓதாதுணர்ந்திட ஒளியளித்தெனக்கே
> ஆதாரமாகிய அருட்பெருஞ்சோதி"

என்று வள்ளலார் சொற்களிலிருந்தே இதை அறியலாம். எப்போதும் கோயிலுக்குச் செல்வதும் குளங்களைச் சுற்றி வருவதாகவே பொழுதைக் கழித்தார் வள்ளலார். ஒரு நாள் அண்ணியார் கண்ணீருடன் வள்ளலாரை நோக்கி "வீட்டிலேயே இருந்தாவது அண்ணன் சொற்படி கல்வி கற்கலாமல்லவா?" என வினவினார். வள்ளலாருக்கும் மனம் கசிந்தது; தனக்கென ஓர் அறையை ஒதுக்கித் தருமாறு கேட்டார். அவ்வறையில் பூசை பொருள்களையும் புத்தகங்களையும் நிறைய எடுத்து வைத்துக்

கொண்டார். படிப்பதும் கண்களை மூடிக்கொண்டு தியானம் செய்வதுமாக இருந்து வந்தார் வள்ளலார்.

கண்ணாடியில் முருகன் காட்சி

ஒன்பது வயது பாலகனான வள்ளலாருக்கு முருகன் மீது அளவு கடந்த பக்தி வாய்க்கப் பெற்றிருந்தது. உள்ளம் நைந்து முருகனை வழிபட்டு வந்தார். ஒரு நாள் கண்ணாடியின் முன் அமர்ந்து தியானம் செய்து கொண்டிருந்தார் வள்ளலார். திருத்தணிகை முருகன் அவருக்குக் கண்ணாடியில் காட்சி கொடுத்தான் வேலாயுதம் கண்டார்; மயில்வாகனம் கண்டார்; கோழிக் கொடி கண்டார்; தார் கொண்ட பன்னிருதோள் கண்டார்; தணிகாசலத்தைக் கண்ட கண்கள் மெய்ம்மறந்து நின்றன.

"சீர்கொண்ட தெய்வ வதனங்கள் ஆறும் திகழ்கடப்பம்
தார்கொண்டபன்னிருதோள்களும்தாமரைத் தாள்களும் ஓர்
கூர்கொண்டவேலும் மயிலும் நற்கோழிக்கொடியும் அருட்
கார்கொண்ட வண்மைத் தணிகாசலமும் என் கண்ணுற்றதே"

ஒன்பதே வயது நிறைந்த சிறுவராயிருந்த போதும் ஓடி ஆடித்திரியும் விளையாட்டுப் பருவத்தே அவர் முருகனை நினைத்துப் பாடிய பாடல்கள், வள்ளலார் ஒரு மகாஞானி என்பதனைத் தெளிவாகக் காட்டுகின்றன.

வள்ளலார் நிகழ்த்திய சொற்பொழிவு

ஒருநாள் சபாபதிக்கு உடல்நலம் குன்றியதால் சொற் பொழிவுக்குப் போக இயலவில்லை. மக்கள் கேட்டுக் கொண்டதற்கிணங்க வள்ளலாரை அனுப்பிப் "பெரிய புராணப்பாடல்கள் சிலவற்றைப் படித்துவிட்டு வந்தால் நல்லது" எனச் சொல்லியனுப்பினார். சேக்கிழாரின் பெரியபுராணம் ஒப்புயர்வற்ற காவியம் கூட்டத்துக்குச் சென்ற சிறுவர் இராமலிங்கம் கவிதைகளை இசையோடு பாடினார் இசை மழை பொழிந்தது மக்கள் செவிகளில் தேன் பாய்ந்தது பாடல்களின் பொருளையும்

கூறுமாறு கூட்டத்தில் ஒருவர் கேட்டார். இராமலிங்கனார் அழகாகப் பொருள் கூறி விளக்கினார்.

வடிவுடையம்மை, தியாகேசன் வழிபாடும்

வள்ளலார் தன்னைத் தலைவியாகவும், தியாகேசனைத் தலைவனாகவும் பாவித்துப் பல பாடல்களைப் பாடியுள்ளார். இந்த வகை பக்தியை 'நாயக - நாயகி பாவம்' என்பர்.

"ஓணம் உடையான் தொழுதேத்தும்
ஒற்றி நகர்வாழ் உத்தமர்பால்
மாண வலியச் சென்றென்னை
மருவி அணைவீர் என்றேநான்
நாணம் விடுத்து நவின்றாலும்
நாமார் நீயார் என்பாரேல்
ஏண விழியாய் என்செய்வேன்
என்னை மடவார் இகழாரோ (ஆற்றாவிரகம் 1708)

ஒருநாள் வள்ளலார் திருவொற்றியூர் வந்து தியாகேசனையும் வடிவுடையம்மனையும் வழிபட்டுத் திரும்பவும் சென்னை ஏழுகிணறு பகுதியில் தன் வீட்டிற்கு வர இரவு வெகுநேரமாகி விட்டது. வீட்டுக் கதவைத் தட்டி அண்ணியாரை எழுப்பத் தயங்கியவராய்த் தெருத்திண்ணை மீது படுத்துறங்கியதைக் கண்டு தாய் வடிவுடையம்மையே அண்ணியார் உருவில் வந்து வள்ளலாரை எழுப்பி, தட்டில் உணவளித்தார். அண்ணியார் சிறிது நேரத்தில் வள்ளலார் உணவுக்கு வரவில்லையே என்று பதைத்து, கதவைத் திறந்து வெளியே வந்து உறங்கும் வள்ளலாரை எழுப்பி உணவருந்த வருமாறு அழைத்தார், "இப்போதுதானே அமுதளித்தீர்கள்?" என்று கூற, அண்ணியார் வடிவில் வடிவுடையம்மன் வள்ளலாருக்குக் காட்சி தந்தார்... பரவசமுற்ற அண்ணியார் பெருமைமிகக் கொண்டு, கருணையே வடிவான வடிவுடை அம்மன் அருள கண்டு உள்ளம் நெகிழ்ந்தார்.

திருமணம்

பெற்றோர் வற்புறுத்தியதால் 1850 ஆம் ஆண்டு இவர்தம் தமக்கையாரான உண்ணாமுலையம்மையின் மகளாம் தனம்மாளை அடிகளாருக்குத் திருமணம் செய்து வைத்தனர். ஆனால் அவர் தனம்மாளுடன் இல்லறத்தில் ஈடுபடாமலே இருந்து வந்தார். திருவாசகத்தைப் படிப்பதில் தனிச்சுகம் கண்டார் பிரம்மச்சாரியாகவே தொடர்ந்து வாழ்ந்து வந்தார்.

1851 முதல் 1858 வரை

அடிகளார் உரைநடையிலும் செய்யுள் வடிவிலும், பலநூல்களை யாத்துள்ளார். 1851 ஆம் ஆண்டு இவர் 'ஒழிவிலொடுக்கம்' என்ற நூலைப் பதிப்பித்து வெளியிட்டார். 1854 இல் மனுமுறை கண்ட வாசம் என்ற நூலை எழுதினார். 1856ல் 'தொண்டை மண்டல சதகம்' என்ற நூலையும், 1857ல் 'சின்மய தீபிகை' என்ற நூலையும் எழுதி வெளியிட்டார். மதுரை ஆதீனம் சிதம்பரசுவாமிகள் எழுதிய 'சிதம்பர புராணம்' என்ற நூலுக்கு அடிகளார் சாற்றுக்கவி தந்து சிறப்பித்தார்கள்.

முடிவுரை

நிறைய அற்புதங்கள் நிகழ்த்திய சித்தர் இவர். இவரைப் பற்றி எழுத வேண்டுமானால் நூறு பக்கமும் போதாது ஒருநாள் மடத்து அன்பர்களை அழைத்து, தீபத்தை ஏற்றி, அன்னதானம் செய்து மறவாமல் 'ஜீவகாருண்யத்தைக் கடைபிடியுங்கள்' எனக் கூறியவர், 'கடை விரித்தோம்' கொள்வாரில்லை கடையைக் கட்டிவிட்டோம் என்றார். இந்த வாசகம் நம் கண்களை நனைய வைக்கிறது. 1874ஆம் ஆண்டு 19ஆம் தேதி வெள்ளிக் கிழமையன்று இரவு 12 மணிக்கு மேட்டுக்குப்பத்தில் உள்ள சித்திரவளாக திருமாளிகையில் அறையில் நுழைந்து கதவைத் தாளிட்டவர் மீண்டும் வெளியில் வரவில்லை. அவதாரமான அவர் அருட்பெருஞ்ஜோதியென சூர்ய ஒளியில் கலந்தாரா? காற்றாகி மறைந்தாரா? அல்லது ஔவையார், காரைக்கால் அம்மையாரைப் போல புஷ்பப் பல்லக்கில் தேவர்கள்

அழைத்தபோது, ஸ்தூலதேகத்துடன் சிவனடி அடைந்தாரோ தெரியவில்லை யாமறியோம் பராபரமே வள்ளலாம் தாம் நிறுவிய சத்திய தருமச்சாலை, சத்திய ஞான சபை, சமரச சுத்த சன்மார்க்க சங்கம் வழியாக இவ்வுலகில் நிலைபெற்று வாழ்கிறார்.

துணைநூற்பட்டியல்

1. சண்முகம், பி.வி., சைவ சமயத்தை வளர்த்த அருளாளர்கள் ஐவர். பதிப்பு - 2006, ப.142, மணிமேகலைப் பிரசுரம், சென்னை - 600017.

2. குருபிரியா, பி. நம் சித்தம் குளிர்விக்கும் சித்தர்கள், முதற்பதிப்பு - டிசம்பர் 2008, பக்.154-155 கடலங்குடி பப்ளிகேஷன்ஸ், தி.நகர், சென்னை - 600 017.

3. கவிஞர் முல்லை மாணிக்கம், வாழ்வியல் சிந்தனைகள், முதற்பதிப்பு 2016. அறிவுச்சுடர் பதிப்பகம், இராயப்பேட்டை, சென்னை - 600 004.

4. ஜெகாதா, 108 சித்தர்கள் வாழ்வும் வாக்கும், முதற்பதிப்பு 2013, முத்துசுந்தரி பிரசுரம், தியாகராய நகர், சென்னை - 600 017,

வள்ளலாரும் ஜென்னும்

முனைவர் வெ. பிரதீப் குமார்
உதவிப் பேராசிரியர், தமிழ்த்துறை
இராமகிருஷ்ணா மிஷன் விவேகானந்தா கல்லூரி
மயிலாப்பூர், சென்னை 600004.

ஆய்வுச் சுருக்கம்

வள்ளலார் அருளிய திருவருட்பா வாக்குகளுக்கும், ஜப்பானிய ஜென் தத்துவ மரபின் கருத்தியலுக்குமான ஒப்பீடாக இவ்வாய்வு விளங்குகின்றது. ஒத்திசையும் மற்றும் மறுதலிக்கும் இடங்களும் தனித்தன்மையான இடங்களும் சுட்டப் பட்டிருக்கின்றன.

திறவுச் சொற்கள் ஆனந்தம் :

வாழ்வின் நிறைவு, கணம் : நேரமும் வெளியும், சன்மார்க்கம் : வள்ளலார் தோற்றுவித்த மக்களுகான செயலியக்கம்.

முன்னுரை

வள்ளலாரும் ஜென்னும் என்னும் தலைப்பிலான இக்கட்டுரை வள்ளலாரின் திருவருட்பா வாக்குகளுக்கும் ஜென் தத்துவ வாழ்வியலுக்குமான ஒப்பீடாக அமைகின்றது. சர்வ சமய சுத்த சன்மார்க்க சங்கம், சத்திய ஞான சபை, சத்திய தரும சாலை ஆகியவற்றைத் தோற்றுவித்தார் இராமலிங்க அடிகளார். இவர் பாடிய ஆயிரம் பாடல்களின் தொகுப்பு திருவருட்பாவாகும். அதிலிருந்தவை வள்ளலாரின் வாக்குகள் என்று அழைக்கப் படுகின்றன. அவற்றை உள்வாங்கி வாசிக்கின்றபொழுது இயல்பாகவே மனம் ஜென் ஒப்பீட்டுக்குச் செல்வது

தவிர்க்கவியலாததாக இருக்கின்றது. ஜப்பானில் உருவான ஜென் தத்துவ மரபின் வாழ்வியல் என்பது தனித்துவமான கூறுகளை ஒருங்கிணைத்து உருவாக்கப்பட்ட ஒன்றாகும். "ஜென் என்பது ஆசியாவின் இன்றியமையாத ஒன்றாகும். இந்தியாவில் தோன்றி, சீனாவில் வளர்ச்சியுற்று, ஜப்பானில் முழுமையான வடிவம் பெற்றது. வாழ்க்கைக்கான மனம் தெளிந்த நிலை, அமைதி, நிறைவு மற்றும் மகிழ்ச்சி ஆகியவற்றைக் கொண்டிருக்கும் முறைமையாகும்." இவ்விரண்டு தனிப்பெரும் வாழ்வியல் முறைமைகளுக்குமான சில ஒற்றுமைகளை ஒப்பீட்டு முறைமையில் ஆய்ந்தறிவது இவ்வாய்வின் நோக்கமாகும்.

ஆனந்தம் என்றொரு நிறைவு நிலை
"ஆனந்த வடிவாகி..."
"ஆனந்தப் பேற்றின் வாழ்வே..."
"ஆனந்த நடனஞ்செய் அரும்பெருஞ்சேவடி..."

ஆனந்தத்தின் வடிவம், ஆனந்தப் பேறும் அதன் வாழ்வு முறை மற்றும் ஆனந்த நடனம் என ஆனந்த நிலைகளைப் பற்றி வள்ளலார் குறிப்பிடுகின்றார். இந்திய மெய்யியலில் "ஆனந்தாமாயிருத்தல்" என்பது மிக இன்றியமையாத கருத்தாக்கமாகக் கருதப்படுகின்றது. "ஆனந்தம் என்ற நிலை" என்று ஜென் குறிப்பிடுகிறது. மகிழ்வுக்கும், நிறைவுக்கும், ஆனந்தத்திற்கும் இருக்கும் வேறுபாடுகள் நாமறிந்தவை. அவற்றுள் ஆனந்தந்திற்கு இன்றியமையாத இடத்தினை அனைத்து சமயங்களும் வழங்குவதற்குக் காரணம் அது வாழ்வின் அடிப்படையாக வைத்திருக்க வேண்டிய விழுமியம் தான். வள்ளாலாரும் ஜென்னும் ஒன்றுபடுகிற முழுமுதற் புள்ளியாக ஆனந்தத்தைக் கொள்ளலாம்.

"கருணை எனும் கடல்
கருணைக் கடலே....
அருட் கடலே கருணைத் தேவே...."

என்ற வாக்குகள் அருளையும் கருணையும் கடல் நிகர்த்த பூரணமாகக் காட்டுகிறார் வள்ளலார். மனித இயல்பில் கருணையும் அருள் கொண்ட மனமும் அவசியமானவை என்கிறது ஜென். அவ்வியல்பானது உயிர்த்தன்மையோடு தொடர்புடையது என்றும்

ஒருபொழுதும் நீங்காமலிருக்க வேண்டியவை என்றும் ஜென் கூறுகிறது. அக உணர்வின் அடிப்படையில் கருணை விளங்கினாலும் அது சார்ந்த செயலூக்கத்திற்குப் பேருதவியாக விளங்கும்.

பேதைமையிலிருந்து வெளியேறுதல்

"மத்தேறி அலை தயிர்போல் வஞ்சக வாழ்க்கை
மயலேறி விருப்பேறி மதத்தி னொடு
பித்தேறி உழல்கின்ற மனத்தால் அந்தோ
பேயேறி நலிகின்ற பேதை யானேன்"

என்று சமூக நிலையையும் வள்ளலார் சுட்டிக்காட்டிடத் தயங்கவில்லை. அது தன்னில் எந்த அளவிற்கு நலிவை உண்டு செய்கிறதென்பதையும் தெரிவித்துள்ளார். வஞ்சக எண்ணமும், மதம் என்ற ஒன்றும் மனத்தை பித்தேறி உழலச் செய்கின்றன என்பதை வள்ளலாரின் இப்பாடல் மூலம் அறிந்துகொள்ளலாம். அப்பேதைத் தன்மையிலிருந்து வெளியேறுவதற்கான விருப்பமும் ஒருவித மறைமுக அழைப்பும் இப்பாடலாகும். ஜென்னும் முழுமுற்றாக இவ்வகையானவற்றிலிறிந்து விலகியிருக்கவும் வெளியேறவும் உள் அனுமதிக்காத நிலையையும் உரைக்கிறது. எவ்வகையான பேதைமைத்தனத்திலிருந்தும் தன்னை விடுவித்துக்கொள்ள விழிப்புணர்வு என்னும் படிநிலையைப் பரிந்துரைக்கிறது.

ஏன் அவர் வள்ளலார்?

"மண்ணுலகத்திலே உயிர்கள்தாம் வருந்தும்
வருத்தத்தை ஒரு சிறி தெனினும்
கண்ணுறப் பார்த்தும் செவியுறக் கேட்டும்
கணமும் நான் சகித்திட மாட்டேன்"

உள்ளபடியே வள்ளலாரின் ஆன்மிக உச்சமாக மேற்கண்ட பாடல் அவரின் மானுடச் சிந்தனைக்குச் சான்றாக அமைகின்றது. எவ்வகைச் சமயம் உபன்யசித்தாலும் எவருக்கும் இவ்வகையான மனிதத்துவ அடிப்படையில் கருத்தோட்டம் அமையுமெனில் அது போற்றத்தக்கது. அதிலும் கண்ணால் பார்த்தால் மட்டுமல்ல, காதால் கேட்டாலும் கூட நான் சகித்துக்கொள்ள மாட்டேன் என்று கூறியிருப்பது அற்புத மனத்தின் சாட்சியமாகும். அந்த சகித்திடாத

மனம் நமக்குத் தெளிவாகத் தென்படுகிறதே அதுவே நிலைப்புள்ளியாகும். வள்ளலார் யார் என நாம் அறிவதற்கு இப்பாடல் உதவுகிறது. சக மனிதனின் துயரைச் சகியாததால் தான் அவர் வள்ளலார். அருட்பெருஞ்சோதியும் தனிப்பெருங் கருணையுமானவர். ஒன்றே போல் அமைந்த கருத்துக்கள்

“மெய்த்திடமும் நல் இடமும் நின் அடியார் புகழ்...”

“யாதொரு வீராப்பும் இல்லை...”

“உண்டுண்டு மகிழவே உணவும் உண்டு...”

“சாந்தம் உறும் உளம் உண்டு வளமும் உண்டு...”

என்று வள்ளலார் சொல்வதைப் போல மெய்யியல் தேடலுக் குண்டான திடமும், சுயமற்ற தன்மையும், மகிழ்ச்சியையும் நிறைவையும் முன்னிலைப்படுத்துவதும், அமைதிகொண்ட மனதின் ஆற்றல் அளப்பறியதென்றும் ஜென் வாழ்வியலும் முன்வைக்கின்றது. இவைபோல எண்ணற்ற கருத்தொற்றுமை களைக் காண முடிகிறது. ஆய்வின் தொடக்கத்திலிருந்த இவ்வாய்வு குறித்த அவசியம் பற்றிய கேள்வி இந்த நிலையில் இல்லாமல் ஆகின்றது. “எவரெவர்க்கும் இயைந்த அனுபவமாய்....” என்று வள்ளலார் சொல்வதும் ஜென் இயம்புவதும் அனுபவப்படுதலின் தனி நிலையேயாகும். “கணத்திலே எல்லாம் காட்டும் நின் அருளை கண்டனன் இனிச்சொல்வ தென்னே...” என்று அவ்வனுபவத்தின் அடுத்த நிலையாக கணம் குறித்த சிலாகிப்பும் நாம் ஆய்கின்ற இரு கூறுகளுக்கும் உள்ளன.

ஒத்திசைவுகள் மட்டுமல்ல முரண்களுமுண்டு

ஜென்னோடு முழுமுற்றும் வள்ளலார் பொருந்துகிறாராவென ஆய்ந்தால் அவ்வாறு இல்லை எனவும் சில நிலைகளில் உணர முடிகிறது. அதற்காக ஜென் உயர்ந்ததென்றும் வள்ளலார் அவ்வாறல்லர் என்றல்ல. நோக்கம் குறித்த நிலைகளில் வேறுபடும் புள்ளீகளையே நாம் சுட்ட விரும்புவது. தனியொரு ஆய்வுக்கானதாக அக்கருத்துக்கள் அமையுமென்ற போதிலும் ஓரிரு கருத்துக்களை முன்வைத்தல் அவசியமாதலால் கூறப்படுகின்றது.

1. இறந்தவர்களை எரிக்கக் கூடாது, சமாதி வைத்தல் வேண்டும்
2. சிறுதெய்வ வழிபாடு கூடாது அவற்றின் பெயரால் பலியிடுதலும் கூடாது.
3. கடவுள் ஒருவரே அவர் அருட்பெருஞ்சோதி ஆண்டவர்.
4. குருவை வணங்கக் கூசி நிற்காதே.
5. இரப்போர்க்குப் பிச்சை இல்லை எனாதே.

என்பன வள்ளலாரின் ஆன்மிக நிலையிலிருந்து மிகச் சரியான நிலைப்பாடுகளாக எடுத்துக்கொள்ளப்பட்டாலும் ஜென் இவற்றை தர்க்க ரீதியாக அணுகச் செய்கிறது. எதார்த்த வாழ்வை முன்வைத்துக் கேள்விகள் எழுப்ப முடிகிற சாத்தியங்களை அவை கொண்டிருக்கின்றன என்றபோதிலும் நிற்கும் இடமும் செல் வடிவமும் நோக்கமும் வேறுபடுவதன் சான்றுகளாக இவை அமைகின்றன. நோக்கமெனில் ஆதார நோக்கமல்ல, செல்லும் வழியின் போக்குகளாக அமைந்த நோக்கங்கள் எனக்கொள்ளலாம். மறுபுறம் வள்ளலார் சொல்லும் "சாலம் எலாம் செயும் மடவார் மயக்கின் நீக்கிச் சன்மார்க்கம் அடைய அருள் தருவாய்" என்ற முழுமையான சரணாகதியும், காதல் அறிவித் தாண்டதற்கோர் கைம்மாற றியேன் என்ற பரம்பொருளோடு நேரே பேசி நிற்கும் உருக்கமும், "சத்தியப் பொருளும் நித்திய வாழ்க்கையும் என்ற உறுதிப்பாடும், தன் நெறி செலுத்துக என்ற என் அரசே" என்ற உரிமையும், ஆதியும் அந்தமும் இல்லா அருட் பெருஞ்சோதி என்ற நிலைகொண்ட பிரார்த்தனையும் ஜென்னில் சாத்தியமில்லை யென்பது தெளிவாகின்றது.

சன்மார்க்கத்தின் தனித்தன்மை

"முடிவிலாத் துயர் மூல இல் ஒழுக்கில்..."

"இறக்கவும் ஆசை இல்லை இப்படி நான் இருக்கவும் ஆசையின்றி பிறக்கவும் ஆசை இல்லை"

"வாடிய பயிரைக் கண்ட போதெல்லாம் வாடினேன்"

"கண்ணினால் ஐயோ பிற உயிர் பதைக்கக் கண்டகாலத்திலும் பதைத்தேன்"

என்று வள்ளலார் அவர்கள் முடிவிலாத துன்பம் குறித்தும் அவற்றைக் களைவதற்கான சாத்தியக்கூறுகளின் வழிமுறைகளையும்

ஆராய்ந்து அறிந்து அதனை மக்களுக்கு அருளியிருக்கின்றார். பிறப்பை உணர்ந்து வாழச்சொல்வது ஜென் மாறாக பிறக்கவும் ஆசையின்றி இறக்கவும் விருப்பமின்றி வாழ்ந்தலின் துயரம் நிகழ்கிறபொழுதெல்லாம் அவ்வாறு இருக்கவும் பிடிக்காமல் பற்றற்றதொரு நிலையினை முன்வைத்து அதிலிருந்து விழிப்பைக் கோருகிறது சன்மார்க்கம். எவ்வுயிர் வாடினால் உடன் சேர்ந்து தாமும் வாடுவதும், பதைப்பதும் இரு ஆய்வுப்பொருட்களுக்கும் பொதுமையாய் அமைந்தாலும் சக மனிதரின் விழைவும் அறைகூவலும் என்ற முறையில் சன்மார்க்கம் ஒரு புள்ளி கூடுதலாய்த் தெரிகின்றது என்பது அதன் தனித்தன்மைகளில் மிகச் சிறந்ததாகும். கருத்தாய் மட்டும் நில்லாமல் சோர்வுற்ற பயணிகளுக்கு விருந்தோம்பல், ஏழை மூப்பர்களுக்கு உணவு மற்றும் வளங்கள் இல்லாத நோயாளிகளுக்கு உதவியாகியவை சமரச சுத்த சன்மார்க்க சங்கத்தின் செயல்பாடுகள். மானுட சேவை இவ்வுலகின் எதனைவிடவும் கூடுதல் தனித்தன்மை வாய்ந்தது என்பதில் எந்த ஐயமுமில்லை.

நிறைவுரை

சன்மார்க்கம் என்பதற்கும் ஜென் வாழ்வியல் முறைமை என்பதற்குமான அடிப்படை வேறுபாடுகள் உள்ளன என்ற போதிலும் மனிதரை முன்வைத்து அவை பேசும் பொருள்களின் ஒத்திசைவே இவ்வாய்வை நிகழ்த்திட வைத்தது. ஆய்வின் இறுதியில் ஒப்பீடு என்பதனைத் தாண்டி மனிதகுல மேம்பாட்டிற்காக வள்ளாலாரின் வாக்குகளும், ஜென் வாழ்வியல் முறைமைகளும் கூறும் கருத்துக்களின் உள்ளீடுகளில் மனிதரின் வாழ்வும் அது உய்வடைவதற்கான தேடல்களும், அவற்றிற்கான வழிகளும் கூறப்பட்டிருக்கின்றன என்ற அளவில் நிறைவுறுகிறோம்.

துணை நூற்பட்டியல்

1. வள்ளலார், திருவருட்பா, செண்பகா பதிப்பகம், சென்னை. பதிப்பு 2004

2. ஜென் தொடக்க நிலையினருக்காக அடையாளம் பதிப்பகம். பதிப்பு 2009

3. Buddhist Philosophy of Mind and Cognitive Science with Human Moral Experience, Acharya Nagarjuna University, Guntur.

4. William J Higginson and Penny Harter, Haiku Handbook. Kodansa International, Tokyo, New York, London

வள்ளலார் பாடல்களில் அகமரபு

ஆய்வாளர்: சு.சிவசங்கரி (நெறியாளர்:இரா.வள்ளி)
முழுநேர முனைவர்பட்ட ஆய்வாளர்
ஸ்ரீமத் சிவஞான பாலய சுவாமிகள்
தமிழ் கலை அறிவியல் கல்லூரி, மயிலம் 604 304
அலைப்பேசி :9047826130 மின்னஞ்சல் : ssivasankari766@gmail.com

ஆய்வுச் சுருக்கம்

இவ்வுலகில் வாழ்கின்ற உயிர்கள் அனைத்தும் இன்புற்று வாழ வேண்டும் என்ற கொள்கையினைக் கொண்டவர்கள் பல அருளாளர்கள் ஆவர். அவர்களுள் குறப்பிடத்தக்கவர் வள்ளலார் ஆவார். எதிலும் பொது நோக்கம் வேண்டும், பசித்தவர்களுக்கு சாதி, மதம், இனம், மொழி வேறுபாடு கருதாது உணவளித்தல் வேண்டும், மத வெறி கூடாது ஆகியவை இவருடைய முக்கியக் கொள்கைகளாக இருந்துள்ளன. இவர் பாடிய ஆறாயிரம் பாடல்களின் தொகுப்பே 'திருவருட்பா' என்று அழைக்கப் படுகிறது. இவற்றுள் ஆறு திருமுறைகள் இடம்பெற்றுள்ளன. அதில் ஐந்தாம் திருமுறையாக உள்ள வெண்ணிலாக் கண்ணியில் இடம்பெற்றுள்ள பாடல்களைத் தொல்காப்பிய அகமரபின் வழி எடுத்துக் கூறுகின்ற விதமாக இவ்வாய்வுச் சுருக்கம் அமைகின்றது.

கருச்சொற்கள்

திருவருட்பா, நாதம், குண்டலினி, நொதுமலர், வெண்ணிலா,

முன்னுரை

பண்டைத் தமிழர்கள் வாழ்வினை அகவாழ்வு, புறவாழ்வு என இரண்டாகப் பிரிப்பர். புறத்திணைப் பொருளான வீரம் மக்களுள் சிலருக்கே உரியது. அகத்திணைப் பொருளான அன்போ,

ஆண் பெண் என்னும் பிரிவமைந்த உயர்திணை, அஃறிணை உயிர்க்கெல்லாம் பொதுவானது. அகவாழ்க்கை நெறியில் சிறந்து விளங்கிய தமிழர்கள் எத்தனை இன்பம் பூமியில் வாய்க்கப் பெற்றாலும் தலைவன் தலைவியின் காதல் இன்பமே மிகப் பெரியதாகக் காணப்படுகிறது. 'எல்லா உயிர்களும் இன்புற்று வாழ்க' என்று கூறியவர் வள்ளலார். இவர் பாடிய ஆறாயிரம் பாடல்களின் தொகுப்பே "திருவருட்பா" என்று அழைக்கப்படுகிறது. இவற்றில் ஐந்தாம் திருமுறையாக உள்ள வெண்ணிலாக் கண்ணியில் தொல்காப்பிய அகமரபுகள் எவ்வாறு இடம்பெற்றுள்ளன என்பதை ஆராய்வதாக இக்கட்டுரை அமைகிறது.

திருவருட்பா

திருவருட்பா திரு + அருள் + பா எனப் பிரிக்கலாம். திரு தெய்வத்தன்மை பொருந்தியது எனப் பொருள்படும். அருள் என்பது எல்லையற்ற பரம்பொருளின் எல்லையற்ற கருணை. பா என்பது பாடல். எனவே திருவருட்பா என்பதற்கு எல்லையற்ற பரம்பொருளின் பெருங்கருணையைப் பாடும் பா (அ) எல்லையற்ற பரம்பொருளின் எல்லையற்ற பெருங்கருணையைப் பெறப்பாடிய பா (அ) எல்லையற்ற பரம்பொருளின் எல்லையற்ற பெருங் கருணையாலும் பாடப்பெற்றது எனப் பொருள் கொள்ளலாம். வள்ளலார் பாடிய திருவருட்பா 5818 பாடல்களின் தொகுப்பாகும். ஆசிரிய விருத்த நடையில் பாடப்பட்டுள்ள இப்பாடல்கள் ஆறு தொகுப்புகளாகத் தொகுக்கப்பட்டுள்ளன. இப்பாடல்கள் தம்முடைய சுய அனுபவங்களையும் ஆன்மீகப் பெரு உணர்வையும் விளம்புவன என்றும் அவற்றை வணிக முறையில் பதிப்பிக்க வேண்டாம் என்றும் வள்ளலார் கேட்டுக்கொண்டார். திருவருட்பிரகாச வள்ளலார் என்று அழைக்கப்படும் இராமலிங்க அடிகளார் அக்டோபர் மாதம் 5 ஆம் தேதி 1823 ஆம் ஆண்டு மருதூர் என்னும் சிற்றூரில் பிறந்தார். இவரின் பெற்றோர் இராமையாபிள்ளை, சின்னம்மை ஆவார். இவர் ஒரு ஆன்மீகவாதி, இவர் இயற்றிய முதல் நூல் தெய்வமணிமாலை. கடவுளின் பெயரில் செய்யப்படும் உயிர்ப்பலியை தடுத்து நிறுத்தினார். மக்களின் பசியைப் போக்குவதற்காகத் தருமசாலையைத் தொடங்கினார்.

சமரச சுத்த சன்மார்க்கம், சத்திய ஞானசபை போன்றவற்றை நிறுவியுள்ளார்.

இலக்கணக் கண் கொண்டு நோக்கின் கடவுள் மாட்டு மானிடப்பெண்டிர் நயந்த பக்கமாகிய பாடாண்திணைப் பகுதியாக வகுத்துக் கூறலாம். இதனை,

"காமப் பகுதி கடவுளும் வரையார்
ஏனோர் பாங்கினும் என்மனார் புலவர்"   (தொல்.பொ.நூ.81)

என்று தொல்காப்பியம் கூறுகிறது. இந்நூற்பாவிற்கு ஏற்ப கடவுள் மாட்டு மானிடப் பெண்டிர் நயந்த நிலையில் திருவருட்பாவில் வெண்ணிலாக் கண்ணி அமைந்துள்ளது.

அன்பு நெறி

வாழ்க்கையில் மனிதர்கள் கடைபிடிக்க வேண்டிய உயர்ந்த நெறிகளுள், ஒழுக்கநெறி, பக்தி நெறி, முக்தி நெறி ஆகிய மூன்று நெறிகளே உயர்ந்ததாகவும், முக்கியமானதாகவும் உள்ளது. இந்த நெறிகளை அடைய அடிப்படையாக அமைவது அன்பு நெறியே. அகத்தூய்மைக்கும், வாய்மைக்கும் துணையாக அமைந்து பாவத்தைப் போக்கி ஒரு மனிதனைத் தூய்மை உடையவனாக ஆக்குவதற்கு அன்பினால் தான் முடியும். இதனை வள்ளுவர்,

"அறத்திற்கே அன்பு சார்பென்ப அறியார்
மறத்திற்கும் அஃதே துணை"   (குறள்.76)

என்ற குறளின் மூலம் விளக்குகிறார்.

தலைவி தலைவனைக் காண விரைதல்

உடம்பும் உயிரும் மெலிந்த இடத்தும் இவற்றிற்கு என்னவாயிற்று என்று வருந்துவது (அ) கிழவோன் அதாவது தலைவன் இருக்கும் இடத்தை அடைதல் (அ) செல்லுதல் தலைவிக்கு மரபு இல்லை. இதனை,

"உடம்பும் உயிரும் வாடியக் கண்ணும்
என்னுற்றன கொல் இவையெனின் அல்லதைக்
கிழவோற் சேர்தல் கிழத்திக் கில்லை"   (தொல். பொரு. நூ.8)

என்ற நூற்பா தலைமகளுக்குரிய பண்பு பற்றி இலக்கணம் கூறுகிறது. இவ்விலக்கண மரபுகளுக்கு மாறாக திருவருட்பாவில் சிவ தத்துவத்துக்கு மேலே உள்ள நிலவே, அவ்விடத்துக்கு வந்தடைய நானும் விரும்புகிறேன் என்பதனை,

"நாதமுடி மேலிருந்த வெண்ணிலா வேஅங்கே
நானும்வர வேண்டுகின்றேன் வெண்ணிலா வே"
(திருவருட்பா.பா.2848)

என்ற வரிகள் மூலம் அறியமுடிகிறது. பக்தி இலக்கியங்களில் தலைவனாகிய சிவபெருமானை அடைய தலைவியாகிய வள்ளலார் விரைவதாக இப்பாடல் அமைந்துள்ளது. மேலும் அகக் கண்ணிற் கண்டு வழிபடுதற்குத் தலைவராகிய சிவபெருமான் காட்சி தருவாரா என வினவுவதை,

"அந்தரங்க சேவைசெய்ய வெண்ணிலா வே - யெங்கள்
ஐயர்வரு வாரோசொல்லாய் வெண்ணிலா வே"
(திருவருட்பா.பா.2584)

என்ற வரிகள் மூலம் அறியலாம். தலைவனைக் காண தலைவி மனம் விரும்புவதை இப்பாடல் மூலம் அறியமுடிகிறது.

மேலும் இதற்குச் சான்றாக அப்பா தேவாரத்தில் தலைவி சிவன் உறையும் திருவதிகை வீரட்டானேஸ்வரத்தைக் கண்டு களித்தாலொழிய என் கண்கள் கண்ணுறங்காது என்கிறாள். இதனை,

"வண்டார் கொன்றையு மத்தம் வளர்சடைக்
கொண்டான் கோல மதியோ டரவமும்
வண்டார் மும்மதி லெய்தவன் வீரட்டம்
கண்டா லல்லதென் கண்டுயில் கொள்ளுமே"
(தேவாரம்.பா.5:53 - 6)

என்ற பாடல் வழி அறியமுடிகிறது.

தலைவன் பிரிவில் தலைவி வருந்துதல்

தலைவனைப் பிரிந்த தலைவி மனம் வருந்திப் பேசுவதை,

"பிரிந்தவழிக் கலங்கினும் பெற்றவழி மலியினும்"
(தொல்.கள.நூ.21- 9)

என்ற நூற்பா புலப்படுத்துகிறது.

இரவு, பகல் என்ற காலப் பாகுபாடு இல்லாத பரவெளியை அடைந்து அங்கேயே இருக்க விரும்புவதை,

"இராப்பகலில் லாவிடத்தே வெண்ணிலா வே நானும்
இருக்கவெண்ணி வாடுகின்றேன் வெண்ணிலா வே"
(திருவரு.பா.2850)

என்ற பாடலின் மூலம் அறியலாம். இரவு, பகல் என்ற பாகுபாடு இல்லாமல் தலைவி எப்பொழுதும் தலைவன் நினைவால் இருப்பதை அறியமுடிகிறது. மேலும் தலைவன் பிரிவால் தலைவி தூக்கம் இல்லாமல் மனம் வருந்திப் பேசுவதை சூரியன் உதிப்பதையும் மறைவதையும் பார்த்துக் காலம் நீண்டு செல்கின்ற கண்ணுறக்கம் இல்லாமல் காலம் கழிவதைக் கண்டு தலைவி வருந்துவதை,

"எழுவதும் மீண்டே படுவதும் பட்டு எனை ஊழிகள்போய்க்
கழிவது கண்டுகண்டு எள்கல் அல்லாக் இடையோர்கள் குழாம்
தொழுவதும் சூழ்வதும் தொல்லை மாலைக் கண்ணாரக் கண்டு
கழிவதோர் தாலுற்றார்க்கும் உண்டோ கண்கள் துஞ்சுதலே"
(திருவரு.பா.97)

என்ற பாடலின் மூலம் உணரலாம்

தலைவி வெண்ணிலாவிடம் வேண்டுதல்

பிரிவுக் காலத்தில் காமம் மிக்க நிலையில் ஆற்றாக்காலத்தில் அஃறிணைப் பொருள்களை விளித்து அவற்றைக் கேட்கின்ற இயல்புடையன போலக் கொண்டு துன்பத்தைப் பகிர்ந்து கொள்வது போல் அமைத்தலும் உண்டு என்பார் தொல்காப்பியர். அவை கேட்பன போலவும், சொல்லுந போலவும், செயல்படுவன போல அமைத்தலும் மரபு என்பார், இதனை,

"செல்லா மரபி னவற்றொடு கெழிஇச்
செய்யா மரபிற் றொழிற் படுத் தடக்கியும்"
(தொல். பொருள். நூ.2)

என்ற நூற்பா மூலமும்,

> "ஞாயிறு திங்கள் அறவே நாணே
> கடலே கானல் விலங்கே மரனே
> புலம்புறு பொழுதே புள்ளே நெஞ்சே
> அவையல பிறவு நுதலிய நெறியாற்
> சொல்லுந போலவும் கேட்குந போலவும்
> சொல்லியாங் கமையும் என்மனார் புலவர்"

(தொல். செய். நூ.191)

என்ற நூற்பா வழி அறியலாம்.

வேதங்களின் முடிமேல் இருக்கும் வெண்ணிலாவைப் பார்த்து, தலைவி மலப்பிணிப்பால் உண்டாகும் வேதனைகளைப் போக்குவதற்குரிய வழி ஒன்றை கேட்பதை,

> "வேதமுடி மேலிந்து வெண்ணிலா வே மல
> வேதையுள வேதுசொல்லாய் வெண்ணிலா வே"

(திருவரு.பா.2256)

என்ற வரிகள் மூலம் அறியலாம். தலைவனைக் காணாமல் நான் அடையும் வேதனையைப் போக்குவதற்கு எனக்கு ஒரு வழி சொல் எனத் தலைவி நிலவிடம் கேட்பதாக அமைந்துள்ளது. மேலும், என் இயல்புகளையும் எனக்கும் சிவத்துக்குமுள்ள தொடர்பையும் இனிதறிந்து எனக்குச் சொல்லுக எனத் தலைவியாகிய வள்ளலார் கேட்பதை,

> "ஞானமய மாய்விளங்கும் வெண்ணிலா வே – என்னை
> நானறியச் சொல்லுகண்டாய் வெண்ணிலா வே"

(திருவரு.பா.2861)

என்ற வரிகள் மூலம் அறியலாம். உணர்வுருவாகிய என்னை என்னுடைய இயல்புகள் அனைத்தும் தலைவனே. அத்தகு இயல்பினை அடைய எனக்கு வழி சொல் எனத் தலைவி நிலவிடம் பேசுவதை அறியமுடிகிறது.

தலைவியின் வேட்கை

தலைவி, தலைவன் மீது கொண்ட பேரன்பின் காரணமாக தனக்குத் தலைவனாகிய முதல்வனை உணர்ந்து இன்பம் எய்த வழி தேடுவதை,

“தன்னையறிந் தின்பமுற வெண்ணிலா வே ஒரு
தந்திரநீ சொல்லவேண்டும் வெண்ணிலா வே”
(திருவரு.பா.2847)

என்ற வரிகள் மூலம் தலைவியின் விருப்பத்தை அறியமுடிகிறது. மேலும் குண்டலிப்பால் தூண்டப்பட்டுத் துவாத சாந்தத்தில் நின்றொளிரும் அமுத சாந்தினை குண்டலினி சத்தி முடிவில் எய்தப்பெறும் ஞானமாகிய அமுதத்தைப் பெற தலைவி விரும்புவதை,

“குண்டலிப்பால் நின்றிலங்கும் வெண்ணிலா வே அந்தக்
குண்டலிப்பால் வேண்டுகின்றேன் வெண்ணிலா வே”
(திருவரு.பா.2856)

என்ற வரிகள் மூலம் அறியமுடிகிறது. தலைவனாகிய இறைவனை அடைய தலைவி விரும்புவதாக இப்பாடல் வரிகள் உணர்த்துகின்றன.

முடிவுரை

இறைவனைத் தன் ஆருயிர் நாயகனாகவும், தன்னை அவனருள் விரும்பிய பெண்ணாகவும் கருதி இறைவன் அருள் பெற விழைவது அவர் தம் வாழ்வில் ஓர் உயர்நிலையாகக் கருதினார். பக்தி இலக்கிய அகமரபுகளில் தலைவன் உள்ளமாகப் அருளாளர் பாடியுள்ளது குறிப்பிடத்தக்க நாயக நாயகி அகமரபாகும். களவுக் காலத்தில் தலைவன் இருக்குமிடம் தலைவி செல்வதாகத் துணிவுடன் கூறுதல் அகமரபு. தொல்காப்பிய, சங்க இலக்கிய அகமரபு உயிருக்கும் உயிருக்கும் உள்ள தொடர்பைக் கூறுகிறது.

பக்தி இலக்கிய அகமரபுகளின் வாயிலாக உயிருக்கும் இறைவனுக்கும் உள்ள தொடர்பை உணர்த்துவதன் மூலம் சிற்றின்பத்தின் வழி பேரின்பம் சுட்டப்படுவதை உணரமுடிகிறது.

துணைநூற்பட்டியல்

1. இளம்பூரணர் (உ.ஆ), தொல்காப்பியரம் பொருளதிகாரம், கழக வெளியீடு, சென்னை 1983

2. துரைசாமிப்பிள்ளை, சு, திருவருட்பா மூலமும் உரையும், ஏழாம் தொகுதி, அண்ணாமலைப் பல்கலைக்கழக வெளியீடு, 1986

3. திருநாவுக்கரசர், தேவாரப் பதிகம், கழகவெளியீடு, சென்னை 1927.

4. திருவள்ளுவர்.திருக்குறள், திருநெல்வேலி தென்னிந்திய சைவசித்தாந்த நூற்பதிப்புக் கழகம், சென்னை 18.

5. தொல்காப்பியர், தொல்காப்பியம் பொருளதிகாரம், பேராசிரியர் உரை, கழகப் பதிப்பு, 1969.

6. நக்கீரன், இரா, இறையனார் அகப்பொருள், கௌரா பதிப்பகம், 2010

வள்ளலார் கண்ட சீவகாருண்ய ஒழுக்கம்

மரகதவள்ளி,
முனைவர் பட்ட ஆய்வாளர், (பகுதி நேரம்)
ஸ்ரீமத் சிவஞான பாலய சுவாமிகள் தமிழ் கலை அறிவியல் கல்லூரி,
மயிலம் 604 304

ஆய்வுச்சுருக்கம்:

புனிதம் நிறைந்த பாரதநாட்டில் காலந்தோறும் பல மகான்கள் தோன்றி மனித குலத்திற்கு நல்ல அறவுரைகளையும், அறிவுரைகளையும் கூறி நல்வழிப்படுத்தி வந்துள்ளனர். எந்நாட்டவரும், விரும்வும் இறைவனுக்குப் பிடித்த தமிழ்நாட்டில் பத்தொன்பதாம் நூற்றாண்டில் தோன்றி அங்கு நிலவிவந்த சாதி, மத வேற்றுமைகளை நீக்கி, எல்லோரும் அன்புடனும், கருணையுடனும், வாழச்செய்தவர் திருவருட்பிரகாச வள்ளலார். இதழாசிரியர், உரையாசிரியர், சமூக சீர்திருத்தவாதி, சித்தமருத்துவர், சொற்பொழிவாளர், ஞானாசிரியர், தீர்க்கதரிசி, நூலாசிரியர், பசிப்பிணி போக்கிய அருளாளர், மொழி ஆய்வாளர், பண்பாளர், கவிஞர் என்று பன்முக ஆற்றல் கொண்ட அருளாளர் 1865ல் அவரால் தோற்றுவிக்கப்பட்ட சமரச சுத்த சன்மார்க்க சத்திய சங்கம் என்பது தூய்மையான மனித நேயத்தையும், நல்வழியையும் கடைப்பிடிப்பவர்களின் அமைப்பாகும்.

இச்சங்கம் உலகில் வெளிப்படும் உண்மையான மகிழ்ச்சியை, இரக்கம் மற்றும் நல் அறிவை ஒவ்வொருவரிடமும் கொண்டு வருகிறது. சன்மார்க்க கொள்கையைப் பின்பற்றுவதற்கு உலகில் இருந்து தனித்து இயங்கும் தீவிர சாதனா முயற்சிகள் எதுவும் தேவையில்லை. உலகளாவிய அன்பு, உள்ளத்தில் உண்மை ஒளி, மகிழ்ச்சி, நல்லறிவு எல்லா உயிர்களிடத்திலும், இரக்கம் கொண்டு

சுறுசுறுப்பாக இயங்குதல் வேண்டும் அவ்வளவு தான். வள்ளலாரால் தமது சன்மார்க்க கொள்கையானது, எல்லா மக்களிடமும் சென்று அடைய பெரும்தடையாக இருக்கும் பசியை நீக்க ஏற்படுத்தப்பட்டது. சத்திய தருமச்சாலை. இவ்வமைப்பு 1867ல் தொடங்கப்பட்டு இன்று வரை செய்யப்பட்டுவருகிறது என்பது குறிப்பிடத்தக்கது.

1871ல் வடலூரில் சாதி சமயம், ஏழை பணக்காரன், படித்தவன், படிக்கதவன், உயர்ந்தவன், தாழ்ந்தவன் என்ற வேறுபாடுகள் எதுவும் இன்றி கொலை புலை தவிர்த்தவர்கள் மட்டும் உள்ளே வரவும் என்ற தத்துவமுறை படி அமைத்து ஜோதிவழிபாடு செய்தருளினார்கள். அவர் அகத்தில் கண்டகொண்ட ஜோதியைப் புறத்தில் பலரும் காணும் படியாக ஏழு திறைகளை விலக்கி அருட்பெருஞ்ஜோதி ஆண்டவரை சத்தியஞான சபையில் காணும்படி செய்துள்ளார்கள். இராமலிங்க சுவாமிகள் உயிர்குலத்திற்கு வகுத்தளித்தக் கொள்கைகளுள் முதன்மையானது ஜீவகாருண்யம். அக்கொள்கையை விளக்குவதாக கட்டுரை அமைந்துள்ளது.

கருச்சொற்கள்:

சீவகாருண்யம் அன்பும் அருளும் உயிர் இரக்கம் தாவர உணவு பேரின்ப வாழ்வு.

சீவகாருண்யம் சீவகாருண்யம் என்றால் உயிர்களிடத்து கருணை காட்டுதல், வறியவர்களுக்கு உதவி செய்தல், பசியினால் வருந்துவர்களின் பசியையும் மற்ற பிற உயிர்களின் உயிருக்கும் துன்பம் செய்யாமல், மக்களுக்குள் சாதி, சமய ஏற்ற தாழ்வுகள் பாராமல் இருத்தல். இவ்வாறு வாழ்ந்தால் எவ்வித துன்பமும் இன்றி பேரின்ப பெருவாழ்வு அடைவர் என்பது ஆகும். வள்ளல் பெருமான் மற்ற பிற உயிர்களின் துயரங்களைக் காணும் போது,

"மண்ணுலகத்தில் உயிர்கள் தாம் வருந்தும்,
வருத்தத்தை ஒரு சிறிது எனினும்
கண்ணுறப் பார்த்தும் செவியுறக் கேட்டும்
கணமும் நான் சகித்திட மாட்டேன்
(திருவருட்பா, ஆறாம்திருமுறைபா. எ : 21)

என்று வருந்திப்பாடியுள்ளார். பசிப்பிணியின் கொடுமையை, சீத்தலைச்சாத்தனார், ஔவையார் முதலானோர் பாடியிருப்பினும் வள்ளல் பெருமான் அவர்களை விஞ்சி நிற்கிறார். சான்றாக,

உள்ளலேன் உடையார் உண்ணவும் வறியவர்
உறுபசி உழந்து வெந்துயரால்
வள்ளலே நெஞ்சம் வருத்தவும் படுமோ
மற்று இதை நினைத்திடுந் தோறும்
எள்ளலேன், உள்ளம் எரிகின்றது உடம்பும்
எரிகின்றது என் செய்வேன் அந்தோ
கொள்ளலேன் உணவும் தரிக்கிலேன் இந்தக்
குறையெல்லம் தவித்தருள் எந்தாயே.
(திருவருட்பா, ஆறாம்திருமுறை பா. எ : 326)

இத்திருவருட்பா சீவகாருண்யம் என்ன என்று கூறுகிறது. செல்வம் உடையவர்கள் நிறைய உண்ணுகிறார்கள். வறியவர்கள் மிகுந்த பசியால் உடல் வருந்துகிறார்கள். மனம் வெம்புகிறார்கள். இதைப்பற்றி நினைக்கவும் என்னால் முடியவில்லை. யாரையும் இகழ மனம் வரவில்லை. மனம் எரிகின்றது. நான் இக்கொடுமைக்கு என்னதான் செய்வேன் என்று வருந்துகிறார் வள்ளலார். தெய்வத்தின் பெயரைச் சொல்லி பிற உயிர்களைப் பலி கொடுத்துத் தன் வயிற்றை வளர்க்கிறவர்களைப் பார்த்த வள்ளலார் உள்ளம்

நலிதரு சிறிய தெய்வமென்று ஐயோ
நாட்டிலே பலபயர் நாட்டிப்
பலிதகு ஆடு பன்றி குக்குடங்கள்
பலிகடா முதலிய உயிரைப்
பொலிவுறக் கொண்டே போகவும் கண்டே
புந்தி நொந்து உள நடுக்கம் உற்றேன்
கலியுறு சிறிய தெய்வ வெங்கோயில்
கண்ட காலத்திலும் பயந்தேன்
(திருவருட்பா, ஆறாம்திருமுறை பா. எ: 170)

என்று பதறுகிறது. ஆடு, கோழி, பன்றி மட்டுமல்லாமல் பயிர்களின் வாடிய நிலையைக் கண்டால் கூட மனம் வாடி "வாடிய பயிரைக் கண்ட போதெல்லாம் வாடினேன்" என்று உள்ளம் நொந்து கூறுகின்றார். பசிப்பிணி போக்குவதுதான் சீவகாருண்யத்தின்

அடிப்படையான குறிக்கோள் என்பதால் சத்திய தருமச் சாலை தோற்றுவிக்கப்பட்டது. 23.05.1867ல் ஏற்றப்பட்ட அடுப்பு இன்றுவரை எரிந்துக்கொண்டுதான் இருக்கிறது. இறைவனின் பரிபூரண அருளைப்பெற ஜீவகாருண்ய ஒழுக்கத்தைப் பின்பற்ற வேண்டும். இதனால் அகத்தில் இன்பம் வளர்ந்து பொங்கி எங்கும் ஆனந்தமயமாக மனிதர்களை வாழ வைக்கும்.

"அன்பும் அருளும்
அன்புடைமை ஆன்ற குடிப்பிறத்தல் இவ்விரண்டும்
பண்புடைமை என்னும் வழக்கு" (குறள் 972)

என்ற குறளும் அன்பினை வலியுறுத்திச் சொல்கிறது.

"யாதும் ஊரே யாவரும் கேளிர்" (புறம் 192)

என்ற புறநாநூற்றில் கணியன் பூங்குன்றனார் கூறுவது இங்கு நினைவில் கொள்ள வேண்டும்.

உயிர் இரக்கத்திற்கு முக்கியமான இலக்கு

எல்லா ஆன்மாக்களும் என்றும் இருக்கிற கடவுளின் ஒரு சிறு பகுதியான (ஏகதேச) ஆன்மாக்கள் ஆகும். அவை எல்லாமாய் இருக்கிற கடவுளின் ஆற்றல் தோன்றுவதற்கு கடவுளின் ஒரு கூறு என்கிற ஒற்றுமையும் உரிமையும் உள்ள இடங்களாய் இருக்கின்றன. அந்த ஆன்மாக்கள் உயிர்களாகப் பெருக்கம் அடைவதற்கு உருவமுடைய உடல்களே ஆதாரமாக இருக்கின்றன.

"உடம்பார் அழியின் உயிரார் அழிவர்
திடம்பட மெய்ஞ்ஞானம் சேரவும் மாட்டார்.
உடம்பை வளர்க்கும் உபாயம் அறிந்தே
உடம்பை வளர்த்தேன் உயிர் வளர்த்தேனே"
(திருமந்திரம், பா எ: 724)

என்று திருமந்திரத்தில் திருமூலர் கூறியது நினைவுக்கூறத் தக்கது.

அந்த உடல்களில் ஆன்மாக்கள் உடல் உருவம் எடுத்து வராவிட்டால், ஆன்மாவின் வளர்ச்சி தடைபடும். தடைபட்டால், அருள் வெளிப்படாது. அதனால் ஆன்ம வளர்ச்சி முடங்கின நிலை உருவாகி, ஆன்மாக்களுக்கு பிறவிச் சுழற்சி நிலை உருவாகும்.

எனவே, இந்நிலையைத் தவிர்க்க ஆன்மாக்களுக்கு அவசியம் உருவமுடைய உடல் தேவை. துன்பங்கள் உண்டாகாமல், மனம், கண், பாய் போன்ற கருவிகளின் உதவியோடும் தம் அறிவின் துணை கொண்டும் மிக விழிப்பொடு முயற்சி செய்து தடுத்துக் கொள்வதற்குத் தகுந்தாற்போல, சிறிய (அல்ப) சுதந்திரம் உயிர்களுக்கு இறைவனின் அருளால் கொடுக்கப்பட்டிருக்கிறது. அந்தச் சிறிய சுதந்திரத்தில் ஆற்றல் துணைகொண்டு, உயிர்கள் எல்லாம், உடலுக்கு வரும் ஆபத்துகளை எல்லாம் நீக்கி, ஆன்மப் பயனைப் பெறுவதற்கு முயற்சிக்க வேண்டும்.

தாவர ஆகாரம்:

காய், பழம், இவை போன்றவற்றில் தத்துவங்கள் வளர்ச்சியும், தாதுப்பொருள் வளர்ச்சியும் இல்லாதபடியால், அசுத்தம் இல்லை என்பதால் காய், பழம், இலை, முதலியவைகளை உண்ணுவது உயிர்க் கருணைக்கு எதிர்பானது அல்ல.

உயிர் இரக்கம்:

பசி என்கிற நச்சுக் காற்று ஏழைகள் அறிவாகிய விளக்கை அவிக்கின்ற வேளையில் உணவு, கொடுத்து அவியாமல் ஏற்றுகின்றதே உயிர் இரக்கம். கடவுளின் எல்லாமாய் விளங்கும் ஆற்றலுக்கு இடமாக விளங்குகின்ற உயிரின் உடல்கள் என்ற ஆலயங்கள் பசியால் கடவுள் இன்பத்தைப் பெறுகின்ற நிமித்தம் தேகங்களிலிருந்தும், குடித்தனஞ் செய்கின்ற சீவரது தத்துவக் குடும்பம் முழுவதும் பசியினால் நிலை தடுமாறி அழியுந் தருணத்தில் ஆகாரங்கொடுத்து அக்குடும்ப முழுவதும் நிலைபெறச் செய்வதே சீவகாருண்யம். ஆகையால் காப்பியம் மற்றும் தொகை நூல்களிலும் உணவின் அவசியத்தை அதாவது உயிர் இரக்கத்தை பறைச்சாற்றுகிறது. “உண்டி கொடுத்தோர் உயிர் கொடுத்தோர்” என்ற மணிமேகலை மற்றும் புறநானூற்றிலும் இடம்பெறுகின்ற பாடல் வரியை இங்கு நினைவில் கொள்க.

உயிர் இரக்கம் கொள்வதே சீவகாருண்யம் ஆகும்.

பேரின்ப வாழ்வு:

பேரின்ப வாழ்வாவது எல்லா உடல்களையும் எல்லா மனம் முதலான கருவிகளையும் எல்லா உலகங்களையும் எல்லா இன்ப அனுபத்தையும், கடவுள் தம் எல்லையில்லாத ஆற்றலால் தோன்றி விளங்கச் செய்விக்கிறார்.

கடவுளின் எல்லையில்லாத இன்பத்தையும், பெற்று, காலத்திலும் எந்த விதத்திலும் எந்த அளவிலும் தடை படாமல் அனுபவிக்கப்படுகின்ற ஒப்பில்லாத இந்தப் பெரிய இன்பத்தையும் பெற்று வாழ்வதே பேரின்ப வாழ்வாகும் என்று அறிந்துகொள்ள வேண்டும். பேரின்ப லாபம் எது என்றால் எல்லாம் தானாய் விளங்குவதே. பேரின்ப லாபத்தை அடைந்தவர் சிறப்பு வேண்டில் தோல், நரம்பு, எலும்பு, தசை, இரத்தம் , சுக்கிலம் முதலியவை. தூய்மை இல்லாத பெருமங்களின் (பூதங்களின்) செயல் விளைவுகளாகும். இந்த செயல் விளைவுக்கு காரணமாக இருப்பது தூய்மை இல்லாத மூலத்துகள் (பிரக்கிருதி) அணுக்களாகும். இப்படிப்பட்ட தூய்மையற்ற உடலை (அசுத்த தேகத்தை) மேலானதாக மாற்றி, தரம் (மாற்று) இவ்வளவு என்று அறியப்படாத உயர்ந்த பொன்னாகிய சுத்த பூதகாரிய தேகத்தையும் ஆகாயம் போல் விளங்குகின்ற ஞானதேகத்தையும் பெற்றவர்களாய் இருப்பார்கள்.

ஆய்வு முடிவுகள்:

- வள்ளலாரின் இந்த உயிர்க்கருணை உயிர் இரக்க வாழ்வு முறை கொல்லாமையை வலியுறுத்துகின்றது
- பிற சீவர்களின் துன்பங்களைக் கண்டு இரக்கங்கொண்டு தன் உடன் பிறப்புகாளாக (தோழமை) கொண்டு வாழ்தல், என்பதை வலியுறுத்தி அனைத்து உயிர்களிடத்திலும், அன்புடன் இருத்தலை வலியுறுத்துகிறது.
- அனைவரும் கடவுளின் அருளைப் பெற்று வாழ வழி வகை செய்கின்றது வள்ளலாரின் சீவகாருண்யம்.

வள்ளலாரின் வழியில்இறைவழிபாடும் சமூகநல்லிணக்கமும்

பா.ஜெயஸ்ரீ
உதவிப் பேராசிரியர், தமிழ்த்துறை
ஹாஜி கருத்த ராவுத்தர் ஹௌதியா கல்லூரி (தன்னாட்சி)
உத்தமபாளையம்,
தேனி மாவட்டம் 625 533.
அலைப்பேசி : 6369685944.

ஆய்வுச் சுருக்கம்:

"வள்ளலாரின் வழியல் இறைவழிபாடும் சமூக நல்லிணக்கமும்" என்னும் தலைப்பின் கீழ் வள்ளலார் காட்டிச் சென்ற இறைவழிபாடு பற்றியும் "சமூக சீர்திருத்த துறவி" என்று அழைக்கப்படும் இறையருளாலர் வள்ளலாரின் சமூக நல்லிணக்க கருத்துக்களைப் பற்றியும் இக்கட்டுரையின் மூலம் அறியலாம்.

முன்னுரை:

தமிழ் சமூகம் நிறைய இறையருளாலர்களைக் கண்டுள்ளது அவர்கள் தாங்கள் உணர்ந்த இறையுணர்வை பிறரும் உணரும் வண்ணம் பலருக்கும் வழிகாட்டினர் மூட நம்பிக்கைகள் நம்பிக் கிடந்த காலத்தில் பகுத்தறிவு நெறியில் இறையுணர்வினை போதித்தவர்களின் முக்கியமானவர் வள்ளலார். இறைக்கருத்துகளை கூறியதோடு மட்டுமல்லாமல் அவ்வழியில் வாழ்ந்து காட்டியவர். "வாடிய பயிரைக் கண்டபோதெல்லாம் வாடினேன்" என்று உயிர் நேயத்தை அருளிய வள்ளல் பெருமானின் இறைவழிபாடு மட்டும் சமூக நல்லிணக்க கருத்துக்களை இக்கட்டுரையின் மூலம் அறியலாம்.

வள்ளலார் காட்டும் இறைவழிபாடு:

மனிதனை நெறிப்படுத்தி பக்குவப்படுத்தும் பணிகளை மதம் செய்கிறது. அருவாய் எங்கும் நிறைந்திருக்கும் இறைவனை தான் உணர்ந்த வண்ணம் பிறருக்கும் உணர்த்தியவர் வள்ளலர். தமிழ் சமூகத்திற்கும் மட்டுமல்லாமல் உலக மக்களும் ஏற்றுக் கொள்ளும் பொதுவான கருத்தினை உருவாக்கியவர் வள்ளலார்.

“ஏகன் அநேகன் இறைவனடி வாழ்க” – திருவாசகம்

ஏகன் என்றால் ஒருவன் என்றும் அநேகன் என்றால் ஒன்றுக்கு மேற்பட்டவன் என்னும் பொருளில் மாணிக்கவாசகர் திருவாசகத்தில் கூறியிருக்கிறார். இறைவன் ஒருவனை என்னும் கருத்தினையே வள்ளலாரும் தம் பாடலின் மூலம் கூறுகிறார்.

ஒன்றல்ல இரண்டல்ல ஒன்றில் இரண்டல்ல
ஒன்றினுள் ஒன்றல்ல ஒன்றெனும் ஒன்றே
ஒன்றினுள் ஒன்றுள்ள ஒன்றினுள் ஒன்றிய
ஒன்றுற ஒன்றிய ஒன்றெனும் ஒன்றே. – திருவருட்பா

இறைவன் ஒருவனே அவனே இந்த பிரபஞ்ச வெளியெங்கும் நிறைந்திருப்பவன் எல்லா உயிர்களுக்குள்ளும் நிறைந்திருப்பவர் ஒன்றன ஒன்றிருப்பவன் என்று வள்ளலார் கூறுகிறார். ஒன்றிய ஒன்று என்றால் பிரிக்க முடியாது என்று பொருள். இதைத் தான் ஒன்றல்ல இரண்டல்ல ஒன்றாகி ஒன்று எனக் கூறுகிறார். இறைவன் ஒருவனே அவன் ஜோதி வடிவில் இருப்பவன் என்று கூறுகிறார்.

இறைவனின் ஒரு பக்கம் அன்பு என்றால் அதன் மறுபக்கம் சிவம் ஆகும். அன்புமும், சிவமும் பொருள் எனக் காண்க என வள்ளலார் கூறுகிறார். அன்பையும், கருணையுமே அவர் இறைவனாகக் கண்டார்.

இறைவழிபாடு என்பது பரம்பொருளாகிய இறைவனே தனித்து நின்று வழிபடுவது அல்ல. உலகில் உளள சகல உயிர்களின் வடிவிலும் இறைவனை காணுதல் ஆகும். இதனையே “ஜீவகாருண்யம்” என்றும் “உயிர் நேயம்” என்றும் வள்ளலார் கூறுகிறார்.

வானுக்குள் ஈசனைத் தேடும் மதியிலீர்
தேனுக்குள் இன்பம் சிவப்போ கருப்போ
தேனுக்குள் இன்பம் செறித்திருந்தார்போல்
ஊனுக்குள் ஈசன் ஒளிந்திருந்தானே - திருமந்திரம்

திருமூலர் தன்னுடைய திருமந்திரத்தில் இறைவனை அங்கும் இங்கும் தேடும் அறிவில்லாதவர்கள் இறைவன் எல்லா உயிர்களுக்குள்ளும் இருப்பதை அறியவில்லை எனக் கூறுகிறார். இதன் சாரத்தையே வள்ளலாரும் எளிமையாக்கி "உயிர் நேயம்" ஜீவகாருண்யம் என்னும் வார்த்தைகளின் வழியில் இறைவனை விளக்கினார்.

ஒளியை எப்போதும் அறிஞர்களும் ஞானிகளும் ஞானத்தோடு ஒப்பிடுவர். வள்ளலாரும் இறைவனின் உண்மைப் பொருளை உணர ஒளி வழிபாட்டையை முன் நிறுத்தினார். ஒளியாகிய இறைவன் இருளாகிய அஞ்ஞான வாழ்வை நெறிப்படுத்தக் கூடியவன் எனக் கூறினார். உயிராய் ஒளியார் அனைத்து உயிர்களுக்குள்ளும் இறைவன் நிறைந்திருப்பதாய் கூறினார். "வாடிய பயிரைக் கண்டபோதெல்லாம் வாடினேன்" எனக் கூறி அனைத்து உயிர்களிடமும் உயிர் நேயத்தின் மூலம் இறையுணர்வை ஏற்படுத்தினார். எங்கோ இறைவனை தேடுவது அல்ல இறைவழிபாடு எங்கும் எதிலும் நீங்க மற நிறைந்திருக்கம் இறைவனை உணர்வதே இறைவழிபாடு என உணர்த்திக் காட்டியவர் வள்ளலார்.

வள்ளலார் காட்டும் சமூக நல்லிணக்கம்:

19-ம் நூற்றாண்டில் தான் சமூக சீர்திருத்த இயக்கங்களும் சமூக சீர்திருத்தவாதிகளும் சமய தீர்திருத்த இயக்கங்களும் சமய தீர்திருத்த வாதிகளும் தோன்றினர். அவர்களின் முக்கியமானவர் சமூக சீர்திருத்த துறவி வள்ளலார். இறைவனின் பெயரைச் சொல்லி ஜாதி, மதம் எனப் பிரித்தவர்களுக்கு மத்தியில் "மதம் என்னும் பேய் பிடியாது இருக்க வேண்டும்" என முழங்கியவர் வள்ளலார். ஏற்றத் தாழ்வு இல்லா சமூகம் உருவாக வழிகாட்டினார். அனைவரும் வந்து வணங்கும் வண்ணம் வடலூரில் சத்திய தருமச்சாலையை அமைத்து இறைவழிபாட்டையும் பசித்தோருக்கு சமபந்தி

உணவையும் வழங்கினார். வழிபாட்டில் சமூக நல்லிணக்கம் ஒளி வழிபாடு என மக்களை நெறிப்படுத்தினார். சமத்துவ வழிபாட்டினை முதலில் ஏற்படுத்திய பெருமை வள்ளலாரையைச் சேரும்.

சமூக நல்லிணக்கத்திற்கும் ஒருமைப்பாட்டிற்கும் என்றும் எவருக்கும் ஏற்புடையதாய் அமைந்திருக்கும் இறைக் கொள்கை வள்ளலாரின் கொள்கை என்றால் மிகையாகாது.

வள்ளலாரின் வாழ்வியல் நெறி:

"அருட்பெருஞ் ஜோதி
தனிப்பெரும் கருணை
அருட்பெருஞ் ஜோதி"   - திருவருட்பா.

இறைவன் அருட்பெருஞ் ஜோதியாய் எங்கும் நிறைந்திருக்கின்றான் அவனை கருணை என்னும் அன்பினால் அடைய வேண்டும் எனக் கூறுகிறார். வள்ளலார் புலால் உண்ணுதல், ஜாதி, மதம் பேதம் பார்த்தல், உயிர்வதை, போன்றவற்றை எதிர்க்கிறார். பசித்தவர்களுக்கு உணவு வழங்கு வேண்டி உயிர் பழிக் கூடாது போன்றவற்றை வாழ்வியல் நெறியாகக் நமக்கு உரைக்கிறார்.

முடிவுரை:

இக்கட்டுரையின் மூலம் வள்ளலாரின் இறைவழிபாடு பற்றியும் அவரின் சமூக நல்லிணக்க கருத்துக்களையும் அவர் தம் வாழ்வியல் நெறிகளையும் அறிந்து கொண்டோம்.

ஆய்வு நூல்கள்:

வள்ளலார் காட்டும் வாழ்வியல் - வள்ளலார்தாசன்

திருவாசகம் - மாணிக்கவாசகர்

திருமந்திரம் - திருமூலர்

திருவருட்பா வள்ளலார்

வள்ளலார் காட்டும் அரசியல் அறங்கள் (மனுமுறை கண்ட வாசகம்)

மகேஸ்வரிவீரப்பன்,
உதவிப்பேராசிரியர், கணேசர் கலை அறிவியல் கல்லூரி,
மேலைச்சிவபுரி - 622403.

ஆய்வுச்சுருக்கம்

"வாடிய பயிரைக் கண்ட போதெல்லாம் வாடினேன்" என்று உயிர் இரக்கம் கொண்டு வாழ்ந்தவர் வள்ளலார். ஏழைகளையும், பிணியுடையோரையும், உணவுக்காக ஏங்கி பசி நீங்காது சோர்ந்து போன எளியோரையும் கண்டு தன் உள்ளமும் உடலும் இளைத்துப் போனவர். அதனால்தான் வடலூரில் அறச்சாலை ஏற்படுத்தி எளியோர்க்கு உணவளிக்க ஏற்பாடு செய்தார். அவரின் உயிர் இரக்கத்தை, தரும நெறியை வலியுறுத்தும் 'மனுமுறை கண்ட வாசகம்' கட்டுரைப் பொருளாக ஈண்டு எடுத்துக்கொள்ளப் பட்டுள்ளது.

முன்னுரை

தமிழில் அறமுணர்த்தும் இலக்கியங்கள் பல. அவற்றுள் அன்பு, கருணை, இரக்கம் ஆகியவை மனிதனுக்கு வேண்டிய அடிப்படை அறங்கள் எனபதனை வலியுறுத்தியவர் வள்ளலார். "என் உயிர்தான் உயிர் இரக்கம். என்னையும் இரக்கந் தன்னையும் ஒன்றாக இசைவித்து இவ்வுலகில் மன்னி வாழ்வுறவே வருவித்த கருணை வள்ளல் நீ என இறைவனைக் கூறுவதால் அடிகளார் உலகில் கருணை உணர்வை வளர்க்க அவதரித்த ஞானி என்று தெளியலாம்"[1]. கருணையோடும், அறமோடும் வாழ்வதற்கு

எடுத்துக்காட்டாக விளங்குவது மனுச்சோழரின் வாழ்க்கை வரலாறு. இச்சோழரின் கதைவழி வள்ளலார் உணர்த்தும் அறங்கள் பல. அவையாவும் இன்றைக்கும் தேவையான அறக்கருத்துகளே. நாடும், நாட்டை ஆள்பவனும், மக்களும் போற்ற நெறிகள் இதில் எடுத்தாளப்பட்டுள்ளன. இவற்றை விளக்கும் முறையில் இக்கட்டுரை அமைந்துள்ளது.

மனுமுறை கண்ட வாசகம்

காவிரி வளம் கொழிக்கும் திருவாரூர் அரசர் மனுச்சோழர். அறுபது ஆண்டுகாலம் ஆட்சி செலுத்திய பினபு தனக்கு ஒரு புதல்வன் இல்லை என ஏக்கம் கொண்டு திருவாரூர் இறைவனை வேண்டுகிறார். இறைவன் கருணைப்படி புதல்வனைப் பெறுகிறார். வீதிவிடங்கள் எனப் பெயரிட்டு இறை நெறியில் வழுவில்லாது தன் புதல்வனை வளர்த்து வருகிறார். ஒருநாள் வீதிவிடங்கன் சிவதரிசனம் செய்வதற்காகத் தேரில் ஏறிச் செல்லும் வேளையில் ஒரு கன்றாது தேர்ச்சக்கரத்தில் அகப்பட்டு உயிர் இறக்கிறது. தாய்ப்பசுவானது கன்றின் இறப்பிற்கு நீதி கேட்டு அரண்மனை வாயிலில் கட்டடப்பட்டு இருந்த ஆராய்ச்சி மணியை கொம்பால் அசைத்து ஒளி எழுப்பியது. கன்றின் இறப்பை அறிந்த அரசன் இப்பசு அறிவில் சிறந்த பசு. இதன் துயரம் நீக்கவும் “பசுவின் கன்றைக் கொன்ற பழிக்கு ஈடாகவும் தன் புத்திரனைக் கொலை செய்வதே சரியானது” என்று கூறி கலாவல்லபன் என்ற அமைச்சரிடம் வீதிவடங்கனை அழைத்து வருமாறு கட்டளை யிடுகிறார். இந்த செயலுக்கு அஞ்சி, அரசனின் கட்டளையையும் மீறமுடியாமல் தவித்த அமைச்சர் அரசன் தந்தைக்குச் சமமானவர் என்று தானே கன்றைக் கொன்ற பலியாக நினைத்து தன்னைத் தானே உடைவாளால் தலையை அரிந்து உயிர் துறக்கிறார். இதனை அறிந்து மேலும் பதைபதைக்கும் மனுச்சோழர் தேரில் ஏறி கன்று இறந்த அதே இடத்தில் தன் மகனை கிடத்தி தேர் ஏற்றி கொல்கிறார். இப்படிப்பட்ட தருமம் தவறாத அரசனா எனத் தேவர்களும், மக்களும் வியக்க, ஆரூப் பெருமானே உமையோடு காட்சி தந்து கன்று, வீதிவிடங்கன், கலாவல்லபன் ஆகியோரை உயிருடன் எழுப்புகிறார். மனுச்சோழரின் தருமநெறியை உலகுக்கு உணர்த்திய இந்நெறியே இன்றளவும் அறநெறியாக கொள்ள

வேண்டும் என்னும் வள்ளலாரின் சிந்தனைச் சிதறலாகவே மனுமுறை கண்ட வாசகம் அமைந்துள்ளது.

மனுச்சோழர்

மக்களின் துன்பத்தைக் கண்டு இரங்குவதில் தாயாகவும், நல்வழியை அறியச் செய்வதில் தந்தையாகவும், நல்வழியைப் போதித்து அதன்வழி நடப்பதில் குருவாகவும் திகழ்பவர். குடிமக்களைக் காவல் காப்பதில் கண்ணாகவும், குடிகளுக்கு அச்சம் சூழவிடாமல் தடுப்பதால் உயிராகவும், கொடைத்திறத்தில் மேகமாகவும், அறிவே ஆயிரங் கண்களாகவும், கைகளே கற்பகமாகவும், கண்களே காமதேனு என்னும் பசுவாகவும், திருமுகமே சிந்தாமணியாகவும் கொண்டவர். ஆக்கினா சக்கரமே சக்கராயுதம். செங்கோலே திருமகள். பெரும்புகழே திருப்பாற்கடல். போர் இல்லாத சூழலே யோக நித்திரையாகவுங் கொண்டவர். மனோதிடத்தில் இந்திரனை ஒத்தவர். பொருட்களை விருத்தி செய்வதில் பிரம்மனை ஒத்தவர் உயிர்களைக்காத்து தேவர்களுக்கு யாகங்களால் அமுது கொடுப்பதில் திருமாலை ஒத்தவர். சோர்வில்லாது இருத்தல், தூய்மை, வாய்மை, துணிவுடைமை இவற்றைக் கொண்டு ஆட்சிப்புரிவதில் உருத்திரமூர்த்தியை ஒத்தவர். துன்பம் நீக்கி இன்பம் நல்குவதால் அமுதத்தைப் போன்றவர். சிவபக்தி மிகுந்தவர். பொறுமையில் நிலத்தை ஒத்தவர். குடிமக்களுக்குப் பொன் புதையலைப் போன்றவர். மொத்தத்தில் தருமமே உருவமாகக் கொண்ட மனுநீதி தவறாது விளங்கியவர்.

அவரின் அமைச்சர்கள் ஒழுக்க சீலர்கள். தங்களின் அறிவை மக்களுக்காகவே பயன்படுத்தியவர்கள். உலகம் தலைகீழாக மாறினாலும் உள்ளதை உள்ளபடி சொல்கிறவர்கள். புதிதாகத் தொடுத்து பொய்பேசமாட்டாதவர்கள். அரசன் தனக்கும் தந்தை போன்றவன். அரசனுக்கு வந்த துன்பமாகக் கருதி வாழ்பவர்கள்.

"முறைசெய்து காப்பாற்றும் மன்னவன் மக்கட்கு
இறையென்று வைக்கப் படும்"[2]

அரசர்களைக் கண்கண்ட தெய்வமாக வணங்குவது தமிழர் மரபு. இது நாட்டு ஒற்றுமைக்கு உறுதி தேடியது.

குடிமக்களிடம் அன்பு, கருணை, அறிவு, ஆற்றல் போன்ற பண்புகள் ஒருமித்து ஓங்குவதற்கான சூழ்நிலையை உருவாக்கித் தருவது அரசனின் முதல் கடமையாகிறது. இவற்றை செவ்வனே செய்துவரும் அரசன் நிறை மனிதன் ஆகின்றான். நிறை மனித அரசனே குடிகளுக்கு இறைவனாகிறான். இன்றளவும் நாட்டின் தலைமை இடங்களில் இருப்பவர்களும் அவர்களுக்கு உதவியாக உள்ள அமைச்சர்களும் இவ்விதம் அமைந்துவிட்டால் இறைவனாகவே மதிக்கப்படுவர்.

அரசாட்சி

மனுச்சோழர் அரசாட்சியில் பூக்கள் மட்டுமே பறிக்கப்படும். பொருள் பறிக்கும் கள்வர்கள் இல்லை. புனல் மட்டுமே சிறைபடும். சிறைச்சாலையில் வைக்கப்படுவோர் இல்லை. காற்று மட்டுமே அலைபடும். பகைவரால் அலைக்கப்படுவோர் இல்லை. கல் மட்டுமே கடினமுடையது. கடின மனமுடையோர்கள் இல்லை. மா மட்டுமே வடுப்படும். வடுப்படுவோர் இல்லை. வாழை மட்டுமே குலைபடும். வாழ்வில் குலைபடுவோர் இல்லை. வண்டு மட்டுமே மதுவுண்ணும். கள் உண்பவர்கள் இல்லை. நெற்கதிரே போர்படும். போரில் இறந்து படுவோர் இல்லை. தரித்தரமே தரித்திரப்படும். தரித்தரப்படுவோர் இல்லை. துக்கம் மட்டுமே துக்கப்படும். துக்கப்படுவோர் இல்லை. பொய் மட்டுமே பொய்படும். பொய் கூறுபவர் எவருமில்லை. மொத்தத்தில் மேன்மை மட்டுமே நாட்டில் குடிகொண்டிருந்தது. புலியும் பசுவும் ஒன்றாய் ஒரு துறையில் நீர்குடிக்கும். சிங்கமும் யானையும் ஒன்றாக இணைந்தே திரியும். பருந்தும் கிளியும் பழகி மகிழும். கூகையும் காகமும் கூடிப் பறக்கும். பூனையும் எலியும் ஒன்றாகப் பொருந்தியிருக்கும். இவ்வாறு உயிர்கள் எல்லாம் பகை கொள்ளாமல் ஒன்றுக்கொன்று நட்பு கொண்டு வாழ்ந்திருக்கும்.

புல், மரங்கள் போன்ற அசையாப் பொருட்களும் வாடுதல், உலர்தல், உதிர்தல், வெட்டுண்ணல் முதலான குறைகள் இல்லாமல் வளர்ந்தோங்கி வாழ்ந்திருக்கும். நாட்டில் அன்னதானம், சொர்ணதானம், கோ(பசு)தானம், பூதானம் போன்ற தானங்கள் நிறைந்திருக்கும். இறைவனுக்குரிய கோயில்கள் கட்டுதல்,

சோலைகள் வைத்து பாதுகாத்தல், தண்ணீர்ப் பந்தல் வைத்தல், சத்திரங்கள் கட்டுவித்தல் முதலான தருமங்கள் நிறைந்திருக்கும். விரதங்கள், தியானங்கள், மந்திரங்கள் ஓதுதல் முதலானவை ஓங்கியிருக்கும். தெய்வங்களுக்கு மூன்றுகால பூசைகளும், திருப்பணிகளும், திருவிழாக்களும் குறைவில்லாமல் நடந்து கொண்டேயிருக்கும். சமூகக் கட்டமைப்பில், கட்டுக்கோப்பாக செயல்படுவதில் வழிபாட்டு மரபுகளும், சடங்குகளும் மிகப்பெரிய ஆற்றல்களாக விளங்குகின்றன. அனைவரும் ஒன்றிணைந்து மேற்கொள்ளும் சடங்ககளும், வழிபாடுகளும் மக்களுக்கிடையே கூட்டுணர்வை, ஒற்றுமையுணர்வை வலுப்படுத்துகின்றன. சமூகப்பிணைப்பை மிகுதிப்படுத்துகின்றன.

இறைமாட்சி இல்லாத நாட்டில் பருவமழை பொய்க்கும். மாறி பொழிந்தாலும் பெருமழையாகப் பொழியும். பெருவெள்ளம் ஏற்படும். அழிவு ஏற்படும். ஆனால் மனுச்சோழர் ஆட்சிப் பகுதியில் பெருங்காற்று, பெருவெள்ளம், தீப்பற்றுதல், இடிவிழுதல் போன்ற தீமைகள் இல்லாமல் பருவமழை தவறாது பொழிவதோடு அளவறிந்து பெய்கின்றது. இதனால் நாட்டு மக்கள் உடல், பசிறோய், உயிரச்சம் முதலிய துக்கங்கள் சூழாமல் சுகமே சூழ்ந்திருக்க வாழ்ந்திருந்தனர்.

மனுச்சோழர் அரசாட்சி முறை வேறு. அரசாட்சி குடிமக்களைத் துன்புறுத்தும் கொடுங்கோலாட்சியாக இல்லை. மாறாக,

> **"குடிதழீஇக் கோலோச்சும் மாநில மன்னன்**
> **அடிதழீஇ நிற்கும் உலகு"[3]**

என்ற இறையாட்சியாகவே உள்ளது.

வள்ளலார் உரைக்கும் அறங்கள்

தன் மகன் கன்றைக் கொன்றதாக அறிந்தவுடன் அனுச்சோழர் நான் என்ன பாவம் செய்தேன் என்று கூறி அரற்றி பல பாவச் செயல்களைக் குறிப்பிடுவதாக வள்ளலார் காட்டுகிறார். அவை,

1. நல்வோர் மனதை நடுங்கச் செய்தல்
2. வலிய வழக்கிட்டு மானங் கெடுத்தல்

3. தானங் கொடுப்போரைத் தடுத்தல்
4. நட்பாயிருக்கும் நண்பர்களுக்குள் கலகஞ் செய்தல்
5. மனமொத்த நட்பில் வஞ்சகம் செய்தல்
6. குடிவரியை உயர்த்தி கொள்ளையடித்தல்
7. ஏழைகள் மனம் நொந்து வயிறு எரியச் செய்தல்
8. தருமம் பாராது தண்டஞ் (அபராதம்) செய்தல்
9. மண்ணோரம் பேசி வாழ்வழித்தல்
10. உயிர்ப்பலி செய்வோர்க்கு உபகாரஞ் செய்தல்
11. களவு செய்வோருக்கு உளவு சொல்லுதல்
12. பொருளை இச்சித்துப் பொய் சொல்லுதல்
13. ஆசைகாட்டி மோசஞ் செய்தல்
14. வரவு போக்கொழிய வழியடைத்தல்
15. வேலைக்குக் கூலி குறைத்தல்
16. பசித்தோர் முகத்தைப் பாராதிருத்தல்
17. இரப்போர்க்கு இல்லை என்றுரைத்தல்
18. கோள் சொல்லி குடும்பம் குலைத்தல்
19. நட்டாற்றில் கையை நழுவ விடுதல்
20. கலங்கி ஒளிந்தோரைக் காட்டிக் கொடுத்தல்
21. கற்பழிந்தவளிடம் கலந்திருத்தல்
22. காவல் கொண்ட கன்னியை அழித்தல்
23. கணவன்வழி நிற்போரைக் கற்பழித்தல்
24. கருப்பம் அழித்து களித்திருத்தல்
25. குருவை வணங்கக் கூசி நிற்றல்
26. குருவிற்கு காணிக்கை கொடுக்க மறத்தல்
27. கற்றவர் தம்மை கடுகடுத்தல்
28. பெரியோர் பாட்டில் பிழை சொல்லுதல்
29. பறவையை கூண்டில் அடைத்தல்
30. கன்றுக்குப் பாலூட்டு கட்டி வைத்தல்
31. ஊன் சுவையுண்டு உடம்பை வளர்த்தல்

32. கல்லும் நெல்லும் கலந்து விற்றல்

33. அன்பு உடையவர்களுக்குத் துன்பம் செய்தல்

34. குடிநீர் குளத்தைத் தூர்த்தல்

35. மரத்தை அழித்தல்

36. பகையால் அயலோர் பயிரை அழித்தல்

37. பொது மண்டபத்தை இடித்தல்

38. ஆலயக் கதவை அடைத்து வைத்தல்

39. சிவனடியாரைச் சீறி வைத்தல்

40. தவஞ்செய்து வாழ்வோரைத் தாழ்வு சொல்லுதல்

41. சுத்த ஞானிகளை தூஷணஞ் செய்தல்

42. தந்தை தாய் மொழியைத் தள்ளி நடத்தல்

43. தெய்வம் இகழ்ந்து செருக்கடைதல்

என்பன போன்ற பாவங்களைச் செய்தேனா என உள்ளம் கலங்குகிறார். இதேபோன்று இராமன் காட்டுக்கு சென்ற செய்தியைக் கேட்ட பரதன் துடிதுடித்த துடிப்புகளையும் மனபதைப்புகளையும் கம்பர் தம் காவியத்தில் எடுத்துக் காட்டியுள்ளார். மனுச்சோழர் பழிபாவங்களை அடுக்குவத போல பரதனும் “பிறர் அறச்செயலை அழிக்க முயற்சிப்பவன், இரக்கம் இல்லாதன், பிறர் மனைவியை அடைய அவர் வீட்டு வாயிலேயே நிறபவன், வஞ்சினம் கொண்டவன், உயிர்களை கொலை செய்தவன், அரசன், ஆசிரியன், தாய், தந்தை, தமையன், பெண்களை கொலைபுரிந்தவன், இரந்து பெற்றவர் பொருளைக் கவர்ந்து கொண்டவன், இறைவன் பரம்பொருள் இல்லை என்று சொன்னவன், வேதங்களைப் பழிப்பவன், தாய் பசித்திருக்க தன் வியிற்றுக்கு உணவு உண்பவன், சரணடைந்தவரைக் காட்டிக் கொடுக்கும் பேதை, எப்போதும் அறத்தை மறந்தவன், பொய்ச்சாட்சி சொன்னவன், ஒருவர் நலிந்த போது துன்பம் செய்பவன், கொடுத்த பொருளை ஏமாற்றி கவர்ந்து கொண்டவன், சிறுவனைக் கொன்றவன், பிறர் நன்றியைப் போற்ற மறந்தவன், கன்று குடிக்காமல் பசுவின் பாலைக் கறப்பவன், தெய்வங்களைப் பழிப்பவன்,கன்னிப் பெண்ணைக் கற்பழிக்க எண்ணியவன், குரு

பத்தினியைத் தவறாகப் பார்த்தவன், கள் குடித்தவன், திருட்டு வழியில் பொருள் சேர்ப்பவன், ஏழைகளின் உணவைத் தட்டி விட்டவன், சான்றோர் சொல்லும் அறிவுரையை மதிக்காதவன் சென்று விழக்கூடிய நரகத்தில் நான் வீழ்வேனாக"[4] எனப் பல அறக்கருத்துகளை அடுக்கிச் சொல்லுதலை காணமுடிகிறது.

> "அழிவு அரும் அரசியல் எய்தி தகும் என்று
> அழிவரு சிறுதொழில் இயற்றி ஆண்டு தன்
> வழிவரு தருமத்தை மறந்து மற்று ஒரு
> பழி வரு நெறி படர் பாதகன் ஆக யான்"[5]

தனக்குரிய தருமத்தை மறந்து பழியைத் தரும் தீய வழியிலே செல்லும் பாவியாகிறேன் என்று கலங்கும் பரதனும் தன் பிள்ளை கொன்ற பசுவின் கன்றை நினைத்து மனுச்சோழர் கலங்கும் நிலையும் ஒன்றுதான். இக்கலக்கங்களுக்குக் காரணம் உயிர் இரக்கம் என்ற பண்பே ஆகும். உயிர் இரக்கம் ஒரு மனிதனை அனபுள்ளவனாக மாற்றுகிறது. பழிபாவங்களுக்கு அஞ்ச வைக்கிறது. மேலும் வள்ளலார்,

1. நெல் முதலான பயிர்களுக்கு நீர் விடுவோரையும்
2. கண்பார்வையற்றோருக்குக் கோல் கொடுத்து உதவுபவரையும்
3. இரவில் வந்தவருக்கு இடம் கொடுப்போரையும் 4. அஞ்சி சரணடைந்தவருக்கு அபயம் கொடுப்போரையும் 5. தாகங் கொண்டோருக்குத் தண்ணீர் கொடுப்போரையும்
6. பசித்தவருக்கு உண்ண உணவு கொ:ப்போரையும் 7. சேற்றில் விழுந்தவரை தூக்கக் கை கொடுப்போரையும்
8. பசித்தவருக்கு உண்ண உணவு கொடுப்போரையும்
9. ஆற்று வெள்ளத்தில் அகப்பட்டோரை கரையேற்று வோரையும்
10. சத்திரங்கட்டி தருமம் செய்வோரையும் - தடுக்கக் கூடாது. இவற்றைத் தடுத்தாலும்
11. .சிவஞானி

12. சிவதரிசனம் செய்வோரையும் ஒருக்காலுந் தடுக்கக் கூடாது என்றும் வலியுறுத்துகிறார்.

இத்தகைய நற்கருத்துகள் எல்லாம் ஆட்சி அதிகாரப் பதவியில் இருப்பவர்களுக்கு மட்டுமல்ல மக்களுக்கும் நல்லியல்புகளை வளர்த்துக் கொள்ள வழிகாட்டுகிறது.

ஆட்சிக்குரிய இலக்கணங்கள்

தன்னைக் கொடுத்தாவது தருமத்தைக் காக்க வேண்டும். தாய் தந்தையாக இருந்தாலும் தராசின் கோலைப்போல நடுநிலையோடு இருந்து தீர்ப்பு வழங்க வேண்டும். ஒருவருக்குத் தண்டனை விதிக்கும்போது எவ்வுயிர்களையும் தன்னுயிர் போல் எண்ணுதல் வேண்டும். யார் எப்பொருளைப் பற்றி உரைத்தாலும் அதன் உண்மைப் பொருளை ஆராய்ந்து அறிதல் வேண்டும். உருவு நோக்காது அறிவு நோக்க வேண்டும். ஊழ்வினை நோக்காது செய்வினை நோக்க வேண்டும்

"ஓர்ந்து கண்ணோடாது இறைபுரிந்து யார்மாட்டும்
தேர்ந்து செய்வதே முறை"[6]

வள்ளலார் காட்டும் மனுச்சோழர் ஆட்சிமுறை காலந்தோறும் நிலவும் அரசியலுக்குச் சிறந்த விளக்கமாகும். மக்கள் உள்ளத்தைப் பண்படுத்தும் அறக்கருத்துகள் எல்லாம் "மனுமுறை கண்ட வாசகத்தில்" பொதிந்து கிடக்கின்றன. குடிமக்கள் அச்சமில்லாத அறவாழ்வு நடத்துவதற்கு அரணாக மனுச்சோழர் ஆட்சிமுறை விளங்கியது என்பதையும் அவர் செவ்வனே செயலாற்றிய முறையையும் வள்ளலார் எடுத்துக்காட்டியுள்ளார். அமைதியான சூழலில்தான் ஆட்சி அதிகாரம் வேரூன்றி வலிவும் பொலிவும் பெறமுடியும் என்பதை மனுச்சோழர் ஆண்டு வந்த அரசு முறைகளையே எடுத்துக்காட்டியுள்ளார் வள்ளலார்.

"ஒருவனை ஒருவன் இடுதலும் தொலைதலும்
புதுவதன்று, இவ்வுலகத்து இயற்கை"[7]

என்கிறது புறநானூறு. போர் இல்லாமல் அமைதியான சாத்வீக முறையில், நெறியில் அமைந்தது மனுச்சோழர் ஆட்சிமுறை. அவரின் செயல்பாடுகள் தருமத்தின் வெற்றிக்காகவே ஒத்துழைத்தன.

அரசு மக்களின் நல்லுறவு ஆட்சிக்கலையின் கூறு. மனுச்சோழர் அரசு மக்களின் நல்லுறவைப் பற்றி எடுத்துக்காட்டும் வகையிலேயே அமையப்பெற்றுள்ளது. பாதுகாப்பும், பொறுப்பும், பண்பாட்டு ஒற்றுமையும், அன்பும், கருணையும், இறைவழிபாடும்; என்ற செந்நெறியில் திருவாரூர் மாநகரம் படர்ந்திருந்தது.. இச்செந்நெறியே ஆட்சிப்பொறுப்பில் இருப்பவர்களுக்கு வேண்டிய நல் அறமாகும்.

முடிவுரை

ஒருயிர் பிறப்பிப்பதற்கும், இறப்பிப்பதற்கும் நமக்குச் சுதந்திரமில்லை. அதனால் அனைத்து உயிர்களையும் உயர்வு தாழ்வு நோக்காது சரிநிகர் சமானமாக நடத்த வேண்டும். எல்லா உயிர்களையும் சமமாக எண்ணி நடக்க வேண்டும். உயிர்க்கொலை ஏற்பட்டவிடத்தும் சமமாகத் தண்டிப்பதே தகுதியாகும் என்ற உயர் சிந்தனையை மனுமுறை கண்ட வாசகம் நமக்கு உணாத்துகிறது. பிற உயிர்களைத் தன்னுயிர் போல் அன்பு கொண்டு, இறையுணர்வோடு வாழ்வியல் அறங்களை கடைப்பிப்போம்.

“அன்பெனும் பிடியுள் அகப்படும் மலையே அன்பெனும் குடிபுகும் அரசே
அன்பெனும் வலைக்குட் படும்பரம் பொருளே அன்பெனும் கரத்தமர் அமுதே
அன்பெனும் கடத்துள் அடங்கிடும் கடலே அன்பெனும் உயிர்ஒளிர் அறிவே
அன்பெனும் அணுவுள் ளமைந்தபே ரொளியே அன்புரு வாம்பர சிவமே”[8]

என்னும் வள்ளலார் சிந்தைவழி இணைவோம்.

சான்றாதாரங்கள்

1. தி. கோவிந்தன், உலகத்தொண்டன் இராமலிங்க அடிகள், ப. 14.

2. குறள். 388.

3. குறள், 544.

4. கம்பர், கம்பராமாயணம், அயோத்தியா காண்டம், பா. எண் 883-899.

5. மேலது, பா. எண். 891.

6. குறள், 541.

7. புறநானூறு-76.
8. திருவருட்பா - 3269.

துணைநூற்பட்டியல்

1. கோவிந்தன், தி. ,உலகத்தொண்டன் இராமலிங்க அடிகள், ஸ்ரீ விவேகானந்தர் கொடை மற்றும் அறக்கட்டளை, தருமபுரி - 636001.

2. சண்முகம், ஆர் ,வள்ளலார் காட்டிய வழி, தமிழ்ப்பண்ணை, சென்னை - 17, முதல் பதிப்பு - 1966.

3. சிவலிங்கனார், ஆ, திருக்குறட் சிந்தனைகள், மணிவாசகர் பதிப்பகம், சென்னை - 18, முதல் பதிப்பு - 2000.

4. பூவண்ணன், கம்பராமாயணம் மூலமும் தெளிவுரையும், வர்த்தமானன் பதிப்பகம். சென்னை - 17. முதல்பதிப்பு - 2000.

5. இணையம் : https://www.vallalar.org

வள்ளலார் உணர்த்திய வாழ்வியல் நெறி

முனைவர் வெ. நளினி
துறைத்தலைவர், தமிழ்த்துறை
மீனாட்சி உயர் கல்வி மற்றும் ஆராய்ச்சி நிறுவனம்
கலை மற்றும் மானுட அறிவியல் புலம்
சென்னை .78

குறிப்புச் சொற்கள்

கொல்லாமை-ஞான தேகம்-சன்மார்க்கிகள்- இழி குணங்கள்- ஒளி வடிவம்- நன்னெறி-தண்ணீர்- கபநீர் சுத்தி - தந்த சுத்தி

முன்னுரை

வையத்தில் தோன்றிய கபடு, சூது, பொய், களவு, வஞ்சனை, சினம், காமம், வெகுளி, பழிவாங்குதல், பொய்சாட்சிப் புகலுதல், பசிப்பிணி, பஞ்சம், போர் ஆகிய துர்க்குணங்களும் தீமைகளும் மறையவும், அன்பு, பண்பு, புகழ், அருள், நீதி நெறி, கொல்லாமை, சகோதரத்துவம் ஆகிய நன்னெறிகள் தழைத்து ஓங்கவும் வாழையடி வாழை என அருளாளர்கள் இந்தத் தமிழ் மண்ணிலே தோன்றிக் கொண்டே இருக்கின்றார்கள். அந்த மரபில் வந்தவர்தாம் வள்ளலார். அவர் நமக்கு ஊட்டிய, புகட்டிய, வழங்கிய நன்னெறிகள் மனித மனத்தில் அமைதியையும், வாழ்வில் மகிழ்ச்சியையும் உலகில் செம்மையையும் விளைவிக்கக் கூடியதாகும்.

வாழ வழி காட்டிய வள்ளல்

இன்றும் என்றும் நமக்குப் பாக்கள் மூலமாகவும், உரைநடை மூலமாகவும், ஆன்மிக அருளாளர்கள் மூலமாகவும் நாம்

மனமகிழ்ந்து வாழ; சமயத்தின் நிலை, புலால் மறுத்தல், சிறுதெய்வ வழிபாட்டினை மறுத்தல், உயிர்ப்பலி ஒழித்தல், இறைவன் ஒருவனே எனும் உண்மை நெறி, மூடப் பழக்க எதிர்ப்பு அன்னதானம், சமுதாயச் சீர்திருத்தம், திருக்குறள் வகுப்பு, ஒழுக்க நெறிகள் எனப் பல்வேறு வாழ்வியல் நெறிகளை உணர்த்திய வண்ணமே இருக்கிறார். அவர்தம் நெறிகளைப் பின்பற்றும் அருளாளர்கள், சன்மார்க்கிகள், அன்பர்கள், தொண்டர்கள், பக்தர்கள் அவர் காட்டிய நெறியில் செம்மையாக வாழ்ந்து வருவதைக் கண்கூடாகக் காண்கிறோம்.

புலால் மறுத்தல்

அவர் உணர்த்திய நெறிகளில் எந்நெறி உயர்ந்தது என நாம் ஒப்பிடவோ அளவிடவோ இயலாது. அத்தகைய வாழ்வியல் நெறிகளுள் புலால் மறுத்தலும் ஒன்றாகும். பிணி, பற்றாக்குறை, மன அழுத்தம், கடன் தொல்லை, திட்டமிடா வாழ்வு, புலனடக்கம் இன்மை, ஒழுக்கமின்மை ஆகியவற்றுக்குப் புலால் உண்ணுதல் ஒரு வாய்க்காலாக உள்ளது.

ஒரு சிலர் புரட்டாசி மாதம் மட்டும் புலால் உண்பதில்லை. மற்றபடி புலால் சாப்பிடுவது தடுக்கப்படவில்லை. ஏன் இந்த அவல நிலை? மக்கள் புலால் சாப்பிட்டு அழிந்து போனாலும் பரவாயில்லை தங்கள் சமயம் அழியாமல் இருக்க வேண்டும் என்றே இதுவரை வந்தவர்கள் எண்ணினார்கள். வள்ளலாரும் புலால் மறுக்காமல் இருந்திருப்பாரானால் அவருடைய சன்மார்க்கம் எங்கோ கொடி கட்டிப் பறந்திருக்கும். வள்ளலார் மக்கள் வாழவேண்டும் என்று மட்டும் எண்ணினார். தமது சன்மார்க்க வளர்ச்சி பற்றியோ தமது புகழ் பற்றியோ ஒரு சிறிதும் அவர் கவலைப்படவில்லை. எனவே புலால் மறுத்தலை பெரிதும் வலியுறுத்தியுள்ளார்.

சிறு தெய்வ வழிபாடு

வள்ளலார் காலத்திற்கு முன்பும் பின்பும் இப்போதும் சிறு தெய்வங்களுக்கு உயிர்ப் பலி இடும் வழக்கம் உள்ளது. எருமை, ஆடு, கோழி முதலிய வீட்டு விலங்குகளும், பறவைகளுமே

பலியாயின. இவை பலி இடுவோருக்கு அடங்கியவை மட்டும் அல்ல, அவர்கள் உணவாகக் கொள்ளுவதும் ஆகும். பிடாரி கோயில்களிலும், காளி கோயில்களிலும் கருப்பு கோயில்களிலும் நூற்றுக்கணக்கான எருமைகள், ஆடுகள், கோழிகள், பன்றிகள் முதலியவை பலியாகும். இந்தத் தெய்வங்களை நலி தரும் சிறு தெய்வங்கள் என்பார் வள்ளலார். இந்தக் கோயில்களைக் கண்டபோதெல்லாம் வள்ளலார் பயந்தார். அத்தகு மென்மையான உள்ளம் கொண்டவர் வள்ளலார். மெல்லியலார் சிவகாமி என்று அம்மையை விளிக்கிறார் வள்ளலார். அவ்வண்ணமே நாமும் அவரை மெல்லியலார் வள்ளலார் என அழைக்கலாமே! அத்தகைய மெல்லிய உள்ளம் கொண்ட வள்ளலார் சிறுதெய்வங்களை நலிதரு சிறு தெய்வங்கள் என்கிறார். அச்சிறு தெய்வ வழிபாடு நமக்குத் தேவையா எனக் கேட்கிறார்.

உயிர்ப்பலி

உயிர்ப்பலியை வள்ளலார் வன்மையாகக் கண்டிக்கிறார்.

**நலிதரு சிறிய தெய்வமென் றையோ நாட்டிலே பலபெயர் நாட்டிப்
பலிதர ஆடு பன்றிகுக் குடங்கள் பலிக்கடா முதலிய உயிரைப்
பொலிவுறக் கொண்டே போகவும் கண்டே புந்திநொந் துளநடுக் குற்றேன்
கலியுறு சிறிய தெய்வவெங் கோயில் கண்டகா லத்திலும் பயந்தேன்**

(திரு.அ.பா.275)

கல்வி அறிவு மிகுந்து இருக்கும் இந்தக் காலத்தும் அநேகமாக எல்லா அம்மன் கோயில்களிலேயும் ஆயிரக்கணக்கான ஆடுகள், மாடுகள், கோழிகள், பன்றிகள் முதலியவை பலியிடப்பட்டே வருகின்றன. மாமிசம் உண்போர் தீபாவளி போன்ற பண்டிகை நாள்களையும் விட்டு வைப்பதில்லை. அந்த நாள்களிலும் உயிர்ப்பலி ஏராளமாக நடைபெறுகிறது. குழந்தைகட்குக் காது குத்துதல் போன்ற வீட்டுச் சடங்குகளிலும் இந்தச் சிறு தெய்வங்கள் பெயரால் உயிர்ப்பலி இன்றும் தொடர்கிறது. இந்தக் கோயில்களில் வள்ளலார் வணங்கவில்லை. மாறாக பயந்தார். இந்தச் சிறு தெய்வங்கள் உண்மையில் இல்லை என்று நமக்கு மற்றவர்கள் கூறாத உண்மையை எடுத்துரைத்த ஈடு இணையற்ற அருளாளர் ஆவார்.

மொத்தத்தில் காமம், குரோதம், லோபம், மோகம், மதம், மாச்சரியம் முதலிய இழிகுணங்கள் மக்கள் மத்தியில் வளர்ந்து விட்டன. அருளாளர்கள் தோன்றி பக்தியை வளர்த்தார்கள். இறைவனுக்குப் பயந்தாவது மனிதன் தவறு செய்யாமல் இருப்பான் என்று எதிர்ப்பார்த்தார்கள். அதனால்தான் பய பக்தி என்றே சொல்லி வைத்தார்கள். ஆனால் மனிதன் யாருக்கும் பயப்படுவதாக இல்லை.

தனிமனிதன் தன்னளவிற் கடைப்பிடிக்க வேண்டிய வாழ்வியல் நெறிகளாகக் கீழ் காண்பவை அமைகின்றன.

1. சமயங்களில் நம்பிக்கைக் கொண்டு அவற்றைக் கண்மூடித்தனமாகப் பின்பற்றாமை
2. இறைவன் ஒருவன் என்பதை ஏற்று அவ்விறைவனை ஒளிவடிவில் வழிபடல்
3. ராமலிங்கர் குறிப்பிட்ட ஒழுக்கங்களைக் கடைபிடித்தல்
4. மனைவியை இழந்தோர் மறுமணம் செய்து கொள்ளாமை
5. அணிகலன்களை அணிந்து கொள்ளாமை
6. கணவனை இழந்த பெண்கள் தாலியைக் கழற்றாமல் அணிந்து கொள்ளல்

தனிமனிதன் சமுதாயளவிற் பின்பற்ற வேண்டிய நெறிமுறைகளாகக் கீழ்க்காண்பவை குறிப்பிடப்படுகின்றன.

1. உயிரிரக்க உணர்வு கொண்டிரங்கல்
2. ஒருமைப்பாட்டுணர்வினைக் கைக்கொள்ளல்
3. இறந்தாரை அடக்கம் செய்தல்
4. பெண்களை ஆண்களுக்குச் சமமாக எண்ணல்

மேற்காட்டிய இக்கொள்கைகளின் வழி நடந்து நாமும் உயர்வோம்.

சமுதாயத்தையும் உயர்த்துவோம்.

> கொல்லான் புலாலை மறுத்தானைக் கைகூப்பி
> எல்லா உயிரும் தொழும்

என்கிறார் திருவள்ளுவர். ஆம்! கொல்லாமை, புலால் மறுத்தல் எனப் பல்வேறு வாழ்வியல் அறங்களை, நெறிகளைக் கற்பித்து, நன்னெறி புகட்டிய வள்ளலாரைக் கைகூப்பித் தொழுது, உய்வு பெறுவோமாக.

ஞான சபை

வள்ளலார் ஞான சபை நிறுவினார். இதுவரை வந்த அருளாளர்கள் இறைவனை வணங்க ஆலயங்கள் அமைத்தார்கள். அதுவும் ஆகம விதிப்படி. ஆலயத்திலே சடங்குகள் பல ஏற்படுத்தினார்கள். நமது உடம்பைத்தான் ஆலயமாக அமைத்தார்கள் என்ற உண்மை ஆலயத்திற்குச் சென்று வழிபடும் கோடிக்கணக்கான மக்களில் எவ்வளவு பேருக்குத் தெரியும்?

> உள்ளம் பெருங்கோயில் ஊனுடம்பு ஆலயம்
> வள்ளல் பிரானுக்கு வாய் கோபுர வாசல்
> தெள்ளத் தெளிந்தார்க்கு ஜீவன் சிவலிங்கம்
> கள்ளப் புலன் ஐந்தும் காணா மணி விளக்கே!

என்று திருமூலர் பாடியிருக்கின்றார்.

சமுதாயச் சீர்திருத்தம்

காலை தூக்கம் கலைந்து எழுந்தது முதல் இரவு படுக்கப் போகும்வரி எப்படி வாழவேண்டும் என்று ஒரு பட்டியலே போட்டுத் தந்தவர். எனவே இவரைச் சமுதாயத்தைச் சீர்திருத்த வந்த அருளாளர் என்றும் கூறலாம். ஒரு மனிதன் உறக்கத்திலிருந்து காலை எழுவது முதல் இரவு படுக்கும்வரை மூன்று விதிகளை வகுத்துத் தந்துள்ளார்.

1. யாராக இருந்தாலும் காலை சூரிய உதயத்திற்கு முன், அதாவது காலை 4.30 மணிக்கு எழுந்துவிட வேண்டும். விடியற்காலை 4.30 மணி தொடங்கி 6.00 மணி வரை அமுதக் காற்று வியாபகமாய், அதாவது எங்கும் பரவி இருக்கின்றது. அந்த நேரத்தில் நாம் எழுந்து நன் முயற்சியில் ஈடுபட்டால் நமக்கு ஆயுள் வளரும்.

2. எழுந்தவுடன் மல ஜலம் கழிக்க வேண்டும். மலம் சரியாகக் கழியவில்லையானால் வலது கையால் இடது பக்கம் அடிவயிற்றை அழுத்திப் பிடிக்கவேண்டும். ஒரு பெரிய மகான், பக்திமான், அருளாளர் எந்த அளவிற்கு இறங்கிவந்து மலஜலம் கழிப்பது பற்றியும் சொல்கிறார் என்றால் அவரது இரக்கமான மனம், அவர் நம்மீது கொண்டுள்ள கருணைக்கு நான் என்ன கைம்மாறு செய்யப்போகிறோம்?

3. அடுத்தது தந்த சுத்தி செய்யவேண்டும். கரிசலை இலை தூளை தர்சனிவிரலில் எடுத்துக்கொண்டு அண்ணாக்கைத் தேய்த்தால் பித்த நீர், கப நீர் வெளியாகிக் கண்ணொளி விசேஷிக்கும் என்கிறார். நாம் நமது தினசரி வாழ்க்கையை எப்படி அமைத்துக்கொண்டால் மரணத்தை வெல்ல முடியுமோ, அந்த வாழ்க்கை முறையை அழகாக வள்ளலார் வகுத்துத் தந்துள்ளார். அந்த வாழ்க்கை முறையை நித்திய கர்ம விதி, பொது விதி, சிறப்பு விதி என மூன்றாக வகுத்துத் தந்துள்ளார். அவருடைய அருட்பாவில் முழுமையாகப் படித்துக் கொண்டாலும் இங்கே ஒரு சிலவற்றையாவது காண்போம்.

காலையில் சூரிய உதயத்திற்கு முன் தூக்கத்திலிருந்து எழுந்துவிட வேண்டும். பின்னர் சூரிய உதயம் வரையில் எந்தச் சிந்தையுமின்றி ஏகாந்தமாக இருந்து பழக வேண்டும். வெந்நீரில்தான் குளிக்க வேண்டும். பசி கண்டவுடன் தடை செய்யாமல் ஆகாரம் கொடுக்க வேண்டும். ஆகாரத்தில் உப்பு, புளி, மிளகாய் சிறிதே சேர்க்க வேண்டும். கடுகு சேர்ப்பது அவசியமல்ல, மிளகு சீரகம் அதிகமாகச் சேர்க்க வேண்டும். புலால் எந்த வகையிலும் புசிக்கக்கூடாது. பகலில் எந்த வகையிலும் தூங்கக்கூடாது. ஆகாரம் அரை, நித்திரை அரைக்கால், மைதுனம் வீசம், பயம் பூஜ்யம் ஆகப் பெறல். இவ்வாறு இரவு படுக்கப்போகும் வரையில் நம்முடைய தினசரி வாழ்க்கை எவ்வாறு இருக்க வேண்டும் என்று வகுத்துள்ளார்.

துணை நூல் பட்டியல்

1. திருவருட்பா உரைநடை பகுதி. திருவருட்பிரகாச வள்ளலார் தெய்வநிலைய பதிப்பகம். சென்னை.

2. வள்ளலார் அருளிய உபதேச குறிப்புகள்., ஏ பி ஜே அருள்., கருணை சபை சாலை அறக்கட்டளை பதிப்பகம்., மதுரை.

3. வள்ளலார் சுத்த சன்மார்க்கம்., திருவருட்பிரகாச வள்ளலார்.,

   தெய்வ நிலையம் பதிப்பகம்., கடலூர்.

4. திருவருட்பா ஆறாம் திருமுறை., திருவருட்பிரகாச வள்ளலார்.,

   தெய்வ நிலையம் பதிப்பகம்., கடலூர்.

5. திருக்குறள் அகராதி., எச். ராமசாமி., மணிவாசகர் பதிப்பகம்., சென்னை 2004.

6. திருமந்திரம்., திருமூலர்., திருவாடுதுறை பதிப்பகம். மயிலாடுதுறை.

தெய்வமணிமாலையில் வழிபாடு

சி.சரிதா (முழுநேர முனைவர் பட்ட ஆய்வாளர்)
நெறியாளர்:முனைவர் **இரா.வள்ளி**
ஸ்ரீமத் சிவஞான பாலய சுவாமிகள்
தமிழ் கலை அறிவியல் கல்லூரி
மயிலம் 604304
அலைப்பேசி:7339097113மின்னஞ்சல்: 0585.

ஆய்வுச் சுருக்கம்

மனித பட்டறிவின் வெளிப்பாடே சமய இலக்கியங்கள். அத்தகைய சமய வளர்ச்சியில் வள்ளலாருக்கு தனி இடம் உண்டு. அருட்பெருஞ்சோதி தனிப்பெருங் கருணை என்ற கோட்பாட்டை தன் வாழ்வின் குறிக்கோளாகக் கொண்டவர் திருவருட்பிரகாச வள்ளலார் அவர் ஒவ்வொரு மனிதர்களிடம் அமைந்துள்ள சுயநலமென்னும் மூடக் கருத்துக்களை அகற்ற எண்ணி தெய்வமணி மாலை என்ற நூலில் இறைவனின் தோற்றம், கருணை, வீரம் பற்றியும் அவனிடம் சென்று வழிபடும் அடியார் திறம், வழிபடாதவர் நிலை, மனத்தூய்மை, மன அடக்கம், ஆசையை அகற்றல், பசிநீக்கம், கயவர் நட்பு, தீயனவற்றை நீக்கும் வழிமுறைகளைப் பற்றிய செய்திகளை விளக்கும் தன்மையில் இக்கட்டுரை அமைகிறது.

முன்னுரை

சமய இலக்கியங்கள் அனைத்தும் இறைவனுடைய புகழையும், சிறப்பினையும் எடுத்துக்கூறி அவனுடைய திருவடியினை அடைவதற்குரிய வழிமுறைகளைக் கூறுகின்றன. அவ்வகையில் சமயங்களை வளர்த்த சான்றோர்கள் வரிசையில்,

> "கொல்லான் புலால் மறுத்தானைக் கைகூப்பி
> எல்லா உயிரும் தொழும்"

என்னும் வள்ளுவர் வாக்கிற்கேற்ப துறவி, முனிவர், சித்தர் என்றும் அழைக்கப்படும் திருவருட்பிரகாச வள்ளலா வாடிய பயிரைக் கண்டபோதெல்லாம் வாடிய மனம் படைத்தவர் ஜோதி வடிவாக விளங்கும் இறைவனை நாம் அடைய வேண்டுமானால் ஜீவகாருண்ய ஒழுக்கத்தினையும் ஆன்மநேய ஒருமைப்பாட்டையும் தம் வாழ்வில் கடைபிடித்து வாழ்ந்தும் காட்டியவர். இத்தகைய சமரச நோக்கம் கொண்ட வள்ளலார் அருளிய திருவருட்பா ஐந்தாம் திருமுறையில் அமைந்துள்ள தெய்வமணிமாலையில் 31 பாடல்கள் அமைந்துள்ளன. சென்னை கந்தக்கோட்டத்தில் எழுந்தருளியிருக்கும் முருகப் பெருமான் பற்றி வள்ளலார் பாடிய வழிபாட்டு மரபுகளைப் பற்றி ஆராய்வதாக இவ்வாய்வுக் கட்டுரை அமைகிறது.

கருச்சொற்கள்

வழிபாடு, முருகப்பெருமான், தெய்வமணிமாலை, திருக்குறள், நற்றிணை. திருமந்திரம்.

வள்ளலார் பிறப்பு

வள்ளலார் எனறு அழைக்கப்படும் இராமலிங்க அடிகள், இராமையா பிள்ளை, சின்னம்மையாருக்கு இறைவனுடைய திருவருளால் ஐந்தாவது பிள்ளையாக சிதம்பரத்திற்கு அருகில் உள்ள மருதூரில் 05.10.1823 அன்று பிறந்தார்.

வழிபாடு

வழிபாடு என்பது மக்களின் துன்பங்கள் நீங்கி உலக இன்பங்களைப் பெறுவதையே நோக்கமாகக் கொண்டிருக்கின்றன என்பர் ஆறு.இராமநாதன்.

தாம் செய்கின்ற செயல்கள் அனைத்தும் நல்ல முறையில் நிறைவேற வேண்டும் என்று தெய்வத்திடம் முறையிட்டு வழிபாடு செய்து மக்கள் மகிழ்ந்துள்ளனர் என்று நற்றிணையில் பாலை பாடிய பெருங்கடுங்கோ,

"அழிவில முயலுவ மார்வ மாக்கள்
வழிபடு தெய்வங் கடகண்டாஅங்"[1]

என்று பாடுகிறார்.

முருகனின் தோற்றம்

வள்ளலார் முருகப் பெருமானின் தோற்றத்தினைச் சிறப்பிக்கின்ற பொழுது இலை போன்ற வடிவமுடைய ஒளிவீசும் வேற்படையினையும் மயிலை ஊர்தியாகவும் கோழிக் கொடியினைக் கொண்டு தெய்வயானை, வள்ளியுடன் இணைந்திருக்கும் தன்மையினைப் புகழ்கின்றார். இதனை,

"கூர்கொண்ட நெட்டிலைக் கதிர்வேலு மயிலுமொரு
கோழியங் கொடியும் விண்ணோர்
கோமான்றன் மகளுமொரு மாமான்றன் மகளுமால்
கொண்ட நின் கோல மறவேன்"[2]

என்ற பாடலடிகளில் இறைவனின் திருக்கோலத்தினை புகழ்கின்றார்.

திருப்புகழ், திருமுருகாற்றுப்படை முதலிய நூல்களிலும் முருகப்பெருமான் கோழிக் கொடியினை உடையவன் என்று கூறுகின்றது.

பசிநீக்கம்

பசி என்னும் வறுமை நிலையினை வள்ளலார் முருகனின் திருவடியினைக் கனியாகவும். தன்னைப் பசியுடன் இருக்கும் உயிராகவும் நினைத்து திருவடியென்னும் கனியைப் பசியுடன் நான் பெற விழைகின்ற பொழுது வறுமை என்னும் நாயானது அக்கனியை கவ்விக் கொண்டு செல்கின்றது என்றும் அதனைக் கோல் கொண்டு விரட்டும் வலிமையில்லாத சிறுவனைப் போல நானிருக்கின்றேன் என்றும் என்னுடைய வறுமை என்ற பசியை நீக்க வேண்டும் என்கிறார்.

"நான் கொண்ட விரதநின் னடியலாற் பிறர்தமை
நாடாமை யாகுமிந்த
நல்விரத மாங்கனியை இன்மையெனுமொரு துட்ட
நாய் வந்து கவ்வி யந்தோ"[3]

மேற்கண்ட பாடலில் பசியின் கொடுமையானது விளக்கப் பட்டுள்ளதை அறியமுடிகிறது.

அகத்தூய்மையும் மனஅடக்கமும்

வாழ்க்கையானது இன்ப துன்பம் நிறைந்தது முடிந்தவரை பிறர்க்கு நல்லன செய்து வாழ வேண்டும் என்றும் மனமானது பதி, பசு, பாசம், பாவம், புண்ணியம் என்பதைப் பற்றிய அறியும் திறமில்லாமல் வெளியுலகிற்குப் பகட்டாய் நல்ல உணவு, உடை, பெண்மை யென்னும் சிற்றின்பம் வேட்கையினைத் துய்ப்பதிலே ஆர்வம் கொண்டு வாழும் கீழ்மக்களோடு சேரவேண்டாம் என்ற வேண்டுகோளை சமுதாய மக்களுக்கு அறிவுறுத்துகிறார். இதனை,

"வத்திர மணிந்து மடமாதர் தமைநாடி
கரமேவ விட்டு முலைதொட்டு வாழ்ந்தவரொடு
கலந்து மகிழ்கின்ற சுகமே
கண்கண்ட சுகமிதே கைகண்ட பலனெனுங்
கயவரைக் கூடாதருள்"[4]

என்ற பாடலில் சிற்றின்ப வேட்கையினால் அலையும் மனமுடைய கயவர்களின் நிலையினைப் பதிவு செய்துள்ளார்.

மற்றொரு பாடலில்,

மன அடக்கம் பற்றிக் கூற விழைந்த வள்ளலார் ஓரிடத்தில் நிலையாக நில்லாத மனத்தினைச் சிறுவனாக உருவகித்து குருவாகிய அறிவிற்கு அடங்காமல் காமம், வெகுளி, மோகம், மதம் என்ற இருளில் சென்று துன்பப்படுகின்றது. எனவே மனதினை அடக்க வேண்டும் என்பதை வலியுறுத்துகின்றார்.

இதனை,

"மனமான வொருசிறுவன் மதியான குருவையும்
மதித் திடா னினனடிச் சீர்
...
மடுவினிடை வீழ்ந்து சுழல்வான்"[5]

என்ற பாடலடிகளால் புலப்படுத்துகின்றார்.

ஈகை, பொறை, வாய்மை, பிறரை இகழ்ந்து பேசாத தன்மை ஒருவனிடம் இருந்தால் அவனுடைய உள்ளம் தூய்மை பெற்ற நிலையை அடையும் என்று கூறுகின்றார். இதனை,

"ஈயென்று நானொரு வரிட நின்று கேளாத
இயல்பு மென்னிட மொருவரீ
திடுகின்ற போதவர்க் கிலையென்று சொல்லாமல்
லிடுகின்ற திறமும் இறையாம்
நீ யென்று மெனைவிடா நிலையும் நானென்றுமுன்
னினை விடா நெறியு மயலார்"[6]

என்ற பாடலில் ஒருவனுக்கு அமைய வேண்டிய உள்ளத் தூய்மையினை உணர்த்துகிறார்.

பெண்ணாசை நீக்கம்

ஆசையே துன்பத்திற்குக் காரணம் என்பர் புத்தர். மனமானது ஒரு நிலையில் நில்லாமல் பெண்மையின் உறுப்பு நலன்களை இயற்கைப் பொருளோடு ஒப்பிட்டு அவற்றைத் துய்ப்பத்திலே மனம் செல்கின்றது. எனவே பெண்ணாசையில் உழலும் மனத்தினைக் கட்டுப்படுத்தி அவ்வாசையை அடியோடு நீக்க வேண்டும் என்றும் கூறுகிறார். இதனை, துடியென்னும் இடையனம் பிடியென்னும் நடைமுகில்

"துணையென்னும் பிணைய லளகஞ்
சூதென்னு முலைசெழுந் தாதென்னும் மலைபுனற்
ஆழியென்ன மொழி யுந்தி"[7]

என்ற பாடலடிகளில் பெண்ணாசை கொண்டு மனதினை துன்பநிலைக்கு செல்லவிடாமல் தடுத்து நிறுத்தும் கருத்தினை முன்வைக்கின்றார்.

திருமூலரும்,

"ஆசை அறுமின்கள் ஆசை அறுமின்கள்
ஈசனோடு ஆயினும் ஆசை அறுமின்கள்"[8]

என்று திருமந்திரத்தில் ஆசையினை ஒழிக்கும் வழிமுறைகளை எடுத்து மொழிகின்றார்.

வள்ளுவரும் கற்பியலில் இன்பம், துன்பம் இரண்டும் வாழ்க்கையில் வருதவற்குக் காரணம் நம் மனம் என்பதால் அத்தகைய மனதினைத் துணையாக வைத்துக் கொண்டால் துன்பம் என்பது நமக்கு இல்லை என்றும் அந்த மனமே நமக்குத் துணையாகும் என்றும் கூறியுள்ளார்.

பிறப்பு இறப்பற்ற நிலை

மனிதர்களின் வாழ்க்கையானது பிறப்பும் இறப்பும் மாறி மாறி வரும் தன்மையுடையது இவை பதி, பசு, பாசம் என்ற முப்பொருள்களை மையமாக வைத்து இயங்குகின்றது. பசு உயிர். உயிராகிய சடத்தினுள் இருக்கும் மனதில் உள்ள அழுக்கை அகற்றி பாசமாகிய பிணைப்பில் உழலும் நிலையில் இருந்து விலக்கி பிறவாமை என்னும் சிவப்பேற்றினை தனக்கு அளிக்க வேண்டும் என்பதை,

"பதிபூசை முதலநற் கிரியையால் மனம்எனும்
பசுகரணம் ஈங்கசுத்த
பாவனை அறச்சுத்த பாவனையில் நிற்கும்மெய்ப்"[9]

என்ற பாடலடிகளில் பிறவாமை நெறி கிட்ட வேண்டும் என்பதை உணர்த்துகிறார். வள்ளுவரும்,

"இருள்நீங்கி இன்பம் பயக்கும் மருள்நீங்கி
மாசறு காட்சிய வர்க்கு"[10]

என்ற குறட்பாவில் பிறப்பு இறப்பு என்ற இருளானது விலகி இன்பமாகிய பிறவாமை என்னும் நிலை எய்த வேண்டும் என்று குறிப்பிட்டுள்ளார். முருகனின் வீரமும் கருணையும்

தேவர்களும், முனிவர்களும் அறிவென்னும் தன்நிலையை இழந்து அசுரர்களின் சொல் படி நடந்து போகம் துய்த்தலாகிய செயலில் உழன்று கொண்டிருக்கையில் பிரமனுக்குரிய படைத்தல் தொழிலும் திருமாலுக்குரிய காத்தல் தொழிலும் நிகழாமையால் முருகன் அசுரர்களைப் போரிட்டு வானுலகில் வாழ்வோரையும் மண்ணுலகில் வாழ்வோரையும் காத்தருளிய திறத்தினை,

"ஞானம்எங் கேமுனிவர் மோனம்எங் கேஅந்த
நான்முகன் செய்கைஎங்கே
நாரணன் காத்தலை நடத்தல்எங் கேமறை"[11]

இப்பாடலில் முருகன் அசுரர்களுடன் போரிட்டு வீழ்த்தியதால் வீரமும் தேவர்களை காத்தருள் புரிந்தமையால் கருணையும் பேசப்படுகிறது.

ஒழுக்கம்

நாம் இறைவனிடம் வேண்டும் அனைத்துமே சுயநல இறைவழிபாடு சார்ந்தவையாக இருக்க வள்ளலார் இறைவனிடம் எது வேண்டும், எவை வேண்டாம் என்பதையும் வலியுறுத்திக் கூறுகின்றார். இடையறாமல் இறைவனின் திருவடியினை மட்டும் நினைக்கும் நல்லவர்களின் உறவும், உள்ளே நஞ்சினைக் கொண்டு வெளியில் தேன்போல பேசித் திரியும் கயவர்களாகிய நண்பர்களிடம் பழகக் கூடாது என்றும் பொய், அறிவு நோயற்ற வாழ்வு, பெண்ணாசை நீக்கி ஒழுக்கமாகிய நெறியில் நின்று வாழவேண்டும் என்று சமுதாயத்தினர்க்கு அறிவுறுத்துகிறார்.

"ஒருமையுடன் நினதுதிரு மலரடி நினைக்கின்ற
உத்தமர்தம் உறவுவேண்டும்
உள்ஒன்று வைத்துப் புறமொன்று பேசுவார்
உறவுகல வாமைவேண்டும்"[12]

என்ற பாடலின் வழி அறியலாம். எந்தச் சூழ்நிலையிலும் பொய் பேசக் கூடாது என்பதில் வள்ளலார் உறுதியாக இருந்தார், வள்ளுவரும்,

"பொய்யாமை பொய்யாமை ஆற்றின் அறம்பிற
செய்யாமை செய்யாமை நன்று"[13]

என்ற குறட்பாவில் பொய் சொல்லாமல் ஒருவன் வாழ்ந்தால் பிற அறங்களைச் செய்யாமல் இருப்பது கூட நன்மை அளிக்கும் என்று சுட்டுவர்.

முருகனை வழிபடுவோர் பெரும் பேறு

பசியென்று வந்து கேட்போருக்கு இல்லை என்று கூறாத பண்புடையவர் வள்ளலார். வடலூரில் அவரால் தொடங்கப்பட்ட சத்திய தருமச்சாலை இன்றளவும் செயல்பட்டு வருகிறது. பசியென்று வருபவர்க்குக் கொடுக்கும் பண்பும், இறைவன்பால் அன்பும் அடுவுநிலையும் நோயில்லா வாழ்வும் முருகனை வழிபடும் அடியவர் பெரும் பேறாகக் கூறுகிறார்.

"பண்பும்நின் திருவடிக் கன்பும்நிறை ஆயுளும்
பதியும்நல் நிதியும்உணர்வும்
சீர்கொண்ட நிறையும்உட் பொறையும்மெய்ப் புகழும்நோய்த்
தீமைஒரு சற்றும்அணுகாத்
திறமும்மெய்த் திடமும்நல் இடமும்நின் அடியர்புகழ்
செப்புகின்றோர் அடைவர்காண்"[14]

என்ற பாடலில் முருகப்பெருமானை வழிபடுவோர் பெரும்புகழ் எய்துவர் என்பது அறிவுறுத்தப்படுகிறது.

வழிபடாதவர் நிலை

முருகனாகிய செவ்வாழையை வணங்காமல் பிறதெய்வங்களான வேப்பம் பழத்தை விரும்பி உண்ணும் காக்கையின் நிலையோடு ஒப்பிட்டு மனிதர்களின் சிறுமைப் பண்பினை வள்ளலார் இடித்துரைக்கின்றார். இதனை,

"சேவலம் கொடிகொண்ட நினைஅன்றி வேறுசிறு
தேவரைச் சிந்தைசெய்வோர்
செங்கனியை விட்டுவேப் பங்கனியை உண்ணும்ஒரு
சிறுகருங் காக்கைநிகர்வார்"[15]

என்று மனிதர்களின் சிறுமைத் தனத்தை இடித்துரைக்கும் பண்பு புலப்படுகின்றது.

முடிவுரை

வழிபாடு என்பது மக்களின் துன்பம் நீங்கி இன்பம் பெறும் நிலையினைச் சுட்டுவதாகும்.

வள்ளலாரின் வழிபடு தெய்வமான முருகனின் வேல், மயில் ஊர்தி கோழிக் கொடி கொண்டு வள்ளி தெய்வானையுடன் கந்தக் கோட்டத்தில் எழுந்தருளிய திறம் போற்றிப் பாடப்பெறுகின்றது.

முப்பொருள் உண்மையை அறியாமல் சிற்றின்ப வேட்கையில் உழலும் கயவர்களின் நட்பு வெறுக்கத்தக்கது என்பது பேசப்படுகிறது.

வறுமையென்னும் பசியும், பிணியும், துன்பத்திற்குக் காரணமாக அமைவன. ஆசையினை அறவே அகற்ற வேண்டும் என்பது புலப்படுகிறது.

உயிர்கள் பாசமாகிய உறவு நிலையில் உழலாமல் பிறப்பு இறப்பற்ற பிறவாமையாகிய நெறியை நாடுவதே சிறந்தது என்பது வள்ளலாரின் வாக்கினால் உணர்த்தப்படுகிறது.

அசுரர்களுடன் போரிட்டு வென்ற முருகனின் வீரமும் வானில் உள்ள தேவர்களையும் மண்ணுலகில் வாழ்வோரையும் காத்தலாகிய செயலால் கருணைப் பண்பும் புலப்படுகின்றன.

ஈகைப் பண்பும், பொறாமை குணமும் பிறரை இகழ்ந்து பேசும் திறமும் இல்லாமல் இருந்தாலே உள்ளம் தூய்மை அடையும் என்பதை அறியமுடிகிறது.

காமம், வெகுளி, ஆசை, மதம் ஆகியவற்றால் வரக்கூடிய இன்னல்களைத் தவிரக்க வேண்டுமானால் மன அடக்கம் தேவை என்பது பெறப்படுகிறது.

உள்ளே நஞ்சினை வைத்து வெளியில் தேன் போலப் பேசும் கயவர்களாகிய நண்பர்களின் உறவைத் தவிர்த்து ஒழுக்கமாகிய நெறியினைக் கடைபிடித்து ஒழுக வேண்டும் என்று வள்ளலார் முருகனிடம் வேண்டுகின்றார்.

அடிக்குறிப்புகள்

1. *நற்றிணை.பா.9*
2. *தெய்வமணி மாலை.பா.12*
3. *மேலது, பா.31*
4. *மேலது, பா.2*
5. *மேலது, பா.22*
6. *மேலது, பா.9*
7. *மேலது, பா.3*

8. திருமந்திரம். பா. 2615
9. தெய்வமணி மாலை. பா. 5
10. குறள், 352
11. தெய்வமணி மாலை. பா. 21
12. மேலது, பா. 8
13. குறள், 157
14. தெய்வமணி மாலை. பா. 12
15. மேலது. 26

துணைநூற்பட்டியல்

1. இராமநாதன். ஆறு — நாட்டுப்புறப்புறவியல் ஆய்வு முறைகள். தமிழ்ப்பல்கலைக் கழகம், தஞ்சாவூர் 1991
2. குமரவேலன், இரா — திருக்குறள் (வ.உ.சி. உரை) பாரி நிலையம், முதற்பதிப்பு, சென்னை 2008
3. திருமூலர் — திருமந்திரம் மூலமும் உரையும், வர்த்தமனான் பதிப்பகம், தியாகராய நகர், சென்னை.
4. துரைசாமிப்பிள்ளை ஔவை — திருவருட்பா மூலமும் உரையும், அண்ணாமலைப் பல்கலைக் கழகம், 1979
5. வேங்கடரான், எச் — நற்றிணை மூலமும் உரையும், டாக்டர் உ.வே. சாமிநாதையர் நூல் நிலையம், மூன்றாம் பதிப்பு 2013

வள்ளலாரின் பன்முகத்தன்மை

ச. லதா

பகுதி நேர முனைவர் பட்ட ஆய்வாளர், தமிழ்த்துறை,

கருப்பண்ணன் மாரியப்பன் கல்லூரி, முத்தூர், தமிழ்நாடு, இந்தியா.

நெறியாளர்: முனைவர் சி. ஆர். கிளாடிஸ் லீமா ரோஸ்

ஆய்வுச் சுருக்கம்

"வாடிய பயிரை கண்டபோதெல்லாம் வாடினேன்" என்கிறார் வள்ளலார். உலகில் எந்த ஆறும் தனது தாகத்திற்காக ஓடுவதில்லை; எந்த நிலமும் தன் பசிக்காக விளைவது இல்லை; எந்த மரமும் தனக்காக கனிகளை உருவாக்குவதில்லை; இயற்கை அன்னை தம் குழவிகளுக்காக கொடுக்கும் அமுது இவைகள். ஓரறிவு முதல் ஆறறிவு வரை உலகில் உள்ள அத்தனை உயிரினங்களுக்கும் ஏற்றத்தாழ்வு, வேறுபாடு இன்றி இயற்கை அன்னை தனது கொடைக் கரங்களால் வேண்டுவனவற்றை வாரி வாரி வழங்குகிறாள். இயற்கை அன்னைக்கும் மேலாக தம் கொடைக் கரங்களால் எளியோரின் துயர் துடைத்த அருளாளர் திருஅருட்பிரகாச வள்ளலாரின் பன்முகத்தன்மை பற்றிய ஆய்வாகும்.

முன்னுரை

தமக்கென முயலா நோன்றான்- பிறர்க்கென
முயலுநர் உண்மையானே (புறம் - 182)

ஒவ்வொரு மனிதனும் தனக்கென வாழாமல் பிறர்க்கென வாழுதல் வேண்டும்; எல்லா உயிர்களிடத்தும் அன்பு செலுத்துதல் வேண்டும். அதுவே மனிதநேயம் ஆகும.; இந்த மனிதநேயம் கொண்டவர்கள் பலர் இருப்பதால்தான் உலகம் அன்றிலிருந்து இன்று வரை இயங்கிக் கொண்டிருக்கிறது.

தம்முயிர் போல் எவ்வுயிரும் தானென்று தண்டருள் கூர்
செம்மையருக்கு ஏவல் என்று செய்வேன் பராபரமே!

- என்ற தாயுமானவர் கூற்று சாலச் சிறந்தது.

"வறியார்க்கொன்று ஈவதே ஈகை - இல்லாதவர்க்கு கொடுத்து உதவுவதே ஈகை."

தீமை செய்தவருக்கும் நன்மை செய்தல்; ஆதரவு இல்லாதவர்களை அரவணைத்தல், பிறர் துன்பத்தை தமது துன்பமாக நினைத்து வருந்துதல்; போன்ற நற்பண்புகளை கொண்டு வாழ்வோர் வாழ்வில் உயர்வு அடைவர். உலகம் உள்ளவரை நீள்புகழ் கொண்டு விளங்குவர். அப்படி வாழ்ந்தோரில் நிலை புகழ்பெற்ற அருட்பெருஞ்ஜோதி, வள்ளலார,; பசிப்பிணி போக்கிய பண்பாளர் என்றெல்லாம் அழைக்கப்படும் இராமலிங்க அடிகளாரும் ஒருவர்.

பசிப்பிணி போக்கிய பண்பாளர்:

"மண்டிலி ஞாலத்து மக்களுக்கெல்லாம்
உண்டி கொடுத்தோர் உயிர் கொடுத்தோரே!"

உயிர்களின் அடிப்படை தேவைகளில் முதன்மையானது உணவு. உலக உயிர்கள் அனைத்தும் வாழ்நாள் முழுவதும் உணவு தேடியே உழைக்கின்றன. உணவே உயிர்களுக்கு ஆதாரம் தனி ஒருவனுக்கு உணவில்லை எனில் இச்சகத்தினை அழித்திடுவோம் என்றார் பாரதி. பசித்திருக்கும் ஒருவனுக்கு உணவு அளிப்பது உயிர் கொடுப்பதற்கு இணையானது. இதைவிட சிறந்த அறம் வேறு எதுவும் இல்லை. பசி என்பது அனைவரையும் பற்றும் ஒரு பிணி. அதுவும் கொடிய பிணி. இப்பிணி இல்லாதவர் உலகில் எவரும் இல்லை. இளமையில் கொடியது பசி என்றார் ஔவை மூதாட்டி. எத்தனையோ செல்வங்களை அள்ளி அள்ளி கொடுத்தாலும் போதும் என்ற மனநிறைவு எவருக்கும் வராது. ஆனால் உணவு ஒன்றுதான் தேவைக்கு மேல் ஒரு கவளம் கூட அதிகம் பெற முடியாது போதும் என்கிற மனநிறைவைத் தரும்.

வள்ளலார் காலத்தில் வறுமை. சமுதாயம் பெற்ற சாபமாக கருதப்பெற்றது. பட்டினி பாவத்தின் பரிசாகவும், பட்டினி

கிடப்பவன் பாவத்தின் சின்னமாகவும் பாவியாகவு ம் கருதும் இழிநிலை இருந்தது. பட்டினி கிடக்கும் பாவிக்கு உணவளிப்பவனும் பாவத்தில் பங்கு பெறுகிறான் என்று கூட பயமுறுத்தப்பட்டது. இந்த கொடுமை கண்டு உள்ளம் குமுரிய வள்ளலார் இதனை நினைக்குந்தோறும் உள்ளம் எரிகின்றது; உடம்பும் எரிகின்றது என்று கூறினார். இத்தகைய ஒரு பயங்கர சூழ்நிலையில் தான் வள்ளலார் சத்திய தர்மசாலையை துவக்கினார் வடலூரில் துவக்கிய அந்தப் பணி பார் உலகெங்குனுமே பரவ வேண்டும் என்பது அடிகளாரின் விருப்பம். எந்த நேரத்திலும் எவர் வந்து கையேந்தினாலும் இல்லை என்று சொல்லாது வயிறார புசிப்பதற்கு உணவு வழங்க வேண்டும் என்பது அடிகளாரின் குறிக்கோள்.; வள்ளலார் மக்களின் பசிப்பிணியை கண்டு உள்ளம் வாடினார். அதனை நீக்க விரும்பினார.; தம் பெறும் முயற்சியில் வடலூரில் சத்திய தருமசாலையை தொடங்கி அனைவருக்கும் உணவளித்தார். பசித்தோருக்கு உணவு வழங்கிய வள்ளலாரின் மனிதநேயச் செயல் இன்றளவும் வடலூரில் தொடர்ந்து நடைபெற்று வருகிறது.

ஜீவகாருண்யர்

ஜீவகாருண்யம் என்றால் ஊண் உணவை விளக்கி காய்கறிகளை மட்டுமே உண்பது என்று இன்று பொருள் கொள்ளப்படுகிறது. ஆனால் வள்ளலார் கண்ட ஜீவகாருண்யம் இதைவிட விரிவானதாகும.; இதை ஜீவகாருண்ய ஒழுக்கம் என்று கூறுகிறார் அடிகளார் அதன் விரிவான விளக்கத்தில் சில பகுதிகள்

“பசியினால் வரும் துன்பத்தையும் கொலையினால் வரும் துன்பத்தையும் நிவர்த்தி செய்விப்பதே ஜீவகாருண்யத்துக்குரிய முக்கிய லட்சியம் என்று அறிய வேண்டும்.”

“பசி என்கிற நெருப்பானது ஏழைகள் தேகத்தின் உள் பற்றி எரிகின்ற போது ஆகாரத்தால் அவிக்கின்றது தான் ஜீவகாருண்யம்.”

“கடவுளியற்கை விளக்கத்திற்கு இடமாகிய ஜீவதேகங்களாகிய ஆலயங்கள் பசியினால் பாழாகும் தருணத்தில் ஆகாரம் கொடுத்து அவ்வாலயங்களை விளக்கஞ் செய்வதே.”

"தம் பசியினால் தூக்கம் பிடிக்காமல் துன்பப்படுகிற ஏழை ஜீவர்களுக்கு ஆகாரம் கொடுத்து துக்கத்தை நீக்கி தூக்கம் பிடிக்க வைப்பதே ஜீவகாருண்யம்."

"ஜீவகாருண்ய ஒழுக்கம் இல்லாமல் ஞானம், யோகம், தவம், விரதம,; ஜெபம், தியானம், முதலியவைகளை செய்கின்றவர்கள் கடவுள் அருளுக்கு சிறிதும் பாத்திரம் ஆகார!" என்பது அடிகளாரின் கருத்து.

ஆன்மநேய ஒருமைப்பாட்டாளர்

உயிர்களை எல்லாம் ஒரே இனத்தைச் சார்ந்தவையாகக் கூறுகிறார் வள்ளலார். ஆன்மநேய ஒருமைப்பாட்டுரிமை என்ற புதிய கோசத்தை எழுப்பினார். அது ஆன்மநேய இனமாகும். அந்த அடிப்படையில் கருணையையே மதமாகக் கொண்ட ஒரு புத்தம் புதிய உலகை அமைக்க முயன்றார் அடிகளார்.

"உலகத்திர லெளலாம் மருவறக் கலந்து
வாழ்வாற்கு வாய்த்தருணம் இதுஎன்றே
வாயே பறையாய் அறைகின்றேன்"

என்னும் வரிகளில் அடிகளார் இதனை உணர்த்துகிறார். வள்ளலார் நிகழ்த்திய சமய புரட்சிக்கு பிரதான கருவிகளாய் விளங்கிய நிறுவனங்கள் நான்கு. அவை:

- சமரச சன்மார்க்க
- சங்கம் சத்திய தர்மச்சாலை
- சத்திய ஞான சபை
- சித்தி வளாகம்
- அடிகளார் வலியுறுத்திய நெறிகள் நான்கு. அவை:
- ஏமசித்தி
- சாகா கல்வி
- தத்துவ நிக்கிரம் செய்தல்
- கடவுள் நிலையறிந்து அம்மையமாதல்

அடிகளார் வலியுறுத்திய ஒழுக்கங்கள் நான்கு. அவை:

- இந்திரிய ஒழுக்கம்
- ஜீவ ஒழுக்கம்
- கரண ஒழுக்கம்
- ஆன்ம ஒழுக்கம்

இந்த முந்நான்கு நிறுவனங்களும் நெறிகளும ஒழுக்கங்களும் ஒன்றுபட்டதே ஆன்மநேய ஒருமைப்பாடு என்னும் பேரியக்கம்.

ஏழு திரைகள்

அடிகளாரின் வழிபாட்டு முறை ஆகம நெறிப்படி அமைந்துள்ள வேறு கோயில் எதிலும் இல்லாததாகும். அடிகள் காண விரும்பிய சாதி, சமய, இன வேற்றுமையற்ற சன்மார்க்கம், புது உலகத்தின் முதல் கோயில் சத்திய ஞான சபை. அதனால் அங்கு நிகழும் வழிபாடும் ஒரு சமயச் சார்புடைய வேத ஆகம முறைகளுக்கு வேறுபட்டதாகி விட்டது. வடலூரில் சத்திய ஞான சபையில் அமைந்துள்ள பெரியதோர் கண்ணாடியின் எதிரில் சோதி ஆகிய திருவிளக்கு உள்ளது. அந்த சோதியை தரிசிப்பதற்கு தடையாக அமைந்துள்ள திரைகள் ஏழு. வழிபாட்டின் போது அந்த ஏழு திரைகளும் ஒன்றன்பின் ஒன்றாக நீக்கப் பெறும் பின்னர் சோதி தரிசனம் கிடைக்கும். இந்த ஏழு திரைகளுக்கு அடிகளார் தரும் விளக்கம் பௌதீக உடம்பில் இருக்கின்ற ஆன்மா சிற்றணு வடிவினானது. அவ்வணு கோடி சூரிய பிரகாசம் உடையது. இந்த ஆன்மப் பிரகாசத்தை மறைக்க கூடியவையே ஏழு திரைகள். அவை:

- கருப்புத் திரை மாயா சக்தி
- நீலத்திரை கிரியாசக்தி
- பச்சைத்திரை பராசக்தி
- சிவப்புத்திரை இச்சாசக்தி
- பொன்மைத்திரை ஞானசக்தி
- வெண்மை திரை ஆதிசக்தி
- கலப்புத்திரை சிற்சக்தி

வள்ளலாரின் அருள் மனம்

தம் இளம் வயதில் வள்ளலார் ஒருநாள் நடந்து வந்து கொண்டிருந்தார் நீண்ட தூரம் நடந்ததால் களைப்பு ஏற்பட்டதால், வழியில் ஒரு சத்திரத்தின் திண்ணையில் படுத்து உறங்கினார் அப்போது ஒருவன் அவரது காதில் இருந்த கடுக்கனை பார்த்தான் அதனை திருட எண்ணி மெதுவாக கழட்டினான். அவனது செயலை அறிந்த போதும் வள்ளலார் கண் திறக்காமல் அப்படியே இருந்தார். மறு காதில் உள்ள கடுக்கனையும் அவன் கழட்டுவதற்கு ஏதுவாக திரும்பிப் படுத்தார். அவன் அதையும் கழற்றிக்கொண்டு அந்த இடத்தை விட்டு நகர முயற்சித்தான். அப்போது வள்ளலார் மெல்லிய குரலில் அப்பா! இவை இரண்டும் தங்க கடுக்கன்! குறைந்த விலைக்கு விற்று விடாதே! மேலும் ஒரு கடுக்கனுடன் சென்றால் உன்னை திருடன், என நினைத்து விடுவார்கள், அதனால் தான் திரும்பிப் படுத்துக் கொண்டேன் எனக் கூறினார். இதைக் கேட்டு அவன் வெட்கி தலை குனிந்தான். தம் பொருளைக் கவர்ந்தவரிடம் கூட அன்பு காட்டியவர் வள்ளலார்.

உண்மையான ஞானி:

எல்லா மதங்களிலும் உள்ள உண்மை ஒன்றே என்ற கருத்தை நிறுவும் வண்ணம் சர்வ சமய சமரச சுத்த சன்மார்க்கம் என்ற சபையை தோற்றுவித்தார். உண்மையான ஞானி என்பதால் சாதிய பாகுபாடுகளை சாடினார். அதாவது, உண்மையான ஆன்மீகத்திற்கு சாதி ஒரு பொருட்டல்ல, எந்த சாதியினராக இருந்தாலும் சன்மார்க்கி ஆகலாம் என்ற பொருளில் ஜாதி இல்லை என்று சொன்னார் இதை தவறாக புரிந்து கொண்டவர்களின் எதிர்ப்பை சம்பாதித்தார் சமயம் பற்றிய புரிதல் இல்லாத முட்டாள்களிடம் வாதாடுவது வீண்; சரியான புரிதல் இல்லாமல் இருப்பவரிடம் என்ன சொன்னாலும் எப்படி சொன்னாலும் வீண் எல்லா சமயமும் போதிப்பது அன்பு, மனிதநேயம் இவற்றையே. அவரவர் சமயக் கருத்துக்களை அதன் உள்ளர்த்தத்துடன் புரிந்துகொண்டு பின்பற்றினால் மட்டுமே அவர் சிறந்த சமயவாதியாக இருக்க முடியும். நுனிப்புல் மேய்ப்பவரால் தம் சமய கருத்துக்களை சரிவர உணர முடியாது. அப்படி இருக்கையில்

அவர்களின் சிந்தனையும் எண்ணமும் குறுகிய வட்டத்திற்குள் நின்று விடும் என்பதே அடிகள் தம் மனக்கருத்து.

அடிகளார் பாதை:

இராமலிங்க அடிகளார் தான் நடத்திய சீர்திருத்த இயக்கத்தினை தெய்வம் உண்டு என்ற அடிப்படையில் எழுப்பினார். அந்த தெய்வத்தை வழிபட்டு உய்ய வேண்டும் என்பதையும் நடைமுறை திட்டமாக வைத்தார். இராமலிங்கரிடம் பக்தி அல்லது அன்பு செலுத்தும் பகுத்தறிவாளர்கள் ஒருவனே தேவன் என்பதை ஒப்புக் கொண்டால் மட்டும் போதாது, அந்த தேவனை ஒழுக்க நெறியில் நின்று வழிபடவும் வேண்டும.; வாய்மையை கொள்கை அளவில் ஒப்புக்கொண்டு, அதற்கு மாறாக பொய்யே பேசி வாழ்வோரும் உண்டு. அதுபோலத்தான் தெய்வம் ஒன்று உண்டென்பதை ஒப்புக் கொள்வதாக கூறிவிட்டு அதனை வழிபடாது வாழும் தன்மையுடையோரும் உண்டு. காந்தியடிகள் சத்தியாகிரகம் என்ற ஒரு பெரு நெறியை உலகுக்கு அளித்தது போல ஆன்மநேய ஒருமைப்பாட்டு உரிமை என்ற சித்தாந்தத்தை கண்டு விட்டதனால்,

அருட்பெருஞ்ஜோதி! அருட்பெருஞ்ஜோதி!
தனிப்பெரும் கருணை! அருட்பெருஞ்ஜோதி!

என்ற புனிதமான கோஷம் அவருடைய திருவாயிடமிருந்து வெளிப்பட்டது. தனித்திரு! விழித்திரு! என்ற மகா மந்திரங்களை தம்மை சூழ்ந்திருந்த அடியார்களுக்கு உபதேசிக்க தொடங்கி விட்டார்.

மற்றுமோர் மணிமேகலை:

இராமலிங்கர் அகமும் புறமும் மனித பண்பு மணக்க வாழ்ந்த, ஏழைகளின் பசி தீர்க்க வந்த 19ஆம் நூற்றாண்டின் மணிமேகலை. அவருடைய சத்திய தருமச்சாலையே அட்சய பாத்திரமாக விளங்கியது. பட்டினி என்பது உடற்பிணி அன்று; உயிர்ப்பிணி அதனாற்றான் உண்டி கொடுத்தோர், உயிர் கொடுத்தோரே, என்று பாடினார் புலவர் கூலவாணிகள் சாத்தனார். இராமலிங்கர் ஏழை மக்களுக்கு உணவு கொடுத்தார் என்பதிலும் உயிர்

கொடுத்தாரெனில் பொருந்தும். எனவேதான் அவர் வள்ளலார் என்று அழைக்கப்பட்டார்.

> "மண்ணுல கதிலே உயிர்கள்தாம் வருந்தும்
> வருத்தத்தை ஒருசிறி தெனினும்
> கண்ணுறப் பார்த்தும் செவியுறக் கேட்டும்
> கணமுநான் சகித்திட மாட்டேன்."

என்று வள்ளற் பெருமான் பாடிய வரிகளே இதனை வலியுறுத்தும்.

முடிவுரை

வள்ளலார் இறையருள் பெற்ற ஞானி, மனித சமுதாயத்தில் புரட்சிகரமான மாறுதல்களை விரும்பிய சீர்திருத்தவாதி, சர்வமத சமரசவாதி, மரணமிலாப் பெருவாழ்வினைப் போதிக்க வந்த சித்தர். இன்றைய உலகில் ஏற்பட்டுள்ள சமய சமூக பொருளாதார மாறுதல்கள் ஒரு நூற்றாண்டுக்கு முன்பு வள்ளலார் கண்ட கனவுகள் ஆகும் ஆனால் இந்த உண்மையை உலகம் அறிந்திருக்கவில்லை. அடிகள் மறையுங்கால், இனி நான் எல்லா உடம்பிலும் புகுந்து கொள்வேன்! என்று கூறியது போல் நம்மடைய உயிரிலே, உணர்விலே கலந்து நம்மோடு இன்றும் வாழ்கிறார்.

துணைநூற்பட்டியல்

1. வள்ளலார் கண்ட ஒருமைப்பாடு ம.பொ.சிவஞானம் பூம்புகார் பதிப்பகம் 127, பிரகாசம் சாலை, சென்னை-600108.

2. வள்ளலார் கூறும் வாழ்க்கை நெறி சாமி சிதம்பரனார் மணிவாசகர், பதிப்பகம் 31, சிங்கர் தெரு, பாரிமுனை, சென்னை-600108

அருட்பிரகாசரின் அருட்பா

முனைவர் தோ.ரா.பெரியசாமி
தமிழ்த்துறைத் தலைவர்
கருப்பண்ணன் மாரியப்பன் கல்லூரி.
முத்தூர். தமிழ்நாடு. இந்தியா.

ஆய்வுச்சுருக்கம்

**"எல்லோரும் இன்புற்றிருக்க நினைப்பதுவே அல்லால்
வேறொன்று அறியேன் பராபரமே!"**

எனக் கூறியுள்ளார் தாயுமானவர். சேரவாரும் செகத்தீரே! என்று அழைக்கிறார்.; அவர் வழியில் வந்த வள்ளலாரும் இறைவனிடம் அன்பு நெறியை வேண்டுகிறார். சீவகாருண்யமே மோட்சத்தின் திறவுகோல் என்கிறார் கொலையும் புலையும் தவிர்த்திடுக் போர்வெறி தவிர்த்திடுக! என்று அறிவுறுத்துகிறார.; இரக்கமே உயிர்களை வாழ்விக்கும்; மனிதரை மனிதரை நேசிக்க வேண்டும்; சினமும் செருக்கும் கூடாது; பசிப்பிணி முற்றிலும் நீக்கப்பட வேண்டும்; உயிர்தழைப்பதற்கு அன்பே அனைத்தும் ஆகும் என்ற கருத்துக்களை வலியுறுத்தும் வள்ளலாரின் அருட்பா பற்றிய ஆய்வே இது.

முன்னுரை

ஆறு திருமுறைகளின் மூல இழையாக ஓடுவது அருள், அருள், அருளே! என்பது அடிகளார் கூற்று. இராமலிங்கரின் பாடல்களிலே புதிய கருத்துக்கள் பலவற்றை காணலாம்.; அவருடைய பாடல்கள் திருவருட்பா என்னும் பெயரில் வெளி வந்துள்ளன. அவை ஆறு திருமுறைகளாக வகுக்கப்பட்டுள்ளன. ஆறாம் திருமுறையில் தான் முற்போக்கான கருத்துக்கள் நிறைந்த

பாடல்கள் மிகுந்திருக்கின்றன. உலக மக்கள் ஒன்றுபட்ட ஒரே சமுதாயமாக வாழ வேண்டும் என்பதே இராமலிங்கரின் உள்ளக்கிடை. முதல் ஐந்து திருமுறைகளில் எவ்வளவு பாடல்கள் அடங்கியிருக்கின்றனவோ அவற்றைவிட அதிகமான பாடல்கள் ஆறாம் திருமுறை ஒன்றில் மட்டும் அடங்கியிருக்கின்றன.

பல்துறை வித்தகர்:

இராமலிங்க அடிகள் கவிஞர் மட்டும் அல்ல. உரைநடை ஆசிரியர், உரையாசிரியர் இசைத்தமிழ் உணர்ச்சி உடையவர் சீவகாருண்ய விளக்கம் மனுமுறை கண்ட வாசகம் போன்ற சிறந்த கருத்துக்களை கூறும் நூல்கள் அடிகளால் இயற்றப்பட்டது. அடிகளாரின் இசைத்தமிழை இவர் பாடியிருக்கும் இசை பாடல்கள் கீர்த்தனைகள் மூலம் அறியலாம். வள்ளலார் சிறந்த மருத்துவராகவும் விளங்கினார் மக்கள் உடலை நோயின்றி வைத்துக் கொள்வது எப்படி? என்பதற்கான வழிகளை உரைநடையில் எழுதி இருக்கிறார் நித்திய ஒழுக்கம் என்னும் உலகியல் என்ற தலைப்பில் அவர் எழுதியிருக்கும் உரைநடை நூல் அவருடைய மருத்துவ அறிவை எடுத்து இயம்பும்.

பக்திமான்:

இராமலிங்க அடிகளார் ஆழ்ந்த சிவ பக்தி உடையவர.; ஆயினும் அவர் பிற மத வெறுப்போ, பிற தெய்வ நிந்தனையோ தம் உள்ளத்தில் கொண்டார் இல்லை. சிவன், முருகன், விநாயகரை பற்றியும் வடிவுடைய மாணிக்கம் பெரிய நாயகி அம்மை முதலிய சக்தி வடிவங்களையும் பற்றியும் பாடல்கள் பாடியுள்ளார்.

அடிகளாரின் பாடல்களுக்கு திருவருட்பா என்று பெயர். ஆறு திருமுறைகளாக தோத்திரப் பாடல்களைக் கொண்ட இவை அனைத்தும் சுவாமிகளின் புலமைத்திறத்தை நன்கு உணர்த்துவன. அச்சில் வெளிவந்த அருட்பாவில் 6500 க்கும் மேற்பட்ட பாடல்களும் அச்சில் வராத இன்னும் பல பாடல்கள் இருக்கின்றன என்றும் கூறுகின்றனர். அருட்பா பாடல்கள் எளிதில் பொருள் விளங்கும் படியாக யாவர்க்கும் எளிதில் பொருள் விளங்கும் இனிய பாடல்கள் பல முற்போக்கான கருத்துகளும் அறிவுரைகளும்

கொண்டவை. 19ஆம் நூற்றாண்டின் ஈடு இணையற்ற மிகச்சிறந்த தமிழ் பாடல்கள் இவை என்றால் அது மிகையாகாது.

அடிகளாரின் அருட்பா:

ஐந்தாம் திருமுறையில் 31 பாடல்கள் கொண்ட தெய்வ மணிமாலை சென்னை கந்தசாமி கோவிலில் குடி கொண்டிருக்கும் முருகனைப் பற்றி பாடப் பெற்றது.

"ஒருமையுடன் நினதுதிரு மலரடி நினைக்கின்ற
உத்தமர் உறவு வேண்டும்;
உள்ளொன்று வைத்து புறமொன்று பேசுவார்
உறவுகல வாமை வேண்டும்;
பெருமை பெறும் நினது புகழ் பேச வேண்டும்; பொய்மை
பேசாது இருக்க வேண்டும்;
மருவு பெண் ஆசையை மறக்கவே வேண்டும்; உனை
மறவாது இருக்க வேண்டும்;

நல்லவர் நட்பு வேண்டும் ; வஞ்சகர் உறவு கூடாது; எப்பொழுதும் இறைவனைப் பற்றியே பேச வேண்டும்; இறைவனை மறவாமை; பொய் பேசாமை; பெண் ஆசை இல்லாமல் உடையவராய் இருத்தலஎ; நல்லறிவுடன் நோயின்றி, நல் உடம்புடன் இறைவனின் கருணையோடு இவ்வுலகில் வாழ வேண்டும் என்ற கருத்துக்களை எளிய நடையில் கூறும் இது போன்ற பாடல்களை வேறு எங்கும் காண முடியாது. ஆறாம் திருமுறையில் ஸ்ரீராம திருப்பதிகம் என்ற தலைப்பில் காணப்படும் ஒரு பாடல்

"மறம் பழுக்கும் இலங்கை ராவணனைப் பண்டு ஓர்
வாளியினால் பணி கொண்ட மணியே! வாய்மைத்
திறம் பழுக்கம் ஸ்ரீராமா! வள்ளலே! நின்
திருவருளே அன்றிமற்றோர் செயல் இலனே!

இராமனை அறத்தின் வடிவம், உண்மையின் உருவம், என்று குறிப்பிடும் அடிகளார் கொடிய பாவத்தின் உருவமே இராவணன் எனக் குறிப்பிடுகிறார். அறம் வெல்லும்! பாவம் தோற்கும்! என்று கம்பன் கொண்ட ராமாயணத்தின் மூலக்கருத்தினை இச்செய்யுளில் நாம் காணலாம். ;

அரும் பொருள்கள்

திருவருட்பாவில் ஆறாம் திருமுறையிலே அரும்பொருட்கள் பல அடங்கியுள்ளன. மூடநம்பிக்கைகள், சாதிபேதம,; மதவெறி, அரசியல் கொடுமை, ஏழைகளைத் துன்புறுத்தும் வஞ்சகர்கள் வாழ்வு. இவற்றையெல்லாம் வன்மையாகக் கண்டிக்கும் பாடல்கள் இவ்வாறாம் திருமுறையில் அமைந்திருக்கின்றன.

உள் ஒளி

இறைவன் தன் உள்ளத்தில் குடிகொண்டு தம்மை பாட வைத்ததாக அடிகள் நம்பினார். அதனாலேயே அருட்பா என தம் பாடல் தொகுதிக்கு பெயரிட சம்மதித்தார். இதயத்தில் இறைவன் இருந்து பாடவைத்தமையினாலேயே

நரஸ்துதியாக ஒரு பாட்டும் பாடவில்லை. இதனை,

நடராஜர் பாட்டே நறும்பாட்டு
ஞாலத்தார் பாட்டெல்லாம் வெறும் பாட்டு
சிதம்பரப் பாட்டே திருப்பாட் டு
ஜீவர்கள் பாட்டெல்லாந் திருப்பாட்டு

எனப் பாடி, தாம் மனிதரை பாடாததன் காரணத்தை மறைமுகமாக விளக்குகின்றார் அருட்பா தொகுப்பு நூல் வெளியான பிறகு பட்டி தொட்டிகளில் எல்லாம் வள்ளலாரின் பாடல்கள் முழங்கின.

அவனும் ஏற்றான்:

அருட்பாவிற்கு நாடு முழுவதுமே நல்ல வரவேற்பு இருந்தது. நாடு மட்டுமா? நடராஜ பெருமானும் தம் அருட்பாவை ஏற்றுக் கொண்டதாகப் பாடுகிறார் இராமலிங்கர்.

"ஏதாகு மோஎனநான் எண்ணி இசைத்தஎலாம்
வேதாக மம்என்றே மேல்அணிந்தான்- பாதார
விந்தம் எனதுசிர மேல்அமர்த்தி மெய் அளித்த
எந்தைநட ராஜன் இசைந்து."

கோயில் வீடு பள்ளியிலே அருட்பா:

ஆலயம் சென்று தெய்வச் சிலை முன்பு சிரந்தாழ்த்தி, கரங்கூப்பி, கண்மூடி நின்று வழிபடும் பக்தர் எல்லாம்

ஒருமையுடன் நினது திருமலரடி நினைக்கின்ற உத்தமர்தம் உறவு வேண்டும்! என்று துவங்கும் பாடலை பாடி பரமனை துதித்தனர் "கோடையிலே இளைப்பாற்றிக் கொள்ளும் வகை கிடைத்த குளிர்த்தருவே என்ற பாடலைப் பாடாத பக்தர் இல்லை எனலாம். ஆலயம் சென்று தொழும் பக்தர்களே அன்றி அன்னக்காவடி பிச்சை என்று இல்லந்தோறும் சென்று குரல் கொடுக்கும் பண்டாரங்களும்

"அம்பலத் தரசே அருமருந்தே
ஆனந்த தேனே அருள் விருந்தே"

எனத் தொடங்கும் இசையோடு அமைந்த நாமாவளிகளைப் பாடி இராமலிங்கரின் புரட்சிகரமான கருத்துக்களை இல்லந்தோறும் வழங்கி வந்தனர்

வயது வந்தோரை அன்றி பள்ளியில் படிக்கும் சிறார்களும்

"கல்லார்க்கும் கற்றவருக்கும் களிப்பருளும் களிப்பே!
காணார்க்கும் கண்டவர்க்கும் கண்ணளிக்கும் கண்ணே!

என்னும் பக்தி பாடல்களை பாடி பள்ளித் தலம் அனைத்தையும் கோயில் ஆக்கினர்.

பிணத்தின் முன்னேயும் அருட்பா:

திருமண இல்லங்களிலும் பிற இடங்களிலும் அமையும் இசை அரங்குகளில் எல்லாம்

தெண்டனிட்டே னென்று சொல்லடி - சுவாமிக்குநான்
தெண்டனிட்டேன் என்று சொல்லடி

என்று துவங்கும் இசைப் பாடல்கள் பாடப்பட்டன.

பிண ஊர்வலத்தின் போது சங்க முழக்கி, சேமகலம் கொட்டிச்செல்லும் பணியாளரும்

"அருட் சோதித் தெய்வம் எனை ஆண்டுகொண்ட தெய்வம்
அம்பலத்தே ஆடுகின்ற ஆனந்தத் தெய்வம்!;"

என்ற பாடலை பாடுவதை சமய சடங்காக கடைபிடித்தனர் ஒருவருக்கு மேற்பட்ட சிவ பக்தர்கள் கூடிவிட்டால் அருட்பெருஞ்ஜோதி தனிப்பெருங்கருணை என்ற சமரச சுத்த சன்மார்க்க மந்திரம் ஒலிக்கும்

அருளால் எதையும் பார்:

அடிகளார் ஆண்டவன் அருளால் உள்ளொளி பெற்ற உண்மை ஞானி. அதனால், எதையும் வெறும் அறிவாலன்றி அருளால் பார்க்கும் ஆற்றல் பெற்றிருந்தார் அதனை தமக்குத் தந்த ஞான ஆசிரியர் எல்லாம் வல்ல இறைவனை என்று அவர் பாடுகிறார் அந்தப் பாடல் வருமாறு:

"செயலனைத்தும் அருளொளியாற் காண்கவெனவெனக்கே
திருவுளம் பற்றியஞான தேசிகமா மணியே!

இந்த வரிகளில் அறிவாலே பார்க்காமல் எதையும் அருளாலே பார்! என்று கூறி அப்படி பார்க்கும் ஞான பார்வையையும் தமக்கு பரமன் தந்ததாக அறுதி இட்டு உறுதி கூறுகிறார் அருட்பிரகாச வள்ளலார். இங்கு,

"அருளால் எதையும் பார்என்றான் -அத்தை
அறியாதே கட்டியென் அறிவாலே பார்த்தேன்
இருளான பொருள்கண்ட தல்லால்- கண்ட
என்னையும் கண்டிலன் என்னடி தோழி!"

என்று தாயுமானவர் பாடலின் கருத்தையே வலியுறுத்துகிறார் வள்ளலார்.

முடிவுரை

இன்று அடிகளை கொண்டாடுவோர் பலர் ஆயினும் அவர் கருத்தை பின்பற்றி நடப்போர் சிலராவது உண்டா? என்பது சந்தேகம்தான். இராமலிங்க அடிகளார் உலகம் திருந்த வேண்டும் என்று எண்ணினார் உலக மக்கள் ஒருவரோடு ஒருவர் அன்பு பாராட்டி ஒன்றுபட்டு வாழ வேண்டும் என்று எண்ணினார் மனிதருக்கு மனிதர் கொடுமை செய்யும் மிருகத்தனம் உலகை விட்டு ஒழிய வேண்டும் என்று நினைத்து தம் எண்ணங்கள் முழுவதையும் பாடல்களால் பாடி படைத்திருக்கிறார்.; நல்லவர்கள, உண்மையை காண வேண்டும் என்ற உணர்ச்சி உள்ளவர்கள், வயது ஏற ஏற அறிவு வளர்ச்சி பெறுவது இயற்கை. இந்த உண்மையை இராமலிங்க சுவாமிகளின் பாடல்கள் எடுத்துரைக்கின்றன. அருட்பாவை படிப்போர் இவ்வுண்மையை

உணரலாம்.; அருட்பாவை படிப்போர் பாடல்களின் கருத்தறிந்து படிக்க வேண்டும், கருத்தறிந்து பாட வேண்டும். திருவருட்பாவில் உள்ள கொள்கைகள் கருத்துகள் அடிகளாரின் எண்ணம் போன்றவை மக்களிடம் பரவுமானால் சிறந்த பயன் உண்டு. மக்களிடம் உள்ள அறியாமை ஒழியும,; அன்பு பொழியும். அனைவரும் உண்மை நிலையை உணர்ந்து ஒன்று கலந்து வாழ்வார்கள். இது உண்மையும் உறுதியும் ஆகும்.

துணைநூற்பட்டியல்:

1. வள்ளலார் கண்ட ஒருமைப்பாடு ம.பொ.சிவஞானம், பூம்புகார் பதிப்பகம், 127, பிரகாசம் சாலை, சென்னை-600108.

2. வள்ளலார் கூறும் வாழ்க்கை நெறி சாமி சிதம்பரனார், மணிவாசகர்பதிப்பகம்31,சிங்கர் தெரு, பாரிமுனை, சென்னை-600108

வள்ளலாரின் உயிரிரக்கக் கொள்கை

முனைவர் செ.சு.நா. சந்திரசேகரன்
தமிழ்ப் பேராசிரியர்
வேல்டெக் ரங்கா சங்கு கலைக் கல்லூரி, ஆவடி.
அலைப்பேசி 9283275782 மின்னஞ்சல் : chandrakavin@gmail.com

முன்னுரை

வள்ளலார், ஆன்மீகத்தில் நிகழ்த்திய மாபெரும் புதுமைகளும். புரட்சிகளும் மிகச் சிறந்தவையாகும். பிறரை விட அவர் கூறிய தத்துவங்களாகட்டும், கொள்கைகளாகட்டும், செயல்பாடுகளாகட்டும் அவை உலகியல் வாழ்வில். உலகம் முழுமைக்குமானப் பொதுத் தன்மையுடன் கூடிய வளர்நிலைக்கும் அடித்தளமானவைகள் என்பதை உள்ளுணர்ந்து கொண்டவர்கள் புரிந்து கொள்வர். அவ்வகையில், ஞானக்கடலாகவும், ஒளிகாட்டிய வழிகாட்டியாகவும் திகழ்கின்ற வள்ளலாரின் எண்ணப் போக்கில் உயிரிரக்கக் கொள்கை யாதென்பதை அறிவது இக்கட்டுரையின் நோக்கமாக அமைகின்றது.

உயிரிரக்கம்:-

"பிற உயிர்களிடத்தில் இரக்கம் காட்டுதல் என்பது மக்களிடத்தில் இயற்கையாகக் காணப்படும் ஒரு பண்பாகும். தன் உறவுகளிடமும் தனக்கு விரும்பிய உயிர்களிடமும் அன்பு செலுத்துவது மனிதனின் இயல்புத் தன்மையாகும். தனக்குத் தொடர்பில்லாத உயிர்களிடத்து அன்பு கொள்ள முடியவில்லை யென்றாலும் துன்புறுத்தாமலிருப்பது உலகில் நற்குணமாகக் கருதிவிட்டு வருகிறது"[1] என்பார். முனைவர். த. ராஜீவ்காந்தி

அறநெறி வாழ்வு என்பதே உயிரிரக்கமாகிறது. இது மனிதகுல மேம்பாட்டிற்கு மிகமிக முக்கியமானதாகும். எல்லா உயிர்களிடத்திலும் தம் உயிர் போல் எண்ணும் பண்பினைக் குறிக்கிறது. “எல்லா உயிர்களிடத்தும் ஒருத்தன்மை வாய்ந்த ஆன்ம உணர்ச்சியே உள்ளது. ஆன்ம அணுவே பருஉடல் தாங்கி உலகில் இயங்குகிறது எனும் உண்மையை உணர்ந்து அனைத்து உயிர்களையும் நேசித்து வாழ்வதற்கே ஆன்மநேய ஒருமைப் பாட்டுரிமை என்று பெயர்”[2] என்பார் முனைவர் அர. ஜெயச்சந்திரன்.

உலக மக்களின் வாழ்வில் கடைபிடிக்க வேண்டிய நல்லொழுக்கமே, உலகை ஒழுக்கமுள்ள உலகாக மாற்றும் இல்லையெனின் தீவினைகளும், தீதும். வக்கிரங்களும் நிறைந்ததாய் மாறி இனிமை கெட்டுப் போன திரிபுகளான உலகமாக மாறிப்போய் துன்பக்காடாய் உலகம் இருக்கும். இதனை ஒழுங்குபடுத்தவே வள்ளலார் தம்பாடல்கள் முழுவதிலும் உயிர்களை நேசிக்கும் தன்மையை பறை சாற்றுகின்றார். அவை நல்ல மானுடம் தளைக்க உதவிக் கொண்டிருக்கின்றன. இதனையே திருவள்ளுவரும்,

“அருள்சேர்ந்த நெஞ்சினார்க்கு இல்லை இருள்சேர்ந்த
இன்னா உலகம் புகல்”

என்பார்.

புரட்சிக் கருத்துக்களால் சமூக மேம்பாட்டை உருவாக்கிய வள்ளலார். தமது பாக்கள் மூலமாகவும், உரைநடை மூலமாகவும், ஆன்மீகக் கோட்பாடுகள் மூலமாகவும் விளக்குகிறார். “சாதியும் சமயமும் பொய் என்கிறார். பிறப்பொக்கும் எல்லா உயிர்க்கும் என்னும் திருவள்ளுவரின் வழியில் வள்ளலார் பேதமுற்று எல்லோரும் ஒன்றெனும் சமுதாயம் படைக்க விரும்பினார். அவர் கொள்கைக்கு நாட்டில் நிலவும் சமயமும் ஒரு தடையாக விளங்கியது. மதம் சார்ந்த போரின் மூலமாக இன்று வரை பல கோடி மக்கள் மாண்டுள்ளனர். எனவே சாதியையும் சமயத்தையும் அறவே ஒழிக்க வள்ளலார் எண்ணினார்” எனக் கூறுவார். க.சிவக்குமார்.[3]

புலால் மறுத்தல், சிறுதெய்வ வழிபாடு மறுத்தல், உயிர்பலித்தடுத்தல் ஆகியவற்றை வலியுறுத்தும் வள்ளலார்,

நலிதரு சிறிய தெய்வமென் றையோ
நாட்டிலே பலபெயர் நாட்டிப்
பலிதர ஆடு பன்றிக் குடங்கள்
பலிக்கடா முதலிய உயிரைப்
பொலிவுறக் கொண்டே போகவும் கண்டே
புந்திநொந் துளநடுக் குற்றேன்
கலியுறு சிறிய தெய்வவெங் கோயில்
கண்டகா லத்திலும் பயந்தேன்."   (திரு.அ.பா-275)

என்கின்றார். உயிர்பலியை இறைவன் என்றும் ஏற்க மாட்டான். பிறஉயிர்களின் வலியை உணர்ந்து அதைத் துன்பப்படுத்தக் கூடாது. உண்மையாக இறை வழிபாடு என்பது எது என்பதைத் தெளிவுபடுத்துகின்றார்.

"மண்உலகு அதிலே உயிர்கள் தாம் வருந்தும்
வருத்தத்தை ஒருசிறிது எனினும்
கண் உறப்பார்த்தும் செவியுறக் கேட்கும்
கணமும் நான் சகித்தி;ட மாட்டேன்
உயிரெலாம் பொதுவினுளம் பட நோக்குக
செயிரெலாம் விடுகெனச் செப்பிய சிவமே"

"புலையும் கொலையும் தவிர்த்த நெறியிற் புனிதர் மதிக்கவே
புகுவித் தாயை யென்வாய் துடிப்ப தேத்தின் துதிக்கவே"

வள்ளலாரின் உயிரிரக்கக் கொள்கையின் நீட்சியாக, இன்று உலகம் முழுவதும் உயிர்களைப் பாதுகாக்கவும், துன்பம் நடக்காமல் பாதுகாக்கவும் பல சட்டங்கள் உருவாக்கப்பட்டுள்ளன என்பது உண்மையாகும். உயிர்களுக்கு உதவி செய்வதற்கான உலகளாவிய அமைப்புக்களும் உருவாகின என்றால் அது மிகையாகாது. வேட்டையாடுதல் சில இடங்களில் தடை செய்யப்பட்டுள்ளன. பசுவதைச் சட்டங்கள் இயற்றப்பட்டுள்ளன. பறவைகளைக் கூட்டில் அடைக்கும் தடைச் சட்டங்கள் விலங்குகள். பறவைகளுக்கான சரலாணலயங்கள் உருவாக்கப்படச் சட்டங்கள் இயற்றப் பட்டுள்ளன. இவை அனைத்தும் வள்ளலார் போன்ற ஆன்மீக மகான்களின் எண்ணங்களிலிருந்து வழி நடத்தியவைகள் தான்.

மனிதருக்குள் உயிரிரக்கம்:

மனிதனுக்குள் பல ஏற்ற தாழ்வுகள் சாதியின் பெயரால், மதத்தின் பெயரால் குணத்தில் ஏற்ற தாழ்வுகள் இவை வாழ்வைச் சீரழிக்கின்றன. அதனைச் சரிப்படுத்தினால் ஏற்ற தாழ்வற்றச் சமூகமாக உலகம் இருக்கும் என்பதனை உணர்த்த வள்ளலார்.

"இருட்சாதித் தத்துவச் சாத்திக் குப்பை
இருவாய்ப் புன்செயில் எருவாக்கிப் போட்டு
மருட் சாதி சமயங்கள் மதங்களாச் சிரம
வழக்கெல்லாம் குழிக்கொட்டி மண்மூடிப் போட்டு"

"சாதியிலே மதங்களிலே சமய நெறிகளிலே
சாத்திரச் சந்தடிகளிலே கோத்திரச் சண்டையிலே
ஆதியிலே அபிமானித்து அலைகின்ற உலகீர்
அலைந்தலைந்து வீணே அழிதல் அழகலவே"

எனத் தெளிவிக்கின்றார். பசியைப் போக்க வேண்டும் எனத் தருமசாலை தோற்றுவித்து மக்களுக்கு உணவளிக்க ஏற்பாடு செய்தார். உலகம் முழுவதும் இதைக் கடைபிடிக்க வேண்டும் என்றார். இதனை,

பட்டினி யுற்றார் பசித்தனர் களையால்
பரிதவிக் கின்றன ரென்றே
ஒட்டிய பிறரால் கேட்டபோ தெல்லாம்
உள்ளம் பகீரென நடுக்குற்றேன்.

என்பார். எவ்வளவு தொலைநோக்குப் பார்வை. ஆன்மீகப் புரட்சியாளர் என்பதற்கு அவரது உயிரிரக்கம் குறித்த கொள்கையும் வலுசேர்க்கிறது எனலாம். வள்ளலார் இவ்வாறெல்லாம் உலக உயிர்களின் மேல் பற்றும் பாசமும் கொண்டவராக இருந்தமையால், மேன்மையைச் சிந்தித்தார் என்பதால், அவரை அனைவரும் அருட்பிரகாச வள்ளல் என்றே அன்புடன் அழைத்தனர். வள்ளலார் கொள்கைகளை அக்காலத்தில் பெருமளவு மக்கள் உடனே பின்பற்றத் தொடங்கினர். இதன் விளைவாக ஆன்மீக மறுமலர்ச்சி விரைவான போக்கில் சமூகத்தில் ஏற்பட்டது என்பது நிதர்சனமான உண்மையாகும். எனவே தான், வள்ளலாரின் மாணவரான தொழுவூர் வேலாயுத முதலியார் தமது வாயுரை வாழ்த்தில் வள்ளலாரைப் புகழ்ந்து,

> "உயிர்க் கொலை பழகிப் புழுக்குடர் பெருக்கி
> மலவுடல் வளர்க்கும் பழியூனுணவினர்
> நினைப் பருங் கூட்ட நேர்பாதகமறத்
> திருவுரு சிறந்த பேரருடன்னியல் தோன்றிய
> திருவருட் பிரகாசச் செழுங்கனி"

இவ்வாறாக, வள்ளலாரின் பாடல்கள், உரைகள் முழுவதும் உயிர்களிடம் அன்பு காட்ட வேண்டும். உயிர்க் கொலைத் தவிர்க்க வேண்டும். உயிர்களுக்கு ஏற்படும் பசியைப் போக்க வேண்டும். உலக மேன்மையைக் கருத்தில் கொண்டு சாதி மதக்காழ்ப்பில் மனிதன் ஈடுபடாமல் இதைத் தவிர்க்க வேண்டும். இவை சமரச சுத்த சன்மார்க்கச் சபையின் கொள்கைகளாகும். இதை மக்கள் கட்டாயம் பின்பற்ற வேண்டும் என வலியுறுத்தினார். இதன் விளைவாக இன்றைக்கு உலகம் முழுவதும் ஆளும் அரசுகள் உயிர்களைப் பாதுகாக்கவும். அரவணைக்கவும் பல சட்டங்கள் இயற்றியிருப்பது வள்ளலார் வழி வாழ உலகம் தலைப்பட்டுள்ளது என்பதை விளக்குகிறது.

அடிக்குறிப்புகள்

1. முனைவர். த. ராஜீவ்காந்தி, புதுமைப் புரட்சித் துறவி வள்ளலாரின் சமூக சீர்திருத்தங்களும், மாற்றங்களும் ப 85

2. முனைவர். அர. ஜெயச்சந்திரன் மனித மேம்பாட்டு அறிவியல் கருத்தரங்கம் ப -209

3. க. சிவக்குமார், groups.google.com வள்ளலார் உணர்த்திய வாழ்க்கை.

வள்ளலார் ஒரு சிறந்த சமுக சீர்திருத்தவாதி

இரா.சேகர்
பகுதி நேர முனைவர் பட்ட ஆய்வாளர் (தமிழ் துறை)
நெறியாளர் : முனைவர் சொற்கோ. இரா. கருணாநதி
நந்தனம் அரசினர் ஆடவர் கலைக்கல்லூரி நந்தனம் சென்னை 35
அலைப்பேசி எண்: 9094688965
மின்னஞ்சல் : ramasekar2013@gmail.com

முன்னுரை :

மனித சமூகத்தின் முன்னேற்றத்திற்கும்இ அமைதியான வாழ்விற்கும் தடைகளாக விளங்குவன சாதி வேறுபாடுகள்இசமய பூச லகள்;, மூடபப்ழக்க வழக்கங்கள் போன்றவை ஆகும் இவை சமுக வளர்ச்சிக்கும் சமூக வளர்ச்சிக்கும் சமூக ஒருமைபாட்டிற்கும் முட்டுக்கட்டைகாக விளங்குவனவற்றை மனித சமூகத்திலிருந்து அகற்ற இராமனுசர் அருட்பிரகாச வள்ளலாராகிய இராமலிங்க அடிகளார் பாரதியார் பெரியார் போன்றவர்கள் தோன்றி சமூக சீர்த்தங்களை அவரவர் வழிமுறைகளில் மேற்கொண்டனர் இவர்களுள் இராமலிங்களாரகிய அருட்பிரகாச வள்ளலார் ஆன்மீக வாதியாக மட்டுமல்லாமல் சமூக சீர்த்திருத்தல்களை மேற்கண்ட ஒரு சமூக சீர்த்திருத்த வாதியாக எவ்வாறு விளங்கினார் என்பதை தச்சச் சான்றுகளுடன் ஆராய்ந்து வெளிப்படுகிறது இக்கட்டுரை

ஆய்வு நோக்கம்:

சிதம்பரத்திற்கு அருகிலுள்ள மருதூரில் 5.10.1823ல் இராமையாபிள்ளைக்கும் சின்மைபெரும் மகனாகப் பிறந்தவர் இராமலிங்க அடிகளார். இவர் சமூகத்தின் வளர்ச்சிக்கும் முன்னேற்றத்திற்கும் ஒருமைப்பாட்டுற்கும் கேடுவிளைவிக்கின்ற சாதி சமய வேறுபாடுகளையும் மூடப்பழக்கங்களையும் நீக்கி சமூகச்

சீர்த்திருத்தங்களை மேற்கொண்டு சமூக ஒருமை பாட்டிற்க்கும் சமய ஒருமைபாட்டிற்க்கு சமரச சுத்த சன்மார்க்கத்தையும் சீவகாருண்ய ஒழுக்கத்தையும் தந்து சீர்த்திருத்தவாதி வள்ளலார் என்பதை தக்க ஆதாரங்களுடன் ஆராய்ந்து வெளிப்படுத்துவதே இக்கட்டுரையின் நோக்கமாகும்.

ஆய்வுச் சுருக்கம்:

பழங்காலத்தில் தமிழர்களிடையே சாதி சமயப் பிரிவுகள் இல்லை நானில பிரிவுகள் மட்டுமே இருந்தன. ஆரியர்களின் தொடர்பால் வருணாசிரம தர்மத்தின்படி சாதிப் பாகுப்பாடும் அவற்றின்மூலம் வந்த கோத்திரமும் குலப்பிரிவும் பைய பைய புகுத்து தமிழர்களிடத்தில் வேறுபாடு பலகி பெருகி வளர்ந்து சாதிச்சண்டையும் சமய சண்டைகளும் பெருகின அதனால் தமிழ் சமூகத்தின் முன்னேற்றம் தடைபட்டு தமிழ் சமூகம் தாழ்வு. இந்நிலையில் சமூக சீர்கேடுகளை அகற்ற 11ஆம் நுற்றாண்டில் இராமானுசர் வள்ளலார் பாரதியார் பெரியார் போன்ற சான்றோர்கள் தோன்றினர் அவர்களுள் அருட்பிரகாச வள்ளலாராகிய இராமலிங்க அடிகளார் சாதி சமய வேறுபாடு அகற்ற சமரச சுத்த சன்மார்க்கத்தைப் பரப்பி சமூக ஒருமைப்பாட்டிற்கு பாடுபட்டார். அவ்வாறு வள்ளலார் சிறந்த சமூக சீர்த்திருத்த வாதியாக விளங்கியதை

1. சாதி சமய வேறுபாடற்ற சமூகத்தைக் காண பாடுபட்டவர்
2. சமூக ஒருமைபாட்டிற்குச் சமரச சுத்த சன்மார்க்கடி வழிகாட்டியவர்
3. ஆன்ம நேய ஒருமைபாட்டிற்குச் ஜோதி(ஒளி) வழிபாடு வகுத்து தந்த புனிதர்
4. மூடப்பழக்க வழக்க மடை நாற்றம் போக்கிய சித்தர்
5. புசிப்பிணி போக்க பாடுபட்ட பண்பாளர்
6. அனைத்துயிர்களின் துன்பம் துடைக்க சீவகாருண்யத்தைப் போதித்த உத்தமர்

போன்ற தலைப்புகளின் தக்கச் சான்றுகளுடன் ஆராய்ந்து அருட்பிரகாச வள்ளலார் ஒரு சிறந்த சமூக சீர்த்திருத்தவாதி என்பதை இலக்கிய உலகிற்கு வெளிப்படுத்துகிறது.

சாதி சமய வேறுபாடற்ற சமூகம் காணப் பாடுபட்டவர்:

கடலூர் மாவட்டத்தில் சிதம்பரத்திற்கு அருகிலுள்ள மருதூர் என்னும் சிற்றூரில் 1823ஆம் ஆண்டு அக்டோபர் மாதம் 5ந் தேதி திருகிராமையா பிள்ளைக்கும் திருமதி சின்னம்பையாருக்கும் பிறந்தார். ஆறுவயதிலேயே தந்தையை இழுந்தவர் அண்ணண் சபாபதியால் வளர்க்கபட்டவர். அண்ணன் சபாபதி இராமலிங்கரை ஆசிரியர் சபாபதி முதலியாரிடம் படிப்பதற்காக அறுப்பி வைத்தார் ஆனால் இராமலிங்கர் மனம் படிப்பில் நாட்டம் பெறவில்லை சென்னை கந்தக்கோட்டத்து முருகனிடம் பக்திகொண்டு ஓதாது உணர்ந்த புலவனாய் பாடல்கள். இவரின் அண்ணன் (ஆன்மிக) சொற்பொறிவாளர். அண்ணனுக்குப் பிறகு சொற்பொறிவு ஆற்றும் பணி செய்தவர் அதில் சிறந்து விளங்கினார் அப்போது மக்கள் சாதி, வேறுபாடுகாறால் உயர்ந்த சாதி, தாழ்ந்த சாதி என்ற நிலையாய் சமூகத் தீங்கள் பெருகி உயர்ந்த சாதியனறை அடிமை படுத்தி இழிவுபடுத்தி துன்பப்படுத்தினர். இதனால் சாதிச்சாண்டை சச்சாவுகள் பெருகி அமைதியின்றி அவலத்தோடு வாழ்ந்ததை அறிந்து மனம் வருந்தினார் வள்ளலார். அதற்காக அனைத்து மக்களும் சமம் ஏற்றத்தாழ்வு கருதக்கூடாது என்பதை மக்களுடம்பின் நிறம் தொழில் முதலியவற்றை வைத்து சாதிகள் பிரிந்து அவர்களின் தன்மானம் கல்வி மறுக்கப்பட்டு முன்னேறவிடாமல் தடுக்கப்படுவதை அவர்களின் துன்பத்தை கண்டு மனம்இரங்குவர் யாருமில்லை. வருணாசிரமம் ஆசாரம் முதலியவை பொய்மைகளை அகற்ற கல்வியால் மக்களின் அறிவுக் கண்ணைத்திறக்க இறைவன் தனக்கு உணர்த்தியதை வள்ளலார் பின்வருமாறு கூறுகிறார்.

"நால்வருணன் ஆசிரமம் ஆசாரம் முதலிய
நவின்றகலைச் சரிதமெல்லாம் பிள்ளையாட்டே
மேல்வருணம் தோல்வருணம் கண்டறிவார் இலை நீ
விழித்திதுவார் என்றெனக்கு விளம்பிய சத்குருவே" 4174-1

என்று பாடிய பாடல் வரிகளால் அறியப்படுகிறது. நீ அறிவுக் கண்ணைத்திறந்து கண்டு தெளிவாயாக என உயிர்க்குயிராக இறைவன் வள்ளலார்க்கு உணர்த்தியதை உலகிற்கு எடுத்துக் கூறி மக்களின் அறிவுக்கண்களை கல்வியால் திறக்க பாடுபடுவேன். சாதி வேறுபாடுகளை களைத்து ஏற்றத் தாழ்வுகளை போக்கி துன்பம் துடைப்பேன் என்று உணர்த்துவதை அறியலாம்.

புறநானூற்றில் கணியன் பூங்குன்றனார்

"யாதும் ஊரே யாவரும் கேளிர்" புறம் - 2

என்று பாடியதற்கு ஏற்ப எல்லோரையும் தம் அன்பில் ஏற்று யாவரையும் உறவினராகக் கருதி எத்திசை நாடும் சென்று தன்னாடு போல் போற்றி வாழ்ந்த தமிழர்களிடத்தில் சாதி சமய வேறுபாட்டால் ஒற்றுமை குலைந்து சண்டையிட்டு அமைதியின்றி வாழ்ந்த மக்களைக் கண்டு வருந்திய வள்ளலார்.

"சாதியும் மதமும் சமயமும் பொய்யென
ஆதியில் உணர்த்திய அருட்பெருஞ்சோதி" அகவல் - 3

ஏன்று பாடி உணர்த்தி சாதி வேறுபாடுகளை களைந்து சமூக ஒருமைப் பாட்டிற்கு சாதி சமய ஒருமைப்பாடு வேண்டும். அந்த ஒருமைபாட்டிற்கு சாதி சமய வேறுபாடற்ற சமூகத்தை விரும்பியது வெளிப்படையாக அறியப்படுகிறது.

சமூக ஒருமை பாட்டிற்குச் சமரச சுத்த சன்மார்க்க வழிகாட்டி வள்ளலார்: சமூகம் எவ்வித வேறுபாடுமின்றி ஒன்றுபட்டு அமைதியாக வாழவேண்டும். அதற்கு மக்கள் அனைவரையும் ஒருகுலத்தவராகக் காணும் பொதுமை நெறி வேண்டும். அந்த பொதுமை நெறிதரன் சமரச சுத்த சன்மார்க்க நெறியாகும். இதனை உள்ளவாறு உணர்ந்து மக்களெல்லாரும் சடிச்சுத்த சன்மார்க்க நெறியில் ஒழுகி வாழ்த்ல் வேண்டும் என உலக மக்களுக்கு வள்ளலார் உணர்ந்துகிறார் இதனை

இச்சாதி சமய விகற்பங்கருளலாம் தவிர்த்தே
எவ்வுலகும் சன்மார்க்கப் பொதுவடைதல் வேண்டும்-4086- 4

என்றும்

"நீதியிலே சன்மார்க்க நிலைதனிலே நிறுத்த
நிறுத்தமிரும் தனித்தலைவர் ஒருத்தர் அவர்தாமே
வீதியிலே அருட்சோதி விளையாடல் புரிய
மேவுகின்ற தருணமிது கூவுகின்றேன் உமையே" - 5566 - 5

இப்பாடல் வரிகள் வழியே இராமலிங்க அடிகளார் சாதி சமய வேறுபாடுகளை அறவே அகற்றி மக்களைத் சுத்த சன்மார்க்கமே வேறுபாடுகளை அறவே அகற்றி மக்களைத் தெளிவுடையவராய்த் திகிழ்ந்து இறைவனது அருள்விளக்கம் பெற்ற இராமலிங்கரது வேட்கை என்பதை அறியலாம் மேலும்

"இருட் சாதித் தத்துவச் சாத்திரக்குப்பை
இருவாய்ப்புப் புன்செயில் எருவாக்கிப் போட்டு
மருட்சாதி சமயங்கள் மதங்களாகச்சிரம்
வழக்கெலாம் குழிக்கொட்முடி மண்முடிப்போட்டு
தெருட்சாருஞ் சுத்த சன்மார்க்க நன்னீதி
சிறந்த விளங்கு ஓர்சிற்சபை காட்டும்
அருட்பெருஞ்சோதி என் ஆண்டவர் நீரே!" 4654 - 6

என்ற பாடல் வரிகள்முலம் சாதிசமய குப்பைகளையுக் குழிதோண்டி புதைத்து மன்முடி அழிக்க சமரச சுத்த சன்மார்க்கம் தந்தது அருட் பெரும் சோதியாண்டவராகும் என்று கூறுவதன் சாதி சமய வேறுபாடுகளைவிதற்கு வழி சமரச சுத்த மார்க்கமே ஆகும் என்பது புலப்படுகிறது.

"மதித்த சமய மத வழககெல்லாம் மாய்ந்தது
வருணாச் சிரமம்னு மயக்கும் சாய்ந்தது
கொதித்த வேலாகாசாரக் கொதிப்பெல்லாம் ஒழித்து
கொலையும் காவும் மற்றைப் புலையும் அழிந்து" - 4503 - 7

இத்திருவருட்பா பாடல்வரிகள் முலம். வருணாச்சிரமதர்ம சாதி, சமய வேறுபாடுகளை சமரச சுத்த சன்மார்க்கம் அழிக்கின்றது புலால் உண்ணுதலும் இதனால் அழிக்கின்றது. என்பதை ஆன்ம நேய ஒருமை பாட்டிற்கு வழிகாட்டி புனிதர் வள்ளலார்.

இவ்வுலகில் இறைவன் ஒருவனே. அவன் எல்லா பொருளிலும் நீக்கமற கலந்திருக்கு பல உருவங்கள் கொடுத்து இயற்கை சக்திக்கு பல உருவங்கள் கொடுத்து அல்ல, புத்தன் என

உருவ வழிபாடு கொடுத்து வழிபாடு நடத்துகின்றனர். இதனால் ஏற்படும்

புரச்சனைகள் ஏராளம், சமூகத்தின் ஒற்றுமையை சீரழீத்து வேறுபாட்டை வளர்க்கின்றது. வள்ளலார் உருவ வழிபாட்டை வெறுத்தார் இறைவனை வழிபட உருவ வழிபாடு வேண்டாம் தூய்மையின் வடிவம் இயற்கை சக்தியின் வடிவம் ஜதி வடிவமாகும். அத்தகைய அருட்ஜதியை வழிபட வேண்டும். அதனால் ஆன்மிக ஒருமை பாடுவளரும் இதற்கு சாதி, சமய வேறுபாடு தேவையில்லை அன்பொன்றே போதும். எனவே ஜதி வழிபாடு சமூக ஒருமைப் பாட்டை வளர்க்கும் என்றலாம் இதனை

"கலையுரைத்த கற்பனையே நிலையெனக் கொனற்டாகும்
கண்முடி வழக்கமெலாம் மண்முடிப்போக" - 3768 - 8

"சாதி மதம் சமயமுதற் சங்கற்பமெலாம் தவிர்த்துபோக
ஆதிநடம் புரிகின்றேன் அருட்சோதி எனக் களித்தான்"
- 4506 - 9

"சாதியும் மதமும் சமயமும் பொய்யென
ஆதியில் உணர்த்திய அருட்பெருஞ்சோதி
அருட்பெருஞ்சோதி - அகவல்

எனவும் பாடிய இப்பாடல் வரிகள் முலம் ஆன்ம நேய ஒருமைப்பாட்டு வழி சோதி வழிபாடு உகர்ந்தது என உலகிற்கு உணர்த்திய புனிதர் வள்ளலார் என்பது அறியப்படுகிறது

மூடப்பழக்க வழக்க முடைநாற்றம் போக்கிய சித்தர் வள்ளலார்: சமூகத்திலே பகுத்தறிவுக்கு ஒவ்வாத சாதிசமயம் இருப்பதைக் கண்டு வருந்திய வள்ளலார். மேலும் அச்சமயங்களின் குலத்தெய்வங்களாக கிலகிறு தெய்வங்களுக்குப் பல பெயர்கள் தந்து உயிர்பலி புசை செய்வது செடத்தனத்திலும் பெரும்முடத்தனமாகும் மாமிச உணவு உண்பதில் ஊக்கமுடைய மக்கள் சிலர் அச்சிறு தொய்வங்களுக்குப் பலியிடு விதற்காக ஆடு, கோழி பன்றி, மாடு, முதலியவற்றை ஆரவரத்துடன் கொண்டு செல்லும் கொடுமையைக் கண்ட இராமலிங்க அடிகளார் புந்திநொற்று மனம் வருந்தி இத்தகைய கொலைத் தொழிறுக்குக் காரணமாகிய சிறுதெய்வ கோவில்கைளைக் கண்ட போதும் அஞ்சி நடுங்கினார் அச்சிறுதெய்வ வழிபாட்டைக் கண்டித்தார் இதனை,

“நலிதரும் சிறிய தெய்வமென்று ஐயொ
நாட்டி பல பெயர் நாட்டிப்
பலிதரும் ஆடு பன்றி குக்குடங்கள்
பொலிவுறக் கொண்டே போகவும் கண்டே
புத்தி நொந்துளம் நடுக்குற்றேள்
கலியுறு சிறிய தெய்வ வெங்கோயில்
கண்ட காலத்திலும் பயந்தேன்” 3469 - 10

என்று பாடுகிறார். மேலும்

“துண்ணெனக் கொடியோர் பிற உயிர்கொல்லத்
தொடங்கிய போதெல்லாம் பயந்தேன்
கண்ணினால் ஐயோ பிறவுயிற் பதைக்கக்
கண்டகற லித்திலும் பயந்தேன்
மண்ணில் வலையும் தூண்டிலும் கண்ணி
வகைகளும் கண்டபோ தெல்லாம்
எண்ணிஎன் னுள்ளம் நடுங்கிய வதனை
எந்நை திருவுள மறியும்” 3475 11

என வள்ளலார் கொலையும் புலையமாகிய கொடுஞ் செயல்களின் கொடுமைகளைப் படிப்போர் நெஞ்சம் நெக்குருகக் எடுத்துக் கூறியுள்ளார். கற்போர் உள்ளம் கசிந்துருகும் படி பாடியுள்ளார். இவற்றின் மூலம் பிற உயிர்களை எக்காரணத்தைக் கொண்டும் கொல்லக்கூடாது துன்புறுத்தக்கூடாது என்கிற உயிரிரக்க உள்ளத்தினை அறிய முடிகிறது. உயிர்பல நரபலி இருத்தல் போன்ற மூடத்தனமான சமூக செயல்களைக் கண்டு வருந்தி அதனைக் கண்டிக்கும் உத்தமராக வள்ளலார் விளங்குவதை அறியலாம்.

பசிப்பிணி போக்கிய சீவகாருண்யர்:

பசித்தோர்க்கு உணவளித்தலின் முக்கியத்துவத்தை அருட்பிரகாச வள்ளலார் தாம் இயற்றிய சீவகாருண்ய ஒழுக்கம் என்னும் உரைநடை நூலில்

சீவர்களுக்குப் பசி அதிகரித்த காலத்தில் சீவ அறிவு விளக்கமில்லாமல் மயங்குகிறது. அது மயங்கவே அறிவுக் கறிவாகிய கடவுள் விளக்கம் மறைபடுகின்றது. அது மறையவே புருட தத்துவம் சேர்ந்துவிடுகிறது. அது சோரவே பிரகிருதி தத்துவம்

மழுங்குகிறது. அது மழுங்கவே குணங்கள் எல்லாம் பேதப்படுகிறது. மனம் தடுமாறி சிதறுகின்றது. புத்தி கெடுகின்ற சித்தம் கலங்குகிறது..

..

*வயிறு பகிறென்று எறிகின்றது தாப சோபங்கள் மேன்மேலும் உண்டாகின்றன. உயிரிழந்து விடுவதற்கு மிகவும் சமீபித்த அடையாளங்களும் அனுபவங்களும் தோன்றுகின்றன. பசியினால் இவ்வளவு அவத்தைகளும் எல்லா சீவர்களுக்கும் பொதுவாகவே இருக்கிறது. -- சீவகாருண்ய ஒழுக்கம்- ப - **32 - 12***

*இவ்வளவு அவத்தைகளும் ஆகாரம் கிடைக்கும் போது உண்டு பசி நீங்க நீங்குகின்றன. அப்போது தத்துவங்கள் எல்லாம் தழைத்து உள்ளம் குளிர்ந்து அறிவு விளங்கி அகத்திலும் முகத்திலும் சீவகலையும் கடவுள்கலையும் துளும்பி ஒப்பில்லாத திருப்தி இன்பம் உண்டாகின்றது. இப்படிப்பட்ட இன்பத்தை உண்டு பண்ணுகின்ற புண்ணியத்துக்கு எந்த புண்ணியத்தை இணையென்று சொல்லலாம்? இந்த புண்ணணியத்தைச் செய்கின்ற புண்ணியர்களை எந்த தெய்வத்திற்குச் சரியென்றுசொல்லலாம். ஏல்லா தெய்வங்களுக்கும் மேலாகிய கடவுள் அம்சமென்றே சத்தியமாக அறியவேண்டும.; சீவகாருண்ய ஒழுக்கம் - ப **33 - 13.***

அறிய வேண்டும் என்று வள்ளலார் கூறுகிறார். இவ்வாறே புறநாறூற்றில்

"நீரின்றி றமையா யாக்கைக் கெல்லாம்
உண்டி கொடுத்தோர் உயிர் கொடுத்தோரே!"

(புற. பா. எண்-18 14)

என்கிறது. அவ்வகையில் வள்ளலார்

"வாடிய பயிரைக் கண்ட போதேல்லாம்
வாடினேன் பசியினால் இளைந்தே
வீடுதோறிரந்தும் பசியறா தயர்ந்த
வெற்றாறைக் கண்டுளம் பதைத்தேன்
நீடிய பிணியால் வருந்துகின்றோர் என்
நேருறக் கண்டுளந் துடித்தேன்
ஈடின் மானிகளாய் ஏழைகளாய் நெஞ்
சுளைத்தவர் தமைக்கண்டே இளைத்தேன்" - 3471 -15

என்று பாடிய வரிகளின் வழியே பசித்துன்பம் கண்டு அவர் உள்ளம் பட்டப் பாட்டை பதைப்பதைப்பை அறியலாம். எனவே சீவகளின் பசித்துன்பம் கண்டிரங்கிய அருட் பிரகாச வள்ளலார் வடலூரில் 1867ஆம் ஆண்டு வைகாசி மாதம் 11ஆம் நாள் சமரச சுத்த சன்மார்க்க சத்திய தருமசாலை தொடங்கி வைத்தார். அன்று முதல் இன்று வரை தொடங்கி வைத்த அடுப்பு அனையாமல் பல ஆண்டுகளாக அன்னதானம் வழங்கப்பட்டு வருகிறது. இது அவர் பிற உயிர்களின் துன்பத்தைக் கண்டு இரங்கிய சீவகாருண்யத்தை வெளிப்படுத்துகிறது.

மேலும் பிற உயிர்களை கொல்லும் கொலையையும் பலியிடுதலை கண்டு வருந்தி கொலையிடுதலை கண்டித்தார்.

முடிவுரை:

அருட்பிரகாச இராமலிங்க அடிகளாராகிய வள்ளலார் சமூகத்தில் இருந்த வர்ணாசிரம சாதி வேறுபாடு சமய வேறுபாடு ஆகிய சமூக தீமைகளை அகற்ற பாடுபட்டவர் மேலும் மக்களிடையே பரவியிருந்த சமூக மூடப்பழக்க வழக்கங்களாகிய பலியிடுதல் உயிர் கொலை புரிதல் சிறுதெய்வ வழிபாடு பல் தெய்வ வழிபாடு தெய்வங்களின் பல உருவ வழிபாடு இவற்றால் ஏற்படும் பூசல்கள் ஆகிய சமூக கேடுகளை போக்க சமரச சுத்த சன்மார்க்க நெறியும் ஆன்ம நேய ஒருமைப்பாட்டை வலியுறுத்த ஒளி(சோதி) வழிபாடும் பசிபட்டினி போன்ற சமூக அவலங்களைப் போக்க சீவகாருண்ய ஒழுக்கம் ஆகிய பல நெறிமுறைகளை செயல்படுத்தி சமூகசீர்த்திருத்தவாதியாக வள்ளலார் விளங்கினார் என்பது கண்டறியப்படுகிறது.

அடிக் குறிப்புகள் விளக்கம்:

1. திருவருட்பா ப் எண்: 4174
2. புறநானூறு பாடல் 192
3. திருவருட்பா அகவல்
4. திருவருட்பா 4086
5. திருவருட்பா 5566

6. திருவருட்பா 4654
7. திருவருட்பா 4503
8. திருவருட்பா 3768
9. திருவருட்பா 4508
10. திருவருட்பா 3469
11. திருவருட்பா 3475
12. சீவகாருண்ய ஒழுக்கம் - ப-32
13. சீவகாருண்ய ஒழுக்கம் - ப-33
14. புறநானூறு பாடல் எண்: 18
15. திருவருட்பா 3471

துணை நூற் பட்டியல்:

1. திருவருட்பா
2. சீவகாருண்ய ஒழுக்கம்
3. புறநானூறு
4. திருவருட்பா
5. திருவருட்பா சிந்தனை

வள்ளலார் உணர்த்தும் மனிதம்

முனைவர் ச.பிரவின்குமார்
உதவிப் பேராசிரியர், தமிழ்த்துறை,
தனலட்சுமி பொறியியல் கல்லூரி,
தாம்பரம், சென்னை.

ஆய்வுச் சுருக்கம்:

மனிதம் என்பதை அன்பு, கருணை, இரக்கம் என்றெல்லாம் வகைப்படுத்தலாம். அன்பின் வழியது உயிர்நிலை என்ற வள்ளுவரின் வாக்கும் "வாடிய பயிரைக் கண்டபோதெல்லாம் வாடினேன்" என்ற வள்ளல்பெருமானின் வாக்கும் அன்பிற்கான மனித மாண்பை முன் நிறுத்துகின்றன. அன்பு என்பது மனிதன் மீது மட்டுமல்ல மனிதன் பிற உயிர்களின் மீதும் காட்டுவதான அன்பும் பரிவுமே மனித மாண்பின் கூடுதல் சிறப்பு. அவ்வன்பின் வழியில் மனிதநேயத்தை எண்ணற்ற இலக்கியங்கள் எடுத்துரைக்கின்றன. மனிதன் காலத்திற்கேற்ற மாற்றங்களால் வாழ்வியல் அறங்களை மறந்து வாழும் நிலையில் வள்ளலார் உணர்த்தும் மனிதம் என்னும் இக்கட்டுரை வள்ளலார் உணர்த்தும் மனித மாண்பை வெளிப்படுத்துவதாய் அமைகிறது.

கலைச்சொற்கள்:

மனிதம், ஜீவகாருண்யம்,

முன்னுரை;

"பிறப்பொக்கும் எல்லா உயிருக்கும் சிறப்பொவ்வா
செய்தொழில் வேற்றுமை யான்"

என்ற வள்ளுவரின் வாசகத்திற்கிணங்க எல்லா உயிர்களையும் சமமாகக் கருதுவதும் அவ் உயிரினங்கள் மீது அன்பு செலுத்துவது மாகும். மனித வாழ்வில் இருக்கும் ஏற்றத்தாழ்வுகளைக் களைய முற்பட்ட அறிஞர் பெருமக்களுள் வள்ளுவரைப் போன்று வள்ளலார் தலைசிறந்தவர். வள்ளலார் கண்ட நெறி சமரசம் என்பதாகும் எல்லோருக்கும் எல்லாமும் கிடைத்திட வேண்டும் என்னும் பொதுமாண்பு அவரை சிறந்த ஜீவகாருண்ய சீலராகவும் சமரச சன்மார்க்கியாகவும் உணர வைத்தது. 1823 இவ்வுலகில் தோன்றி சிறு வயது முதலே அறிவு ஜீவியாக திகழ்ந்து இறை பக்தியில் தன்னை அர்ப்பணித்து பக்தி பாடல்கள் உருவாக்கிய வள்ளலாரே பிற்காலத்தில் இறை வழிபாட்டில் புது மார்க்கத்தையும் உருவாக்கிக் காட்டியவர். ஆம் சிலைகளில் இறைவனை வணங்கி வந்த பக்தர்களை ஜோதி வடிவில் இறைவனை காணுவதற்கு வித்திட்டு ஆன்மீக உலகில் மாபெரும் புரட்சியை ஏற்படுத்தியவர் அவரின் மானுட மாண்பை ஆராய்வதே இக்கட்டுரையின் நோக்கமாகும்.

மனித நேயம்:

மனித நேயம் = மனிதம்+ நேயம் தொடர்புடைய பலம் வாய்ந்த குணங்களாக அன்பும், கருணையும், இரக்கமும் இருக்கின்றன. இதில் உயிரிரக்கப் பண்பு என்பது மனித நேயத்தில் முக்கிய இடம் வகிக்கின்றது. பிறருக்கு துன்பம் அளிக்காமல் இருத்தல், இயலாதவர்களின் துன்பத்தைப் போக்குதல், இளகிய இதயமும், இரக்க சுபாவமும், உறுதியான செயல்பாடுகளும் கொண்டிருத்தல் என்றும் கூறலாம்.

சாதிய சீர்திருத்தம் :

சாதி மதம் சமயம் என குறுகிய வட்டத்திற்குள் சிக்கித் தவித்துக் கொண்டிருந்த மனித சமூகத்திற்கு தனதான மனித மாண்பை உணர்த்தி மாற்று பாதைக்குச் செல்ல மடை மாற்றியவர்.

"அகத்தே கருத்துப் புறத்தே வெளுத்
திருந்த உலகத் தனைவரையும்
சகத்தே திருத்திச் சன்மார்க்க
சங்கத் தடை வித்திட எவரும்

இகத்தே பரத்தைப் பெற்று மகிழ்ந்
திருத்தற்கென்றே எனை இந்த
உலகத்தே இறைவன் வருவிக்க
உற்றேன் அருளைப் பெற்றேன”
(திருவருட்பா: ஆருந்திருமுறை: உற்றதுரைத்தல்-9)

சமூகத்தின் முரண்பாடுகள் களையப்பட வேண்டும் எனும் நோக்கில் அமையும் இப்பாடல் வரிகளில் உள்ளொன்றும் புறமொன்றும் வைத்து பேசும் மனிதர்களைச் சாடுகிறார். சுத்த சன்மார்க்க வழியில் நன்னெறி படுத்தி மானுடம் தழைக்கச் செய்கிறார். சன்மார்க்க சங்கத்தில் சேருவோர் எச்சாதியினராகவும், எம்மதத்தினராகவும், எவ்வினத்தவராகவும் இருக்கலாம் எனும் வள்ளலாரின் சீரிய சிந்தனை சமத்துவத்தின் மீட்சி, மனித மாண்பின் திறவுகோல் என்றால் அது மிகையாகாது.

வள்ளலாரின் நெறிகள்:

வள்ளலார் அவர்கள் பல்வேறு நிலைகளில் பல்வேறு விதமான நெறிகளை மக்களுக்கு அறிவுறுத்தியுள்ளார் அவற்றில்

1. சாதி மத சமய வேறுபாடுகளை களைய வேண்டும்.
2. இறைவனின் பெயரால் உயிர்பலி கூடாது.
3. பசித்தவருக்கு உணவளிப்பது இறைவனுக்குச் செய்யும் பூசை.
4. எல்லா உயிர்களும் இறைவனின் ஆலயமே.
5. கடவுள் ஒருவரே அவரே அருட்பெருஞ்ஜோதி.
6. உயிர்க்கொலை, புலால் உண்ணுதல், மது அருந்துதல் இவைகள் கூடாது.
7. உண்மையை பேச வேண்டும்.
8. நல்ல எண்ணங்களோடு இரு.
9. கலந்து யோசனை செய்.
10. மெதுவாய் பேசு அது உன் ரகசியங்களை பாதுகாக்கும்.
11. பசித்திரு, தனித்திரு, விழித்திரு.
12. இறந்தவர்களைப் புதைக்க வேண்டும்.

13. மனிதகுலத்திற்குச் சேவை செய்வது மோட்சத்தின் பாதை.
14. வாழ்வென்பது உயிர் உள்ள வரை மட்டுமே!
15. நாம் சுவாசிக்கும் வரை மட்டுமே வாழ்க்கை
16. தேவைக்கு மட்டும் செலவு செய்யுங்கள்
17. ரசிக்க வேண்டியவற்றை மட்டும் அனுபவிக்கவும்.
18. முடிந்தவரை மற்றவர்களுக்கு பொருள் உதவி செய்யுங்கள்.
19. ஜீவகாருண்யத்தை கடைபிடி.
20. இனி பல ஆண்டுகள் வாழப்போவதில்லை.
21. உயிர் போகும் போது, எதுவும் செல்ல போவதுமில்லை.
22. ஆகவே, அதிகமான சிக்கனம் அவசியமில்லை.
23. இறந்த பிறகு என்ன நடக்கும் என்று கவலைப்பட வேண்டாம்.
24. உயிர் பிரிய தான் வாழ்வு. ஒரு நாள் பிரியும். சுற்றம், நட்பு, செல்வம், எல்லாமே பிரிந்து விடும்.
25. கடைசி மூச்சு விடுவதுதான் வாழ்க்கை. ஒரு நாள் கிளம்பும். உற்றார், உறவினர், செல்வம், நட்பு எல்லாம் விலகும்.
26. வாழும் வரை ஆரோக்கியமாக இருங்கள்.
27. ஆரோக்கியத்தை இழப்பதால் செல்வம் சேராது.
28. உன் குழந்தைகளை பேணு. அவர்களிடம் அன்பாய் இரு, சில பரிசுகள் அளி.
29. அனைவருக்கும் பாராட்டுக்களை வழங்குங்கள்.
30. மற்றவர்களிடம் அதிகம் எதிர்பாராதே. அடிமையாகவும் ஆகாதே.

என்பனவற்றை பல்வேறு நிலைகளில் உரைக்கிறார் மக்களின் இனிய வாழ்க்கைக்கு எளிய மருந்துகளாகிய இந்நெறிகளை எல்லாம் கடைபிடித்தாலே மானுடம் தழைக்கும்.

அறம் போதித்தல்:

"சாதியிலே மதங்களிலே சமய நெறிகளிலே
சாத்திரச் சந்தையிலே கோத்திரச்சண்டையிலே

ஆதியிலே அபிமானித் தலைகின்ற உலகீர்
அலைந்தலைந்து வீணே நீர் அழிதல் அழகல்லவே
நீதியிலே சன்மார்க்க நிலைதனிலே நிறுத்த
நிருத்தமிடும் தனித்தலைவர் ஒருத்தர் அவர் தாமே
வீதியிலே அருட்ஜோதி விளையாடல் புரிய
மேவுகின்ற தருணமிது கூவுகின்றேன் உமையே”
(திருவருட்பா-5566)

என மனிதனை மனிதன் இழிவாகப் பார்ப்பதற்குத் துணையாய் நிற்கும் பிரிவுகளாகிய சாதி, மதம், சமயம் உள்ளிட்டவற்றை கடுமையாகச் சாடுகிறார். அற நெறியில் அனைவருக்கும் பொதுவான ஒரு கோட்பாட்டை உருவாக்க முற்படுகிறார்.

“சாதியும் மதமும் சமயமும் தவிர்ந்தேன்
சாத்திரக் குப்பையுந் தணந்தேன்
நீதியும் நிலையுஞ் சத்தியப் பொருளும்
நித்திய வாழ்க்கையுஞ் சுகமும்
ஆதியும் நடுவும் அந்தமும் எல்லாம்
அருட்பெருங் சோதியென் றறிந்தேன்
ஓதிய அனைத்தும் நீயறிந் ததுதான்
உரைப்பதென் னடிக்கடி யனக்கே” (திருவருட்பா-4075)

என்ற பாடலின் வழியே வள்ளலார் அறிவுறுத்திய சமரச சமத்துவ ஞானத்தை தெளிவுபடுத்துகிறார். சாதியும் மதமும் சமயங்களும் மக்கள் இனத்தை ஒற்றுமைப்படுத்துமா? எக்காலத்தும் ஒற்றுமைப்படுத்தாது பிரிவினையை தான் உண்டாக்கும். இதை வள்ளலார் மிகத் தெளிவாக உணர்த்தியுள்ளார் சாதிய வேறுபாடுகளை மக்களது மனதில் நிலை கொள்ளச் செய்வது எது என ஆராய்ந்தால் எழுத்துருவில் நீடிக்க செய்த சாத்திரங்கள் தான் என்பது எளிதில் விளங்கும் இச்சாத்திரங்கள் பலவும் ஒன்றுக் கொன்று வேறுபட்டு ஒன்றோடு ஒன்று ஒவ்வாமல் மக்களின் ஒற்றுமைக்கு ஊறு விளைவிப்பன என்பதை தெளிவாக்குகிறார். ஆகையினாலே இதனை கடிந்து ஒதுக்குதல் ஆகச் சிறந்தது என்று உணர்த்தும் பாங்கில் சாத்திர குப்பையையும் தனந்தேன் என்ற சொற்றொடரைப் பயன்படுத்துகிறார். ஒரு உயிர் துன்பப்படுவதை மற்றொரு உயிர் பார்த்து இரக்கம் கொண்டு உதவி செய்து

துன்பத்தைப் போக்கி வாழ்வதன் மூலம் ஒருவருக்கொருவர் அன்பும் நட்பும் கலந்து ஒற்றுமையை உண்டாகும் அதனால் இருவரும் இன்பமும் மகிழ்ச்சியும் அடைகின்றனர். எனவே உயிர்கள் படும் துன்பத்தைக் கண்டு மனம் இறங்கி அத்துன்பத்தை அகற்ற முயல்வது ஜீவகாருண்ய ஒழுக்கமாகும் அதுவே அருள் ஒழுக்கமுமாகும் இதனை

“ஜீவகாருண்யமே சன்மார்க்கம்
அல்லாத வழி எல்லாம் துன்மார்க்கம்”
(திருவருட்பா உரைநடை பகுதி)

என்று அறங்களில் தலைசிறந்தது ஜீவகாருண்யமாகும் அதுவே வள்ளல் பெருமான் உணர்த்தும் சன்மார்க்கமாகும்.

இதேபோன்று வேறொரு இடத்தில்,

“காக்கைகள் கூவக் கலங்கினேன் பருந்தின்
கடுங்குரல் கேட்டுள்ளங் குலைந்தேன்
தாக்கிய ஆந்தை குரல் செய்யப் பயந்தேன்
சாக்குரல் பறவையால் தளர்ந்தேன்
வீக்கிய வேறு கொடுஞ்சகு னஞ்செய்
வீக்களால் மயங்கினேன் விடத்தில்
ஊக்கிய பாம்பைக் கண்டபோ துள்ளம்
ஒடுங்கினேன் நடுங்கினேன் எந்தாய்”
(ஆறாம் திருமுறை -247)

என்கிறார் அதாவது எல்லா உயிர்களையும் நேசிக்கும் ஜீவகாருண்யமே இவ்வாழ்வின் ஆகச் சிறந்த குணம் அதுதான் மனித இனத்தை அடுத்த கட்டத்துக்கு நகர்த்திச் செல்லும் மானுட மாண்பு இந்த மானுட மாண்பை காற்றமைக்காகவே மனித இனம் வாழும் காலம் வரை வள்ளலாரை வாழ்த்தும்.

பசிப்பிணி:

பசி என்ற நெருப்பு ஏழை எளியவர்களின் தேகத்தில் பற்றி எரிகின்ற போது அதை நீக்க எடுக்கப்படும் முயற்சி தான் இந்த ஜீவகாருண்யம் விளிம்பு நிலையில் இருக்கும் ஏழை, எளியோர்களின் பசியை போக்க வேண்டியது எளிய மனிதனின் தலையாய கடமை.

"வாடிய பயிரைக் கண்டபோதெல்லாம்
வாடினேன் பசியினால் இளைத்தே
வீடுதோ றிரந்தும் பசியறா தயர்ந்த
வெற்றரைக் கண்டுளம் பதைத்தேன்
நீடிய பிணியால் வருந்துகின் றோர்என்
நேருறக் கண்டுளந் துடித்தேன்
ஈடில் மானிகளாய் ஏழைக ளாய்நெஞ்சு
இளைத்தவர் தமைக்கண்டே இளைத்தேன்"
(திருவருட்பா, பிள்ளைப் பெரு விண்ணப்பம் -24)

எனப் பாடுகிறார்.

"உண்டி கொடுத்தோர் உயிர் கொடுத்தோரே"

என்று உணவு கொடுத்தல் என்பது உயிரைக் கொடுத்ததற்கு ஈடாகும் என்கிறது புறநானூறு.

"செவிக்குணவு இல்லாத போழ்து சிறிது
வயிற்றுக்கும் ஈயப் படும்"

பசியில் இருப்பவருக்கு அறிவை புகட்டும் முன் உணவளி என்கிறது வள்ளுவம். இதைப்போன்றே வள்ளலார் அவர்கள் பசியில் இருப்பவனுக்கு நாம் எதை சொன்னாலும் ஏறாது அவனின் வயிற்று பசியை தீர்த்தால்தான் அவன் செவிகளுக்கு நாம் சொல்லுவது புலப்படும் என்று சொன்னதோடு மற்றும் நில்லாமல் வடலூரில் சத்திய தரும சாலையை நிறுவி பசித்த அனைவருக்கும் சாதி, மத பேதங்கள் இன்றி பசிப்பிணியைத் தீர்த்தவராவார் இன்று வரை நடைமுறையில் உள்ள இத்திட்டம் வள்ளலாரியம் இன்னும் நீர்த்துப் போகவில்லை என்பதை நினைவுக் கூறுகிறது.

முடிவுரை :

கருணையின் பாதையே கடவுளுக்கான பாதை என்றெண்ணும் வள்ளலார் மூடநம்பிக்கைகளையும் சடங்குகளையும் எதிர்த்தவர். உணவுக்காக விலங்குகளைக் கொல்வதைத் தடைச் செய்தவர். ஏழை, எளியோர்க்கு உணவளிப்பதை மிக உயர்ந்த வழிபாடாக அவர் வலியுறுத்தியவர்.

வாழ்க்கைக்குத் தேவையான அன்பு, பாசம் போன்ற உணர்வுகள் மறக்கப்பட்டும் மறுக்கப்பட்டும் வருகின்றன. இப்பேற்பட்ட இச்சூழலில் மனித மாண்பை மற்றவர்களுக்கு அடையாளப்படுத்த வேண்டியதும் அறிவுறுத்த வேண்டியதும் காலத்தின் தேவையாக உள்ளது. மனிதன் தனது மானுட மாண்பாகிய மனிதத்தை இழந்து சுயநலத்தோடு வாழ்கின்ற இன்றையச் சூழலில் வள்ளலார் இன்றளவும் தேவைப்படுகின்றார். சாதி, மத, இன, மொழி வேறுபாடுகளை வைத்து அரசியல் பிழைப்பவர்களுக்கு எதிராய் வள்ளலாரின் அறமே கூற்றாகும்.

துணைநூற்பட்டியல்

திருவருட்பா - (மூலமும் - உரையும்),உரைவேந்தர்ஔவை சு.துரைசாமிப்பிள்ளை உரை.

வள்ளலார் பதிப்பித்தவை

வரலாற்றுப் புத்தகங்கள்

அகவல் உரை விளக்கம்

திருவருட்பா விளக்கவுரைகள்

ஆராய்வுகள்

இதர புத்தகங்கள்

ஜீவகாருண்ய ஒழுக்கம் - 1

ஜீவகாருண்ய ஒழுக்கம் - 2

ஜீவகாருண்ய ஒழுக்கம் - 3

மனு முறைகண்ட வாசகம்

வள்ளலார் போற்றிய அப்பர்

முனைவர் இர.சிவசக்தி
இணைப்பேராசிரியர் (ம) துறைத்தலைவர்,
உயர்தமிழாய்வு மையம்,
இராணி மேரி கல்லூரி,
சென்னை-4, 9841361344.
sivasakthi_tamil@queenmaryscollege.edu.in

'வாழையடி வாழையென வந்ததிருக்கூட்டம் என்று வள்ளலார் இறையன்பர்களைப் போற்றிப்பாடுகின்றார். நாயன்மார்களாம் சைவசமயக் குரவர்களுள் மாணிக்கவாசகரைத் தன் குருவாகக் கொண்ட வள்ளலார் வான் கலந்த மாணிக்க வாசக! நின் வாசகத்தை நான் கலந்து பாடுங்கால் நற்கருப்பஞ் சாற்றினிலே தேன் கலந்து பால் கலந்து செழுங்கனித் தீஞ்சுவை கலந்து ஊன் கலந்து உயிர் கலந்து உவட்டாமல் இனிப்பதுவே என்று அவரது வாசகத்தைப் பாடும்போது பெற்ற இனிய அனுபவத்தைக் கூறி போற்றுகின்றார். மாணிக்கவாசகரை மட்டுமன்று அப்பரையும், சம்பந்தரையும், சுந்தரரையும் அவர்தம் அருளிச்செயல்களையும் அவர்கள் பெற்ற இறையனுபவத்தையும் ஏற்குமிடந்தோறும் போற்றத் தவறவில்லை என்பதை வள்ளலாரின் அருட்பாக்களைப் படிக்கும்போது உணரமுடிகிறது.

"என்கடன் பணிசெய்து கிடப்பதே
தன்கடன் அடியேனையும் தாங்குதல்"

எனத் தனக்குக் கடன் எதுவென வரையறுத்த அப்பர், அது மட்டுமின்றி இறைவனின் கடமை எதுவென்பதை 'எனைத் தாங்குதல்' என்றுணர்த்தியவர்.

கங்கைவார் சடையர்க்கு அன்பராகில் அவர் எவராயினும் அவர் கண்டீர் நாம் வணங்கும் கடவுளாரே எனத் துணிந்து

சிவத்தொண்டர்களைக் கடவுளுக்கு இணையாக வைத்துப் போற்றியவர் அப்பர் எனும் திருநாவுக்கரசர்.

இத்தகைய சிறப்புக்குரிய அப்பரின் வாழ்வில் நிகழ்ந்த அற்புதங்கள் அவரின் அருள்வாக்குகள், அவரால் தான் பெற்ற அருட்பயன்கள் இவற்றை ஆளுடைய அரசர் அருண்மாலையாகப் பாடியவர் வள்ளலார்.

முதற்பாடலில்,

> "திருத்த சீர் அதிகை அருள்தலத்தின் ஓங்கும்
> சிவக்கொழுந்தின் அருட்பெருமைத் திறத்தால் வாய்மை
> உருத்தகு மெய்உணர்ச்சி வடிவாகிச் சைவ
> ஒளிவிளங்க நாவரசென் றொருபேர் பெற்றுப்
> பொருத்தமுற உழவாரப்படை கைக்கொண்ட
> புண்ணியனே! நண்ணியசீர்ப் புனிதனே என்
> கருத்தமர்ந்த கலைமதியே கருணை ஞானக்
> கடலே! நின் கழல்கருதக் கருதுவாயே"

சைவஒளி விளங்கத் தோன்றிய அப்பர்-திருநாவுக்கரசு என்று இறைவனால் அழைக்கப்பெற்ற இடம்; உழவாரப்பணியை அவர் தொடங்கிய இடம் என்று பல்வகைச் சிறப்புக்களையும் பெற்றதும் அப்பரோடு நெருங்கிய தொடர்பு கொண்டதுமாகிய திருத்தலம் திருவதிகை என்பதனை முதற்பாடலிலேயே எடுத்துரைக்கின்றார் வள்ளலார்.

சிதம்பரம் இராமலிங்கம் என்றே தன்னை அழைத்துக் கொண்ட வள்ளலார் ஒன்பதாண்டுகள் அதாவது 35 முதல் 44 வயது வரை சிதம்பரத்தை வழிப்பட்டவர். அவ்வூரின்மீது மிகுந்த பற்றுக் கொண்டதால் வடலூரை உத்தர ஞான சிதம்பரம் என்றே குறித்தவர். இவரைப்போலவே, பலதலங்களில் உறைந்த சிவபெருமானை வழிபட்ட போதும், தில்லைவீதிகள் நான்கிலும் அங்கம் புரள வழிபட்டவர் அப்பர் பெருமான்.

> "வாய்மையிலாச் சமணதர் பலகாற் செய்த
> வஞ்சமெலாம் திருவருட்பேர் வலத்தால் நீந்தித்
> தூய்மைபெரும் சிவநெறியே விளங்க ஓங்கும்
> சோதிமணி விளக்கே! என் துணையே! எம்மைச்
> சேய்மைவிடா தணிமையிடத் தாளவந்த
> செல்வமே! எல்லையிலாச் சிறப்புவாய்ந்துன்

ஆய்மையுறு பெருந்தகையே! அமுதே!
அணியே! சொல்லரசெனும் பேரமைந்த கோவே"

என்று இறைத்திருவருள் திறத்தாலே பிறர் வஞ்சத்தை யெல்லாம் அப்பர் வென்ற திறத்தைப் பாடிகின்றார். மேலும்

"திருவடி என்தலைமேல் வைத்தார் நல்லூர் எம்பெருமானார்"

என்று தான் இறையருள் பெற்ற திறத்தை அப்பர் பாட, வள்ளலார் இந்நிகழ்ச்சியை இவ்வடிகளை

......எண்ணுந் தோறும்
இப்பாவிக் குமால் குடிவைத்த
புன்தலை ஒன்றோ மனமும் குளிர்கின்றதே

என்று போற்றுகின்றார் வள்ளலார்.

அத்தகைய அனுபவத்தை அப்பர்,

"இனமலர்கள் போதவிழ்ந்து மதுவாய்ப் பில்கி
நனைந்தனைய திருவடியென் தலைமேல் வைத்தார்
நல்லூர் எம்பெருமானார்"

என்ற அடிகளில் காட்டுகின்றார். மொட்டுக்கள் அவிழ்ந்து அதன் மதுவானது நனைந்தது போன்றது. இறைத்திருவடி என்று அவர் கூறுவது இறைப்பாதம் மலர் போன்ற மென்மையானது மட்டுமன்று அன்று மலர்ந்த மலர்களில் இருந்து வழியும் தேன் பரவிய இனியபாதம் என்றும் உரைக்கின்றார். 'இனித்தமுடைய எடுத்த பொற்பாதம் என்றும் கூறும் அப்பர் இனிமைத்தன்மை அப்பாதத்திற்கு வந்த திறத்தை இங்கு உரைக்கின்றார். இவற்றை எண்ணிப் பார்த்த வள்ளலார், 'எனக்கோ தலைமட்டுமன்று; மனமும் சேர்ந்து குளிர்கின்றது' என்று வியந்து பாராட்டுகின்றார்.

மூடக்கொள்கைகளும் சடங்கு ஆராவாரங்களுமாய் நிறைந்திருந்த மக்கள் கூட்டத்தை அச்சீரழிவுகளிலிருந்து மீட்டுச் சீர்திருத்த வேண்டுமென்ற நோக்கில் சமயப்பற்றாளர்கள் ஈடுபட்டிருந்தனர். அவ்வகையில் அப்பர் பெருமானும்,

சாத்திரம் பலபேசும் சழக்கர்கள்!
கோத்திரமும் குலமும் கொண்டு என்செய்வீர்?

என்று வினவுகின்றார். ஒன்றே குலம் ஒருவனே தேவன் என்ற நிலைமாறி பல்வகைக் குலங்களும் கோத்திரங்களுமாய்ப் பிரிந்து

கிடந்து மக்களிடையே உயர்குலமாய், உயிர்க்குலமாய், ஒரே குலமாய் வாழ அறிவுறுத்தியவர் அப்பர் எனில், வள்ளலாரும் சாத்திரசந்தடி, கோத்திரச் சண்டை சாத்திரக்குப்பை என்று அவற்றைப் பழிப்பதுடன்

“சாதியிலே மதங்களிலே சமயநெறிதனிலே
சாத்திரச் சந்தடிகளிலே கோத்திரச் சண்டையிலே
ஆதியிலே அபிமானித் தலைகின்ற உலகீர்!
அலைந்தலைந்து வீணேநீர் அழிதல் அழகலவே”

என்று உரைக்கின்றார். சாத்திர கோத்திரங்களைப் புறந்தள்ளி, மனிதன் உய்யவேண்டும் என்ற பெருவிருப்பமுடையவர் வள்ளலார் என்பதை மேற்கண்ட பாடலடிகள் காட்டுகின்றன.

“மாசில் வீணையும் மாலை மதியமும்
வீசு தென்றலும் வீங்கிளவேனிலும்
மூசு வண்டறை பொய்கையும் போன்றதே
ஈசன் எந்தை இணையடி நீழலே”

என ஈசனெந்தை இணையடி நிழலைக் குளிரச்சியாகக் கண்டவர் அப்பர். அவர் போலவே வள்ளலாரும்,

“இளவேனில் மாலையாய்க் குளிர்சோலையாய் மலர்
இலஞ்சிலம் பொய்கை”

இளவேனில் மாலையாய்ப் பாடலைத் தொடங்கிய வள்ளலார் அப்பர் பெருமானை மறந்தாரில்லை. அப்பரின் மூசுவண்டறைப் பொய்கை, வள்ளலாரிடத்து ‘மலர்இலஞ்சிப் பூம்பொய்கை’ ஆகியது. அப்பரின் மாலைமதியம் பால்நிலாக் காலமாய்; வீசு தென்றல் தனி இளன்தென்றலாகிறது; மாசில் வீணை நிறை நரம்புள வீணை ஆகிறது. இதுவே மற்றோரிடத்தும் வள்ளலார்,

“கோடையிலே இளைப்பற்றிக் கொள்ளும்வகை கிடைத்த
குளிர்தருவே; தருநிழலே; நிழல் கனிந்த கனியே

என்று குளிர் மரமாய், குளிர் நிழலாய் இறையைக் குளிர்ந்தவனாய்க் காட்டுகிறார்.

இறைவனைப் போற்றும் அப்பர்,

“கனியினும் கட்டிக் கரும்பினும்
பனிமலர்க் குழல் பாவைய ரெல்லாரினும்

தனிமுடிகவித் தாளும் அரசினும்
இனியன்தன் அடைந்தார்க்கு இடைமருதனே"

கனி, வெல்லக்கட்டி, அழகிய மங்கையர், ஆளும் பேரரசன் இவற்றையெல்லாம்- இவர்களையெல்லாம் விட இனியன் இறைவன் என்று கூறும் அப்பர் போலவே வள்ளலாரும்,

"தனித்தனி முக்கனி பிழிந்து வடித்தொன்றாய்க் கூட்டிச்
சர்க்கரையுங் கற்கண்டின் பொடியுமிகக் கலந்தே
தனித்தநறுந் தேன்பெய்து பசும்பாலுந் தெங்கின்
தனிப்பாலுஞ் சேர்த்தொருதீம் பருப்பிடியும் விரவி
இனித்தநறு நெய்அளைந்தே இளஞ்சூட்டின் இறக்கி
எடுத்தசுவைக் கட்டியினும் இனித்திடுந்தெள் ளமுதே
அனித்தமறத் திருப்பொதுவில் விளங்குநடத் தரசே
அடிமலர்க்கென் சொல்லணியாம் அலங்கலணிந் தருளே"

முக்கனிச்சாறு கலந்து சர்க்கரை, கற்கண்டும் பெற பசுவின்பால் தெங்கின் தனிப்பால் சேர்த்து பருப்பு விரவி நெய்விட்டு இளஞ்சூட்டில் இறக்கி எடுக்கப் பட்ட சுவைக்கட்டியினும் இனித்திடும் தெள்ளமுதாய் இறையைக் காண்கிறார்.

நாட்டில் புகழ்பெற்ற நாவுக்கரசர்; நாவின் மன்னன்; நாவலர், வாகீசர், நாவொன்றரசர், திருநாவுக்கரையர், அப்பர் என்று அப்பரைத் தன் திருவரிட்பாவின், அருள்மாலையில் போற்றிப் புகழ்பவர் வள்ளலார்.

வாழையடி வாழையாய் வரும் திருக்கூட்டத்தின் மூத்த்வரான, முதல்வரான திருநாவுக்கரசரை அவர்தம் அருளிச்செயல்களை பாடல்களைப் போற்றுகின்ற வள்ளலார் உள்ளத்தைத் திருவருட்பாவில் கண்டவர் தனித்த நிலையில் ஆளுடைய அரசுகள் அருண்மாலை என்ற இலக்கியத்தையும் அப்பர் குறித்த போற்றி நூலாகப் படைத்துள்ளார்.

உதவிய நூல்கள்

தேவாரம், திருநாவுக்கரசர்

திருவருட்பா, இராமலிங்க அடிகள்

வள்ளலாரின் மானுட மேம்பாட்டுச் சிந்தனைகள்

திருமதி S .அனுராதா,
முனைவர் பட்ட ஆய்வாளர்,
கைப்பேசி: 99620 64244, மின்னஞ்சல்: 84..

நெறியாளர்: முனைவர் ஏ. பச்சையப்பன்,
இணைப் பேராசிரியர், தமிழ்த்துறை, வேல்ஸ் அறிவியல் தொழில்நுட்ப உயர் ஆராய்ச்சி நிறுவனம், சென்னை – 600 117.

முன்னுரை

வையத்தில் கபடு, சூது, பொய் களவு, வஞ்சனை, சினம், காமம், வெகுளி பழிவாங்குதல், பொய்சாட்சி புகலுதல், பசிப்பிணி, பஞ்சம், போர் என்பன போன்ற துர்க்குணங்களும் தீமைகளும் மறையவும் அன்பு, பண்பு, புகழ், அருள், நீதிநெறி, கொல்லாமை, சகோதரத்துவம் ஆகிய நன்னெறிகள் தழைத்து ஓங்கவும் வாழையடி வாழை என அருளாளர்கள் தமிழ் மண்ணிலே தோன்றிக் கொண்டே இருக்கின்றனர். அந்த மரபில் வந்தவர்தான் வள்ளலார். வள்ளலார் அவர்கள் மாந்தர்க்குப் புகட்டிய நன்னெறிகள் மனித மனதில் அமைதியையும் வாழ்வில் மகிழ்ச்சியையும் உலகில் செம்மையையும் தோற்றுவிக்கக் கூடியவையாகும். வள்ளலாரின் வாழ்க்கை வரலாறும் அவர்தம் பாக்களும் வாழ்வியலுக்குக் கலங்கரை விளக்கமாக விளங்குகின்றன. அவரின் பனுவல்கள் எளிய நடையிலும் ஆழ்ந்த கருத்துடனும் அமைந்து மானுட மேம்பாட்டுச் சிந்தனைகளை தன்னகத்தே பொதிந்துள்ளன. அவை இக்காலத்தும் எக்காலத்தும் மானுட மேம்பாட்டிற்கு பயன்படும் வகையிலே அமைந்துள்ளன. அவற்றைத் தற்காலத்து

மக்கள் அறிந்துகொள்வதின்வழி அவர்களின் மனஇருள் நீங்கி அறிவுத் தெளிவு பிறக்கும் என்பது உள்ளங்கை நெல்லிக்கனி ஆகும்.

வள்ளலார்

இந்த உலகிலே நமக்கென வந்த அறிஞர்கள் பலர்; ஞானியர்கள் பலர்; அள்ளிக் கொடுக்கும் வள்ளல் சிலர். அந்த வகையில் வள்ளல்+ஆர்-வள்ளலார். வள்ளல் என்றால் கொடுப்பவர் என்பது பொருள். ஆர் என்பது மரியாதைக்குரிய விகுதி. கடலூர் மாவட்டம் வடலூர் அருகில் உள்ள மருதூரில் *1823* ஆம் ஆண்டு அக்டோபர் மாதம் *5*ஆம் தேதி ராமையா பிள்ளை மற்றும் சின்னம்மை தம்பதியருக்கு மகனாகப் பிறந்தார். இவரது இயற்பெயர் இராமலிங்கம் ஆகும். இவரது தந்தையார் இவர் பிறந்த எட்டு மாதங்களில் காலமானார். இராமலிங்கர் தன் தாயாரைச் சென்னைக்கு அழைத்து வந்து தங்கினார். பின்னர் கந்தகோட்டம் முருகன் கோவிலிலும், திருவெற்றியூர் வடிவுடை அம்மன் கோவிலிலும் தோத்திரப் பாடல்களைப் பாடியுள்ளார்.

இராமலிங்க அடிகளார் கல்வி

இவரின் சகோதரர் சிதம்பரம் சபாபதிபிள்ளை. தன் தம்பி இராமலிங்க சுவாமிகளைப் பெரிய அளவில் படிக்க வைத்து அவரை முன்னேற வைக்க வேண்டும் என்று விரும்பினார். ஆனால், இராமலிங்கசுவாமி அவர்களுக்கோ கல்வியில் நாட்டம் செல்லவில்லை. ஆன்மீகத்தில் ஈடுபாடு காட்டினார். அவரை நல்வழிப்படுத்துவதற்கு தன் குருநாதரான காஞ்சிபுரம் மகாவித்துவான் சபாபதி முதலியாரிடம் கல்விபயில அனுப்பி வைத்தார். சிதம்பரம் சபாபதி பிள்ளை, வகுப்பு முடிந்ததும் கந்தகோட்டம் சென்று முருகனை வணங்குவார். ஒருநாள் இராமலிங்கரைக் கவனிப்பதற்காகக் கந்தக்கோட்டம் முருகன் கோவிலுக்குச் சென்றார். அங்கு முருகன் சன்னதி முன்பு அமர்ந்திருந்த இராமலிங்க சுவாமிகள்,

“ஒருமையுடன் நினது தருமலரடி நினைக்கின்ற
உத்தமர் தம் உறவு வேண்டும்,
உள்ளொன்று வைத்துப் புறமொன்று பேசுவார்
உறவு கலவாமை வேண்டும்

என்று மனமுருகப் பாடிக்கொண்டிருந்தார். பெரும் பொருளுடனான அப்பாடலை இராமலிங்க சுவாமிகள் பாடுவதைக் கண்ட காஞ்சிபுரம் மாகவித்துவான் சபாபதி முதலியார் மெய்மறந்து நின்று கண்ணீரே வடித்துவிட்டார். பின்னர் சிதம்பரம் சபாபதி பிள்ளையிடம் சபாபதி முதலியார் உனது தம்பி தெய்வப்பிறவி. எனவே அவனுக்கு சாதாரண உலகியல் கல்வி தேவையில்லை. எனவே இனிமேல் அவனுக்குக் கற்பிக்க தன்னால் முடியாது என்று சொல்லிவிட்டார். அதன் பிறகு இராமலிங்க அடிகள் இறைப்பணியில் ஆழ்ந்து பயணிக்க தொடங்கி விட்டார்.

வாழ்வியல் நெறி: -

வாழ்வென்பது உயிர் உள்ளவரை மட்டுமே. ஆதலால் தேவைக்குச் செலவிடு. அனுபவிக்கத் தகுந்தன அனுபவி. இயன்றவரை பிறருக்குப் பொருளுதவி செய். ஜீவகாருண்யத்தைக் கடைபிடி. இனி அநேக ஆண்டுகள் வாழப்போவதில்லை, போகும் போது எதுவும் கொண்டு செல்லப் போவதுமில்லை, ஆகவே அதிக சிக்கனம் அவசியமில்லை. மடிந்தபின் என்ன நடக்கும் என்று குழம்பாதே, உயிர் பிரியும் வரைதான் வாழ்வு, ஒரு நாள் கட்டாயம் அது பிரியும், அப்போது சுற்றம் நட்பும் செல்வம் எல்லாம் பிரிந்துவிடும் என்பன போன்ற எளிய கருத்துகளை வள்ளலார் கூறியிருப்பது அனைவரும் அறியவேண்டியவையாகும்.

பின்பற்ற வேண்டியவை

உயிர் உள்ளவரை, ஆரோக்கியமாக இரு, உடல்நலம் இழந்து பணம் சேர்க்காதே. உன் குழந்தைகளைப் பேணு, அவர்களிடம் அன்பாய் இரு, அவ்வப்போது பரிசுகள் அளி. குழந்தைகளிடம் அதிகம் எதிர்பாராதே; அடிமையாகவும் ஆகாதே. அதைப்போல பெற்றோர்களை மதிக்கும் குழந்தைகள்கூட பாசமாய் இருந்தாலும் பணி காரணமாகவோ, சூழ்நிலை கட்டாயத்திலோ உன்னைக் கவனிக்க இயலாமல் தவிக்கலாம், புரிந்து கொள். அவரவர் வாழ்வு, அவரவர் விதிப்படி என அறிந்துகொள். ஆதலால் இருக்கும் போதே குழந்தைகளுக்குக் கொடு. ஆனால், நிலையாமையை அறிந்து அளவுடன் கொடு. மாற்ற முடியாததை மாற்ற முனையாதே என்பன போன்ற மிகப்பெரிய தத்துவங்களைப் போதித்த ஞானியாக விளங்குகிறார் வள்ளலார்.

அடிகளாரும் சீர்திருத்த கொள்கைகளும்

- இறந்தவர்களை எரிக்கக் கூடாது. சமாதி வைத்தல் வேண்டும் எதிலும் பொது நோக்கம் வேண்டும். எந்த உயிரையும் கொல்லக் கூடாது.
- எல்லா உயிர்களும் நமக்கு உறவுகளே, அவற்றைத் துன்புறுத்தக் கூடாது.
- சிறுதெய்வ வழிபாட்டின் பெயரால் பலி இடுதல் கூடாது.
- பசித்தவர்களுக்குச் சாதி, மதம், பேதம், இனம், மொழி முதலிய வேறுபாடுகள் பார்க்காமல் உணவளித்தல் வேண்டும்.
- புலால் உணவு உண்ணக்கூடாது.
- மதவெறி கூடாது.
- கடவுள் ஒருவரே, அவர் அருட்பெரும் சோதி ஆண்டவர்.
- சாதி, மதம், இனம், மொழி முதலிய வேறுபாடுகள் கூடாது. அதாவது எல்லா சமயத்தின் நிலைப் பாட்டையும் மத நெறிகளையும் சம்மதம் ஆக்கிக் கொள்.

இறைவனை அடைவதற்கான வழிகள்

இறைவனை நெருங்குவதற்கு மனத்தூய்மை என்ற ஒன்று மாத்திரமே போதுமானது என்கிறார். கொல்லாமை, சூதுவாதின்மை, பொய்யாமை இவையும் இறைவனை அடைய வழி என வலியுறுத்துகிறார். மேலும், இவர் இறைவனை அடைய சமரச சுத்த சன்மார்கம் என்ற நெறியை நிறுவினார். புதிய அறவழியில் சமுதாயத்தைக் கொண்டுவருதற்கு வள்ளலார் பாடுபட்டார். சமூகத்தில் நிலவிய ஏற்றத்தாழ்வும் பசிப்பிணியும் அவர் உள்ளத்தை வருத்தியது. தமிழ் மரபில் நெடுங்காலமாக நிலவி வந்த நெருப்பு என்னும் சோதி வழிபாட்டை தத்துவநெறிக்குக் கொண்டு சென்றவர் இவரே. நெருப்பு, சூரியன், சந்திரன் எனப் பார்க்கும் புறவொளி அனைத்தும் நம் அகத்திலும் உண்டு என்று கூறுகிறார். அவ்வாறு உள்ளொளியாக இருக்கும் இறைவனைக் கண்டு

வணங்கவே சத்திய ஞான சபையை, சோதி வாழிபாட்டை இறைவழிபாடாக மாற்றினார். நாம் வாழும் இந்த பூமியே ஓர் உறைந்த நெருப்பு பந்துதான். எனவே இது விஞ்ஞானம் சார்ந்த ஒன்றாகவே உள்ளது. இவருக்கு முன் வாழ்ந்த அறிஞர்கள் மடங்களை நிறுவினர். இவர் சங்கம் நிறுவினார். மடம் என்பது ஆண்களுக்கு மட்டுமே உரியது. சங்கம் என்பது இருபாலருக்கும் உரியது. குறியீடு மறுப்பாக காவி உடை மறுத்து வெள்ளாடை உடுத்தியவர் வள்ளலார். வைதீகத்தை எதிர்த்தவர் வள்ளலார். கண்மூடிப் பழக்கம் மண்முடிப் போகட்டும் என்று பொது நெறிக்கு அழைத்துச் சென்றவர். அவருடைய காலத்தில் சாதி அடிப்படையில் வேலைகளைத் தந்தனர். அவற்றைக் கண்டு கோபமடைந்த வள்ளளார் பகுத்தறிவுக் கேள்விகளை எழுப்பினார். அதனடிப்படையில் சமரச சன்மார்க சங்கம், சத்திய தருமசாலை, சத்திஞான சபை, சித்தி வளாகம் என்ற அமைப்புகளை நிறுவினார். இதில் உறுப்பினராகவேண்டுமெனில் அதற்குச் சில ஒழுக்கங்களைக் சுடைப்பிடிக்க வேண்டும் என்றவர் வள்ளலார். சர்வதேச அளவில் உணவுப் பற்றாக்குறை, ஊட்டச்சத்துப் பற்றாக்குறை ஆகியவற்றை ஆய்வு செய்து பட்டியலை வெளியிடுவர். அதில் இந்தியா 107-இடத்தில் இருக்கிறது. வங்கதேசம், இலங்கை முதலிய நாடுகளை விட இந்தியா பின்னடைவு கொண்டுள்ளதே வியக்கத்தக்க ஒன்றாகும்.200 ஆண்டுகளுக்கு முன்னரே தொலைநோக்குப் பார்வையில் கண்டு ஒழுக்க முயற்சிகளில் இறங்கி அதற்கான அணையா நெருப்பை ஏற்படுத்தினார். அந்த நெருப்பு இன்றுவரையிலும் பலரின் வயிற்றுப் பசியைத் தீர்த்து வருகிறது. யாகங்கள், வேள்விகளில் மக்கள் தம் பணத்தை அள்ளிக் கொடுத்து வீணடிப்பதைக் கண்டு வருந்திய வள்ளலார் தன் பிரச்சாரங்களில் பசியில் வாழும் ஏழைகளுக்கு உணவளியுங்கள். பிறர் பசியைத் தீர்ப்பது மிகப்பெரிய அறமாக கருதப்படுகிறது. அதனோடு நின்றுவிடாது வடலூரில் 1867 ஆம் ஆண்டு மே மாதம் அன்னதானம் செய்ய ஆரம்பித்தார்.

தமிழ்ப்பற்று

தாயுமானவரை அடுத்து எளிநடையில் பாடல்களை இயற்றும் திறன் கொண்டவராக வள்ளலார் இருந்தார். ஆரிய

மறுப்புக் கருத்தும், சமய மறுப்புக்கருத்தும் வள்ளலார் முயற்சியாலே நடந்தேறியது. இப்படி பல சீர்திருத்த கருத்துக்களைத் தன்னகத்தே கொண்டதால்தான் தந்தை பெரியார் வள்ளலார்மீது பற்று கொண்டு அவரது ஆறாம் திருமுறையை தனது குடியரசு பதிப்பகத்திலே வெளியிட்டு குறைந்த விலையில் மக்களிடம் கொண்டு சேர்த்தார். வள்ளலார் பற்றற்றவர்தான். ஆனால், தமிழ் மீது பற்றுடன் வாழ்ந்தார். அதுமட்டுமன்றி முதியோர் கல்வி குறித்தும் அன்றே வலியுறித்தியவர்.

பெண்களுக்கு முக்கியத்துவம்

19-ஆம் நூற்றாண்டில் வாழ்ந்த அவர் பல சமூக சீர்திருத்தங்களை மேற்கொண்டார். அவற்றுள் பெண்களுக்குக் கல்வி அவசியம், ஆண்-பெண் சமத்துவம் என்பவை குறிப்பிடத் தக்கன. ஆணும் பெண்ணும் வேறுபாடில்லா உயிர்களே என்பதை அவருடைய அகவல் மூலம் இவ்வாறு விளக்குகிறார்.

"பெண்ணினுள் ஆணும்
ஆணினுள் பெண்ணும்
அண்ணுற வகுத்த அருட்பெரும் சோதி"

என்கிறார். மேலும், பெண்களும் யோகம் முதலிய பயிற்சிகள் செய்து கடவுளை வழிபடும் உண்மைகளை அறிந்து இறைவனை வழிபட வேண்டும் என்கிறார்.

மருத்துவப் பணி

வள்ளலார் மாபெரும் ஒரு சித்தவைத்தியராகக் காணப்பட்டார். அபூர்வமான மூலிகைகளைத் தம் பாடல்கள் மூலமும், பிரச்சாரங்கள் மூலமும் அடையாளம் காட்டி பல்லாயிரக்கணக்கான மக்களின் பிணிகளைத் தீர்த்து வைத்த மகானாகக் காணப்பட்டர்.

பன்முக ஆற்றல்கள்

அருளாசிரியர், இதழாசிரியர், இறையன்பர், உரையாசிரியர், சமுகச் சிர்திருத்தவாதி, சித்த மருத்துவர், சிறந்த சொற்பொழிவாளர், ஞானாசிரியர், தீர்க்கதரிசி, நூலாசிரியர், பசிப்பிணி போக்கிய

அருளாளர், பதிப்பாசிரியர், போதகாசிரியர், மொழி ஆய்வாளர், பண்பாளர் என்று பல ஆற்றல்களைத் தன்னகத்தே கொண்டவர் வள்ளலார் ஆவார். இவர் சமூகத்திற்குத் தேவையான சிந்தனைகள் அறம், கல்வி, ஒழுக்கம், வளரும் பிள்ளைகளுக்கு வழங்கிய அறிவுரைகள், தனிமனித ஒழுக்கம், இறையியல் சிந்தனை என்று பல்கலைக்கழகம் போல் செயல்பட்டவர். இந்திய அரசு இவரது சேவையைக் கருத்தில் கொண்டு 2007ஆம் ஆண்டு ஆகஸ்டு 17-ல் அஞ்சல் தலை வெளியிட்டுச் சிறப்பித்தது. விமர்சனக் கருத்துகள் ஆயிரம் ஆயிரம் என்றாலும் அவை அனைத்தும் கடந்து சமுதாயத்திற்கு இராமலிங்கர் அவர்கள் ஆற்றிய பங்கு அளப்பரியது ஆகும்.

முடிவுரை

எத்தனையோ மகான்கள் அவதரித்து வாழ்ந்த இந்த புனித மண்ணில் வாழ்ந்த வியக்கத்தக்க மகான்களில் ஒருவராகப் போற்றப்படும் இராமலிங்க சுவாமிகள் எனப்படும் வள்ளலார் அவர்கள் சித்தர் வரிசையில் வைத்துப் போற்றப்படவேண்டிய மகான் ஆவார். உலகம் இயங்க சக்தி வேண்டும், உடல் இயங்க சக்தி வேண்டும் அத்தகைய சக்தியைத் தடையின்றிப் பெற பசிப்பிணி நீக்கப்பட வேண்டும், ஆன்மீகம் வளரவேண்டும், ஜீவகாருண்ய ஒழுக்கம் போற்றப்படவேண்டும் என்பன போன்று மானுட மேம்பாட்டுச் சிந்தனைகள் பலவற்றை மக்களுக்கு வலியுறுத்தி மாபெரும் ஆன்மீகப் புரட்சியினை மேற்கொண்ட வள்ளலாரின் கருத்துகள் இன்றைய தலைமுறையினர் அவசியம் அறிய வேண்டியவை ஆகும்.

அருட் பிரகாச வள்ளலாரும் உணவு அறிவியலும்

முனைவர் க.ஸ்ரீபிரசாத்
உதவிப் பேராசிரியர்
கணினி பயன்பட்டியியல் மற்றும் அறிவியல் துறை
SRMபல்கலைக்கழகம் வடபழனி

ஆன்மீகம் என்பது அறிவுக்கு அப்பாற்பட்ட ,கண்களுக்குத் தெரியாத மறைமுகமாக உள்ள உண்மைகளை தத்துவ வடிவமாக படைத்து இது தான் உலகம், இதுதான் கடவுள், இது தான் உயிர்கள்,இது தான் ஆன்மா ,இது தான் தோற்றம் ,இது தான் மாற்றம்,இது தான் மறைப்பு,இது தான் உண்மை என்று சொல்லுவதாகும் .ஆன்மீகம் என்பது மெய்ஞ்ஞானம் மற்றும் விஞ்ஞானமே ,அருட் பிரகாச வள்ளலார் ஸ்வாமிகள் இவை இரண்டையும் ஒன்று இணைத்து அன்புடன் சன்மார்க்க நெறியாக மக்களுக்கு தந்துள்ளார். அவர் வழங்கிய சில அறிவியல் சார்ந்த தத்துவங்களை ஆய்வுக்குட்படுத்தும் வகையில் இக்கட்டுரை அமைகிறது. விவரிப்போமாக. தமிழ் என்ற சொல்லுக்கு உரை எழுதியவர் “உலகமெல்லாம் என்ற வார்த்தைக்கு ஈராயிரத்திற்கும்” மேலான விளக்கம் தந்தவர் “பழம் பிழி மதுரப் பாட்டல எனினும் படரும் பித்தரும் பிதற்றும் கிழும்பெறும் பாடும் கேட்பது உன் உள்ளக் கிளிர்ச்சி என்று அறிந்த நாள் முதலாய் நின் புகழே பாடுகின்றேன்” என்று இயம்பியவர்,எல்ல மொழிகளிலும் இவர்க்கு ஏற்புடையது என்றாலும் இவரது அருட்பாவில் உள்ள தமிழின் இனிமையும் ,எளிமையும் ஆழமும் போற்றுதலுக்கு உரியது என்பது உண்மை! வள்ளலாரின் தமிழை நாமறியும் பொழுது ஏற்படும் மகிழ்ச்சி எல்லையற்றது.

வள்ளலார் பாடல்களில் உணவு அறிவியல்

அறிய வேண்டியதை அறியாமலும் அறிய தேவையில்லாததை அறிவதும் அறியாமையே "பேருணாவைப் பெருவயிற்றுப் பிலத்தில் இட அறிவிற்" உண்டி ,இரை ,விருந்து போன்றவை எல்ல உயிரினங்களின் வயிற்றை நிரப்புகிறது. பசிக்கு உணவு என்றால் ஆதற்கு அளவு இருக்கும் ,ஆனால் பலருக்கு பெருவிருந்து பிடிக்கும் அதை நிரப்புவதில் மிகவும் அக்கறை காட்டுவார்கள். பேர்உணவு மூலம் கோளாறு ஏற்பட்டால் அதற்குகான மருந்துகளையும் வைத்திருப்பார்கள். இதில் வள்ளலார் உங்கள் வாயிற் தன்மை கொண்டு உணவு உட்டகொள்வதையும் அளவின்றி உணவு உட்கொள்வதால் உணவு பஞ்சம் மற்றும் நோய் விளைந்தால் பற்றியும் அவர் விளக்குகிறார்

"மணக்கறியே,பிணக்கறியே,வறுப்பே,பெர்ப் பொறிப்பே
வடைக்குழம்பே,சாறே என்றடைக்க அறிவீர்"

இறைவன் மூக்கின் அருகே வாயை படைத்தது காண கரணம் என்னவாக இருக்கும் ,என்றாவது சிந்தித்து உண்ட ?நாம் உணவை உண்ணும் முன் உணவின் மனத்தை முதலில் நுகரும் நசி உணவின் தன்மையை நம் மூளைக்கு தெரியப்படுத்திவிடும் இதன் பொருட்டு உணவை எடுக்கலாமா வேண்டாமா என்று மூளை முடிவெடுக்கும். இருந்தும் பிணக்கறியின் ஒவ்வத வாடையை தவிர்த்து பிணக்கறியினை உள்ளே தள்ளுகிறோம். ஆதற்கு மேலாக வறுத்த ,பொறித்த ,காரம் மிகுந்த உணவுகளை உட்கொள்ளலாகாது என்று நமக்கு தெரியும் இருந்தும் நாம் விடாது உண்டு பொருள் நஷ்டம் ,உடல் ஆரோக்கியம் நஷ்டம் அதற்கு மேலாக கொலைபுலிகளை செய்யிது நம் பாவங்களை ஏற்றி -ஆன்ம பலத்தை குறைப்பது நமது சமயல் அறையில் நாம் உருவாக்கி கொண்டிருக்கிறோம்

"உணிக்கும் மூட்டைக்கும் கொதுக்கும் பேனுக்கும்
உவப்புறப் புசிக்கின்றீர்" -(5330)

நமக்கு பசியெடுத்தால் நாம் உணவு உட்கொள்கிறோம் அவ்வுணவு இரண்டு மணி நேரத்தில் உத்தரமாகிறது என உரைநடையில் வள்ளலார் எழுதுகிறார் . இன்றைய அறிவியலும் அதையே சரியென்று சொல்கிறது இப்படி உதாரமாக மாறிய பின்

அந்த உதரம் நமது உதிரத்தில் கலந்து -வெளியேறிய கழிவுகளின் இழப்பை சமன் படுத்த வேண்டும். அனால் உணவு மூலமாக வந்த உதரம், நம் உடலில் தேவை இல்லாமல் இருக்கும் நுண்ணுயிர்க்கும், நம் உதிரத்தை கொசுகளும், மூட்டைப்பூச்சிகளும் ,பேன்களும் உரிந்து தான் உயிர்வாழ்கிறது இதனால் நமக்கு சில நோய்களும் வருகிறது ,இதற்கு இடையில் தன மனிதன் உயிர் வாழ்ந்து கொண்டு இருக்கிறான். இந்த உண்மையை அறிவை உணர்ந்து எப்பொழுது மனிதன் தெளிந்த ஞானத்தை பெறப்போகிறான் என்று வள்ளல் பெருமானார் கேட்கிறார்

பிணிக்கும், பிடைக்கும்,உடலுளம் கொடுக்கின்றீர் பேதையீர்
(5330)

உடம்பைப் பிணிக்கும் உள்ளத்தைத் துன்பத்திற்கும் கொடுத்துக் கெடுகிறோம் . நித்ய ஒழுக்கம் என உரைநடையில் வள்ளலார் நம் அன்றாடம் செய்ய வேண்டியவற்றைச் சொல்கிறார் அவை வருமாறு சூரியோதயத்திற்கு முன் நித்திரை நீங்கி எழுந்து, விபூதி தரித்து சிறிது நேரம் உட்கார்ந்து, கடவுளைத் தியானஞ் செய்தல் வேண்டும்.பின்பு களிப்பாக்கு மிகுதியாகவும் வெற்றிலை சுண்ணாம்பு குறைவாகவும் போட்டுக்கொண்டு, முன் ஊறுகிற ஜலத்தை உமிழ்ந்து, பின்வரும் ஜலத்தையெல்லாம் உட்கொள்ளல் வேண்டும்.2 பின்பு எழுந்து உள்ளே சற்றே உலாவுதல் வேண்டும். பின் மலஜல உபாதிகளைக் கழித்தல் வேண்டும். மலங்கழிக்கின்ற போது, வலது கையால் இடது பக்கம் அடிவயிற்றைப் பிடித்திருத்தல் வேண்டும். ஜலம் கழிக்கும் போது, இடது கையால் வலது பக்கம் அடிவயிற்றைப் பிடித்திருத்தல் வேண்டும். மலமாவது ஜலமாவது பற்றறக் கழியும் வரையில், வேறு விஷயங்களைச் சிறிதும் நினையாமல், மலஜல சங்கற்பத்தோடு இருக்க வேண்டும். மலம் பின்னுந் தடைபடுமானால், இடது பக்கமாகச் சற்றே படுத்துப் பிராண வாயுவை வலத்தே வரும்படி செய்து கொண்டு, மலசங்கற்பத்தோடு மலவுபாதி கழித்தல் வேண்டும். ஜலம் தடை பட்டால், வலது பக்கமாகச் சற்றே படுத்துப் பிராண வாயுவை இடது பக்கம் வரும்படி செய்து கொண்டு, ஜல சங்கற்பத்தோடு ஜலவுபாதி கழித்தல் வேண்டும்.

மலஜல வுபாதி கழிந்த பின், செவிகள், கண்கள், நாசி, வாய் தொப்புள் - இவைகளில் அழுக்கு, பீளை, சளி, ஊத்தை என்கின்ற அசுத்தங்களையும், கைகால் முதலிய உறுப்புக்களிலுள்ள அழுக்குகளையும் வெந்நீரினால் பற்றறத் துடைத்தல் வேண்டும். பின் வேலங்குச்சி ஆலம்விழுது - இவைகளைக் கொண்டு பல்லழுக்கெடுத்து, அதன் பின் கரிசலாங்கண்ணித்தூள் கொண்டு உள்ளே சிறிது சாரம் போகும் படி பல்லில் தேய்த்து வாயலம்பின பின்பு, பொற்றலைக் கையாந்தகரை இலை அல்லது கரிசலாங் கண்ணி இலை ஒரு பங்கு, தூதுளையிலை4 முசுமுசுக்கையிலை கால்பங்கு, சீரகம் கால் பங்கு - இவைகளை ஒன்றாகச் சேர்த்துச் சூரணமாகச் செய்து கொண்டு, அதில் ஒரு வராகனெடை ஒரு சேர் நல்ல ஜலத்திற் போட்டு, அதனுடன் ஒரு சேர் பசுவின் பால் விட்டுக் கலந்து, அதிலுள்ள ஒரு சேர் ஜலமுஞ் சுண்டக் காய்ச்சி அந்தப் பாலில் நாட்டுச் சர்க்கரை கலந்து சாப்பிடல் வேண்டும். காலையில் இளம் வெய்யில் தேகத்திற் படாதபடி, பொழுது விடிந்து 5 நாழிகை பரியந்தம் உடம்பைப் போர்வையோடு காத்தல் வேண்டும். பின்பு வெய்யிலில் நெடுநேரம் தேகமெலிவு வரத்தக்க உழைப்பை யெடுத்துக் கொள்ளாமல், இலேசான முயற்சியில் சிறிது வருத்தந்தோன்ற முயலுதல் வேண்டும். பின் இளம் வெந்நீரில் குளித்தல் வேண்டும். விபூதி தரித்துச் சிவசிந்தனையோடு சிறிது நேரம் இருத்தல் வேண்டும்.

பசி கண்டவுடன் தடை செய்யாமல் ஆகாரம் கொடுத்தல் வேண்டும். ஆகாரங் கொடுக்கும்போது, மிகுந்த ஆலசியமுமாகாது மிகுந்த தீவிரமுமாகாது,5 முதற்பக்ஷம் சீரகச்சம்பா அரிசி அன்றிப் புன்செய் விளைவும் காரரிசியுந் தவிர நேரிட்ட அரிசியின் வகைகள் - ஆகும். அது சாதமாகும்போது, அதிக நெகிழ்ச்சியு மாகாது, அதிக கடினமும் ஆகாது. நடுத்தரமாகிய சோற்றை அக்கினி அளவுக்கு அதிகப்படாமலும் குறைவு படாமலும் அறிந்துண்ணுதல் வேண்டும். ஆயினும் ஒரு பிடி குறைந்த பக்ஷமே நன்மை. போஜனஞ் செய்த பின்னர் நல்ல நீர் குடித்தல் வேண்டும். அந்த நல்ல நீரும் வெந்நீராதல் வேண்டும் அதுவும் அதிகமாகக் குடியாதிருத்தல் வேண்டும்.

கிழங்கு வகைகள் உண்ணாமல் இருக்க வேண்டும். அவற்றில் கருணைக்கிழங்கு மாத்திரம் கொள்ளுதல் கூடும். பழ வகைகள் உண்ணாதிருத்தல்வேண்டும். அவற்றில் பேயன் வாழைப்பழம் ரஸ்தாளி வாழைப்பழம் - இவை நேர்ந்தால் சிறிது கொள்ளுதல் கூடும். பழைய கறிகளைக் கொள்ளாதிருத்தல் வேண்டும். பதார்த்தங்களில் புளி மிளகாய் சிறிதே சேர்க்க வேண்டும். மிளகு சீரகம் அதிகமாகச் சேர்த்தல் வேண்டும். கடுகு சேர்ப்பது அவசியமல்ல. உப்பு குறைவாகவே சேர்த்துக் கொள்ளல் வேண்டும்.7 அன்றி, எந்த வகையிலும் உப்பு மிகுதியாகக் கொள்ளாமல் உபாயமாகக் கொள்ளுவது தேகம் நீடிப்பதற்கு ஏதுவாம். தாளிப்பில் பசு வெண்ணெய் நேரிட்டால் தாளிக்க வேண்டும். நேராத பக்ஷத்தில் நல்லெண்ணெய் சிறிது சேர்க்கவுங் கூடும். வெங்காயம் வெள்ளைப்பூண்டு சிறிதே சேர்க்க வேண்டும். கத்தரிக்காய், வாழைக்காய், அவரைக்காய், முருங்கைக்காய், பீர்க்கங்காய், கலியாணபூசணிக்காய், புடலங்காய், தூதுளங்காய், கொத்தவரைக்காய் - இவைகள் பதார்த்தஞ் செய்தல் கூடும். இவற்றினுள் முருங்கை, கத்தரி, தூதுளை, பேயன் வாழைக்காய் - இவைகளை அடுத்தடுத்துக் கறி செய்து கொள்ளலாம். மற்றவைகளை ஏகதேசத்தில் செய்து கொள்ளலாம். வடை, அதிரசம், தோசை, மோதகம் முதலிய அப்பவர்க்கங்கள் கொள்ளப்படாது; ஏகதேசத்தில் சிறிது கொள்ளவுங் கூடும். சர்க்கரைப் பொங்கல், ததியோதனம், புளிச்சாதம் முதலிய சித்திரான்னங்கள் கொள்ளப்படாது; ஏகதேசத்தில் சிறிது கொள்ளலாம். புளியாரைத் துவையல் தினந்தோறும் கிடைக்கினும் மிகவும் நன்று. கரிசலாங்கண்ணிக்கீரை, தூதுளைக்கீரை, முன்னைக்கீரை, பசலைக்கீரை, முருங்கைக்கீரை - இவைகளைப் பருப்போடு சேர்த்தும், மிளகோடு சேர்த்தும், புளியிட்டும், தனித்தும், கறிசெய்து கொள்ளக் கூடும். மற்றைக் கீரைகள் ஏகதேசத்தில் நேரில் சிறிது சேர்த்துக் கொள்ளவுங் கூடும். புளித்த தயிர் சேர்த்தல் கூடும். பருப்பு வகைகளில் முளைகட்டாத துவரம் பருப்பு அல்லது முளைகட்டின துவரம்பருப்பு மிளகு சேர்த்துக் கடைதல், துவட்டல், துவையல் செய்தல், குழம்பிடல், வேறொன்றில் கூட்டல் முதலியவாகச் செய்து, நெய் சேர்த்துக்

கொள்ளுதல் கூடும். அந்த நெய்யை மிகவுஞ் சேர்க்கப் படாது. மற்றப் பருப்பு வகைகள் அவசியமல்ல. ஏகதேசத்தில் நேர்ந்தால் கொள்ளவுங் கூடும். சுக்கைச் சுண்ணாம்பு தடவிச் சுட்டு, வேலமுக்கைச் சுரண்டிப் போட்டுச் சூரணமாக்கி வைத்துக்கொண்டு, நல்ல ஜலத்திற் கொஞ்சம் போட்டு, 5 பங்கில் 3 பங்கு நீர் சுண்ட 2 பங்கு நீர் நிற்கக் காய்ச்சி, அதைத் தாகங் கொள்ளுதல் வேண்டும். நேராத பக்ஷத்தில் வெந்நீராவது கொள்ளுதல் வேண்டுமே யன்றிக் குளிர்ந்த ஜலங் கொள்ளப்படாது. எந்தப் போஜனத்திலும் புலால் எந்த வகையினும் புசிக்கப்படாது. எப்படிப்பட்ட போஜனமாயினும் சிறிது குறையவே புசித்தல் வேண்டும். எந்தக் காலத்திலும் பசித்தாலல்லது எந்த வகையிலும் போஜனஞ் செய்யப்படாது. வாத பித்த சிலேத்துமங்கள் அதிகரிக்கத்தக்க போஜனங்களை அறிந்து விடல் வேண்டும். இவ்வாறு உணவு உண்டு வர உடலும் உள்ளம் சிறப்புற செயல்புரியும் அருட் பெரும் ஜோதியை உணரல்லாம் என்று வள்ளல் பெருமானார் உறைகிறார் .நாமும் வள்ளல் பெருமானார் அருளிய வாழ்விற்கான நடைமுறைகளை பின்பற்றி செம்மை பெறுவோமாக.

அருட் பெரும் ஜோதி ! அருட் பெரும் ஜோதி !

தனி பெரும் கருணை அருட் பெரும் ஜோதி !

வள்ளலாரின் வாழ்வியல் நெறிகள்

நா. நாகராஜ்,
தமிழ்த்துறைத் தலைவர்,
ஜெயம் கலை மற்றும் அறிவியல் கல்லூரி.
நல்லானூர், தருமபுரி.

முன்னுரை

உலகில் பெறுதற்கரியது மனிதப் பிறப்பு மனிதரிலே பறவை உண்டு, பாம்பு உண்டு, விலங்கும் உண்டு, மனிதரிலே மனிதர் உண்டு, மனிதரிலே தெய்வமும் உண்டு என்பர் பெரியோர். ஆன்மாவின் இயற்கைக் குணமே கருணை, ஆணவம், மாயை, கன்மம் முதலிய எண்ணற்றக் குற்றங்கள் திரைகளாக ஆன்மாவை மறைத்திருக்கிறது. கடவுள் அருளால் ஆன்ம மறைப்பை நீக்கி கொள்ளமுடியும். அத்தகைய இறைவனை அடையும் முறையும், மனிதன் தெய்வமாகும் முறையும் இக்கட்டுரை வழிநின்று விளக்கலாம்.

உயிர்களிடத்தில் பொதுநோக்கம்

உலகில் வாழும் உயிர்களை எல்லாம் இறைவன் ஆலயமாகப் பார்ப்பவனே பொதுநோக்கம் கொண்ட சன்மார்க்கி. அவனே எவ்வுயிரையும் தன்னுயிரைப் பொல பார்க்கும் உணர்வும் உண்மை இரக்கமும் உடையவன். அவனுக்குச் சாதி, மதம், சமயம், குலம், நாடு, சடங்கு, கலை, மரபு முதலிய வேறுபாடுகள் இல்லை. அவனிடத்தில் ஆன்ம நேயம் விளங்கும். அவனே உலகெலாம் வாழ இறைவனை வணங்குபவன். உலக உயிர்களிடத்தில் பொது நோக்கமும் உண்மை இரக்கமும் உடையவர்க்குக் கடவுள் அருள் உண்டாகும். அதனால் கடவுள்நிலை அறிந்து இறைவன் ஆகலாம்.

இதனை இறைவன் அருளால் அறிவிக்க திருவருட்பிரகாச வள்ளல் பெருமான் அறிந்தார்.

சன்மார்க்கம்

மக்கள் மதங்களின் பெயரால் போரிட்டும், சண்டையிட்டும், தீய ஒழுக்கங்களினாலும் பசியேதும் இருப்பது கண்டு வள்ளலார் வருந்துகின்றார். மக்களிடம் உண்மை அன்பு, உண்மை அறிவு, உண்மை உயிரிரக்கம் முதலிய நற்குணங்களை விரும்பினார். எல்லா மதங்களுக்கும், எல்லா மார்க்கங்களுக்கும் ஏற்புடைய உண்மைப் பொதுநெறி ஒன்றை இறைவனிடம் வேண்டினார். அவரது வேண்டுகோளைக் கடவுள் ஏற்றுச் சமரச சுத்த சன்மார்க்கப் பெருநெறியை உலகிற்கு அளித்தார். பொதுநோக்கமும், உயிரிரக்கமும் வீடுபேறு அடைவதற்குரிய திறவுகோல் என்று வடலூர் வள்ளல் உபதேசித்தார்.

அருட்பெருஞ்ஜோதி வடிவாய் இறைவன்

"விரவி எங்கும் நீக்கமற விளங்கி அந்தமாதி
விளம்பரிய பேரொளியாய் அவ்வொளிப் பேரொளியாய்"
(அருட்பா. 3278)

இறைவன் பார்க்கும் இடங்களில் எல்லாம் அருள் வடிவாய் கண்ணுக்குத் தோன்றியும் தோன்றாமலும் பெரும் ஜோதிமயமாய் விளங்குபவன். இறைவன் சிவமென்றும், சக்தியென்றும், முருகனென்றும், பிரம்மா, விஷ்ணு, ஈசன், இயேசு, அல்லாஹ் என்றும் அவரவர் மதங்களில் அவரவர் அறிவிற்கு அழைப்பார்கள். ஆனால் நீ எங்குமாய் விளங்கும் கருணையாளன், நீ உருவமற்றவன், நீயே என் அகம் என்னும் ஆன்ம நடுவில் விளங்கும் அருட்பெருஞ் ஜோதி. அகப்புறம் எனப்படும் என் அறிவிலும், உயிரிலும் விளங்கும் அருட்பெருஞ்ஜோதி புறம் என்னும் மனம், புத்தி, சித்தம், அகங்காரம் முதலியவற்றில் விளங்கும் அருட்பெருஞ்ஜோதி. புறப்புறம் என்னும் எனது மெய், வாய், கண், மூக்கு முதலிய பொறி புலன்களிலும் விளங்கும் அருட்பெருஞ்ஜோதி. தனிப்பெருங் கணையால் அகம், அகப்புறம், புறம், புறப்புறம் நான்கு இடங்களிலும் இறைவன் கலந்து விளங்குகின்றான். ஆதலின் நான்குமுறை அருட்பெருஞ்ஜோதியை அழைத்துக் கலந்து கொள்கிறார் வள்ளல்.

"அருட்பெருஞ்ஜோதி அருட்பெருஞ்ஜோதி
அருட்பெருஞ்ஜோதி அருட்பெருஞ்ஜோதி

இகநிலைப் பொருளாய்

ஆணவத்தால் விளையும் காமம், கோபம், மோகம், மதம், பொறாமை, கொலை முதலிய ஏழு குணங்களை நீக்கி அருள்பவன் இறைவன். இந்த உலகில் மனிதப் பிறப்பைப் பெற்ற நாம் கொல்லாமை, பொறுமை, சாந்தம், அடக்கம், பொறி புலன் வழிச் செல்லா விழிப்புணர்வு, உயிர் இரக்கம், வாய்மை, தூய்மை, நல்லறிவு, தெளிவு, ஒழுக்கம், கூடி உலகில் மனிதரில் மனிதராக வாழ்விப்பவன் இறைவன்.

மேலும் பசி, பயம், நோய், கொலை முதலிய தடைகளை நீக்கி உறவினர், நண்பர், புதியவர், அடியார் குழந்தைகள் கூடி நலமோடு வாழவும், மனத்தால் விரும்பிய நற்குணங்கள் யாவும் பொருந்தவும் இங்கே மனித சுதந்திரம் ஓங்கிட நிற்கும்.

பரநிலைப் பொருளாய்

மனிதர் கண்ணுக்கும், அறிவிற்கும் புலப்படாமல் அருவநிலையில் புருவ மத்திக்கு மேல் இந்த உடம்பொடு கூடி, விந்து, நாதம், பரவிந்து, பரநாதம் எனச் சொல்லப்படும் நான்கு அருவ கடவுள் நிலைகளைப் பொருத்தி வாழ்கின்ற ஒழுக்கம் நிறைந்த வாழ்வு, இதனைத் தயவு நிலையில் அளிப்பவனும் இறைவன். கொலை, புலை தவிர்த்தவர்க்கே இந்நிலை கைக்கூடும். மேற்சொல்லிய இகநிலை வாழ்வில் எல்லா இன்பங்களும் பெற்று வாய்மை, தூய்மை, அன்பு, உயிர் இரக்கம், நல்லறிவு, தெளிவு யாவையும் பெறுவது இந்நிலையாகும்.

அகமறப் பொருந்திய அருட்பெருஞ்ஜோதி

மனிதரது புருவ மத்தியின் கீழ்புறம் உலகியல் அறிவும், மேல்புறம் கடவுள் அறிவும் பொருந்தி விளங்கும். இதனைக் கடவுள் பாதி, மனிதன் பாதி எனலாம். உலகியல் அறிவில் எதை உணர்த்தினாலும் ஆன்மா உணரும். தானாக உணரும் ஆற்றல் ஆன்மாவுக்கு இல்லை, உணர்த்த உணரும் ஆன்மா என்பார் மெய்கண்டார். உலகப் படிப்பெல்லாம் உணர்த்த உணர்ந்தது ஆன்மா. கல்வி பல கற்று, உலகியலை நாடி, உடலோடு பொருந்தி, உடம்பே கதியாக வாழ்ந்தால் இறைவன் ஆன்மா எனும் நம்

அகத்தில் கலந்து கொள்வதில்லை. ஆன்மா தற்சுதந்திரத்தில் வாழும், கட்டுப்பாடு இல்லாமல் எதை வேண்டுமானாலும் செய்யும் நரகில் வீழ்த்தும், பிறவிக் கடலில் அழுத்தும்.

கடவுள் தானே அனைத்தும் அறிபவன், அவனுக்கு யாரும் அறிவிக்க வேண்டியதில்லை. ஆன்மா அருளியலை நாடி புருவ மத்திக்கு மேல் விளங்கும் கடவுள் அருளொடு பொருந்திடில், இறைவன் ஆன்மாவின் அகத்தினில் கலந்து கொள்வான். ஆன்மா தற்சுதந்திரம் இழக்கும், கடவுள் சுதந்திரத்தில் வாழும், ஆன்மா எதைச் செய்தாலும் அது கடவுள் செயலாக இருக்கும். கொலை, புலை விட்டுவிடும். வீடுபேறு அடையும் பிறவியற்றப் பேரானந்தம் உண்டாகும்.

இது ஆன்மாவின் அகத்தில் பொருந்தியும், பொருந்தாது இருத்தலுமாகிய கடவுளின் இரண்டு நிலைகள் மாணிக்கவாசகப் பெருமான் திருவாசகத்தில்,

"ஓராதார் உள்ளத்து ஒளிக்கும்
ஒளியினே என்பார்"

முடிவுரை

வள்ளலாரின் வாழ்வியலில் தனக்காக வாழாமல் தரணியின் நலத்துக்காக வாழ்ந்தவர். ஆணவம், மாயை, கன்மம் போன்ற மனிதனின் ஆன்மாவை மறைக்கும் திரைகள் பற்றியும் இம்மண்ணுலகில் வாழும் அனைத்து உயிர்களிடத்திலும் இரக்கம் கொள்வதைப் பற்றியும் சாதியால், மதத்தால் சண்டையிடும் மக்களைச் சன்மார்க்கத்தால் ஒன்றுபடுத்தலையும் இறைவன் ஜோதி வடிவாக இருப்பவன் அவனை உன்னுள் தேடவேண்டும்.

துணைநூற் பட்டியல்

1. வள்ளலார் வாழ்க்கை வரலாறு, பட்டத்தி மைந்தன், ராமையா பதிப்பகம்
2. வள்ளலார் கண்ட ஒருமைப்பாடு, ம. பொ. சிவஞானம், சீதை பதிப்பகம்,
3. வள்ளலார் வாழ்வும் வாக்கும், இராம இருகப்பிள்ளை, விஜயா பதிப்பகம்

பன்முக நோக்கில் வள்ளலார்

முனைவர் த. நாகம்மாள்,
உதவிப்பேராசிரியர், தமிழ்த்துறை,
அவினாசிலிங்கம் மனையியல் மற்றும் மகளிர் உயர்கல்வி நிறுவனம்,
கோயம்புத்தூர்-43
அலைப்பேசி: 76390 93129 மின்னஞ்சல் : 19764.

ஆய்வுச்சுருக்கம்:

நம் இந்தியத் திருநாட்டில் அதிலும் குறிப்பாக நம் தமிழ்நாட்டில் தமிழையும் தமிழ்ச் சமயத்தையும் வாழ்விக்க வந்த அடியார் திருக்கூட்டம் தொடர்ந்து வந்து கொண்டிருக்கிறது. மனித வாழ்வோடு தொடர்புற்று அமைவதாலேயே இலக்கியம் மனதைக் கவருகின்றது. இறைவனுடன் சோதி மயமாய் இரண்டரக் கலந்தவர். ஒவ்வொரு காலக்கட்டத்திலும் புலவர்கள் தங்களது பாடுபொருளுக்கும், அணுகுமுறைகளுக்கும் இயைந்து நிற்கும்படி தங்களது இலக்கிய நெறிகளை வகுத்துக் கொண்டனர். ஆண்டுகளுக்கு முன் திருவள்ளுவரும், அவருக்குப் பின் திருமூலர், நாயன்மார்கள், ஆழ்வார்கள், சித்தர்கள், பட்டினத்தார், தாயுமானவர் என வந்த திருக்கூட்டத்தினருள் மக்களிடம் தமது சமயக்கோட்பாட்டின் வாயிலாக, பொதுநெறியைத் திருநெறியை, பெருநெறியைக் காணவும், அதற்கோர் சங்கம் அமைக்கவும் உலகமக்கள் அனைவரையும் அச்சங்கத்துள் நெறிப்படுத்தவும் வந்தவர் தான் வள்ளல் பெருமாள் எனும் இராமலிங்க அடிகளார் ஆவர். இவரின் பன்முக ஆளுமைகளின் தன்மைகளை ஆய்கிறது.

திறவுச் சொற்கள்:

வள்ளலார், மனிதன், வள்ளலாரின் கொள்கைகள், இறைநெறி, சன்மார்க்கம், சமயம், வாழ்க்கை நெறி, குணஇயல்பு, மனித நேயம்.

முன்னுரை

வள்ளலார் சன்மார்க்க நெறி நின்றவர். சன்மார்க்க நெறி நிற்க அனைவரையும் வழிப்படுத்தியவர். சமரசமாக வாழவும், நோயின்றிப் பசியின்றி சமுதாயம் நெறிப்பட வாழ வழி காட்டியவர். சாகா வாழ்க்கை வாழவும் வழி சொன்னவர். தன் கொள்கையை நிறுவனமாக்கி நிலைத்து நிற்கச் செய்தவர் வள்ளலார் அவர்கள். நான் யார் என்ற கேள்வியை நாம் நம்மை பார்த்துக் கேட்டோம் என்றால் அதற்கு நம்மால் அவ்வளவு எளிதாக விடை சொல்ல முடியாது. நாம் வாழ்நாளில் அதிகமாகச் செய்த செயலின் வழியாக நாம் அடையாளப் படுத்தப்படுவோம். எல்லா உயிர்களையும் தம்முயிர் போல் எண்ணிப் பார்க்கவேண்டும் என்ற சன்மார்க்கம் எனும் உயர்ந்த புதிய நெறியை உலகிற்குக் காட்டியவர்.

வையத்தில் தோன்றிய கபடு, சூது, பொய், களவு, வஞ்சனை, சினம், காமம், வெகுளி, பழிவாங்குதல், பொய்சாட்சிப் புகலுதல், பசிப்பிணி, பஞ்சம், போர் ஆகிய துர்க்குணங்களும் தீமைகளும் மறையவும், அன்பு, பண்பு, புகழ், அருள், நீதி நெறி, கொல்லாமை, சகோதரத்துவம் ஆகிய நன்னெறிகள் தழைத்து ஓங்கவும் வாழையடி வாழை என அருளாளர்கள் இந்தத் தமிழ் மண்ணிலே தோன்றிக் கொண்டே இருக்கின்றார்கள். ஒவ்வொரு காலக்கட்டத்திலும் புலவர்கள் தங்களது பாடுபொருளுக்கும், அணுகுமுறைகளுக்கும் இயைந்து நிற்கும்படி தங்களது இலக்கிய நெறிகளை வகுத்துக் கொண்டனர். இறை அருளால் ஞானத்தினையும், இலக்கிய வாசிப்பினால் பாக்கள் புனையும் ஆற்றலையும் எல்லா உயிர்களிடத்தும் அன்பு காட்டி எவ்வுயிரையும் தன்னுயிரைப் போல மதித்து ஒழுகுகின்ற மனிதநேய உணர்வினை உலகுக்கு உணர்த்தியவர் இராமலிங்க அடிகளாரான வள்ளலார். இவரின்; சன்மார்க்கத்தின் சிறப்பு, பெண் கல்வி, ஒழுக்கங்கள், வள்ளலாரின் கொள்கைகள், இறைநெறி, வாழ்க்கை நெறி, தனிமனிதன் வாழ்வியல், புலால் மறுத்தல் குறித்து ஆராய்வதாக இக்கட்டுரை அமைகிறது.

சமயம்

சாதியும் சமயமும் பொய் என்கிறார் வள்ளலார். சமயக் குழி என்கிறார். பிறப்பொக்கும் எல்லா உயிர்க்கும் என்னும் திருவள்ளுவரின் வழியில் வள்ளலார் பேதமற்று எல்லோரும் ஒன்றெனும் சமுதாயம் படைக்க விரும்பினார். அவர் கொள்கைக்கு நாட்டில் நிலவும் சமயமும் ஒரு தடையாக விளங்கியது. மதம் சார்ந்த போரின் மூலமாக இன்றுவரி பலகோடி மக்கள் மாண்டுள்ளனர். எனவே சாதியையும் சமயத்தையும் அறவே ஒழிக்க வள்ளலார் எண்ணினார்.

சன்மார்க்கத்தின் சிறப்பு:

மார்க்கங்கள் நான்கில் சன்மார்க்கமே உயர்ந்தது மற்ற மூன்று மார்க்கங்களும் சன்மார்க்கத்தை அடைவதற்கான படிகளாகும். சன்மார்க்கம் ஒன்றே முடிவான பரமுத்தியைத் தரும் மற்ற மூன்றும் பதமுத்திகளையே தருவதாகும். வள்ளல்பெருமான் சன்மார்க்கம் ஒன்றே சாகாநிலையைத் தரும் என்றும் சாகதவனே சன்மார்க்கி என்றும் உரைக்கிறார். இறையோடு இரண்டறக் கலத்தலாகும். ஞானம்: ஆன்மாவாகிய தன்னையே இறைவனிடத்து அர்ப்பணித்தல் ஆகும். சாயுச்சியம், ஞானமாகிய சன்மார்க்கத்தால் எய்தும் பயன் சாயுச்சியம் என்னும் பரமுத்தியாகும். ஞானம், சரியை, கிரியை, யோகம் எனும் மூன்று சாதனங்களிலும் உயர்ந்ததாகக் கருதப்படுகிறது.

பெண் கல்வி

குடும்பத்தில் ஆண் பிள்ளைகளைப் படிக்க வைக்கும் அளவு பெண் பிள்ளைகளைப் படிக்க வைப்பதில்லை. ஆண் பெண் என்ற பேதம் உடலில் இருக்கலாம் அனுபவத்தில் இல்லை. பெண்களுக்கும் ஆண்களுக்குச் சமமாகக் கல்வி அறிவு தர வேண்டும் என்றார்.

ஒழுக்கங்கள்

கடவுள் நிலை அறிந்து அம்மயமாதல். இந்த நான்கு பேறுகளை அடைய நாம் கடைப்பிடிக்க வேண்டிய ஒழுக்கங்கள்

நான்கு. அவை இந்திரிய ஒழுக்கம், கரண ஒழுக்கம், ஜீவ ஒழுக்கம், ஆன்ம ஒழுக்கம் ஆகும். சமுதாயம் என்பது மக்கள் கூட்டமேயாகும். சமுதாயமே திருந்தியதாகும். மரணமிலாப் பெருவாழ்வு என்பது இதுவரை யாருமே சொல்லி இராதது. அதனை நம்மால் அடையமுடியும் என்று வள்ளலார் சொன்னது மட்டுமல்லாமல் நாம் எப்படி வாழ்ந்தால் அந்த அறிய நிலையை அடையமுடியும் என்று வழி காட்டி உள்ளார். அதனால்தான் பய பக்தி என்றே சொல்லி வைத்தார்கள். ஆனால் மனிதன் யாருக்கும் பயப்படுவதாக இல்லை.

"அரிது அரிது மானிடராய்ப் பிறத்தல் அரிது" என்று அவ்வையார் பாடியுள்ளார். வள்ளலார் கூட எல்லாப் பிறப்புகளிலும் உயர்வுடைப் பிறப்பாகிய மனித உடம்பைப் பெற்றுக் கொண்ட நீங்கள் இதுவரை வீண் காலம் கழித்தது போல் இனியும் கழித்துக்கொண்டிராதீர்கள் என்று எச்சரிக்கை செய்கிறார். இன்றைய தினசரிச் செய்தித்தாள்களைப் பார்க்கும்போது கொலை, கொள்ளை, கற்பழிப்பு போன்ற செய்திகள் வராத நாளே இல்லை எனலாம். மனிதனுடைய தோல் வண்ணம் பார்த்து உயர்ந்த ஜாதி, தாழ்ந்த ஜாதி என்றெல்லாம் சொல்ல முடியுமா? என்று கேட்டார். ஜாதி தொழில் ஒழுக்கம் பற்றியே வந்தது. அது ஆண்டவன் படைப்பல்ல. யாராய் இருந்தாலும் தொண்ணூற்றாறு அங்குலம்தான். ஜாதி வெறி உள்ளவன் இறைவனைக் காணமாட்டான்.

அன்னதானம்

ஜீவகாருண்யத்திலும் பசி தவிர்க்கும் அன்னதானமே சிறந்தது என்று கூறியதுடன் நில்லாது, அன்னதான தருமச் சாலையே கட்டினாரே! வேறு எந்த அருளாளராவது செய்தனரா? ஒவ்வொரு மனிதனும் மரணமிலாப் பெருவாழ்வு பெற வேண்டும் என்று போதித்தவர்.

வள்ளலாரின் கொள்கைகள்

வாடிய பயிரைக் கண்ட போதல்லாம் வாடினேன் என்ற வள்ளல் பெருமான், நாம் உண்மையையும் புனிதமும் பெறும் பொருட்டு அருளியதே திருவருட்பாவாகும். ஆன்ம லாபத்தை,

அருட்பெருஞ் ஜோதியை உலகில் உள்ள எல்லா உயிர்களும் பெற வேண்டும் என்பதே வள்ளல் பெருமானுடைய ஆசையும் வேண்டுதலுமாகும். வள்ளலாரின் கொள்கைகளை அனைவரும் பின்பற்ற வேண்டும் என்பதே வள்ளலாரின் மிகமுக்கிய கொள்கையாகும். இதனை,

- கடவுள் ஒருவரே.
- அவரை ஜோதி வடிவில் உண்மை அன்பால் வழிபாட வேண்டும்.
- சிறு தெய்வ வழுபாடு கூடாது.
- அத்தெய்வங்களின் பேரால் உயிர் பலி கூடாது.
- புலால் (மாமிசம்) உண்ணக் கூடாது.
- சாதி, சமயம், முதலிய வேறுபாடுகள் கூடாது.
- எவ்வுயிரையும் தம் உயிர் போல் எண்ணி ஒழுகும் ஆன்ம நேய ஒருமைப்பாடு உரிமை கடைப்பிடிக்க வேண்டும்.
- ஏழைகளின் பசி தீர்த்தலாகிய ஜீவகாருண்ய ஒழுக்கமே மோட்ச வீட்டின் திறவுகோள்.
- புராணங்களும், சாத்திரங்களும் முடிவான உண்மையை தெரிவிக்கமாட்டா.
- மூடப்பழக்க வழக்கங்களை ஒழிக்க வேண்டும்.
- இறந்தவர்களை புதைக்க வேண்டும் எரிக்கக் கூடாது.
- எந்த காரியத்திலும் பொது நோக்கம் வேண்டும்.

இறைநெறி

"'தான் வேறு தன் கணவன் வேறு' தன் கணவனுக்கே தன்னை முற்றுமாக்கிக் கொள்ளும் கற்பரசி போல, இறைவனைப் புகல் அடைந்தால் தானே அவன், அவனே தான் என்ற இறை அநுபூதி நிலை அடையலாம்"[1] என்பதை உணர்ந்து நாயகன்-நாயகி பாவத்தில் பாடல்களைப் புனைந்துள்ளார். காலமெல்லாம் அன்பையும் அருளையும் போதித்து, ஆன்மீகம் தழைக்கச் செய்து,

மனித நேயத்திற்கு மகுடம் சூட்டிய இராமலிங்க வள்ளலார், அகப்பாடல் பாடியதன் நோக்கம் யாதெனில், இறைவன் பெருமையை பேசுவதற்கும், அவ்விறைவன் கோயில் கொண்டுள்ள தலங்களை போற்றுவதற்குமேயாம். இராமலிங்க வள்ளலார் இளம்பருவம் முதலே முருகனை வழிபடு கடவுளாகக் கொண்டவர். முருகனையே முதன்முதலில் பாடினார். முருகனே வள்ளலாருக்கு இளமையில் கல்வி பயிற்றினான். வள்ளலார் பாடிய ஆறுதிருமுறைகளுள் முதல் திருமுறை முழுவதும் முருகன் திருமுறையேயாம். கந்தகோட்டத்து முருகனை, திருத்தணிகை முருகனை, ஒற்றி முருகனை, புள்ளிருக்கு வேளூர் முருகனை, சிங்கபுரி முருகனை வழிபட்டார். முருகனைப் பற்றி வள்ளலார் பலவிடங்களில் பேசுகின்றார். முருகனைப் புராண முறையில் காண்பது ஒருமுறை. தத்துவமுறையில் காண்பது மற்றோர் முறை; எனினும், அவனது அருட்செயல்களையும் வடிவத்தையும் புராண முறையில் கூறுவதே பெருவழக்காகும்.

பெண்களைப் பற்றி வள்ளலார்

பெண்கட்கு யோகம் முதலிய சாதனங்கள் அவசியம் கற்பிக்க வேண்டியது. மேலும் பேதமற்று அபேதமாய்ப் படிப்பு முதலியவையும் சொல்லிக் கொடுக்க வேண்டியது. இந்தக் காலத்திலேயே புருஷன் இறந்தால் தாலி வாங்கக்கூடாது என்பது யாராலும் ஒப்புக்கொள்ள முடியவில்லை. வள்ளலார் காலத்தில் இதைச் சொன்னார் என்றால் எந்த அளவிற்கு அவர் பெண்களின் வேதனையை உணர்ந்திருந்தால் இந்தப் புரட்சிகரமான கருத்தை வெளியிட்டிருப்பார். இந்தத் தெளிவு, தைரியம் வேறு யாருக்கேனும் வந்ததா.

வள்ளலார் காட்டும் வாழ்க்கை நெறி

வள்ளலார் ஒருவர் தான் மரணமிலாப் பெருவாழ்வை மனிதனால் அடையமுடியும் என்று திடமாகச் சொன்னவர். தான் சொன்னது உண்மை என்று நிருபிக்கும் வகையில் தான் அதை திளைக்கவில்லை. தன்னைச் சுற்றியுள்ள மனித சமுதாயம் வீணாகக்கூடாதே என்று ஆழ்ந்த இரக்கத்தினால் இதுவரை எந்த அருளாளரும் கூறாத வாழ்க்கை முறையையும் கூறியுள்ளார் வள்ளலார்.

உலக உயிர்களும் பற்றுக்கோட்டின் தன்மையும்: முருகப்பெருமானைப் பற்றிப் பல கதைகள் புராணங்களில் காணப்படுகின்றன. சிவனின் நெற்றிக் கண்ணிலிருந்து தோன்றிய தீச்சுரில் இருந்து உதித்தவர். என்றும், சிவபெருமான் ஓங்காரத்திற்குப் பொருள் யாது என்று வினவ, முருகன் தந்தைக்கு ஓங்காரத்தின் பொருளை உபதேசித்தார் என்றும் பல செய்திகள் கூறப்படுகின்றன.

"சிவந்த கண்களையுடைய விடையேறும் சிவபெருமான் அளித்தருளும் மகனாகிய முருகப்பெருமான்"

சிவனுடைய நெற்றிக்கண் சுடர்களில் இருந்து அவதரித்த வரலாறு பற்றி பாடல்வழி உரைக்கின்றார் வள்ளலார்.

தனிமனிதன் வாழ்வியல்

வாழ்வியல் நெறிகளாகக் கீழ் காண்பவை அமைகின்றன.

- இறைவன் ஒருவன் என்பதை ஏற்று அவ்விறைவனை ஒளிவடிவில் வழிபடல்
- ராமலிங்கர் குறிப்பிட்ட ஒழுக்கங்களைக் கடைபிடித்தல்
- சமயங்களில் நம்பிக்கைக் கொண்டு அவற்றைக் கண்மூடித்தனமாகப் பின்பற்றாமை
- அணிகலன்களை அணிந்து கொள்ளாமை
- கணவனை இழந்த பெண்கள் தாலியைக் கழற்றாமல் அணிந்து கொள்ளல்
- மனைவியை இழந்தோர் மறுமணம் செய்து கொள்ளாமை

தனிமனிதன் சமுதாய நெறிமுறைகள்:

- ஒருமைப்பாட்டுணர்வினைக் கைக்கொள்ளல்
- இறந்தாரை அடக்கம் செய்தல்
- உயிரிரக்க உணர்வு கொண்டிரங்கல்
- பெண்களை ஆண்களுக்குச் சமமாக எண்ணல்

இறைப்பெருமை, குணவியல்பும்

பாடிய அகப்பாடல்களில் சிவபெருமான் குறித்த புராணச் செய்திகள் மிகுதியாக இடம்பெற்றுள்ளன. இச்செய்திகள் இறைவனை இன்ப வடிவாகவும், அருள் வடிவாகவும் காட்டவல்லன. எவர்க்கும் எந்நாளும் எளிமையாகக் காட்சி வழங்கி, ஆறுதலும் இன்பமும் அளிக்கவல்லன. சிவபெருமானின் பெருமையும், குணவியல்புகளும் வெளிப்பட்ட காரணங்களால் புராணங்கள் சிறப்புமிக்கதாக வள்ளலாரால் போற்றப்பட்டன.

"முத்திக் குடையார் மண் எடுப்பார்
மொத்துண் குழல்வார்"

என்ற இப்பாடல் அடிகளில் இறைவன் அடியார்கள் பொருட்டு பிரம்படிபடவும் சித்தமாயிருந்த செய்தியினை பாடல் வழி அறியமுடிகிறது

"விருந்தார் திருந்தார் புரமுன் தீ
விளைத்தார் ஒற்றிநகர் கிளைத்தார்"

வழிபாடு செய்தவர்களை ஆட்கொள்பவரும், அவர்களிடம் உள்ள ஆணவத்தைப் போக்குபவரும், மார்பின் மாலையைக் காதலிக்கும் மகளிர் வேட்கை நோய்க்கு மருந்தாகுபவருமான சிவபெருமான், இந்நிலவுலகத்தில் நமக்கு திருவருள் இன்பம் தருவார் என்ற கருத்தை மெய்ப்பிக்கவே இப்புராணச் செய்தியைக் குறிப்பிட்டுள்ளார். தன்னைவிடத் தாழ்ந்தோரிடத்தும் சிறியோரிடத்தும் உறவாடும் நீர்மைக்குணம், சரண் அடைந்தவர்க்கு அடைக்கலம் தரும் மேன்மைப் பண்பு கொண்டு விளங்குவதே சிறந்ததாகும்.

பெண் கல்வி

குடும்பத்தில் ஆண் பிள்ளைகளைப் படிக்க வைக்கும் அளவு பெண் பிள்ளைகளைப் படிக்க வைப்பதில்லை. ஆண் பெண் என்ற பேதம் உடலில் இருக்கலாம் அனுபவத்தில் இல்லை. பெண் களுக்கும் ஆண்களுக்குச் சமமாகக் கல்வி அறிவு தர வேண்டும் என்றார்.

புலால் மறுத்தல்

நெறிகளில் எந்நெறி உயர்ந்தது என நாம் ஒப்பிடவோ அளவிடவோ இயலாது. அத்தகைய வாழ்வியல் நெறிகளுள் புலால் மறுத்தலும் ஒன்றாகும். வள்ளலார் மக்கள் வாழவேண்டும் என்று மட்டும் எண்ணினார். தமது சன்மார்க்க வளர்ச்சி பற்றியோ தமது புகழ் பற்றியோ ஒரு சிறிதும் அவர் கவலைப்படவில்லை. எனவே புலால் மறுத்தலை பெரிதும் வலியுறுத்தியுள்ளார். பிணி, பற்றாக்குறை, மன அழுத்தம், கடன் தொல்லை, திட்டமிடா வாழ்வு, புலனடக்கம் இன்மை, ஒழுக்கமின்மை ஆகியவற்றுக்குப் புலால் உண்ணுதல் ஒரு வாய்க்காலாக உள்ளது. வள்ளலார் மக்கள் வாழவேண்டும் என்று மட்டும் எண்ணினார்.

தொகுப்புரை

- மனிதன் இறந்தால் மீண்டும் பிறந்தே ஆகவேண்டும். பிறவாமைக்கு வழி இறவாமையே என்று வழி காட்டினார் என்பதை அறியமுடிகிறது.

- நெறிகளில் எந்நெறி உயர்ந்தது என நாம் ஒப்பிடவோ அளவிடவோ இயலாது. அத்தகைய வாழ்வியல் நெறிகளுள் புலால் மறுத்தலும் ஒன்றாகும் என்பது புலனாய்கிறது.

- சிவபெருமானின் பெருமையும், குணவியல்புகளும் வெளிப்பட்ட காரணங்களால் புராணங்கள் சிறப்புமிக்கதாக வள்ளலாரால் போற்றப்பட்டன என்று உணரமுடிகிறது.

- வள்ளலார் ஒருவர் தான் மரணமிலாப் பெருவாழ்வை மனிதனால் அடையமுடியும் என்று திடமாகச் சொன்னவர். தான் சொன்னது உண்மை என்று நிருபிக்கும் வகையில் அதை அடைந்தும் காட்டியவர்.

- ஆன்ம லாபத்தை, அருட்பெருஞ் ஜோதியை உலகில் உள்ள எல்லா உயிர்களும் பெற வேண்டும் என்பதே வள்ளல் பெருமானுடைய ஆசையும் வேண்டுதலுமாகும். சன்மார்க்க வளர்ச்சி பற்றியோ தமது புகழ் பற்றியோ ஒரு சிறிதும் அவர் கவலைப்படவில்லை. எனவே புலால் மறுத்தலை பெரிதும்

வலியுறுத்துகிறது என்பதை இதன் மூலம் அறியமுகிறது. உலக உயிர்களுக்கு பற்றுக்கோடாக அமைபவன் இறைவன்.

- புராணச் செய்திகள் இறைவனை இன்ப வடிவாகவும், அருள் வடிவாகவும் காட்டவல்லன.

அடிக்குறிப்புகள்

1. இராமலிங்க அடிகள் வரலாறு, *ஊரன் அடிகள்*, பக். *639,*
2. *சமரச சன்மார்க்க ஆராய்ச்சி நிலையம், முதற்பதிப்பு : 1971*

துணைநூற்பட்டியல்

1. திருஅருட்பிரகாச வள்ளலார் தெய்வநிலையம், வடலூர்-303., தமிழ்நாடு.
2. வள்ளலார் சுத்த சன்மார்க்கம், கருணை சபை-சாலை அறக்கட்டளை, மதுரை
3. *ஊரன் அடிகள்-திருவருட்பா,* சமரச சன்மார்க்கம் ஆராய்ச்சி நிலையம், வடலூர் அஞ்சல், தென்னார்காடு.
4. அருணாச்சலம, க.-*வள்ளலாரின் வாழ்வும் தத்துவமும்,* சர்வோதயா இலக்கியப்பண்ணை, மேலவீதி, மதுரை-001, முதற்பதிப்பு-1980.

ஓடி ஓடி உட்கலந்த ஜோதி

முனைவர் ஏ. தனசேகர்
உதவிப்பேராசிரியர், எஸ்.ஆர்.எம் அறிவியல் மற்றும்
தொழில்நுட்பக் கல்வி நிறுவனம்,
வடபழனி வளாகம்

முன்னுரை

தத்துவங்களின் தோற்றம் என்பது மனித அறிவின் வளர்ச்சியின் அடையாளம். அப்பிரபஞ்சத்தின் இரகசியங்களை ஆய்வுசெய்ய தொடங்கிய மனிதனின் தத்துவ தேடல்தான் இன்றைய அறிவியல் வளர்ச்சி. வரலாற்றில் தோன்றிய எந்தத் தத்துவ அறிஞர்களின் தத்துவங்களும் எளிய மக்களால் புறகணிக்கப் படுவதில்லை. இன்னும் சொல்ல புகுந்தால் பெரும்பான்மையான தத்துவங்கள் எளிய மக்களிடம் போய் சேர்வதேயில்லை. அல்லது பெரும் திரிபுடன் மக்களுக்குப் போய் சேரும். இந்தத் திரிபை நிகத்துவதில் மதங்களுக்கு முக்கிய பங்குண்டு தத்துவங்களின் அடிப்படை சாரத்தினை மாற்றிவிட்டு அதனை பொது சமுகத்தில் உலவவிடும் போக்கு எல்லா மதங்களிலும் உண்டு.

தத்துவங்கள் தோன்றிய காலத்தில் அவை முழுமையாக மக்களிடம் சேர்ந்திருக்கலாம். அதனை ஆவணபடுத்தியும் இருக்கலாம். மதங்களும், மதங்களால் நடத்தப்படும் அரசுகளும் அவ்வாவணங்களை மிகுந்த கவனத்துடன் தணிக்கை செய்வதும் தங்களுக்குச் சாதகமாக மாற்றி பொதுவெளியில் புழங்கவிடுவதும் வரலாற்றில் மக்களுக்கு எதிராக மதங்கள் இழைத்த பெருந்துரோகம். மதங்கள் சமுகத்தின் மீது அக்கறையற்றவை. தன்னுடைய வேரினை அகண்டு பாய்ச்சிகொள்ள எந்த உண்மையையும் நீர்த்துப்போக செய்ய அவை தயங்காது. குறிஞ்சி

நிலத்தலைவனான சேயோனுக்கு(முருகன்) வேதத்தில் இருக்கும் ருத்திரன்(சிவன்) தந்தையானது எவ்வாறு?. ஒருவேளை இந்த மண்ணில் தோன்றியிருந்தால் அவருக்கான நிலம் யாது? என்பது போன்ற கேள்விகளெல்லாம் பெரும் மதங்களுக்குச் சிக்கல்கள். எந்தவித கேள்விகளும் இல்லாமல் மதங்களுக்கு குடை பிடித்த சமயக் குரவர்கள் தமிழில் ஏராளமுண்டு. அதற்கு எதிராக குரல்கொடுத்து வெற்றிபெற்றவர்கள் மிக சொற்பம்தான். அதில் முக்கியமானவர் இராமலிங்க அடிகளார் என்ற வள்ளலார் எனலாம்.

வள்ளலார் என்ற காலதர்

தமிழ் ஞான மரபில் தோன்றிய சமய தலைவர்களில் வள்ளலார் போன்று மதக்கோட்பாடுகளையும் சமயச் சடங்குகளையும் கண்டித்த சீர்திருத்தவாதிகள் குறைவுதான். சைவ நெறியா? சித்தர்கள் வழியா? என்று விளங்காத ஒரு புதுநெறியைத் தமிழ்ச்சமுகத்திற்கு அளித்தவர் வள்ளலார் எனலாம். தத்துவங்களை விளங்கிகொள்ளாதபடி மதங்களால் மட்டுப்படுத்தப்பட்ட அறிவினைத் திறக்க வந்த ஒரு திறவுகோலாய் வள்ளலாரைக் காணுதல் வேண்டும்.

கிரேக்கத் தத்துவ அறிஞர் தேல்ஸ்(Thales) இவ்வுலகம் நீரால் உருவாகியிருக்கலாம் என்றும் , ஹிராக்கிலிட்ஸ(Heraclitus) நெருப்பால் உருவாகியிருக்கலாம் என்றும் அவர்கள் முன் வைத்த அனுமாணங்களே இவ்வுலகம் ஐம்பூதங்களாலானது என்ற சமண, பௌத்த தத்துவங்களின் தொடக்க புள்ளியாக காணலாம். இங்கு தொடங்கி இன்று அறிவியல் கூறும் பெருவெடிப்பு கொள்கை (Big bang theory) வரைக்கும் உலக மக்கள் தொகையில் சரிபாதியேனும் அறிந்திருப்பார்கள். ஆனால் இவற்றை அவர்கள் ஏற்றுக் கொண்டார்களா? என்பது கேள்விதான். குறிப்பாக, இன்று இந்திய பண்பாட்டில் அறிவியல் கருத்துக்கள் ஒரு மறைபொருளாக(invisible matter) மனதில் இருக்கிறதே ஒழிய இயக்கமாக (active) இல்லை எனலாம். மாறாக மதங்களால் அன்றாட பயன்பாட்டுக்கு உதவவே உதவாத மதச்சடங்கு மூடத்தனங்கள் கண்மூடித்தனமாகப் பின்பற்றப்படுகின்றன. இவர்கள் அறிவியல் தொழில்நுட்பத்தைச் சாடிக்கொண்டே அதனை பயன்படுத்திகொண்டிருப்பார்கள்.

ஆனால் ஒருநாளும் அறிவியல் வளர்ச்சிக்கான அங்கிகாரத்தைக் கொடுத்துவிட மாட்டார்கள். விண்ணில் செலுத்தப்படும் செயற்கைகோள் வெற்றிகரமாக சென்றடைய இறைவனிடம் வேண்டும் அளவில் மனிதனுடைய அறிவு குறுகி நிற்கிறது. இந்த முடக்கத்தை மாற்ற நினைத்தவர் வள்ளலார். ஆன்மிகத்திற்கும் மதங்களுக்கும் உள்ள வேறுபாட்டை மக்களுக்கு விளக்க நினைத்தவர். அறிவியலுக்கும் ஆன்மீகத்திற்கும் உள்ள பிணைப்பை உலகிற்கு அறிவுறுத்த தோன்றிய சுத்த சன்மார்க்கர் வள்ளலார் எனலாம்.

அறிவியலும் ஆன்மீகமும்

அறிவியல் தத்துவங்களுக்கு எதிராக மதங்கள் முரண்படுகிறதா? என்றால் ஆம் என்றுதான் சொல்லவேண்டும். அறிவியலுக்கு ஆதாரங்கள்தான் தேவை. அது கேட்கும் கேள்விகளுக்கு சரியான பதில் கிடைத்தால் அது எதையும் ஏற்கும். மதங்கள் எத்தனை ஆதாரம் கொடுத்தாலும் தன் நிலையை மாற்றிகொள்ளாது. தன் கட்டுமானத்தை அசைத்துப்பார்க்கின்ற எந்தக் கேள்வியையும் மதங்கள் ஏற்றுக்கொள்வதில்லை. எல்லாவற்றையும் கேள்விகேள் என்று சொன்ன சாக்ரடீஸை விஷம் கொடுத்து கொன்றதும், இறை வழிபாட்டை விட சக மனிதனை நேசிப்பதே முக்கியம் என்ற சொன்னவரை சிலுவையில் அறைவதும் வரலாற்றில் மதங்கள் செய்த சில சான்றுகள்.

தமிழில் தோன்றிய சமயகுரவர்களும் தமிழ்மொழி வழியே சமயத்தை வளர்ப்பதையே அடிப்படை நோக்கமாக கொண்டிருந்தனர். நாயன்மார்களும், ஆழ்வார்களும் முறையே சைவத்தையும் வைணவத்தையும் பூசல்களோடே தங்களுடைய சமயங்களை வளர்த்தார்கள். தங்களுடைய மதங்களுக்கான அபிமானிகளை ஒன்றுசேர்க்கும் முயற்சியாகவே அவை இருக்கின்றன. சமூக மாற்றத்திற்கான அக்கறை அவ்விலக்கியங்களில் காணப்படவில்லை என்று கூறவேண்டும். ஆன்மீகம் என்பது மனித கூட்டங்களின் ஒன்றிணைவு அன்று. அது அகச்சுதந்திரம். தான் பெற்ற விடுதலையை எல்லா தனிமனிதனும் பெற வேண்டும் என்ற விருப்பமே ஆன்மீகத்தின் ஆணிவேர் எனலாம். இப்படியான

சிந்தனையுடைய மனிதர்களாலான சமுகத்தை படைக்கவேண்டும் என்ற சுத்த ஆன்மீகவாதிகளுக்கு ஏற்படும். இந்தச் சமுகத்திற்கு பயன்படும் அனைத்து கண்டுபிடிப்புகளையும் ஆன்மீக ஏற்றுக்கொள்ளும். எனவே அறிவியலும் ஆன்மீகமும் சமுகம் நலன் என்ற புள்ளியில் இணையும் பண்புடையது.

மூன்று நிலை வழிபாடு

ஆன்மீக வழிபாடு என்பது அகமாற்றத்திற்கு வித்தாய் அமைவது ஆகும். இறைவழிபாட்டினை உருவம், அருவுருவம், சூன்யம் என்று மூன்றாக வகைப்படுத்தலாம். உருவ வழிபாடு என்பது கடவுளர்களையும், ஜிவராசிகளையும், ஆயுதங்கள் இன்னபிற உருவம் உள்ளவைகளை கண்டு நெக்குறுகி வழிபடுவது. அருவுருவ வழிபாடு என்பது நிலையான உருவமாக இல்லாத இயற்கை பொருள்களை வழிபடுவது.நிலம் நீர் நெருப்பு போன்ற புலன் வழிபாடுகளை குறிப்பிடலாம். மூன்றாவதாக ஏதுமில்லாத சூன்யத்தை வழிபடுவது. எங்கும் எதிலும் இறைவனை உணர்வதும். வெறும் சூன்யத்திலும் இறைவனை கண்டு இன்புறுவது. இறைநிலை அல்லது ஞானநிலை அடைதல் என்பது புறத்தில் ஏற்படுகின்ற மாற்றம் அன்று அகத்தில் ஏற்படுபவை. அதனை அறியாமல் பெரும் அறியாமைக் கூட்டத்தின் ஒப்புதல்கள் மூலம் ஞானநிலை அடைந்துவிட்டதாகக் கருதிகொள்ளும் ஆன்மீக போலிகளாலேயே சாதிசமயப் பூசல்கள் கட்டவிழ்த்துவிட படுகின்றன.

முதல் நிலை எண்ணங்கள் – பற்று – இறை

மனிதனின் சிந்தனைகளில் தோன்றியவை அனைத்தும் செயல் வடிவம் பெற்றுவிடுவதில்லை. செயல் வடிவம் பெற்ற அனைத்தும் சிந்தனைக்கு உகந்த அனுபவங்களை அளித்துவிடுவதில்லை. எண்ணங்கள், செயல், அனுபவம் மூலமாகவே பற்றுத் தோன்றுகிறது. அப்பற்றின் மூலம் இறைவனைத் தேடுதலே பக்திநிலையின் அடிப்படையாகும். எடுத்துக்காட்டாக நாம் அன்றாடம் காணும், விரும்பும், மதிக்கும், அஞ்சும் உருவங்களில் உள்நிறுத்தி இறைவனை காண முயற்சித்தல் முதல்நிலையாகும். முன்னோர்களுக்கு சிலை அமைத்து வழிபடுவதுஅவர்களுக்கு

கல்லெடுத்து வழிபடுவது அவர்கள் பயன்படுத்திய ஆயுதங்களை வணங்குவது, யானை, பசு போன்ற விலங்குகளை வணங்குவது போன்ற அனைத்தும் இவற்றுள் அடங்கும். உருவம் வெறும் பாதைதான் உள்நோக்குதலே மனிதன் கவனம் செலுத்த வேண்டியவை. இதில் சிக்கல் என்னவென்றால் மனிதன் உருவங்களுக்கு கொடுக்கும் முக்கியத்துவத்தை உள்நோக்குதலுக்கு அளிப்பதில்லை. இதுவே அவன் எண்ணங்களிலேயே சூழன்று மடிந்துபோவதற்கான காரணமாக அமைந்துவிடுகின்றது. மத,சமய பூசல்கள் இப்புரியாமையின் வெளிபாடே எனலாம். இதனை வள்ளுவரும் பற்றுக பற்றற்றான் பற்றினை என்று குறிப்பிடுகிறார்.

இரண்டாம் நிலை பற்றின்மை– இயற்கை – இறை

முதல்நிலையில் உள்ள உள்நோக்குதலின் பயன் பற்றின்மை. இப்பற்றிமை மன அமைதியை அளிக்கும். அவ்வமைதி ஒரு நிலைப்பைத் தரும். இந்த நிலைப்புதான் இப்பிரபஞ்சத்தின் அசல் கூறுகளில் இறைதன்மையை உணர செய்யும். நிலையான உருவங்கள் அற்ற இயற்கை தனிமங்களாக விளங்கும் நிலம்,நீர்,நெருப்பு, காற்று, மரம்,செடி,கொடி என்ற இயற்கை வளமங்களில் இறைவனையும் மனவமைதியையும் காணுதல் ஆகும். மனிதர்களிடமிருந்து இயற்கையிடம் சரணடைதல் எனலாம். அல்லது மனித எண்ணங்களில் இருந்து மீண்டு இயற்கையில் கலத்தல் எனலாம். முதல் நிலையில் மதசமய பூசல்களை விளைவிக்கும் சிக்கல் இந்நிலையில் இல்லாமல் போகும். இயற்கைக்கு அனைத்தும் ஒன்றுதான் என்ற மனநிலையை அடைந்த பின்னர் பற்றால் ஏற்படும் சிக்கல்கள் முழுமையாக மறைந்துபோம். வாடிய பயிரையும் கண்டு கலங்குவது இந்த நிலையில்தான். மூன்றாவது நிலை

இயற்கை – ஞானம் – இறையொடு – கலத்தல்

இரண்டாம் நிலையின் நீட்சியே மூன்றாம் நிலையாகும். நிலையான உருவமற்ற இயற்கை கூறுகளையும் விட்டுவிட்டு இப்பிரபஞ்சம் அனைத்திலும் இறையைக் கண்டு அதனோடு கலத்தலே பக்திநிலையின் உச்சப்பட்சம் எனலாம். அனைத்திலும் இறைவனைக் கண்ட பின்னர் தானே இறையாக மாறுவர். இதனை

வள்ளலாரின் அருட்பெரும் சோதி தனிப்பெரும் கருணை என்ற முழக்கத்தின் மூலம் அறியலாம்.

பசிப்பிணி ஒழித்த வள்ளலார்

வள்ளலாரின் ஆகபெரிய சமயத்தொண்டு பசித்தவர்களுக்கு உணவளிக்க வேண்டும் என்ற கொள்கையே எனலாம். பசி வந்திட பத்தும் பறந்துபோம் என்பதும் அந்தப் பத்தில் தவமும் ஒன்று என்பதும் அறியாதவர் அல்லர் வள்ளலார். பசியோடு இருப்பவர்க்கு இறையேது பக்தியேது. பசித்தவனுக்கு எந்த மதக்கோட்பாடுகளும் அற்பமாகத்தான் தோன்றும். எனவே பசித்தவனுக்கு உணவளிப்பதே தன் முதல் லட்சியமாக க் கருதினார். அவை இன்றுவரை அவருடைய தொண்டர்களால் கடைப்பிடிக்கப்படுகிறது என்பது சிறப்பு. பசியின் கொடுமையை அறியாது அப்பிணியுற்றோரைக் கடந்து செல்கிறவர்களைப் பித்து என்று சாடுகிறார்

> பட்டினி கிடப்பாரைப் பார்க்கவும் நோழி
> பழங்கஞ்சி ஆயினும் வழங்கவும் நினையீர்
> எட்டிப்போல் வாழ்கின்றீர் கொட்டிபோல் இளைத்தீர்
> எத்துணை கொள்கின்றீர் பித்துலகீரே[1]

விமர்சனங்களும் காரணிகளும்

சைவ நெறியைப் பின்பற்றிய சமயவாதியாக வள்ளலார் இருந்தாலும் பல சைவ சமயத்தைச் சார்ந்தவர்களே விமர்சித்துள்ளனர். குறிப்பாக வள்ளலார் அருளிய அருட்பாவினை மருட்பா என்று கூறி அப்பாடல்களையும் அவரையும் கேள்விக்குட்படுத்தினர். நீரில் விளக்கு எரிந்தது அவ்வெளிச்சத்தில் வள்ளலார் நூல் வாசித்தார் என்று சொல்லப்படும் நிகழ்வினைப் பொய் கதை என்றும் சாத்தியமில்லாத ஒன்று என்று ஆறுமுக நாவலர் போன்ற அறிஞர்கள் விமர்சிக்கின்றனர். அவ்வறிஞர்கள் மெத்த முற்போக்குதனம் நிறைந்தவர்கள் என்று கூற இயலாது. இவ்விமர்சனங்களை நாயன்மார்கள் வரலாற்றிலும் வைப்பார்களா? என்பது கேள்வியே. எல்லா மதங்களும் தங்களுக்கான நடைமுறையை ஏற்படுத்தி வைத்துள்ளன. இதனோடு சேர்ந்து

பயனிப்பவர்களை கொண்டாடுவது மீறுபவர்களை விமர்சிப்பதும் அதன்போக்கு எனலாம். வள்ளலார் தன்னுடைய சமயத்திலுள்ள குறைபாடுகளை நீக்க நினைத்தார். அதனை ஏற்காத சமயவாதிகளின் வெறுப்புணர்வே அவர்மீதான விமரசனங்களாக வெளிப்பட்டன என்று கூறலாம்.

சாதி(தீ)யை எரித்த ஒளி வள்ளலார்
இருட்சாதித் தத்துவச் சாத்திரக் குப்பை
இருவாய்ப்புப் புன்செயில் எருவாக்கிப் போட்டு
மருட்சாதி சமயங்கள் மதங்களைச் சிரம
வழக்கெல்லாம் குழிக்கொட்டி மண்மூடிப்போட்டு[2]

அதிகார மையமாக மாறிவிட்ட எந்த மதமும் இப்படியான கருத்துக்களை தங்களுடைய பிரதான கொள்கையாக கடைபிடிக்க முயற்சிப்பதில்லை. இப்படியான கருத்துகளை பேசகின்ற ஒரு கூட்டத்தைச் சேர்த்து வைத்துக்கொள்வார்களே தவிர அதனை முழுமுற்றுமாக நடைமுறைபடுத்தமாட்டார்கள். எடுத்துக்காட்டாக சித்தர் இலக்கியம் ஒரு தனி கூட்டமாகத் தனித்திருப்பதைக் காணலாம். வள்ளலார் தன்னுடைய சமய வழியாக சுத்த சன்மார்க்கதை பின்பற்றினார். அதன் முக்கிய முழக்கமாக நிறுவனங்களாய் மாறி போன மதச்சடங்குகளைச் சாடினார்.

சாதியிலே மதங்களிலே சமய நெறிகளிலே
சாத்திரச் சந்தடிகளிலே கோத்திரச் சண்டையிலே
ஆதியிலே அபிமானித் தலைகின்ற உலகீர்
அலைந்தலைந்து வீணே நீர் அழிதல் அழகலவே[3]

இப்படியான மீறல்களை ஏற்றுக்கொள்ள முடியாத மத நிறுவனத்தின் குரல்களே வள்ளலார் மீது விமர்சனங்களாக விழுந்தது என்று கருத வேண்டியுள்ளது.

முடிவுரை

தமிழ் சமூகத்தில் மதங்களைச் சாராது பல முற்போக் காளர்கள் செய்த பணிகளை வள்ளலார் சமயத்திற்குள்ளேயே செய்ய முற்பட்டார். சைவ நெறியோ வைணவ நெறியோ ஒற்றைத் தத்துவத்தை அடிப்படையாக கொண்டு இந்நிலையை

அடையவில்லை. ஒவ்வொரு காலத்தில் தோன்றி வெற்றி அடைந்த தத்துவங்களை உள்வாங்கி அல்லது அதில் இருக்கும் சிறந்த பண்புகளை தனதாக்கி கொண்டுதான் பெருநிறுவனமாக மாறியுள்ளது எனலாம். கொல்லாமையை முதலில் வலியுறுத்தியது சமணமும், பௌத்தமும்தான் என்றாலும் பண்டைய காலத்தில் புலால் உண்ட வைத்திகவாதிகள் இன்று புலால் மறுத்தலை தீவிரமாகக் கடைப் பிடிப்பதை எடுத்துகாட்டாகக் கொள்ளலாம். இவ்வாறு ஒவ்வொரு தத்துவமும் மனித சிந்தனையை விரிவடைய செய்யவும் மனித மாண்பினை வளர செய்யவுமே தோன்றியது. பெருநிறுவனமான மதங்கள் தத்துவங்களின் சாரத்தை மக்களுக்கு தெளிவுபடுத்த முனையவில்லை. வள்ளலார் எளிய மக்களுக்கும் விளங்கும்படி ஞான தேடலைப் பொதுமையாக்கினார். அதற்கு தடையாக இருந்த மதச்சடங்குகளை எதிர்த்தார். அனைவரும் ஞானவழியை அடைய சுத்த சன்மார்க்கத்தைத் தோற்றுவித்தார். தன் மீது விழுந்த அத்தனை விமர்சனங்களையும் பொருட் படுத்தாமல் இறுதிவரை தனிமனித விடுதலைக்காகத் தொண்டாற்றினார். எளிய மக்கள் செல்ல தடையாய் கல்லும் முள்ளுமாய் இருந்த மத முடத்தனங்களால் நிறைந்த பாதையை மிதித்து நடந்து ஓடி செம்மைபடுத்தினார். எல்லா மக்களும் ஞானநிலை அடைய ஓடி ஓடி உட்கலந்த ஜோதி என்றும் ஒளிர்ந்துகொண்டிருக்கிறார் அருட்பெருஞ்சோதி வள்ளலார்.

அடிக்குறிப்புகள்

1. திருவருட்பா, ஆறாம் திருமுறை, உலகர்க்கு உய்வகை கூறல், பா.எண்-6
2. திருவருட்பா, ஆறாம் திருமுறை, சிவானந்தத்தழுந்தல், பா.எண்-86
3. திருவருட்பா, ஆறாம் திருமுறை,1473

சான்றாதரங்கள்

1. திருவருட் பிரகாச வள்ளலார், புலவர் என்.வி. கலைமணி, சாந்தி பதிப்பகம்
2. அருட்பா மருட்பா, ப.சரவணன், காலச்சுவடு
3. வானரசர் வள்ளலார், கனக ஏழுமலை சுவாமி, கவிமணி பதிப்பகம்

வள்ளலார் உணர்த்தும் வாழ்வியல் நெறிகள்

முனைவர் கோ.கயல்விழி
உதவிப்பேராசிரியர், தமிழ்த்துறை,
சோனைமீனாள் கலை மற்றும் அறிவியல் கல்லூரி,
முதுகுளத்தூர்.

ஆய்வுச் சுருக்கம்

வள்ளலாரின் வாழ்வியல் குறிக்கோள்களான ஆன்மநேய ஒருமைப்பாட்டினை அன்பு நெறியின் மூலம் எடுத்துரைக்கப் பட்டுள்ளது. சாதி சமயம், மதம், குலம் என்பவற்றில் இருக்கும் வேறுபாடுகளைக் களைந்து மக்கள் ஒற்றுமையுடன் வாழ வழி செய்தமை பற்றியும், சாதி, சமய பழக்கவழக்கங்களை கண்மூடி வழக்கம் எல்லாம் மண்மூடிப் போக என்று வள்ளலார் சாடியமை பற்றியும் கூறப்பட்டுள்ளது. மேலும் அளவோடு உண்ணவும், அளவோடு தூங்கவும் செய்தால் ஆன்மபலம் கூடும் என்பதனைப் பற்றியும் வள்ளலார் வழி நின்று கூறப்பட்டுள்ளது. அன்புநெறி, ஆண் + பெண் = சமத்துவம், ஒருமைப்பாட்டுணர்வு, தியானம் மற்றும் பிரார்த்தனை போன்ற வாழ்வியலின் நெறிகளாக வள்ளலார் கூறும் வழியில் இவ்வாய்வுக் கட்டுரை அமைகிறது.

திறவுச்சொற்கள்:

அன்புநெறி, ஆண் + பெண் = சமத்துவம்- ஒருமைப் பாட்டுணர்வு தியானம் - பிரார்த்தனை- சாதி-சமயம்- மதம்-குலம்- சாத்திர இனப் பழக்கவழக்கங்கள் மூடப் பழக்கவழக்கங்கள், ஏற்றத் தாழ்வுகள், தீண்டாமை

முன்னுரை

பல்லாயிரம் ஆண்டுகளாக நம் நாட்டில் நாயன்மார்கள் மற்றும் ஆழ்வார்கள் அவதரித்து ஞானப்பயிர் வளர்த்து மக்களை நல்வழிப்படுத்தி வந்தனர். அவர்களைத் தொடர்ந்து சிவப்பிரகாசர், தாயுமானவர்,வள்ளலார் வரை வந்து தோன்றிய ஞானிகள் பலர் எனலாம். இறையருளைப் பெற்று ஞானியாகிய வள்ளலார் மனித சமுதாயத்திற்கு புரட்சிகரமான மாறுதல்களைக் கொடுத்து சீர்திருத்திய செம்மையாளர் என்றே கூறலாம். சகல ஆன்மாக்களித்திலும் சமமான அன்பு செலுத்திய ஆன்மநேய ஒருமைப்பாட்டாளர் இவரே ஆவார். வள்ளலார் நமக்கு உணர்த்தும் வாழ்வியல் நெறிகளை இவ்வாய்வுக் கட்டுரையில் காண்போம்.

கண்மூடி வழக்கம் மண்மூடிப்போக

வள்ளலார் காலக்கட்டத்தில் சாதி, சமயவேறுபாடுகளும், சாத்திர இனப்பழக்கவழக்கங்களும், மூடப்பழக்கவழக்கங்க்ளும், ஏற்றத்தாழ்வுகளும், தீண்டாமையும் பெருகிக் காணப்பட்டன. அப்போது வள்ளலார் சமய நெறியின் மூலம் வாழ்க்கையைச் சீர்திருத்த முயன்றார். கண்மூடிப்பழக்கம் எல்லாம் மண்மூடிப் போக சன்மார்க்கமே சிறந்தது. அதனாலேயே உலகம் வாழ்ந்தோங்கும் என்று வள்ளலார் எண்ணினார். இதனை,

> **"கலையுரைத்த கற்பனையே நிலை எனக்கொண்டாடும்**
> **கண்மூடி வழக்கம் எலாம் மண்மூடிப்போக**
> **மலைவறுசன்மார்க்கம் ஒன்றே நிலைபெறமெய் உலகம்**
> **வாழ்ந்தோங்க கருதியருள் வழங்கினை என் தனக்கே**
> **உலைவறும் இப்பொழுதே நல் தருணம் என நீயே**
> **உணர்த்தினை வந்தணைந்தருள்வாய் உண்மைஉரைத்தவனே**
> **சிலை நிகர்வன் மனங்கரைத்துத் திருவமுதம் அளித்தோய்**
> **சித்த சிகாமணியே என் திரு நட நாயகனே"[1]**

என்னும் வரிகளை பல நூறு ஆண்டுகளுக்கு முன்பே சொல்லி எச்சரித்த எளிமையாளர் வள்ளலார் எனும் பெருந்தகையேஆவார்.

அளவான தூக்கமே ஆன்ம பலம்

அளவோடு உண்டு, உறங்கி, விழித்துச் சரியாகச் செய்யும் ஒருவனின் செயலானது நினைத்த இலட்சியத்தை பெறுவான் என்பது உறிது. வள்ளலார் அதிக உணவு உண்டால் உள்ளம் சோர்வு பெற்று உடல் ஓய்வெடுக்க நினைத்து விடும். அதனாலேயே தூக்கத்தின் நேரமும் அதிகரித்து விடும். அதிக நேரம் உறங்குகின்றவன் தான் நினைத்த காரியத்தை விரைவாகச் செய்து முடிக்காமல் கைவிட்டுவிடுவான். தூக்கம் கொள்கிறவனின் மூளையானது சிந்தனை செய்வதைக் குறைத்துக் கொள்கிறது. வள்ளலார் தான் கடைபிடித்த உண்டி சிருக்குதல் என்ற உயர்ந்த கொள்கையினால் அளவான தூக்கம் ஆன்ம பலத்தைக் கொடுக்கும் என்ற உண்மையினை உலகிற்கு உணர்த்த வள்ளலார்,

"தொழுந்தகை உடைய சோதியே
அடியேன் சோம்பலால் வருந்தியதோறும்
அழுந்த என் உள்ளம் பயந்ததை என்னால்
அளவிடற்கெய்துமோ பகலில்
விழுந்துறு தூக்கம் வரவது தடுத்தும் விட்டிடா
வன்மையால் தூங்கி
எழுந்த போதெல்லாம் பயத்தொடும் எழுந்தேன்
என்செய்வேன் என்செய்வேன் என்றே"[2]

என்னும் பாடல் வரிகள் மூலம் வள்ளலார் நமக்குப் புலப்படுத்துகின்றார்.

அன்புநெறிப்பற்றாளர்

அன்பு என்னும் சொல் சிறிதுதான் மனித சமுதாயத்தை உயர்க்கூட்டங்க்ளை உன்னதமாக ஒத்திசைந்து வாழச் செய்யும் ஆற்றல் அன்பு ஒன்றுக்கு மட்டுமே உண்டு. அன்பு அத்தகு ஆற்றல் வாய்ந்தது என்பதனை அன்புநெறிப் பற்றாளர் வள்ளலார்,

"அன்பெனும் பிடியுள் அகப்படும் மலையே
அன்பெனும் குடில்புகும் அரசே
அன்பெனும் வலைக்குட்படு பரம்பொருளே
அன்பெனும் கரத்தமர் அமுதே
அன்பெனும் கடத்துள் அடங்கிடும் கடலே

அன்பெனும் உயிர்ஒளிர் அறிவே
அன்பெனும் அணுவுள் அமைந்த பேரொளியே
அன்புருவாம் பரசிவமே"³

என்னும் வரிகள் மூலமும்; மேலும்,

"அப்பா நான் வேண்டுதல் கேட்டருள் புரிதல் வேண்டும்
ஆருயிர்கட்கெல்லாம் நான் அன்புசெயல் வேண்டும்"⁴

என்னும் வரிகள் மூலம் அன்பு ஒன்றே உலக உயிர்களை இணைக்கும் பாலம் என்றும்; ஆண்டவனின் அருளைப் பெற அன்பே உகந்தது என்றும் இதன் மூலம் நமக்கு உணர்த்துகின்றார்.

ஆண்=பெண்=சமத்துவம்

ஆண் + பெண் = சமத்தும் என்பதற்கு பெண் கல்வி மிக அவசியம் என்பதும் பெண்களுக்கான முற்போக்கு சிந்தனைகளை வள்ளலார் குறிப்பிட்டுள்ளது போற்றத்தக்க ஒன்றாகும்.

ஆண் பாகம் சேராது, பெண்ணுருவப்படாது, பெண்பாகம் சேராது ஆண் உருவப்படாது. மேலும் ரூப்பேதத்தைப் பெண் ஆண் என்பது அறியாமை. ஜீவ அறிவாகிய மனஅறிவு பெண்ணிடத்தும், ஆன்ம அறிவாகிய அறிவு ஆணிடத்தும் உள்ளது. ஆதலால் உருவம் குறிப்பது அவசியமல்ல என்பதனை,

"பெண்இயல் ஆணும் ஆண்இயல் பெண்ணும்
அண்ணுற அமைத்த அருட்பெருஞ்ஜோதி"⁵

என்னும் வரிகள் மூலம் ஆண் + பெண் = சமத்துவம் அதாவது சமம் என்பதனை இதன் மூலம் நமக்கு உணர்த்துகிறார்.

வள்ளலாரின் ஒருமைப்பாட்டுணர்வு

மக்கள் ஒன்றுபட்ட மனத்தோடு வாழ்தல் என்பது பெருமைக்குரிய ஒன்று. வள்ளலார் ஒருமைப்பாட்டினை வலியுறுத்தும் போது ஆன்மநேய ஒருமைப்பாடு என்னும் தொடரைக் கையாளுகின்றார். மக்களிடையே வேறுபாடின்றி வாழ்தலே ஒருமைப்பாட்டுணர்வு என்கிறார் வள்ளலார் இதனை,

“எவ்வுயிரும் பொதுஎனக் கண்டிரங்கி உப
கரிக்கின்றார் யாவர் அந்தச்
செவ்வியர்தம் செயல் அனைத்தும் திருவருளின்
செயல் எனவே தெரிந்தேன் இங்கே
கவ்வை இலாத் திரு நெறி அத்திருவாளர்
தமக்கேவல் களிப்பால் செய்ய
ஒவ்வியதென் கருத்தவர்சீர் ஓதிட என்
வாய்மிகவும் ஊர்வதாலோ”[6]

என்னும் பாடல் வரிகளில் அனைவரையும் தம் உயிரைபோல் எண்ணும் ஒருமை உணர்வினைத் தாம் மதித்துப் போற்றும் நிலையினைக் கூறியுள்ளதை நாம் இதன் மூலம் அறியமுடிகின்றது.

தெய்வம் தெளிந்த மெய்ஞ்ஞானியரைத் தேடி அலைந்து தொண்டு செய்ய நினைத்ததை வள்ளலார்,

“எத்துணையும் பேதமுறா தெவ்வுயிரும்
தம் உயிர்போல் எண்ணி உள்ளே
ஒத்துரிமை உடையவராய் உவக்கின்றார்
யார் அவர் உளந்தான் சுத்த
சித்துருவாய் எம்பெருமான் நடம்புரியும்
இடம் என நான் தெரிந்தேன் அந்த
வித்தகர் தம் அடிக்கேவல் புரிந்திட என்
சிந்தை மிக விழைந்ததாலோ”[7]

என்னும் பாடல்வரிகள் மூலம் சாதி, சமயம் இன்னபிற வேற்றுமைகள் பாராட்டாதவராய்த் தம்முயிர் போலப் பிற உரிர்களையும் கருதி அன்பு செலுத்துபவராய் உதட்டளவில் இல்லாமல் உள்ளத்தால் ஒருமைப் பாட்டினை விரும்புகின்றவராய் உள்ள உத்தமர் எவரோ, அவருடைய திருவுள்ளமோ இறைவன் நடம்புரியும் இடம் என்றும், அத்தகைய வித்தகச் சித்தர்களுக்குத் தொண்டு புரியத் தம் உள்ளம் விரும்புவதாக வள்ளலார் கூறியுள்ளதை நாம் இதன் மூலம் அறியமுடிகின்றது.

சாதியும் மதமும் வேண்டாமே

சமுதாயத்தில் நிலவும் சாதிப்பாகுபாடுகள் என்பது பிறப்பினால் உயர்வு, தாழ்வாக கற்பிக்கப்பட்டன. இதனாலேயே

நாட்டில் சண்டை, சச்சரவுகள் நிலவி வந்தன. சாதி, மதங்களால் மக்கள் வீண் பொழுதைக் கழித்தனர். இதனை மாற்றி இறைச் சிந்தனையை ஏற்படுத்தி மக்களை ஒற்றுமையுடன் வாழ வேண்டும் என வள்ளல் பெருமானார் அறிவுறுத்தினார். இவருக்கு முன்னரே விளங்கிய திருமுறைகள் சாதி பேதங்களை வன்மையாகச் சாடியுள்ளது. இதனைத் திருநாவுக்கரசரின் பதிகப்பாடல்லில்,

சாத்திரம் பேசுஞ் சழக்கர்காள்
கோத்திரமுங் குலமுங் கொண்டென் செய்வீர்
பாத்திரஞ் சிவமென்று பணிதிரேல்
மாத்திரைக்குளருளுமாற் பேரே[8]

சாதிமதங்களால் பயனில்லை அவற்றை கடந்து பரம் பொருளைப் பணியுங்கள் என்கிறார். மாணிக்கவாசகரும் ஞான நெறி அடைந்தவருக்குச் சாதிகுலம், பிறப்புகள் பெறும் தடையாய் அமைந்திருக்கிறது என்பதனை,

"சாதிகுலம் பிறப்பென்னும் சுழிப்பட்டுத் தடுமாறும்
ஆதமிலி நாயேனை அல்லலறுத்தாட் கொண்டு"[9]

என்னும் மாணிக்கவாசகரின் வருகள் மூலம் நாம் அறியமுடிகின்றது.

சமுதாய ஒருமைப்பாட்டிற்கு சாதி, மதம் தடையாய் இருப்பதால் அதனை நீக்கி மக்கள் இறையருள் பெற வள்ளலார் கூறும் வழி,

"சாதியும் மதமும் சமயமும் காணா
ஆதியாம் அநாதியாம் அருட்பெருஞ்ஜோதி"[10]

என்னும் வரிகள் மூலம் நமக்கு உணர்த்துகிறார். மேலும் இறைச்சிந்தனை மட்டுமே மக்களை நல்வழிப்படுத்தும் அதற்கு சன்மார்க்கமே சிறந்த நெறி என்பதனை,

"சாதிமதம் சமயம் எனும் சக்கையும் விட்டடக்கி
மடிப்படக்கி நின்றாலும் நில்லேன் நான் எனவே"[11]

என்னும் வரிகள் மூலம் நமக்கு உணர்த்துகின்றார்.

வள்ளலார் கூறும் தியானம்

உடலுக்கும் உள்ளத்திற்கும் உரம் தரும் மந்திரமே தியானம் ஆகும். தியானம் என்பது தமிழில் உள்குதல் என்று குறிக்கப்படுகிறது. இரு கண்களுக்கு இடையே புருவ மத்தியில் அமைந்த இடைவெளியினை இது கீழ் இரண்டும் மேல் ஒன்றுமாக அமைந்த ஃ முப்புள்ளி வடிவாகிய ஆயுத எழுத்தினைப் போன்று இரண்டு கண்களுக்கு மேல் கொண்டு செல்லும் நிலையினைத் தியானம் என்கிறார். மன ஒருமைப்பாட்டுக்குத் தியானத்தைப் பெரியோர்கள் அனைவருமே வற்புறுத்துறார்கள். இறைவனுடைய திருவடித் தியானம் உண்டானால்,

"நீருண்டு பொழிகின்ற கார் உண்டு விளைகின்ற
நிலன் உண்டு பலனும் உண்டு
நிதியுண்டு துதிஉண்டு மதி உண்டு கதி கொண்ட
நெறி உண்டு நிலையும் உண்டு
ஊர் உண்டு பேர் உண்டு மணி உண்டு பணி உண்டு
உடை உண்டு கொடையும் உண்டு
உண்டுண்டு மகிழவே உணவுண்டு சாந்தம் உறும்
உளம் உண்டு வளமும் உண்டு
தேர் உண்டு கரி யுண்டு பரி உண்டு மற்றுள்ள
செல்வங்கள் யாவும் உண்டு
தேன் உண்டு வண்டுறு கடம்பணியும் நின்பதத்
தியானமுண்டாயின அரசே
தார் உண்ட சென்னையில் கந்தக்கோட்டத்துள்வளர்
தலம் ஓங்கு கந்தவேளே
தண்முகத் துய்யமணி உண்முகச் சைவமணி
சண்முகத் தெய்வமணியே"[12]

என்னும் வரிகளில் தியானம் மூலம் அனைத்து பேறுகளும் கிடைக்கும் என்று வள்ளலார் குறிப்பிடுகின்றார்.

வள்ளலார் கூறும் பிரார்த்தனை

தியானத்தைப் போன்றே பிரார்த்தனையைப் பற்றியும் ஒரு கருத்தை மிகத் தெளிவாக வள்ளலார் கூறியுள்ளார். அவை,

"ஒருவன் பிரார்த்தனை செய்வதில் அவனுக்காக மட்டும் செய்வது சரியல்ல. இந்த உலகமெல்லாம் வாழும்படிப் பிரார்த்தனை செய்தல் வேண்டும். அப்படிச் செய்வதால் அதில் ஒருவனுக்கு வேண்டியவை எல்லாம் அடங்கி விடுகின்றன"[13]

என்பது வள்ளலாரின் பேருபதேசம் ஆகும். மேலும் வள்ளலார் இதற்கு ஆதாரமாக,

"பாதி இரவில் எழுந்தருளிப் பாவியேனை எழுப்பி அருட்
ஜோதி அளித்தென் உள்ளகத்தே சூழ்ந்து கலந்து
துலங்குகின்றாய்
நீதி நடஞ்செய் பேரின்ப நிதி நான் பெற்ற நெடும் பேற்றை
ஓதி முடியா தென்போல் இவ்வுலகம் பெறுதல் வேண்டுவனே"[14]

என்னும் திரு அருட்பா பாடல் வரிகள் மூலம் நமக்கு உணர்த்துகின்றார்.

முடிவுரை

வள்ளலார் உணர்த்தும் வாழ்வியல் நெறிகளானது மக்கள் சமுதாயம் ஒற்றுமையுடனும்,ஒருமைப்பாட்டுடனும் வாழ வழி வகுக்கின்றது. மேலும் சமய நெறிகளில் நின்று வாழ்க்கையைச் சீர்திருத்த முயன்று சன்மார்க்க நெறிவழி உலகம் தழைத்தோங்கச் செய்தார். மனத்தை வளப்படுத்த வள்ளலார் கூறிய ஒழுக்கம் உலக மக்களை உய்விக்கும் தன்மையுடையதாகும். வாழ்வியல் குறிக்கோளாக ஆன்மநேய ஒருமைப்பாடும் மரணமிலாப் பெருவாழ்வும் அமைந்துள்ளன. அறத்தின் வழியே அருளையும், அருளின் வழியே அன்பையும் அவையே உயிரின் கூட்டத்தை உன்னதப்படுத்தும் புண்ணிய பாவங்களை வகைப்படுத்தி புண்ணிய காரியங்களைச் செய்து நற்பேறு அடையலாம் என்பதனை வள்ளலாரின் வழி இவ்வாய்வுக் கட்டுரை மூலம் நாம் அறியலாம்.

அடிக்குறிப்பு நூல்கள்

1. திருஅருட்பிரகாச வள்ளலார், திருவருட்பா, ஆறாம் திருமுறை, பா-187.

2. திருஅருட்பிரகாச வள்ளலார், திருவருட்பா, ஆறாம் திருமுறை, பா-244.

3. திருஅருட்பா, ஆறாம்திருமுறை, பா-3.
4. திருஅருட்பா, ஆறாம்திருமுறை, பா-346.
5. திருஅருட்பிரகாச வள்ளலார், திருவருட்பா, ஆறாம் திருமுறை, அடி: 709-710.
6. திருஅருட்பா, ஆறாம்திருமுறை, பா-1615.
7. திருஅருட்பா, ஆறாம்திருமுறை, பா-1616.
8. திருநாவுக்கரசர், ஐந்தாம் திருமுறை, பதி-60, பா-3.
9. மாணிக்கவாசகர், திருவாசகம், பா-477.
10. திரு அருட்பா, அருட்பெருஞ்ஜோதி அகவல், அடி-114-115.
11. திரு அருட்பா, ஆறாம்திருமுறை, பா-748.
12. திரு அருட்பா, ஐந்தாம் திருமுறை, பா-2958.
13. திரு அருட்பா, உரை நடைப்பகுதி, ப-417.
14. திரு அருட்பா, ஆறாம் திருமுறை, பா-465.

வள்ளலாரின் சன்மார்க்க வாழ்வு

முனைவர் கா. சந்தானலெட்சுமி
இணைப்பேராசிரியர் மற்றும் தமிழ்த்துறைத் தலைவர்
மன்னர் துரைசிங்கம் அரசு கலைக்கல்லூரி
சிவகங்கை, அலைபேசி: 7708394749
lakshmisabthaba617;gmail.cHm

ஆய்வுச்சுருக்கம்

தனிமனித வாழ்க்கையின் சேர்க்கையே சமுதாயம் ஆகிறது. சமுதாய மேம்பாட்டில் ஒவ்வொரு தனிமனித வாழ்வியலும் அடங்கியுள்ளது. அந்த வகையில் 18ஆம் நூற்றாண்டில் தனி மனித மற்றும் சமூக மேம்பாட்டிற்கான வாழ்வியல் நெறியை வாழ்ந்து காட்டிய மகானாக வள்ளலார் திகழ்கிறார். மண் பயனுற வேண்டும் என்ற நோக்கில் தனது மனிதப்பிறவியை போற்றுபவரே மகான் ஆகிறார். வள்ளலார் மகானாக வாழ்ந்து காட்டியவர். தான் கூறிய சன்மார்க்க ஆன்மிக நெறிகளை தானே வாழ்ந்துகாட்டி உலகிற்கோர் எடுத்துக்காட்டு வாழ்வியலை உருவாக்கித் தந்தவர் வடலூர் வள்ளலார் ஆவார். இன்று உலகெங்கும் உள்ள மானுட சமுதாயத்தின் மேம்பாட்டிற்கான வாழ்வியல் நெறியைத் தந்த வள்ளல் பெருமான் வள்ளலார் இன்றுவரை உலகெங்கும் அறியப்படுகிறார். சாத்திய மற்றவைகளை சாத்தியமாக்கிக் காட்டியவர். வள்ளலாரின் சன்மார்க்கவாழ்வு மானுட சமுதாயத்தின் நன்மார்க்க வாழ்வதற்கு வழி வகுக்கும் என்பதை இக்கட்டுரை தெளிவுபடுத்துகிறது.

கருச்சொற்கள்

சத்திய சன்மார்க்கம் நித்திய வாழ்வு அணையா அடுப்பு இறையமுதம் நற்றவத்தார் நன்னெஞ்சம் ஆன்மநேய ஒருமைப்பாடு

ஜீவகாருண்யம் கருணை தருமசபை சாகாவரம் நாழிகை நாட்டம் அம்பலம் நன்மார்க்கம்

முன்னுரை

தெய்வத்தமிழ் தந்ந தவப்புதல்வர்கள் பலராவார்கள். அவர்களில் சத்திய வாழ்வினை நித்திய வாழ்வாக நிதர்சனமாக வாழ்ந்து காட்டியவர் வள்ளலார் ஆவார். அழிவில்லாத ஆன்மா அழிவில்லாத நிலை அடைய நித்திய வாழ்விற்கு வழிகாட்டுவது சத்திய சன்மார்க்க நெறியாகும். இந்நெறியை பின்பற்றி வாழ்ந்தவர் வடலூர் வள்ளலார் ஆவார். அவரின் வாழ்வும் வாக்கும் சமூக மேம்பாட்டிற்கு என்றும் வழிகாட்டுவனவாகும். வள்ளலாரின் சன்மார்க்க வாழ்வினை சமூகவியல் ஆய்வு அனுகுமுறை கொண்டு இக்கட்டுரை வெளிப்படுத்த விழைகிறது.

இறையமுதும் அணையா அடுப்பும்

ஞானப்பால் உண்டு திருஞானசம்பந்தர் பதிகம் பாடினார். தருவொற்றியுர் திருக்கோயில் சென்று வந்த வள்ளலார் இரவு நேரம் ஆகியதால் தன் அண்ணியாரை எழுப்பி உணவு உட்கொள்ளாது பசியோடு வீட்டுத்திண்ணையில் அயருகிறார். இவரின் நிலைகண்ட வடிவாம்பிகை அன்னையே இவரின் அண்ணியாரின் உருவில் வந்து இவருக்கு உணவு தந்தார்.

உண்ண உண்ண ஊட்டுகிறாள்
எண்ணுகின்றேன் எண்ணங்கள் எல்லாம் தருகின்றான்
தந்தையே என்றழைக்க வந்தான் என்அப்பன்
பாடுகநீ என்றான் பரன்[1]
(ஆறாந்திருமுறை சுத்தசிவநிலை பாடல் 15)

என்ற வரிகளில் தனது இறையனுபவத்தை வள்ளலார் வெளிப்படுத்தி உள்ளார். அன்னபுரணியாக வந்த அம்மையால் இறையமுதம் பெற்றதால்தான் அவனியிலுள்ளோர் அனைவரும் பசியின்றி வாழவேண்டுமென வள்ளலார் அவா கொண்டார்.

1867 ஆம் ஆண்டு மேமாதம் *23*ஆம் தேதி வள்ளலார் ஏற்றி வைத்த அடுப்பு இன்றுவரை அனைவரின் பசியை போக்கி வருகிறது. தினந்தோறும் *1000*க்கும் மேற்பட்ட மக்கள் உணவு உண்ணும் தருமசாலை சத்தியஞான சபையை நிறுவினார்.

'உலகத்தில் தர்மம் உள்ளவரை இந்த அடுப்பு அணையாது இந்த அடுப்பு உள்ளவரை தர்மம் அணையாது'[2] என்ற கூற்றானது தர்மத்திற்கும் வாழ்விற்குமானத் தொடர்பினைக் காட்டும். ஆன்மநேய ஒருமைப்பாட்டுடன் வாழ்தல் என்பது அனைத்துயிர் களின் பசியாற்றுதலோடும் தொடர்புடையதால் பசித்தோர் உணவு வழங்கும் தர்மசாலையை ஏற்படுத்தினார்.

உண்டி கொடுத்தோர் உயிர் கொடுத்தோர் என மணிமேகலை கூறுகிறது. நித்திய வாழ்விற்கான உயிரைத்தந்தவர் வள்ளலார் எனலாம். வள்ளலார் ஏற்றிய அணையா நெருப்பு வடலூரில் மட்டுமன்றி வள்ளலாரின் அருட்தொண்டர்கள் ஜீவிக்கும் இடங்கள் தோறும் உயிர்ப்புடன் உணவளித்துக் கொண்டிருக்கின்றன.

மெலிய காற்று நெருப்பிணை அணைக்கும்
வலிய காற்று நெருப்பினை வளர்க்கும்[3]

என்பதற்கேற்ப வலியகாற்றாய் வள்ளலாரின் வழிவந்தவர்கள் பிரபஞ்சம் முழுவதும் பசித்திருப்போருக்கு உணவளிக்கும் நற்செயல் செய்து வருகின்றனர். வேதங்கள் சடங்குகள் பரிகாரங்கள் அடையாளங்கள் எல்லாம் வள்ளலாரின் இறைவழிபாட்டில் இல்லை. உடம்பிற்கான உணவு ஆத்மாவிற்கான உணர்வு இவை இரண்டுமே இறைவனோடு இரண்டறக் கலப்பதற்கான வழியாக வள்ளலார் வாழ்ந்து காட்டியதோடு மட்டுமன்றி தம்மோடு பயணிப்பவரையும் வாழச் செய்தார் என்பதே வெளிப்படையாகும்.

சன்மார்க்க வாழ்வு

என்மார்க்கம் இறப்பை ஒழிக்கும். சாகா கல்வியைத்தரும். சாகாதவனே சுத்த சன்மார்க்கி என்று வள்ளலார் கூறுகிறார். சாகாத கல்வி மூலம் மரணமில்லா பெருவாழ்வு வாழலாம். இதற்கு வழிகாட்டும் சபையே சுத்த சன்மார்க்க சபை ஆகும்.

சாகா கல்வியைப் பெற உடலாலும் உள்ளத்தாலும் ஒவ்வொரு ஆத்மாக்களும் தயாராக வேண்டும் வாழ்க்கை முறைதான் வழியாடு. வழிபாடு தான் வாழ்க்கை முறை என்ற கொள்கையை உடையது இந்து சமயமாகும். அன்பே சிவம் சிவம் என்றால் அன்பு அன்போடு இருத்தல் அனைத்து உயிர்களிலும்

அன்பு கொள்ளுதலே மனித வாழ்வின் அடிப்படையாக இருக்க வேண்டும் என்பதையே ஜீவகாருண்ய ஒழுக்கமாக வள்ளலார் எடுத்துரைக்கிறார். அதனால்தான் வாடிய பயிரைக் கண்டபோதெல்லாம் வாடினேன் வாடினேன் என்றார். உண்மையான அன்பு மேலிடும் பொழுதெல்லாம் ஓரறிவு முதல் ஆறறிவு வரையுள்ள அனைத்து உயிரும் பரமாத்மாவுடன் இணையவிருக்கும் ஜீவாத்மாகவாகவே கருத வேண்டும். சக உயிரின் வாட்டம் தெரிவதே உயிரின் உயிரோட்டமாக அமைய வேண்டும்.

அன்பிலார் எல்லாம் தமக்குரியர் அன்புடையார்
என்பும் உரியர் பிறர்க்கு   (குறள் - 72)

என்ற குறளில் அன்புடையவரின் என்பு கூட பிறருக்கு உரியதாகும் என வள்ளுவப் பெருந்தகை கூறுவதைப் போலவே வள்ளலாரும் வாடிய பயிரைக் கண்டபோதெல்லாம் வாடினேன் என்கிறார்.

அறிவின் நோக்கம் அனைத்துயிர் பேணலாகும் என்பது வள்ளலாரின் கருத்தாகும். அன்பின் வழிபட்ட அறிவு ஆத்மசுத்திக்கு வழிவகுக்கும்.

அறினான் ஆகுவதுண்டோ பிறிதின் நோய்
தந்நோய் போல் போற்றாக் கடை   (குறள் - 315)

என்பது வள்ளுவத்தின் வாழ்க்கை நெறியாகும். வள்ளலாரின் வாழ்க்கை நெறியும் பிரபஞ்ச அன்பியலோடு அமைந்ததாகிறது. வாடிய பயிரைக் கண்டு வாடினால் உயிருள்ள உயிர்களை அழிக்கும் தீய குணம் மனிதரை விட்டு அகலும். மனிதரைத் தவிர மற்ற இனமும் தன்னினத்தை தானே அழிப்பதில்லை. இந்நிலை மற்ற அனைத்து உயிர்களையும் மதித்து நேசிக்கும் பண்பு மனித இனத்தில் மேலிட வேண்டும். இதற்கான வழிமுறைகளைப் பழகுவதற்கு வள்ளலாரின் அருட்பாக்கள் வழிகாட்டுகின்றன.

சன்மார்க்க வழிகள்

உண்ணும் உணவுகள் உறக்கமுறைகள் ஒழுக்கலாறுகள் நடைமுறை வாழ்வியல் பயிற்சிகளான தியானமும் மூச்சுப் பயிற்சிகள் மற்றும் மருத்துவ முறைகள் பற்றி வள்ளலார் வகுத்துக்

கூறியுள்ளார். இவ்வழிகளைப் பின்பற்றி வாழ்க்கை நெறி மேற்கொண்டால் மானுட வாழ்வு சிறக்கும்.

485 மூலிகைகளின் பயன்களை ஒரே வரியில் ஒவ்வொரு மூலிகைக்கும் வள்ளலார் கூறியுள்ளார். வள்ளலார் மிக அற்புதமான ஒருசித்தி அவர் ஏராளமான மூலிகைகளை அறிந்திருந்ததோடு அவற்றின் பயனைப்பற்றி உலகத்திற்கு தீர்க்கமாக அறிவித்ததுதான்.4 ஜீவாத்மா இருக்கும் இடம் சிவன் இருக்கும் இடமாகும் அவ்விடம் நலமானதாக இருக்க வேண்டுமென வள்ளலார் உறுதி கொண்டார்.

மருந்தறியேன் மணி அறியேன்
மந்திரம் ஒன்றறியேன் தந்திரம் ஒன்றறியேன்[5]

என்று பாடினாலும் சமுதாய வாழ்வியலுக்குத் தேவையானவற்றை வள்ளலார் எடுத்துரைத்துள்ளார். என்போல் இவ்வுலகம் பெறுதல் வேண்டும் என்ற எண்ணம் கொண்ட வள்ளலார் சாமான்ய மக்களும் சன்மார்க்க நெறி வாழ்வதற்கான வழிமுறைகளை வகுத்துள்ளார்.

தூங்கும் முறைகள்

இடதுபுறமாக படுத்துறங்க வேண்டுமென வள்ளலார் கூறுகிறார். தூங்கும் நேரம் துயில் விட்டு எழும் நேரத்தையும் வள்ளலார் குறிப்பிட்டுள்ளார். தூக்கத்தையே தியானமாக மாற்றினால் பிரபஞ்சத்தோடு மானுடசக்தி தொடர்பு கொள்ளும் நிலை ஏற்படும். இதனால் மனித வாழ்வில் நேர்மறை ஆற்றல் அதிகரிக்கும் என்பது தெளிவாகிறது. இதனால் சமுதாயத்தின் வளம் சிறக்கும் பொதுவாழ்வியல் பயனள்ளதாக அமையுமென வள்ளலார் விரும்பினார்.

ஆன்மசுத்தி நிலை

ஆன்மசுத்தியே வாழ்வின் அனைத்திற்குமான சுத்த நிலையை அளிப்பதாகும் என்பது வள்ளலாரின் கருத்தாகும். உள்ளொன்று வைத்து புறமொன்று பேசுவோர் உறவு கலவாமை வேண்டாம் என்ற வள்ளலாரின் சமூகநேர்மையைச் சுட்டுகிறது. ஆத்ம சுத்தி உறவுகளோடு வாழும்பொழுது எண்ணமும் செயலும் சுத்தமாக

இருக்கும். பொய்யாமை இன்றி வாழும் வாய்மையே வாழ்வின் அடிப்படையாக இருக்கும்பொழுது வாழ்க்கைப்பாதை தனக்கும் பிறருக்கும் பயன்படும் வகையில் அமையும்என்பது உறுதி. பொய்யாமை புலால் உண்ணாமைக்கு வழிவகுக்கும். உயிரைக் கொன்று உயிர்வாழ்தல் இன்னாது என்று வள்ளுவரும் கூறியுள்ளார்.

நூற்றாண்டுகள் கடந்தும் இன்றும் கூட வள்ளலார் ஜோதியான நாளில் அனைத்து மாமிசக் கூடங்களும் அடைக்கப்பட்டு; அவருக்கும் அவர் கருத்துக்களுக்கும் இச்சமூகம் மதிப்பளிப்பதைக் காண முடிகிறது. பேரின்ப பெருவாழ்விற்கு வழிகாட்டுவன பொய்யாமை புலால் உண்ணாமை புறம் பேசாமை பிறருக்கு உதவுதல் அனைத்து உயிர்களின் மீது கொள்ளும் ஜீவகாருண்யம் ஆகியன அமைகின்றன. இவைகளில் மனித ஆத்மா தன்னைப்பினைத்து தந்நெறி உய்யும் வழிகண்டால் தரணியே ஆத்மசுத்த நிலை அடையும். ஒளிவாழ்விற்கு ஆத்ம சுத்திநிலையே வழிகாட்டும். அண்டத்திலுள்ளதை பிண்டம் காட்டும்; பிண்டம் பேரின்ப ஜோதிநிலையைடைய ஆத்ம சுத்தி வழிமுறைகளைப் பின்பற்ற வேண்டும். தனிப்பெரும் கருணையோடு வாழ்ந்தால் அருட்பெரும்சோதியாகலாம். எரிகின்ற சுடர் முடிவுறும்போது எண்ணையும் இல்லை;திரியும் இல்லை சுடர் மட்டும் இருப்பது போலவே நம் ஆன்மா ஒளியாகச் சுடரும் என்பது வள்ளலாரின் அனுபவப் பேரின்ப நிலையாகும். இதனைச் சமுதாயம் பெற வேண்டும் என்பதே வள்ளலாரின் சன்மார்க்க நெறியாகும்.

ஆத்மநேய ஒருமைப்பாடு

சுத்த நிலையில் ஒளிநிலையில் ஆத்மாக்களில் பேதம் இல்லை வேறுபாடுகள் இல்லை; ஆண்டவன் படைப்பில் அனைத்துயிர் களும் சோதி வடிவானவையே என்பது வள்ளலாரின் வாழ்வியல் நெறியாக இருந்தது. அதனால்தான்

"சாதிகுலம் என்றும் சமயமதம் என்றும்
நீதிஇயல் ஆச்சிரம நீட்டென்றும் - ஓதுகின்ற
பேயாட்டமெல்லாம் புதிர்ந்தொழிந்தவே பிறர்தம்
வாயாட்டம் தீர்ந்தனவே மற்று"[6]

என்று வள்ளலார் பாடுகிறார். சுத்த சிவமயமான நிலையில் சாதிகுலம் சமய வேறுபாடுகள் இல்லை என்பது தெளிவு.

"துன்மார்க்கம் எல்லாம் தொலைத்துவிட்டேன் சுத்தசிவ
சன்மார்க்கசங்கம் தலைப்பட்டேன்."[7]

என தான் சுத்தசிவநிலையை அடைந்ததை அவரே பாடியுள்ளார்.

"பன்மார்க்கம் எல்லாம் செயலற்று அழிந்தது
கொல்லா நெறி என்னும் சிவாநறிகொண்டு உலகம் உய்ந்தது."[8]

என்பதில் உலகம் உய்யும் சிவநெறியாக கொல்லா நெறியைக் காட்டுகின்றார்.

"தென்னாட்டுடைய சிவனே போற்றி
எந்நாட்டவருக்கும் இறவை போற்றி"[9]
(சிவபுராணம்பாடல்-100)

என்ற மாணிக்கவரிகளில் எந்நாட்டிற்கும் உரியவராக சிவன் கூறப்படுகிறார். சிவநெறியானது உலகிற்கே உள்ள பொதுநெறியாகும். அதன்வழி சென்றால் அன்பே சிவம் அகிலமே சிவமாகும் என்பது உறுதியான ஒன்றாகும்.

நமச்சிவாயத்தை மறவாநிலை

சிவநெறியை பின்பற்றும்போது நமசிவாயத்தை மறவாநிலை வேண்டுமென வள்ளலார் நமசிவாய சங்கீத லஹரியில் கூறுகிறார்.

"பெற்ற தாய்தனை மகமறந்தாலும்
பிள்ளையைப் பெறும் தாய் மறந்தாலும்
உற்ற தேகத்தை உயிர்மறந்தாலும்
உயிரை மேவிய உடல் மறந்தாலும்
கற்ற நெஞ்சமகம் கலை மறந்தாலும்
கண்கள் நின்றிமைப்பது மறந்தாலும்
நற்றவத்தவர் உள்ளிருந்தோங்கும்
நமச்சிவாயத்தை நான்மற வேனே"[10]

என்ற பாடல் இசையிலும் தமிழின் இனிமையாலும் மனிதப் பிறவிக்கு முக்தி தரும் எனலாம். எத்தனை காலம் வாழ்ந்தாலும் நரகம் சென்றாலும் சுவர்க்கம் சென்றாலும் இப்பொழுதே

இறந்தாலும் என்ன நடந்தாலும் நமசிவாயத்தை மறவாநிலை என்றும் வேண்டும் என்பதே வள்ளலாரும் கருத்தாகும்.

> "பிறவாமை வேண்டும் மீண்டும் பிறப்புண்டேல்
> உன்னை மறவாமை வேண்டும்"

என்று காரைக்கால் அம்மையார் இறைவனிடம் வேண்டியது போலவே வள்ளலாரும் நமச்சிவாயத்தை என்றும் மறவா நிலை வேண்டும் என்கிறார்.

> "பற்றுக பற்றற்றான் பற்றினை அப்பற்று
> பற்று விடற்கு"

என்ற வள்ளுவரின் கருத்து இங்கு ஒப்புநோக்கத்தக்கது. நமது பற்றறுத்து வாழ்வின் பேரின்பத்தை அடையவே நமச்சிவாயத்தை மறவாநிலை வேண்டும் என்பது வள்ளலாரின் கருத்தாக அமைகிறது. சடங்கு ஆசாரங்கள் பரிகாரங்கள் இல்லாத உண்டி கொடுத்து ஆன்மா போற்றும் அற்புத வழிபாடு வள்ளலாரின் சன்மார்க்க வாழ்வாகும். அவ்வாழ்வினை தான் வாழ்ந்ததோடு மட்டுமன்றி உலகினரும் வாழ ஒளிகாட்டினார் வள்ளலார் என்பது மாற்றமில்லா கருத்தாகும்.

> "நாதன் நாமம் நமசிவாய எனத்திருஞானசம்பந்தரும்
> நற்றுணையாவது நமசிவாயவே என அப்பரும்
> அத்தா மறவாதே நினைக்கின்றேன்"

என சுந்தரரும் ஆதியும் அந்தமும் இல்லா அருட் பெருஞ் சோதியை என மாணிக்கவாசகரும்

போற்றியுள்ளதை பக்தி இலக்கியங்கள் பறைசாற்றும். இத்தகைய பக்திநிலையாலே தமிழே தெய்வத்தமிழ் என்று அழைக்கப்படுவதைக் காணமுடிகிறது. பக்தி இலக்கியங்கள் பரமனோடு ஆத்மாவை இணைத்துப்பாடின. அதுவே ஆன்ம நேய ஒருமைப்பாட்டிற்கான அடிப்படை வழிபாடாகும். அதனை 18ஆம் நூற்றாண்டில் வாழ்ந்த வள்ளலாரும் சமுதாயத்தில் முன்வைத்து சமூக மேம்பாட்டிற்கான சன்மார்க்க வாழ்வினை வாழ்ந்து காட்டினார்.

முடிவுரை

இறைவாழ்வு தன்னோடு மட்டுமன்றி தரணி எங்கும் தழைக்கவேண்டும் என்ற தன்னலமற்ற சிந்தை கொண்டு அதன்படியே வாழ்ந்து வழிகாட்டியவர் மகான் வள்ளலார் என இவ்வாய்வு தெளிவுபடுத்துகிறது. நூற்றாண்டுகள் கடந்தும் அவர் ஏற்றிய நெருப்பு உணவுக்கு மட்டுமல்ல மனித உணர்விற்கும் உரியதாக இன்றளவும் மனிதகுல மேம்பாட்டிற்கும் உறுதுணையாவதைக் காண முடிகிறது.

குறிப்புகள்

1. வள்ளலார் பாடல்கள்ஆறாந்திருமுறை சுத்தசிவநிலை பாடல்-15
2. Native planet.com
3. பாரதியார் கவிதைகள்
4. வுயஅடை யனெ ஏநனயள பூளவ ழே 4379 மரணமில்லா பெருவாழ்வு கண்டமகான்
5. வள்ளலார் பாடல்கள்ஆறாந்திருமுறை முறையீடு 09
6. மேலது சுத்த சிவநிலை பாடல் - 22
7. மேலது பாடல் 20
8. மேலது பாடல் 21
9. மாணிக்கவாசகர்சிவபுராணம்
10. வள்ளலார் பாடல் இரண்டாம் திருமுறை நமச்சிவாய சங்கீதலஹரி (பாடல் 745)

துணைநூற்பட்டியல்

1. Sathiyadeepam T.V youtube Channel 4 Apr 2021
2. Native planet.com
3. Vallalar.org https://www.vallalar.org.tamil
4. பாரதியார் கவிதைகள்
5. திருவாசகம்
6. Tamil and Vedas.Post No 4379 மரணமில்லா பெருவாழ்வு கண்ட மகான்

வள்ளலார் குறிப்பிடும் உயிரினத்தார்கள்

முனைவர் சு.பால்பாண்டி
உதவிப்பேராசிரியர், எஸ்.ஆர்.எம் அறிவியல் மற்றும்
தொழில்நுட்பக் கல்வி நிறுவனம்,
வடபழனி வளாகம்.
அலைப்பேசி: 8754317228

முன்னுரை

காலம் காலமாக மக்கள் தன் ஆற்றலை விட உயர்ந்த ஆற்றல் படைத்த சத்தியாக, எல்லாவற்றையும் கடந்து செல்லும் சத்தியாக கடவுள்மேல் நம்பிக்கைக் கொண்டிருக்கின்றனர் என்பது பக்தி காலமுதல் உணர்த்தப்படுகிறது. பக்தி இயக்கக் காலத்தை வரையறை செய்திருந்தாலும், ஆதிமனிதன் வாழ்விலிருந்து பத்திநெறி வலியுறுத்தப்பட்டிருக்கிறது. பழங்கால மனிதன் தன் தேவைகளை நோக்கி அலைந்து அறிந்தும் வகுத்தும் கொண்டான் என்பதே அறிவுலக நிலையாகும்.

பழங்குடி மக்களின் வாழ்வை சமூக அறிவியலாளர்கள் வகுத்தும் தொகுத்தும் பேசப்பட்டு வரும் சூழலில் பண்பாட்டு அமைப்போடு வலிறுத்த முனைந்து பத்தி நிலையையும் சுட்டிக்காட்டுகின்றனர். பத்தி காலத்திற்கு முன் குறியீட்டுப் பொருளை வழிபாட்டு பத்தி நிலைக்கு உயர்த்தியதாகக் மானிட ஆய்வாளர்கள் குறிப்பிடுகின்றனர். தமிழ் நாட்டில் பத்திக் காலத்தைக் குறிப்பிடும்போது காரைக்கால் அம்மையார் வரலாற்றிருந்து நடப்புக் காலக்கட்டத்தின் பல்வேறு அமைப்புகளாக இயங்கும் சமய வழிபாட்டு நிலைகளை வேரூன்றச் செய்திருக்கின்றனர். இவற்றின் அடிப்படையில் வள்ளலாரின் பெருநெறிக் கொள்கை தமிழ் மக்களின் வாழ்வில் நிலைபெற்ற பத்திநெறியாக அமைந்துள்ளதை ஆய்வதாக கட்டுரை விளங்குகிறது. வள்ளலார்

இராமலிங்க அடிகள் எனப்படும் வள்ளலார் கடலூர் மாவட்டத்தில் பிறந்து, சிறுவயதிலிருந்து இறை வாழ்வென வாழ்ந்து இறையன்பிற்கு பல்வேறு இடங்கள் சென்று, இறைப்பணியும், பத்திப் பாடலும் பாடி, சமூகத்தில் புரையோடி இருக்கும் சமய மூடநம்பிக்கைகளைக் களைந்தவர். பலி கொடுக்கும் சமயங் களையும், உயிர்க்கொலையும், புலை புசிப்பும் தீண்டத்தகாதென மானிடத்தின் சீர்கேடுகளாக அறிவுறுத்தி வந்தவர்.

முருகப் பெருமானின் மீது பத்தி கொண்ட வள்ளலார் சிவன்மேல் அன்பு வைத்தவர் என்று தனது பாடல்களில் குறிப்பிட்டுள்ளார். உருவ வழிபாட்டையும், அரூருவ வழிபாட்டையும் சாடியுள்ளார். உலகை நிலைகொள்ள செய்யும் ஒளி வடிவமான ஜோதி வழிபாட்டில் தன்னை ஈடுபடுத்திக் கொண்டவர். அதனை தன் வாழ்வின் நெறியாகவும் மேற்கொண்டவர்.

‘சிறுநெறி செலுத்தாது தடுத்தெனையாண்டு பெருநெறி செலுத்தியோன்’ என இறைவனைக் குறிப்பிடுகிறார். வள்ளலார் நெறிமுறைகள் குறித்து விளக்கும்போது சிறுநெறி, பெருநெறி என்று தனது பாடல்களில் ஆங்காங்கே கூறினாலும் முந்நெறியாக அன்புநெறி, அருள்நெறி, கருணைநெறி என உயர்ந்த பெருநெறியாக விளக்கம் பெற செய்கிறார். இம்மூன்றும் பெருநெறியாக, ஞானசம்பந்தரை குருவாக ஏற்றுக்கொண்டும் திருமுறைப் பாடல்களில் கூறிய பெருநெறி தன்மையை கொள்கையாகக் கொண்டவர்.

‘பெரு நெறிய - பிரமாபுரம் மேவிய பெம்மான்’ என ஞானசம்பந்தர் குறிப்பிடுகிறார்.

அன்புநெறி - சிறியவர் பெரியவரிடத்தில் அன்பு காட்டுவது அருள்நெறி பெரியவர் சிறியவரிடத்தில் அருள்பொழிவது

கருணைநெறி - மனிதன் தன்னை ஒத்தவரிடத்தில் கருணையை வெளிப்படுத்தல்

அன்பு நெறி :

அன்பின் வடிவமாகக் காட்சிக் கொடுப்பதை சித்தர்களும் அன்பே சிவம் என்றுரைப்பதைக் காணலாம். அது மட்டுமின்றி அன்பையும் சிவத்தையும் பிரித்து பார்ப்பார் அறிவிலார் என்கின்றனர். இறைவன் கல்லாதவர்க்கும் கற்றவர்க்கும்

மகிழ்ச்சியையும், காணாதவர்களுக்கு கண்ணாகவும், கண்டவர்க்கு ஞானக் கண்ணாகவும் இருக்கின்றார்.

'கல்லாதவர்க்கும் கற்றவர்க்கும் களிப்பருளும் களிப்பு'
'காணார்க்கும் கண்டவர்க்கும் கண்ணளிக்கும் கண்'

அருள் நெறி :

எதிரே காணும் பொருட்களைக் கண்டு இரக்கம் கொண்டு, பிறவுயிரின்மேல் அருள் செலுத்தியதை, 'வாடிய பயிரைக் கண்ட போதெல்லாம் வாடினேன்' என்று உள்ளக் கிடக்கையாக வெளிப்படுகிறார் வள்ளலார். உடல் மெலிந்துக் காணப்படும் காட்சிக்கு, 'நான் வருகின்ற வழியில் நடந்து சென்ற மக்களில் பலபேர் இளைத்திருந்ததைக் கண்டேன், அதனால் என் உடம்பு இளைத்து விட்டது போலும்' என்று அன்பர்களிடம் கூறியதாக கி.ஆ.பெ. விசுவநாதம் குறிப்பிடுகிறார்.

ஒரு சமயம் வள்ளலாருடைய புருவம் துடித்தது. இதைக் கண்டதும் "யாருக்கோ எவருக்கோ துன்பம் வரப் போகிறது, அதைக் கண்டு நான் துடிக்கப் போகிறேன் என்பதை இது துடிதுடித்துக் காட்டுகிறது" எனவும் வள்ளலார் பசிக்கு உணவு கிடைக்காமல் வருந்தியவர். ஏவரிடத்திலும் சென்று இரந்ததில்லை, எதுவும் ஏற்றதில்லை. அவர் வாழ்க்கையில் பலகாலும் பசித்திருந்து பசி மக்களை எப்படி வருத்தும் என்பதை அவர் உணர்ந்திருக்கிறார். அதன் விளைவே, சத்திய தருமச் சாலையைத் தோற்றியதும், மக்களின் பசிப் பிணியைப் போக்கும் அருஞ்செயலைச் செய்திருப்பதாக கி.ஆ.பெ. விசுவநாதம் உணர்த்துகிறார்.

கருணைநெறி :

மக்கள் சமகாலத்தில் வாழும் பிற சமூகம், காலம், தெருக்கள், ஊரினர் மட்டுமல்லாது வேற்று உயிரினங்களுடன் அன்பு செலுத்தி உயிர் பாதுகாப்பு அளிப்பது உயிரிரக்கம் கொள்ளும் தன்மையாகும். கருணை உயிரிரக்கம் - ஜீவகாருண்யம். வள்ளலார் கூறியிருக்கிற கருணை நெறியிலும், ஒருமைப்பாட்டிலும் மக்கள் மட்டுமல்ல, மற்ற எல்லா உயிர்களும் அடங்கியிருக்கிறது.

அதுபோல் உயிர்க்கொலை, புலால் உண்ணல் நீக்கி வாழ்தல் வேண்டும் என்று மக்களுக்கு அறிவுறுத்தப்படுகிறது. நீதி இலக்கியங்கள் தரும் 'கருணை'க் குறிப்பை வள்ளலாரும் நினைவுறுத்தல் செய்துள்ளார்.

"ஊனைத் தின்று ஊனைப் பெருக்காமை முன்னினிதே - இனியவை நாற்பது.
தன்ஊன் பெருக்கற்குத் தான்பிறிது ஊன்உண்பான்
எங்ஙனம் ஆளும் அருள் - வள்ளுவர்"

'வள்ளலார் மக்களாய்ப் பிறந்தவர்கள் எல்லா உயிர்களிடத்தும் கருணை காட்டி ஆகவேண்டும் என்று கட்டளையிட்டிருக்கிறார் என்பர் கி. ஆ. பெ. விசுவநாதம்.

வள்ளலார் 'உயிர்க்கொலையும், புலைப் புசிப்பும் உடையவர்களெல்லாம் உறவினத்தார் அல்லர், பிறவினத்தார்' என்று, தமது அருட்பாவில் கூறியிருக்கிறார். மக்களாய்ப் பிறந்தவர்களுள் உயிர்க்கொலையும் புலைப்புசிப்பும் உடையவர்களானால், அவர்கள் மனித இனத்தைச் சேர்ந்தவர்களல்லர், கோரைப் பற்களையுடைய விலங்கினத்தைச் சேர்ந்தவர்கள் என்பது வள்ளலார் கருத்து. உறவினம் - தட்டைப்பல் இனம், பிறவினம் - கோரைப்பல் இனம். தட்டைப்பல் - கழுதை, ஆடுமாடு, யானை, ஒட்டகம், குதிரை, மான். கோரைப்பல் - சிங்கம், புலி, கரடி, ஓநாய், நரி, நாய். ஏன உயிரினத்தை வேறுபடுத்திக்காட்டுவதை அறியலாம்.

முடிவுரை

உலகச் சமூகங்களும், சமயங்களும் வாழ்வியல் நெறிகளின் கோட்பாடுகளாக வகுத்துக்கொண்டு நிறுவன அடையாளங்களோடு செயல்பட்டு வருகின்றன. ஒவ்வொரு நிறுவனங்களும் ஏற்றத் தாழ்வோடு வாழ்வதை வள்ளலார் தம்மினம், பிறவினம் என்று சுட்டிக்காட்டி உயிரிரக்கம் ஒன்றே மனித வாழ்வை மேம்படுத்தக் கூடியது தன் அருட்பாக்களில் தெளிவுப் படுத்தியுள்ளார் எனலாம். தமிழர்களின் வாழ்வில் சிறுநெறி மற்றும் பெருநெறி இடம் பெற்று, காலத்திற்கேற்றாற்போல் தன்னை வெளிப்படுத்திக் கொள்ளுகிற சிறப்புநெறியாக சிறந்து விளங்குகிறது என அறியமுடிகிறது.

பார்வை நூல்:

1. ஆ. கி. பெ. விசுவநாதம், வள்ளலாரும் அருட்பாவும், பாரிநிலையம், சென்னை.

கடைவிரித்தேன் கொள்வாரில்லை : இராமலிங்க வள்ளலாரின் இயங்கியலும் அரசியலும்

முனைவர் **வே.கண்ணதாசன்,**
உதவிப்பேராசிரியர்,தமிழ்த்துறை, அறிவியல் மற்றும் மானுடவியல் புலம்
எஸ்.ஆர்.எம் அறிவியல் மற்றும் தொழில்நுட்ப உயர் ஆராய்ச்சி நிறுவனம்,
வடபழனி வளாகம்
மின்னஞ்சல்: vlkannadasan@gmail.com அலைப்பேசி: 9443102017

முன்னுரை

பத்தொன்பதாம் நூற்றாண்டு ஐரோப்பியர் வருகை, அச்சியந்திர அறிமுகம், ஆங்கிலக் கல்வி ஆகிய மூன்றும் இணைந்து தமிழ் இலக்கிய வரலாற்றில் மிகப் பெரிய திருப்புமுனையை ஏற்படுத்திய காலமாகக் கருதலாம். தமிழுக்கு உரைநடை வடிவம் புதியதன்று என்றாலும் மேற்கண்ட மூன்று காரணிகளும் தமிழ் உரைநடையின் பெரும் பாய்ச்சலுக்கு அடித்தளமிட்டன. மக்களின் கல்வி வளர்ச்சியிலும் அறிவுப் பெருக்கத்திலும் ஆர்வம் கொண்ட ஆட்சியாளர்களும் கல்வியாளர்களும் கிருத்துவச் சமய அமைப்புகளும் தமிழ்மொழியின் மூலமாகக் கல்வியை - அறிவியலைப் பரப்ப முனைப்புடன் செயலாற்றிய காலமாகக் கொள்ளலாம். இவை ஒருபுறமிருக்க பத்தொன்பதாம் நூற்றாண்டில் தான் இந்திய அளவில் சற்றேறக்குறைய ஒன்பது பெரும் பஞ்சங்கள் நிகழ்ந்ததாகச் சான்றுகள் காட்டுகின்றன. ஆக்ரா (1837-38), மேதோவா (1860-61), ஒடிசா(1865-67, 1888-89), பீகார் (1873-74, 1888-89), ராஜா புதனா (1868-70) பகுதிகளில் ஏற்பட்டதைப்போல் சென்னை மாகாணத்திலும் 1876-78 இல் பெரும் பஞ்சம் ஏற்பட்டதையும் மக்கள் உணவைத் தேடி அலைந்து பல்லாயிரக்கணக்கில்

மடிந்ததையும் வரலாற்றில் காண்கிறோம் . வள்ளலார் இவ்விரு காலப் பின்னணியில் தொழிற் பட்டிருப்பதையும் இவற்றை உள்வாங்கியே தமது வாழ்வியல் மற்றும் இலக்கியச் செய்கையை வடிவமைத்துக் கொண்டார் எனவும் கருத இடமுண்டு. சமூகச் சீர்திருத்தவாதி, ஆன்மிகச் சொற்பொழிவாளர், நூலாசிரியர், பதிப்பாசிரியர், மொழி ஆய்வாளர், சித்த மருத்துவர், பொதுத் தொண்டாற்றியப் புனிதர் எனப் பன்முகங்களைக் கொண்ட வள்ளலாரின் வாழ்வும் வாக்கும் தமிழ் நிலத்தில் தனித்த அடையாளம் பெறுபவை.

சைவசமயப் பின்னணியில் இறைநிலை போற்றும் பாடல்களைப் புனைய ஆரம்பித்துப் பின் அச்சமயத்திலும் சமூகத்திலும் மண்டிக்கிடந்த அழுக்குகளைக் களையும் நோக்கில் படைப்பாக்கங்களை முன்வைத்த இராமலிங்க வள்ளலார் (1823 - 1874) தொழிற்பட்ட வரலாறு மிகு முக்கியத்துவம் வாய்ந்தது எனலாம். அவரது இறுதிக் காலத்தில் கூறப்பட்டு பேருபதேசம் என்ற பெயரில் தொகுக்கப்பட்டுள்ள உரையில், சைவம், வைணவம் முதலிய சமயங்களிலும் வேதாந்தம் சித்தாந்தம் முதலிய மதங்களிலும் லட்சியம் வைக்க வேண்டாம். அவற்றில் தெய்வத்தைப் பற்றி குழூஉக் குறியாக குறித்திருக்கிறதேயன்றி புறங்கவியச் சொல்லவில்லை. நான் முதலில் சைவ சமயத்தில் லட்சியம் வைத்துக் கொண்டிருந்தது இவ்வளவு என்று அளவு சொல்ல முடியாது. அந்த லட்சியம் இப்போது எப்படி போய்விட்டது பார்த்தீர்களா? ஏன் அவ்வளவு மிகுந்த அழுத்தம் அப்போது இருந்தது என்றால், அப்போது எனக்கு அவ்வளவு கொஞ்சம் அற்ப அறிவாக இருந்தது என்கிறார் எனத் தன் இயங்கியலைச் சுய விமர்சனம் செய்து கொள்கிறார்.

வள்ளலாரின் அற வாழ்வியல், படைப்பாக்கச் செல்நெறி, உருவாக்கிய நிறுவனங்கள், பதிப்புச் செயல்பாடுகள், மற்றும் அவர்தம் அரசியல் ஆகியன ஆழ்ந்த நிலையில் ஆய்வுக்குட் படுத்தப்பட வேண்டியவை. திருமூலர், மாணிக்கவாசகர், திருஞானசம்பந்தர், சேக்கிழார், தாயுமானவர், பட்டினத்தார் ஆகிய பிற சைவப் பெரியவர்களின் ஆக்கங்களில் தம்மை முழுமையாக ஈடுபடுத்திக் கொண்டு வாழ்ந்த வள்ளலார் வாழையடி வாழையென

வந்த அந்தத் திருக்கூட்ட மரபில் தானும் ஒருவன் என் பிரகடனம் செய்துகொண்டே தனது படைப்பாக்கங்களை முன்வைத்துள்ளார். சைவப் பின்ணியோடு இறைவனது அடையாளங்களையும் செய்கைகளையும் உள்ளிறுத்தி 1865 வரை அவர்களைப் போலவே பாடல்களை எழுதி வந்தவர். பாரம்பரியமான சைவப் பாடல்களாகவே அவை மக்களால் இனம்காணப்பட்டன. ஆனால் அவரது இறுதிக் காலங்களில் பாடியவை பெரும்பகுதி ஆறாம் திருமுறையாக (1888) தொகுக்கப்பட்டுள்ளன. அப்பாடல்களில் பல, முன்னர் உள்ள பாடல்களின் பாடுபொருளிலிருந்து வேறுபட்டிருப்பதைக் காண முடிகிறது. குறிப்பாகப் பட்டினத்தார் மற்றும் தாயுமானவரை அடியொற்றித் தமது பாடுபொருள் பாதையை வடிவமைத்துக் கொண்ட இராமலிங்கம் எல்லாரும் எளிதில் அறியும் வகையிலான நோக்கில் முந்தைய மரபுக்கவிதை வடிவத்தில் இனிய சந்த நயத்தோடு பாடல் புனைந்தவராகவும், காலவர்த்த மானங்களுக்குத் தக தம்காலத்து நடையியலை உள்வாங்கிப் புதிய பாடல் வடிவங்களைக் கைக்கொண்டவராகவும் கருதப்படுகிறார். செய்யுளைக் கவிதையாக்கிய முன்னோடிகளில் ஒருவர் வள்ளலார் அத்தகைய தடத்தில் இறங்கி இயங்க பாரதியாருக்கும் முன்னோடியாக அமைந்தவர் எனக் கருத இடமுண்டு. இராமலிங்கரின் படைப்புகளையும் அவர்தம் சமூகச் செயல்பாட்டையும் ஆய்வுக்குட்படுத்தும்பொழுது பத்தொன்பதாம் நூற்றாண்டின் வரலாற்று இயங்கியலை வரையறை செய்ய இயலும்

வள்ளலார் வாழ்வும் வாக்கும்

புண்படா உடம்பு, புரைபடா மனம், பொய்படா ஒழுக்கத்தை வலியுறுத்திய வள்ளலார் உயிர் இரக்கத்தையும் ஆன்மநேய ஒருமைப்பாடையும் மானுட மேம்பாட்டிற்கான கருவிகளாகக் கைக்கொண்டார். இராமலிங்கனார் தன் படைப்பாக்கக் களத்தை வடிவமைத்துக்கொண்ட புள்ளியை சுயபரிசோதனையோடு ஆய்ந்து, நான் முதலில் சைவ சமயத்தில் லக்ஷியம் வைத்துக் கொண்டிருந்தது இவ்வளவென்று அளவு சொல்ல முடியாது. அது பட்டணத்துச் சாமிகளுக்கும் வேலாயுத முதலியாருக்கும் இன்னும் சிலர்க்கும் தெரியும். அந்த லக்ஷியம் இப்போது எப்படிப் போய்விட்டது பார்த்தீர்களா! அப்படி

லக்ஷியம் வைத்ததற்குச் சாக்ஷி வேறே வேண்டியதில்லை. நான் சொல்லியிருக்கிற திருவருட்பாவில் அடங்கியிருக்கின்ற ஸ்தோத்திரங்களே போதும்... அப்போது எனக்கு அவ்வளவு கொஞ்சம் அற்ப அறிவாக இருந்தது. இப்போது ஆண்டவர் என்னை ஏறாத நிலை மேலேற்றியிருக்கிறார். (2007 : 100). என எடுத்துக் காட்டுகிறார். பிள்ளைப் பிராயத்தில் இருந்து பேருபதேசம் செய்யும் வகையில் வளர்ந்த தன் வாழ்க்கைப் பயணப் பாதையயின் உள்ளார்ந்து சுயவிமர்சனம் செய்யும் நோக்கில் வெளிப்படுத்திய கருத்து எனக் கொள்வதில் தவறேதும் இல்லை.

தமிழ்நிலத்தில் இராமலிங்கரின் வாழ்வு ஓரிடத்து நில்லா நெடுமரபாக புலம்பெயர்வுப் போக்குடையனவாக இருந்ததை வரலாற்றில் காண்கிறோம். சிதம்பரத்தை ஒட்டிய மருதூரில் பிறந்தவர் எனினும் ஆறு வயதிலேயே தந்தையை இழந்த காரணத்தால் பிழைப்பு நோக்கி அங்கிருந்து வெளியேற வேண்டிய கட்டாயத்திற்குத் தள்ளப்பட்டுள்ளதை காணமுடிகிறது. 1825 முதல் 1858 வரை சென்னையிலும் அதன்பின் 1867 வரை கருங்குழி கிராமத்திலும் பின்னர் 1874 ஜனவரி 31 வரை வடலூர் மேட்டுக் குப்பத்திலும் வாழ்ந்த இராமலிங்கர் வாழ்ந்த காலம் மிகு முக்கியத்துவம் வாய்ந்தது எனலாம். தனது 51 ஆண்டு கால வாழ்வியங்கியலில் சற்றேறக்குறைய 33 (1825 -1858) ஆண்டுகள் சென்னை ஏழுகிணறு பகுதியில் வீராசாமி தெருவில் உள்ள வீட்டில் வசித்ததாக அறிகிறோம். பாரிமுனை கந்தகோட்டம், திருவொற்றியூர் வடிவுடையம்மன், பாடி திருவலிதாயம் சிவன் கோவில், திருமுல்லைவாயில் மன்னாதீஸ்வரர் கோவில் போன்றவை வள்ளலாரால் பாடல் பெற்ற தலங்களாக அறியப் பெறுகின்றன. மனமது செம்மையானால் மந்திரம் ஜெபிக்க வேண்டாம் எனக் கூறியவர் சென்னை இயற்கைச் சூழலிலிருந்து விலகி நகரமாக வளர்ச்சியடைந்து கொண்டிருந்த சூழலில் தனது இயங்கியலுக்கு அது ஒவ்வாதது எனக்கருதி வெளியேறியதையும் காண்கிறோம்.

தேட்டிலே மிகுந்த சென்னையில் இருந்தால் சிறுகுறும் என்றுளம் பயந்தே நாட்டிலே சிறிய ஊர்ப்புறங்களிலே நண்ணினேன் ஊர்ப் புறம் அடுத்த காட்டிலே பருக்கைக் கல்லிலே

புன்செய்க் களத்திலே திரிந்துற்ற இளைப்பை ஏட்டிலே எழுத முடியுமோ இவைகள் எந்தை நீ அறிந்தது தானேஎன்று அத்தகைய சூழலைப் பாடலாகவே பதிவு செய்துள்ளார். சென்னையிலிருந்து புலம்பெயர்ந்து கருங்குழிக்குச் சென்ற பின்னரே சமரச சுத்த சன்மார்க்க சங்கம், சத்திய தருமச் சாலை, சத்திய ஞானச் சபை மற்றும் சித்தி விளாகம் என்ற நான்கு அமைப்புகளை வள்ளலார் உருவாக்கினார். முதல் மூன்றும் வடலூரிலும், சித்தி விளாகம் மேட்டுக்குப்பத்திலும் அமைந்தன. சுத்த சன்மார்க்க சங்கம் (1865), சத்திய தருமச் சாலை (1867), சத்தியஞான சபை (1872), சித்திவளாகம் (1870) ஆகியவை இக்காலங்களில்தான் உருப்பெற்றன. "அருட்பா" தொகுக்கப்பட்டு முதல் ஐந்து திருமுறைகள் 1867இல் வெளிவந்தது. ஆறாம் திருமுறை அவரது மறைவிற்குப் பின்பு (1888) வெளிவந்தது.

சமயப் பணியாற்ற மற்ற அருளாளர்களைப் போல் மடங்களை உருவாக்காமல் சமண பௌத்த சமயங்களை அடியொற்றிச் சங்கம் உருவாக்கியதே அவரது தொலைநோக்குப் பார்வையை அடையாளம் காட்டும். 1865இல் சமரச வேத சன்மார்க்க சங்கம் எனும் பெயரில் உருவாக்கியவர் அதில் உள்ள வேதம் என்ற சொல் ரிக், யசூர், சாம, அதர்வண வேதங்களை நினைவூட்டும் வகையிலிருப்பதை உய்த்துணர்ந்து அதன் பெயரை 1872 இல் சமரச சுத்த சன்மார்க்க சத்திய சங்கம் என மாற்றினார். தாம் கூறும் சமரச வேதம் சமயம் கடந்தது. சுயாதீனமானது. எல்லாச் சமயத்தார்க்கும் பொதுவானது என்று விளக்கியுள்ளார்.. சங்கத்தை உருவாக்குவதற்கு முன்பே பசிப் பிணி அகற்ற அன்ன சாலையை 1867லிலேயே அவர் உருவாக்கியிருந்தார். அந்த சபை சமரச சுத்த சன்மார்க்க சத்திய தர்மசாலை என்று அழைக்கப்பட வேண்டும் என்று வள்ளலார் கூறியுள்ளார்.

வள்ளலார் தன்னுடைய தாய்மொழியான தமிழ்மொழியின் மீது தீராப் காதலையும் தாளாத பற்றையும் கொண்டிருந்தார். வடமொழியான சமஸ்கிருதத்தைக் கற்று வேதங்களையும் கற்றறிந்தவராயினும் வேதத்தின் உட்பொருள் சார்ந்த கருத்தியலில் அவருக்கு உடன்பாடு இல்லை.

இடம்பத்தையும் ஆரவாரத்தையும் பிரயாசத்தையும் பெரு மறைப்பையும் போது போக்கையும் உண்டு பண்ணுகிற, ஆரிய, முதலிய பாஷைகளில் எனக்கு ஆசை செல்ல ஒட்டாது. பயிலுதற்கு மறிதற்கும் மிகவும் மிலேசமுடையதாய்ப் பாடுவதற்கும் துதித்தற்கும் மிகவும் இனிமையுடையதாய், சாகாக் கல்வியை லேசில் அறிவிப்பதாய் திருவருள் வலர்த்தாற் கிடைத்த தென்மொழி யொன்றி நடந்தே, மனம் பட்டச் செய்து அத்தென் மொழிகளாற் பலவகை தோத்திரப் பாட்டுகளை பாடுவித்து அருளினீர் என்று இறைவனிடத்தில் விண்ணப்பம் செய்துள்ளார்.

“வேதாக மங்களென்று
வீண்வாதம் ஆடுகின்றீர்
வேதாக மத்தின்
விளைவறியீர் சூதாகச்
சொன்னவலால் உண்மைவெளி
தோன்ற உரைக்கவில்லை
என்ன பயனோ
இவை”

என்று பாடித் தன்கொள்கைப்பிடிப்பினைப் பறைசாற்றியுள்ளார்.

ஐரோப்பியர் வருகையினால் பரவலாக்கம் பெற்றுக் கொண்டிருந்த கிறித்தவத்தை ஒடுக்குவதற்கு சைவ சமயம் முன்னெடுத்த பணிகளோடு இராமலிங்க அடிகளின் தொடக்ககாலச் செயல்பாடுகள் இருந்ததில் மாற்றுக் கருத்து இல்லை. குறிப்பாக அச்சுக் கூடத்தின் வருகைப் பிண்ணனியில் கிறித்தவ சமயக் கருத்தியல்கள் நூல்களாகவும் துண்டுப் பிரசுரங்களாகவும் அச்சிடப்பட்டு மக்களிடம் கொண்டு சேர்த்த பின்னணியோடு இராமலிங்கம் பிள்ளை பாடல்கள் அச்சாக்கம் பெற விழைந்த நோக்கத்தைப் பொருத்திப் பார்க்க வேண்டும். கிறித்துவத்தின் மோதல்களிலிருந்து சைவ சமயத்தை மீட்டெடுத்துப் பழைய சைவப் பெருஞ்சமயக் கொள்கைகளைக் கட்டமைக்கும் நோக்கில் காத்திரமாகத் செயல்பட்ட சைவ உயர்சாதி வர்க்கம் (வேளாளச் சமூகம்) இராமலிங்க அடிகள் எனும் வள்ளலார் என்னும் பிம்பத்தை முன்நிறுத்தி அவரது பாடல்களைத் தொகுத்துப் பரவலாக்கம் செய்யும் முயற்சியில் ஈடுபட்டது. இராமலிங்கனார்

கொள்கை அளவில் பட்டினத்தாரையும் தாயுமானவரையும் பின்பற்றிய போதும் மேற்கண்ட சைவ வேளாளர்கள் அவரை திருஞானசம்பந்தரோடு இணைத்துச் சிந்தித்த போக்கு நோக்கற்பாலது.

பத்தொன்பதாம் நூற்றாண்டின் இடைப்பகுதியில் சைவசமயத்தின் மீதான கிறித்துவத்தின் தாக்குதல்கள் தீவிரமடைந்திருந்தன. சைவ மடங்களின் கட்டுப்பாட்டில் இருந்த கல்விப் பயில்வுக்கு மாற்றாக ஐரோப்பியக் கல்விமுறை முன்னெடுக்கப்பட்ட சூழலில் சைவ கிறித்தவ மோதல் என்பது இயற்கையாகவே அமைந்தது. கிறித்துவ சமயக் கோட்பாடுகளை எதிர் கொள்ளும் வகையில், தத்துவ ரீதியிலான உரையாடல் களையும் மோதல்களையும் உயர் சாதி வேளாளர்கள் முன்னெடுத் திருப்பதை வரலாற்றில் காண்கிறோம். ஆனால் இத்தகைய மோதல்களை விரும்பாதவாராய் அதிலிருந்து விடுபட்டு சாதி சமய ஒழுக்கவியல் கோட்பாடுகளைக் கண்டித்துச் சமயம் கடந்து அனைவரையுமே ஒன்றுகூட்டும் ஒருமைப்பாட்டுத் தேடலை நோக்கிய பயணத்தை சமரச சன்மார்க்க நெறியாக இராமலிங்கர் முன்நிறுத்த முனைந்தார். இராமலிங்கரின் சமயம் கடந்த அத்தேடல் என்பது சமயத்துக்குள் மலிந்துகிடந்த முரண்களையும் மூடநம்பிக்கைகளையும் கண்டித்துக் களையும் வகையிலேயே அமைந்தது. குறிப்பாக அது சைவ சமயத்தின்பாற்பட்டதாகப் புரிந்துகொள்ளப்பட்டது. சைவ சமயத்துக்குள் நிலவிய உள்முரண்கள் சீர்திருத்தங்கள் இராமலிங்கர் பாடல்களின் தொகுப்பிற்குள் எதிர் நிலையாற்றிய தன்மைகள் மிகு முக்கியத்துவம் பெறுபவை எனலாம். ஈழத்துத் தமிழ்ப் புலமை மரபிற்கும் தமிழகத்துப் புலமை மரபிற்கும் இடையில் நிலவிய கருத்து வேறுபாடுகள் இராமலிங்கரின் பாடல் தொகுப்பு முயற்சியில் ஏற்படுத்திய தாக்கங்களை ஆழ்ந்த ஆய்வாக்கம் செய்யவேண்டியது அவசியமானது.

பதிப்பும் அரசியலும்.

அச்சு ஊடகப் பின்னணியில் கிறித்தவ சமயப் பரப்பல் மேலோங்கியதால் அதற்கு மாற்றீடாக இராமலிங்கனாரின்

பாடல்களை அவரது மாணவர்களும் அன்பர்களும் வெளியிட முனைந்தபோது தான்தற்போது பேசும் பொதுமை நோக்கிய கருத்தியலுக்கும் முன்பு பாடிய சைவ இறைநிலைக் கருத்தியலுக்கும் முரண் உள்ளதை உணர்ந்து அவற்றை வெளியிட விருப்பம் இல்லாமல் இருந்ததை அவரது கடிதங்களின் வாயிலாக அறிய முடிகிறது. ஒழிவிலொடுக்கம் (1851), தொண்டமண்டல சதகம்(1855) சின்மய தீபிகை(1857) ஆகிய தம்படைப்புகளைத் தானே முன்னர் பதிப்பித்திருப்பினும் அத்தகைய தயக்கம் மேலோங்கி இருந்திருக்கிறது. உடன் இணைந்து பயணித்தவர்களின் பல்வேறுவகையான தூண்டுதலுக்குப் பிறகும் அதில் ஆர்வம் காட்டாமல் அனுமதி அளிக்காமல் இருந்ததை அவரது கடிதங்கள் காட்டுகின்றன. பலகட்ட முயற்சிகளுக்குப் பிறகு இறுக்கம் இரத்தின முதலியாரின் வேண்டுகோளுக்கிணங்கி அவற்றை வெளியிட இராமலிங்கர் ஒப்புதல் அளித்ததாக அறியமுடிகிறது. அவரது நாற்பத்து நான்காவது வயதில் அதுநாள் வரை அவர் பாடல்களின் ஒரு பகுதி தொகுக்கப்பட்டு (முதல் நான்கு திருமுறைகள்-1867) அச்சுவாகனம் ஏறின. ஆனால் அந்நூல் வெளிவந்த காலத்தில் அவர் சென்னையை விட்டு வெளியேறி கருங்குழியில் தமது சன்மார்க்கப் பணியை மேற்கொண்டிருந்தார் என அறிய முடிகிறது. சென்னை ஏழுகிணறு பகுதியில் வாழ்ந்த காலத்து இராமலிங்கரின் மாணவராக இருந்த இரத்தின முதலியார், புதுவை வேலுமுதலியார், செல்வராய முதலியார், தொழுவூர் வேலாயுத முதலியார் ஆகியோர் இராமலிங்கரின் பாடல்களை அச்சுவாகனம் ஏற்றிப் பரவலாக்கம் செய்ய விரும்பிச் செயல்பட்டுள்ளதையும் அறியமுடிகிறது. தாம் பல்வேறு காலங்களில் பாடிய பாடல்களைத் தொகுத்து நூலாக வெளியிட வேண்டுமென்கிற எண்ணமோ அவற்றை சமயப் பரப்பல் நோக்கில் பரவலாக்கம் செய்ய வேண்டும் எனும் எண்ணமோ இராமலிங்கருக்கு இருந்ததாக அறியமுடியவில்லை. இராமலிங்கரின் மாணவரும் திருவருட்பா பாடல் தொகுப்பாளருமான இறுக்கம் இரத்தின முதலியாருக்கு இராமலிங்கர் எழுதிய கடிதம் ஒன்றில் இடம்பெறும் வரிகள் மேற்கண்ட கருத்தியலுக்கு வலுசேர்ப்பவை எனலாம்.

நான் சென்னப்பட்டணம் விட்டு இவ்விடம் வந்தநாள் தொடங்கி நாளதுவரையில் பாடிய பாடல்கள் பல. அவைகளை முழுவதும் எழுதி வைக்க வேண்டுமென்கிற லக்ஷியம் எனக்கு இல்லாமையால் அப்படி அப்படிச் சிதறிக் கிடக்கின்றன *(1971 : 301)* என்கிறார். இதன்வழி அவரது மாணவர்கள் நண்பர்கள் உள்ளிட்ட சைவ சமயவாதிகள் இராமலிங்கர் பாடல்களைத் தொகுமரபிற்குட்படுத்தி அச்சாக்கம் செய்ய விழைந்ததையும் அதன் பின்னணியில் தொழிற்பட்ட அரசியலையும் விளங்கிக்கொள்ள முடிகிறது. பின்பு இராமலிங்கனாரின் தலைமாணாக்கராக அறியப்பட்ட உபயகலாருதிப் பெரும்புலவர் தொழூவூர் வேலாயுத முதலியார் அவரது பாடல்களை வகை தொகைப்படுத்தி ஆறு திருமுறைகளாக வகுத்து மயிலை சிக்கிட்டி சோமசுந்தரம் என்பரது பொருளுதவியோடு வெளியீடு செய்தார். தாம் படைத்த பாடல்களுக்கு அருட்பா, திருவருட்பா என்றெல்லாம் பெயர்களை இராமலிங்கர் பரிந்துரைக்கவில்லை என்பதையும் அவர் மீதான ஈர்ப்பில் அவரது மாணவர்களும் அன்பர்களுமே அவ்வாறு பெயரிட்டு வெளியிட்டு பரவலாக்கம் செய்தனர் என்பதையும் கவனத்திற்கொள்ள வேண்டும். இதன் தொடர்ச்சியாக *1924* இல் புதுக்கோட்டை தி.நா. முத்தையா செட்டியார் என்பவர் இராமலிங்கர் மாணவர்களில் ஒருவரான ச.மு. கந்தசாமிப் பிள்ளையைத் துணைக்கொண்டு ஆறு திருமுறைகளும் அடங்கிய பதிப்பை வெளியிட்டார். இராமலிங்கனாரின் பாடல்கள் எல்லோரிடத்திலும் பரவலாக்கம் அடைதல் வேண்டும் எனும் உயரிய நோக்குடன் இலவசப் பதிப்பாக இந்நூல் வெளியானது. இந்நூலின் சிறப்பம்சமாக இராமலிங்கரோடு அக்காலத்து நட்பு பாராட்டிய அறிஞர்களையும் அன்பர்களையும் தொடர்பு கொண்டு அவரது வாழ்க்கை வரலாற்று நிகழ்வுகளை ஒருவாறு தொகுத்து இப்பதிப்பில் இணைத்து வெளியிடப்பட்டது. சென்னை பச்சையப்பன் கல்லூரிப் பேராசிரியர் மோசூர் கந்தசாமி முதலியார் இப்பதிப்புக்கு ஒரு முன்னுரை வரைந்துள்ளார். ஆறாம் திருமுறை முதல் பதிப்பில் *(1885)* நூலின் முன்பகுதியில் ‘சீவகாருணிய ஒழுக்கம்’ சேர்க்கப்பட்டு, பின்வந்த எல்லாப் பதிப்புகளிலும் இம்முறையே பின்பற்றப்பட்டது. ஆனால் இந்த இலவசப் பதிப்பில் சீவகாருணிய

ஒழுக்கத்துடன் மநுமுறைகண்ட வாசகம் ஒழிவிலொடுக்கப் பாயிர விருத்தி, தொண்டை மண்டல சதகத்தின் நூற்பெயர் இலக்கணம், வழிபடு கடவுள் வணக்கப் பாட்டுரை,தமிழ் என்பதன் உரை, அடிகள் உபதேசித் தருளிய உண்மை நெறி ஆகியனவும் நூலின் முன்பகுதியில் சேர்க்கப்பட்டுள்ளன. இவற்றுடன் முன்பதிப்புகளில் சேர்க்கப்படாது விடுபட்ட பாடல்களும் (குடும்பகோரம், ஓஷதியின் குணாநுபவம்) சில கடிதங்களும் இப்பதிப்பில் புதியனவாகச் சேர்க்கப்பெற்றன. எல்லாவற்றிற்கும் மேலாக 'சிதம்பரம் இராமலிங்கம் பிள்ளை' என்பதை நீக்கி 'சிதம்பரம் இராமலிங்க சுவாமி' என்று முதன்முதலில் இப்பதிப்பில்தான் இடம்பெறச் செய்தனர். இரம்மலிங்கனாரை சாமி என்றும் அவரது பாடல்களை அருள்திறம் நிறைந்தவையாகவும் மேட்டிமைப் படுத்தும் போக்குகள் அவரது பாடல்களை அச்சாக்கம் செய்தபோது மிகுந்தன. குறிப்பாக அப்பாடல்களின் நிறுவனமயப் பட்ட வரலாற்றை கட்டமைக்கும் வகையில் வடலூர் சத்தியஞான சபையின் படமும் முதன்முதலாக இப்பதிப்பில் இடம்பெற்றது. . இவற்றைத் தொடர்ந்து, 1925இல் எஸ். கூடலிங்கம் பிள்ளை பதிப்பித்த திருவருட்பா ஆறு திருமுறைகளும் 1928இல் முறையே மணி. திருநாவுக்கரசு முதலியார் (1212 பக்கங்களில்) பதிப்பித்த 'திருவருட்பா மூலம் - ஆறு திருமுறைகள்' என்னும் நூலும் இராகவலு நாயுடு (1167 பக்கங்களில்) பதிப்பித்த 'ஆறு திருமுறைகளுடன் கூடிய திருவருட்பா திருமுறை' என்னும் நூலும் இரமலிங்கனாரை வள்ளலாராக இராமலிங்க அடிகளாக முன்னிறுத்தின.

சமூகச் சமநிலை நோக்கு

சமய மறுப்பு, உருவ வழிபாடு மறுப்பு, சடங்கு மறுப்பு ஆகியனவே சன்மார்க்க நெறியின் கோட்பாடு என 1872 ஆண்டிலேயே தீர்க்கமான தெளிவுமிககு பார்வையோடு இரமலிங்கனார் செயல்பட்டிருப்பதை வரையறை செய்ய முடிகிறது. கடவுள் வழிபாடு என்பது, சடங்குகள், யாகங்கள், வேண்டுதல்களில் இல்லை. எல்லாவுயிரும் இன்புற்றிருக்க விழைவது அதன் ஊடாக உயிரிரக்கம் கருதியஜீவகாருண்யம் தான் கடவுள் வழிபாடு. அதுதான், சன்மார்க்கம் என்று கொள்கை

வகுத்துச் செயல்படுத்திய பங்கு போற்றுதலுக்குரியது. தொன்மைமிகு தமிழ்ச் சிந்தனை மரபில் மனிதத்தை இவ்வாறு கடவுளாக்கிய போக்கு முன்பு வேறு எவரிடமும் காணவியலா தனித்தன்மை வாய்ந்த ஒன்றாகவே கருதப்படுகிறது. 1865 இல் சன்மார்க்கம் தொடங்கிய காலத்தில் அவரால் எழுதப்பெற்ற "ஜீவ காருண்யம். எனும் நூலின் அடிநாதமாக பசிப்பிணிக்கு எதிரான போர்க்குரல் ஒலித்ததைக் காணும்போது அவர் எத்தகைய சமூகத்தைக் காணவிழைந்தார் என விளங்கிக் கொள்ளமுடிகிறது.

இராமலிங்கரைச் சைவ அடையாளக் கட்டுமானமாக அவரது அன்பர்கள் காட்ட விழைந்த போதும் சைவம் வைணவம் முதலிய சமயங்களிலும் வேதாந்தம் சித்தாந்தம் முதலிய மதங்களிலும் லட்சியம் வைக்க வேண்டாம். அவற்றில் தெய்வத்தைப் பற்றிக்குழூஉக் குறியாகக் குறித்திருக்கிறதேயன்றிப் புறங்கவியச் சொல்லவில்லை. நான் முதலில் சைவ சமயத்தில் லட்சியம் வைத்துக் கொண்டிருந்தது இவ்வளவென்று அளவு சொல்ல முடியாது. அந்த லட்சியம் இப்போது எப்படிப் போய்விட்டது பார்த்தீர்களா! அப்படி லட்சியம் வைத்ததற்குச் சாட்சி வேறே வேண்டியதில்லை. நான் சொல்லியிருக்கிற ஸ்தோத்திரங்களே போதும். ஏன் அவ்வளவு மிகுந்த அழுத்தம் எனக்கு அப்போது இருந்ததென்றால், அப்போது எனக்கு அவ்வளவு கொஞ்சம் அற்ப அறிவாக இருந்தது. (பேருபதேசம், வள்ளலார் உரைநடை நூல், பப. .542-543) என்றும்

“நாம் இலட்சியம் வைத்துக் கொண்டிருந்த வேதம், ஆகமம், புராணம், இதிகாசம் முதலிய கலைகள் எதனினும் இலட்சியம் வைக்க வேண்டாம்” என்பதாகவே அவரது கருத்தியல் இருந்ததைக் காணமுடிகிறது. சமயத் தெய்வங்களில் வழிபாடு செய்து அந்த சமயத் தெய்வங்களை பெற்றுக் கொண்ட அற்ப சித்தியில் அவர்கள் மயங்கி மகிழ்ந்து அகங்கரித்து மேலேற வேண்டிய படிகள் எல்லாம் ஏறி பூரண சித்தியை அடையாமல், தடைப்பட்டு நிற்றல் நில்லாமல் சர்வ சித்தியை அடைய கடவுள் ஒருவர் உண்டென்றும் அவரை உண்மையின் பால் வழிபாடு செய்து பூரண சித்தியைப் பெற வேண்டும் என்பதே சன்மார்க்க சங்கத்தின் கோட்பாடு (ஜீவகாருண்ய ஒழுக்கம் ப.24) எனத் தெளிவுபடுத்தியிருப்பது மிகு முக்கியத்துவம் பெறுகிறது.

“பசியினால் வருந்துகின்றவர்கள் எந்தத் தேசத்தாராயினும் எந்தச் சமயத்தாராயினும் எந்தச் சாதியாராயினும் எந்தச் செய்கையாராயினும் அவர்கள் தேச வொழுக்கம் சமயவொழுக்கம் சாதியொழுக்கம் செய்கை யொழுக்கம் முதலானவைகளைப் பேதித்து விசாரியாமல், எல்லாச் சீவர்களிடத்தும் கடவுள் விளக்கம் பொதுவாய் விளங்குவதை அறிந்து பொதுவாகப் பார்த்து அவரவர் ஒழுக்கத்திற்குத் தக்கபடி அவர்கள் பசியை நிவர்த்தி செய்விப்பதே ஜீவ காருண்யம். (ஜீவகாருண்ய ஒழுக்கம் ப.19) என் விளக்கமளித்துள்ளமை அவரது நோக்கை விளங்கச் செய்கிறது எனலாம் பசி பற்றிய அக்கறை கொண்ட இவர், அதனை நடைமுறைப்படுத்தவே “சத்திய தருமச் சாலை (1867) உருவாக்கி, அணையா அடுப்பை நடைமுறைப் படுத்தினார். கண்மூடிப் பழக்கம எல்லாம் மண்மூடிப் போக எனும் தத்துவத்தை வழங்கி சமூகத்தில் மண்டிக்கிடந்த மூடநம்பிக்கை களையும் மூர்க்கத்தனங் களையும் அழித்தொழிக்கும் முயற்சியில் தொழிற்பட்டார். குறிப்பாக கள் உண்ணுவது ஒருவரை எந்த நிலைக்குக் கொண்டு செல்லும் என்பதை கள், காமம், கொலை, களவு, பொய் இவையனைத்தும் கொடிய துன்பத்தை உண்டு பண்ணும். இவ்வைந்திலும் கொலை விசேட பாவம், எனினும் கள் உண்டவருக்கு காமம் உண்டாகாமல் இருக்காது, கொலை செய்யத் துணிவு வராமல் இராது. அவன் களவு செய்யாமல் இரான். பொய் பேச அஞ்சான், ஆகையால் இந்த ஐந்தையும் ஒழிக்க வேண்டியது அவசியம். இவற்றில் ஒன்றை அடைந்தவன் ஆனாலும் அவனை மற்றவை தொடராமல் இரா (ஜீவகாருண்ய ஒழுக்கம் ப.34)’ எனவும் வலியுறுத்தினார்.

வள்ளலாரைப்பற்றி அவரது அணுக்கத் தொண்டரான தொழுவூர் வேலாயுத முதலியார், தியாசபிகல் சொசைட்டியாருக்கு அளித்த ஆங்கில வாக்குமூலத்தில் குறிப்பிடுவது மிகவும் முக்கியமானது.

“இயற்கைக்கு மேம்பட்ட எதையும் அவர் (வள்ளலார்) ஒப்புவதில்லை. தமது மார்க்கம் அறிவியலையே அடிப்படையாகக் கொண்டதென்று இடையறாது வற்புறுத்துவார்” எனும் கூற்று (தமிழாக்கம்) துறவிகளில் அவர் தனித்துவம் மிக்கவர் என்பதைத் தெளிவாக்குகிறது.

வள்ளலார்:பாரதியார்:பெரியார்

தமிழ்ச்சூழலில் இராமலிங்கனாரைப் போலவே பாரதியும் தொடக்க காலத்தில் தெய்வம் போற்றும் பாடல்களைப் பாடிப் பின் பொதுமை நோக்கிய சிந்தனை மரபில் மூழ்கி சமூக முரண்களையும் வேறுபாடுகளையும் களையும் வகையிலான கலகக் கவியாகத் தொழிற்பட்டிருப்பதையும் இவ்விடம் பொருத்திப் பார்க்கலாம். இத்தகைய கருத்தியலில் பாரதி இரமலிங்கனாரைத் தம் முன்னோடியாகக் கொண்டிருந்தார் எனக்கொள்வதில் பிழையில்லை. அதனால்தான் சுதேசமித்தரன் இதழில் "தமிழ்நாட்டின் விழிப்பு" என்ற பொருண்மையில் பாரதி எழுதிய கட்டுரை ஒன்றில்,

"பூமண்டலம் முழுவதும் புதிய விழிப்பொன்று வரப்போகிறது. அதற்கு ஆதாரமாக ஹிந்துஸ்தானம் கண்ணை விழித்து இருபது ஆண்டுகளாயின. ஹிந்துஸ்தானத்துக்குள் தமிழ்நாடு முதலாவது கண்விழித்தது. ராமலிங்க சுவாமிகளும்..... இவர்களைப் போன்ற வேறு சில மகான்களும் தமிழ்நாட்டின் புதிய விழிப்புக்கு ஆதிகர்த்தாக்களாக விளங்கினர்....." (1977:265) என்று குறிப்பிட்டுள்ளார். அதனால்தான் இராமலிங்கனரின் பல்வேறு பாடல்வடிவங்களையும் மெட்டுக்களையும் பாரதி தம் பாப்புனைவிற்குப் பயன்கொள்கிறார். பாஞ்சாலி சபத முன்னுரையில் "எளிய பதங்கள், எளிய நடை, எளிதில் அறிந்து கொள்ளக் கூடிய சந்தம், பொது ஜனங்கள் விரும்பும் மெட்டு - இவற்றினை யுடைய காவியம் ஒன்று தற்காலத்தில் செய்து தருவோன் நமது தமிழ் மொழிக்குப் புதிய உயிர் தருவோனா கின்றான் (1977/167). எனத் தன் முன்னோடி இராமலிங்கனாரை மனதில் வைத்தே பாரதியார் கருத்துரைக்கிறார்."

எளிய மக்களும் பயன்பெறும் வகையில் திருக்குறள் வகுப்புகளை முதன்முதலில் நடத்தியவர், 19 ஆம் நூற்றாண்டிலேயே மும்மொழிக் கல்வியை முன்வைத்தவர், முதியோர் கல்விக்கு வித்திட்டவர் என சமூக மறுமலர்ச்சிக்கான பல முன்னோடித் திட்டங்களை முன்மொழிந்ததோடு அவை செயல்வடிவம் பெறுவதற்கும் மூலகாரணியாய்த் திகழ்ந்துள்ளார்.

மானுட குலத்தை ஆட்கொண்டிருக்கும் சாதிச் சழக்குகளையும் சமயப் பொய்மைகளையும் உய்த்துணர்ந்து அவற்றைப் புறந்தள்ளி அனைவருக்குமான பொதுமை நோக்கிய ஆன்மநேய ஒருமைப்பாட்டைக் கட்டமைத்துத் தந்த அருளாளர் வள்ளலார் கண்முன் உள்ள உலகியலை ஏற்றுப் போற்றி இனிது வாழ வேண்டியதன் அவசியத்தை வலியுறுத்திப் பாடியுள்ளார். போலிச் சமயவாதிகளையும் பொருளிலாச் பொய்மைச் சடங்குகளையும் மூட நம்பிக்கைகளையும் எதிர்த்துச் சர்வ சமய சுத்த சன்மார்க்கத்தைக் காட்டிய வள்ளலாரின் கருத்துகள் பெரியாரையே ஈர்த்தவை. அதனால்தான் 1935-ம் ஆண்டு திருவருட்பா நூலின் ஆறாம் திருமுறையை 'இராமலிங்க சுவாமிகள் பாடல் திரட்டு'என்ற பெயரில் குடியரசுப் பதிப்பகத்தின் மூன்றாவது வெளியீடாகப் பெரியார் வெளியிட்டார்.

முடிவுரை

அறிவே திருவே அறிவே செறிவே அதுவே இதுவே அடியே முடியே அந்தோ வந்துஆள் எந்தாய் எந்தாய் அம்பல நம்பதியே என்று பாடிக் கொண்டிருந்தவரை வைதீக சமயத்தினர் அவரைத் தம்சார்பினராகக் கருதிப் போற்றிவந்தனர். ஆனால் பக்குவநிலையடைந்து "சாதியும் மதமும் சமயமும் தவிர்த்தேன், சாத்திரக் குப்பையும் தணந்தேன் என்றும் சாதியிலே மதங்களிலே சமய நெறிகளிலே சாத்திரச் சந்தடிகளிலே கோத்திரச் சண்டையிலே ஆதியிலே அபிமானித்து அலைகின்ற உலகீர் அலைந்து அலைந்து வீணே நீர் அழிதல் அழகலவே" என்றும் "இருட்சாதித் தத்துவச் சாத்திரக் குப்பை இருவாய்ப்புப் புன்செயில் எருவாக்கிப் போட்டு மருட்சாதி சமயங்கள் மதங்களாச் சிரம வழக்கெலாம் குழிக் கொட்டி மண்மூடிப் போட்டு" என்றும் "நால் வருணம் ஆசிரமம் ஆசாரம் முதலாநவின்ற கலைச்சரிதம் எலாம் பிள்ளை விளையாட்டே" என்றும் விமர்சித்துச் சாடினார். இதனைச் சகித்துக் கொள்ள முடியாமல் வள்ளலாரைத் தூற்றினர். அதன் பின்னணியிலேயே வள்ளலாரை எதிர்த்து யாழ்ப்பாணம் ஆறுமுக நாவலரைத் தொழிற்படவைத்து பெரியபுராண வசனம் எனும் நூலைப் படைத்துச் சைவ சமயத்தை மீளுருவாக்கம் செய்ய முனைந்திருப்பதை அறிய முடிகிறது. தாம் வாழ்ந்த காலத்துச் சமூக

இயங்கியலில் மண்டிக்கிடந்த மூடநம்பிக்கைகளையும் சாதி சமய சமூகப் பொருளாதார ஏற்றத் தாழ்வு முரண்களையும் நீக்கி எல்லொரையும் சமமாகக் கருதும் மேம்பட்ட சமூகத்தை உருவாக்க விழைந்தவராக இரமலிங்கனாரைக் கருத முடியும், உயிர் இரக்கத்தை வலியுறுத்தி உருவ வழிபாட்டை மறுத்து, உள்ளெழும் ஜோதி வழிபாட்டை முன்னிறுத்தி மக்களை அறிவு வழியே ஆற்றுப்படுத்திய ஞான வள்ளலாகக் கருதப்பட்டமையால் அவருக்கு வள்ளலார் எனும் பெயரே நிலைத்தது. கறுமை, நீலம், பசுமை, சிவப்பு, பொன்னிறம், வெண்மை, கலப்பு நிறம் என உயிரை மறைக்கும் ஏழு திரைகளின் வழியே அருள்பெரும் ஜோதியை வழிபடச் செய்து உள்முகமாக மெய்ஞான நிலையைப் போதித்தவராக அவர் அறியப்பெறுகிறார் .பெண்கல்வி மறுக்கப்பட்டிருந்த அன்றைய சூழலில், ஆணுக்கும் பெண்ணுக்கும் ஒத்த கல்வி வழங்கப்பட வேண்டும் என்று வலியுறுத்தினார். ஆண்களும் பெண்களும் ஒரே இடத்தில் தங்கி படிப்பது சமண சமய வழக்கமாகும். இதை மீண்டும் கொண்டு வர வள்ளலார் முயன்றார். பெண்களுக்கு தொழில் கல்வியும், ஆன்மீகக் கல்வியும், யோகம், தியானம் உள்ளிட்ட பயிற்சிகளும் கற்பிக்கப்பட வேண்டும் என்றார். சன்மார்க்க நெறியில் பெண்களும் ஈடுபடும் உரிமை உண்டு என்றார். கணவன் இறந்த பின்பு, பெண்களுக்கு தாலி வாங்க வேண்டா என்று கூறுவதன் மூலம் பெண்கள் விதவைக் கோலம் பூணுவதை தடுத்தார். இதன் மூலம் விதவை திருமணத்தை அவர் ஆதரித்தார் என்று கருத இடம் உண்டு. பத்தொன்பதாம் நூற்றாண்டு சமூக இயங்கியல் வரலாற்றில் இராமலிங்க அடிகளின் படைப்புகளும் மானுட ஒருமைப்பாடு மேலிட்ட செயல்பாட்டு நிலையிலான கருத்தியல்ளும் மிகு முக்கியத்துவம் வாய்ந்தவை எனலாம்.

பயன்பயந்த நூல்கள்

1. க. கைலாசபதி, ஒப்பியல் இலக்கியம், குமரன் புத்தக இல்லம், *2014*

2. இராமசாமி முதலியார், திருவருட்பாத் திருமுறை, இந்து யூனியன் அச்சியந்திர சாலை,*1896.*

3. ஊரன் அடிகள் (ப.ஆ.), திருஅருட்பா முதல் ஐந்து திருமுறைகள், சமரச சன்மார்க்க ஆராய்ச்சி நிலையம், வடலூர், மூன்றாம் பதிப்பு: அக்டோபர் - 1989.

4. வள்ளலார் உரைநடை நூல், வர்த்தமானன் பதிப்பகம், சென்னை-17, மறு பதிப்பு: 2006

5. ஜெயகாந்தன், சிற்பி பாலசுப்ரமணியம் (தொ.ஆ) மகாகவி பாரதியார் கட்டுரைகள், பாரதி புத்தகாலயம், 1977

6. சுப்பு ரெட்டியார்.ந, இராமலிங்க அடிகள், கலைஞன் பதிப்பகம், 2003

வள்ளலார் – கூர்நோக்கு வாசிப்பில் தட்டுப்படும் பெருங்கதையாடல் தகர்ப்புகள்

முனைவர் இரவி,
தலைவர், தமிழ் மற்றும் பிறமொழிகள் துறை,
அறிவியல் மற்றும் மானுடவியல் புலம்,
எஸ்.ஆர்.எம். அறிவியல் மற்றும் தொழில்நுட்பக்கல்வி நிறுவனம்,
வடபழனி வளாகம், சென்னை 26.

'சோதனைகள் தான் ஒரு மனிதனுக்கு அவனை அறிமுகப் படுத்துகின்றன'

வள்ளலார்

சமயத்திற்குத் தகுந்தாற்போல் சமயத்தை மாற்றுகிறவர்களும் சமயம் மாறுகின்றவர்களும் இருக்கின்ற இந்த உலகத்தில் மகத்தான ஒரு சிந்தனைப்போக்கை இந்த மண்ணில் விட்டுச் சென்ற மாமனிதரே வள்ளலார் என்று கூறலாம். நாம் இன்றைய சமூகச் சூழலில் பேசிக் கொண்டிருக்கின்ற சமூக ஏற்றத்தாழ்வுகள், பெண் உரிமை, சமத்துவம், மூடநம்பிக்கை எதிர்ப்பு, சமூக நீதி, சாதி ஒழிப்புச் சிந்தனைகள் எனப் பல்வேறு வகையான முற்போக்குக் கருத்துக்களை முன்னோடியாக முன்னெடுத்தவரே அருட்பிரகாச வள்ளலார் ஆவார்.

அன்றைய காலகட்டம் தொடங்கி இன்றைய காலகட்டம்வரை சமூகத்தைத் துண்டாடிக் கூறு போட்டுக் கொண்டிருக்கின்ற சாதி, சமயங்களைக் கடுமையாகச் சாடினார். உருவ வழிபாட்டை ஒருநாளும் ஏற்றுக்கொள்ளாமல் ஒதுங்கிப் போனார். தன்னையே தெய்வமாகக் கருதிக் காலில் விழுந்து வணங்க வருபவர்களைக் கடுமையாக எச்சரித்து அனுப்பினார்.

காலங்காலமாகத் துறவுக்காக அணிந்து வந்த துவராடையைக் கூட தவிர்த்து வெள்ளாடையை அணிந்து நின்று வெள்ளை வெளிச்சமாக உலகச் சமூகத்தைச் சலவை செய்தார். தன்னந்தனியராக நின்று, கண்மூடி வழக்கமெலாம் மண்மூடிப் போக என்று சாடுவதன் மூலமாகத் தனித்துவமான கருத்தை மக்கள் மனங்களில் விதைத்துச் சென்றவரே வள்ளலார் பெருமகனார்.

சமயம், பொதுவாகச் சிந்திக்கச் சொல்லித் தராது. எதிர்க்கேள்விகளை எதிர்கொள்ளத் தயாராக இருக்காது. தர்க்கரீதியிலான வினாக்களுக்கு ஒருபோதும் விடை சொல்லாது. அதையும் மீறிக் கேட்பவனைக் கலகவாதி எனக் கடந்துபோகும். ஆனால், வள்ளலாரோ சமயத்தில் இருந்து கொண்டே, சமய மறுமலர்ச்சிக்கு வித்திட்டு மக்களைச் சிந்திக்கச் சொல்லித் தந்ததனால்தான் இராமலிங்க அடிகளார், இன்றளவும் வெள்ளுடைத் துறவி வள்ளலார் என்பதைத் தாண்டிச் சிந்தனையாளர் வள்ளலார் என உச்சிமேல் வைத்துக் கொண்டாடப்பட்டு வருகிறார்.

'தெய்வம் பற்பல சிந்தை செய்வாரும்
சேர்கதி பற்பல செப்புகின்றாரும்
பொய்வந்த கலை பல புகன்றிடுவாரும்
பொய்ச்சமயவாதியை மெச்சுகின்றாரும்
மெய்வந்த திருவருள் விளக்கம் ஒன்றிலார்'

என்று மனித மாண்புக்கு அப்பாற்பட்டு நிற்கின்ற சமயத்தின் நீர்த்துப்போன சழக்குவாதங்களைத் தோலுரித்துக் காட்டிச் சென்றார். வள்ளலார் பெருந்தகையின் ஆறாம் திருமுறையில் உருவ வழிபாட்டை முற்றிலும் தவிர்க்கச் சொல்லி ஜோதியை வழிபடச் சொல்லி நெறிப்படுத்தினார். அதாவது, உள்ளொளிரும் ஜோதியை உணரத் தூண்டி வழிகாட்டினார்.

இயற்கையை நோக்கி நகர்த்தினார். ஒளியே பிரபஞ்சத்தின் பெரிய இறையெனப் போதித்தார். ஆகையால், அதனை வழிபட்டு அதில் கரைவோம் என்றுரைத்தார். காலாதிக் காலமாகச் சமயம் கட்டிவைத்த கோட்டையைத் தகர்க்கும் விதமாகவே, தன் சிந்தனைப்போக்கை முன்வைத்தார்.

"எறும்புத் தோலை உரித்துப் பார்க்க யானை வந்ததடா - என்
இதயத் தோலை உரித்துப் பார்க்க ஞானம் வந்ததடா"

என்று கவியரசர் பாடியதைப் போல இதயத்தைத் தூய்மையாக்கும் ஞானம்பெற இயற்கையை நோக்கி நகர்ந்திட வழிவகை செய்தார். சமயத்துக்குள் புதுக்குருதி ஏற்றினார். சமூகத்துக்கும் சமயத்துக்கும் இடையிலிருந்த பெருவெளியை அடித்து நொறுக்கி ஒருவழியாக்க முயற்சித்தார். இயற்கையெனும் அறிவியலைச் சமயமெனும் வாழ்வியலுக்குள் கொண்டுவரப் போராடினார். இப்படியெல்லாம் பாடிய வள்ளலாரை எப்படி விட்டு வைப்பார்கள்? அதனால்தான், இதனைப் பிடிக்காதவர்கள் வசைபாடினார்கள். அதுவே, வள்ளலார் இன்றளவும் இசைபட இருக்கக் காரணமாக உள்ளது.

வள்ளலாருக்குள் தட்டுப்படும் பின்நவீனத்துவச் சாராம்சங்கள்:

இரண்டாம் உலகப்போருக்குப் பிறகான பிறகான காலகட்டங்களில் அன்றைய மக்கள் ஒரு நிராதரவு மனநிலையில் நின்று தவித்துக் கொண்டிருந்தார்கள். காலங்காலமாகக் கட்டமைத்து வைக்கப்பட்டு இருந்த அனைத்துக் கோட்பாட்டு மையங்களும் நம்பிக்கைகளும் விதிமுறைகளும் சட்டம் ஒழுங்குகளும் தங்களைக் கைவிட்டுவிட்டதாக அவர்கள் கருதி ஒரு விரக்தியின் விளிம்பு நிலையில் நின்று தவித்துக் கொண்டிருந்தார்கள். மேற்கொண்டு என்ன செய்வதென்று தெரியாமல் விழிபிதுங்கி நின்றிருந்தார்கள். வாழ்வதற்கான அனைத்து வழிகளும் அடைக்கப்பட்டுவிட்டதாகக் கருதிக் குமைந்தனர்.

உலகச் சமுதாயம், அரசாங்கங்கள், மதங்கள், போன்றவை தங்களைப் பல்வேறு சிக்கல்களில் இருந்து காப்பாற்றும். தங்களுடைய வாழ்க்கைக்கான பாதுகாப்புக் கேடயங்களாக இருக்குமென்று நம்பிக் கொண்டிருந்த அன்றைய இரண்டாம் உலகப் போருக்குப் பிறகான சூழ்நிலையில் வாழ்ந்த மக்கள், இந்த அமைப்புகளின் மீது(பெருந்தகையாடல்கள் மீது) நம்பிக்கையை இழந்தார்கள். அந்த நம்பிக்கை இழப்பின் விளைவாக வேறொரு மாற்றைத் தேடிக் கொண்டிருக்கும்போது, ஏற்கனவே

கட்டமைக்கப்பட்டிருந்த கட்டமைப்புகளை உடைத்து வேறொன்றை நோக்கி நகர்வதற்கான காலத்தை எதிர்நோக்கி இருந்தபோது, அவர்கள் கண் முன் வந்து நின்ற ஒரு சித்தாந்தம் தான் பின் நவீனத்துவம் என்கிற கோட்பாடாகும்.

இந்தப் பின்நவீனத்துவமும் ஏற்கனவே இருந்ததைப் போல ஒரு வாழ்க்கை முறையையோ அல்லது ஒரு கட்டமைப்பையோ உருவாக்கிக் கொடுக்காமல் ஏற்கனவே இருந்த கட்டமைப்புகளைக் கேள்விக்குள்ளாக்குகின்ற வேலையை முதன்மையாகச் செய்தது. ஏனெனில், புதிதாக வேறொரு அமைப்பை உருவாக்கித் தந்து, புதிதாக வேறொரு தீர்வை மக்களுக்குக் கொடுக்கப்படக்கூடிய சூழலில் அது மீண்டும் அவர்களுக்குச் சிறையாக, கைவிலங்காக, தலைவலியாக மாறும் என்பதனால் ஏற்கனவே இருக்கக்கூடிய விலங்குகளிலிருந்து தங்களை கட்டவிழ்த்துக்கொண்டு வெளியே வர வேண்டும் என்கிற நோக்கத்தை மட்டுமே பின்நவீனத்துவம் முதன்மையாக முன்வைத்தது.

1957 -இல் வரலாற்றாசிரியரான பெர்னர்ட் ரோஸன்பர்க், 'தொழில் நுட்ப வளர்ச்சி, உலகம் முழுக்க உள்ள மக்களை ஒரே மாதிரியான தன்மை (Sameness) கொண்டவர்களாக மாற்றிவிட்டது. இது பின்நவீன வாழ்வியல் நிலைமை' என்றார். அதேபோல் 1964 -இல் பீட்லரும் 1968 -இல் லியோ ஸ்டீன் பெர்க்கும், 'நவீன கலை இலக்கிய மதிப்பீடுகளைப் புறக்கணிக்கும் பின்நவீன கலாச்சாரம் ஒன்று தோன்றி இருக்கிறது' என்று குறிப்பிட்டுள்ளனர். எனினும் உண்மையில் பின்நவீனத்துவம் ழாக் டெரிடா அவர்கள் 1966-இல் ஜான் ஹாப்கின்ஸ் பல்கலைக்கழகத்தில் நிர்நிர்மாணம் (Deconstruction) குறித்த கட்டுரை வாசித்த போதுதான் பிறந்தது எனலாம். ஏனெனில், அக்கட்டுரையின் வாயிலாகத்தான் மையங்களைச் சிதறடித்தல், பன்முகமாய்ப் பார்த்தல் போன்ற பின்நவீனத்துவத்தின் அடிப்படைக் கூறுகள் புழக்கத்திற்கு வந்தன. மேலும், ழாக் டெரிடாவின் படைப்புகளான - 'மனித விஞ்ஞான உரையாடலில் அமைப்பு, குறி மற்றும் விளையாட்டு (Structure, sign and play in the Discourse of human science)' 'பேச்சும் நிகழ்வும் (Speech and phenomena)'' எழுதுவதும் வித்தியாசப்படுதலும் (writing diference)'

ஆகியன பின்நவீனத்துவத்தின் பல கூறுகளை விரிவாகப் பேசிச் செல்கின்றன"[1]

பொதுவாக மதம் என்னும் பெருங்கதையாடல் (meta narrative) உலகெங்கும் அங்கங்கே இருக்கக்கூடிய சிறுகதையாடலைத் (Little narrative) தகர்த்துவிட்டு ஒற்றைக் குடையின்கீழ் கொண்டு வரவே முயற்சி செய்தன. அப்பொழுது பன்மைகள் சிதைக்கப்பட்டு மையம் என்ற ஒன்று உருவாக்கப்படுகின்றது. அந்த உருவாக்கத்தின் மூலமாகப் பல்வேறு சிறுகதையாடல்கள் அடையாளம் இழந்து, இருந்த இடம் தெரியாமல் அழிந்து போகக் கூடிய நிலை ஏற்படுகிறது. இந்தச் சிறுகதையாடல் அழிப்பையே; பன்மைகளின் சிதைப்பையே பின்நவீனத்துவம் கடுமையாக எதிர்த்தது.

பழைய பல அடையாளங்களைத் தகர்த்து ஒற்றை அடையாளத்தின்கீழ் மனிதகுலத்தைக் கொண்டு வருவது என்பது வன்முறையின் உச்சம் என்று பின்நவீனத்துவம் தன் கோட்பாட்டை முன்வைத்து. அதற்கு எதிர்ப்பு தெரிவித்தது. பன்மை தான் இந்த சமூகத்தின் அழகு; அடையாளம் எல்லாமே ஆகும் என்று பின் நவீனத்துவம் ஆணித்தரமாக நம்பியது. அதையே, மக்களிடத்தில் ஒரு கோட்பாடாக விதைத்தது. அதை மீட்டெடுக்கும் விதமாகத்தான் பன்மைத்துவத்தின் தன்மையை அழிக்கக்கூடாது என்கிற சித்தாந்தத்தைப் பின்நவீத்துவம் இன்றளவும் வலிமையாக முன்வைக்கின்றது.

இத்தகைய பல்வேறு விதமான தனித்தனி அடையாளங் களைத் தொலைக்கக்கூடாது என்ற வள்ளலாரின் குரல் பின்நவீனத்துவத்தின் குரல் என்றும் நாம் அதனைப் புரிந்து கொள்ளலாம். வள்ளலார் ஏற்கனவே இருந்த மதம் என்னும் பெருந்ததையாடலைத் தகர்க்கவே முயற்சித்தார். அது முன்வைத்த அனைத்து நம்பிக்கைகளையும், வழிபாட்டு முறைகளையும் மாற்றி அமைத்திட, மறுமலர்ச்சிக்குட்படுத்திடக் கோரினார். ஆக, வள்ளலாரின் இத்தகைய இந்த மாற்றுப் பார்வையைப் பின்நவீனத்துவப் பார்வையாகக் கருத இடமுள்ளது.

மற்றமையைத் தூக்கிப் பிடித்த வள்ளலார்:

நவீனச் சமூகம் எளிய மனிதர்களையும், நோய்வாய்ப்பட்டவர் களையும், குஷ்டரோகிகளையும், ஊனமுற்றவர்களையும், பிச்சைக்காரர்களையும் சமூகத்தின் பாவப் படைப்பாகப் பார்க்கின்றது. அவர்களைக் கருணையற்றுப் புறமொதுக்குகிறது. பின்நவீனத்துவம் இவர்களை விளிம்புநிலைவாசிகள் என்று அழைக்கின்றது. இல்லையென்றால், மற்றமைகள் என்ற சொல்லைக் கொண்டும் குறிப்பிடுகின்றது. அவர்களின்பால் ஒரு கரிசனத்தை எப்பொழுதும் பின்நவீனத்துவம் காட்டிக் கொண்டே இருக்கின்றது. அவர்களுக்காகத் தொடர்ந்து ஒரு காத்திரமான உரிமைக்குரலைப் பின்நவீனத்துவம் எழுப்பிக் கொண்டே வருகின்றது. அந்த விளிம்புநிலைவாசிகள் என்று சொல்லக்கூடிய மற்றமைகளுக்கான குரலை எவ்வாறு பின்நவீனத்துவம் இன்றைக்குக் கொடுத்துக் கொண்டிருக்கின்றதோ, அதை அன்றைக்கே வள்ளலார் தன்னுடைய பாடல்களில் மிக நுட்பமாகக் கொடுத்திருக்கின்றார் என்பதே மறுக்க முடியாத ஓர் உண்மையாகும்.

‘அறிவினால் ஆகுவதுண்டோ பிறிதின் நோய்
தன்நோய்போல் போற்றாக்கடை’

என்பது வள்ளுவப் பெருந்தகையின் வாக்காகும். இந்தச் சிந்தனை வளத்தின் தொடர்ச்சியாக வள்ளலாரைக் கருத இடமுள்ளது.

‘வாடிய பயிரைக் கண்ட போதெல்லாம் வாடினேன்’ என்று சிந்தித்த வள்ளலாரை மிக உன்னதமான ஒரு பின்நவீனத்துவ வாதியாக நாம் பார்க்கலாம். ஏனென்றால், பின்நவீனத்துவம் மற்றமைகளையும், விளிம்புநிலை மக்களையும் தூக்கிப் பிடிக்கின்றது. அவர்கள் துயரத்தையே சமூகத்தின் ஆகப் பெருந்துயரமாகப் பின்நவீனத்துவம் எடுத்துரைக்கின்றது. இவ்வரியில், விளிம்பு நிலை மக்கள், மற்றமைகள் என அதையும் தாண்டி (அதையும் தாண்டி புனிதமானது என்பது போல) தாவரங்களின்பால் கொண்ட அன்பை வள்ளலார் முன்வைக்கின்ற போதே அவர் உலகச் சிந்தனையாளர்களையும் தாண்டி ஒரு படிக்கு மேலே நின்று பெருமை பெறுகிறார்.

தாவரங்கள் சுவாசிக்கின்றன என்பது மனிதனின் பிற்காலத்தைய கண்டுபிடிப்பாகும். தன்னுடைய உள்ளத்துக்குள் பெருகிக் கிடக்கின்ற பேரன்பின் காரணமாகத் தாவரத்தையும் ஒரு சக உயிரியாக பார்க்கின்ற, வள்ளலாருக்குள் புதைந்துகிடந்த இந்தப் பண்பையே ஒரு பின்நவீனத்துவப் பண்பாக நாம் உறுதிபடக் கூறலாம்.

தனியொரு மனிதனுக்கு உணவில்லை எனில் இந்தச் சகத்தினை அழித்திடுவோம் என்று பாடிய மகாகவி பாரதிக்கு எல்லாவிதத்திலும் முன்னோடியாகத் திகழ்ந்தவரே வள்ளலார். இந்தக் கவிதையைச் சிந்திப்பதற்கு வள்ளலாரின் அந்த வரிகள் தூண்டுகோலாக இருந்திருக்கும் என்று கருதுவதற்கும் இடம் உண்டு.

பெருங்கதையாடல் தகர்வு:

'பின் நவீனத்துவத்தின் மிகவும் சுருங்கிய வடிவம் என்பது 'எதையும் சந்தேகித்தல்' ஆகும். அது உண்மை என்பது ஒன்றே ஒன்று என்பதை ஏற்றுக்கொள்வதே இல்லை. மேலும், பிரதியைப் பார்! பிரதி எழுதியவரைப் பார்க்காதே! என்கிறது.[2] பின்நவீனத்துவத்தின் இந்தக் கருத்து, வள்ளலாரின் கருத்தியலை ஒட்டியதாகவே உள்ளதெனலாம்.

"சாதியிலே, மதங்களிலே, சமய நெறிகளிலே
சாத்திரச் சந்தடியிலே, கோத்திரச் சண்டையிலே
ஆதியிலே அபிமானித்து அலைகின்ற உலகீர்
அலைந்தலைந்து நீர் அழிதல் அழகலவே!

வள்ளலார் தன்னுடைய வருத்தத்தை வெளிப்படையாகப் பாடிச் சென்றுள்ளார். புராணங்கள், இதிகாசங்கள் இவற்றை உண்மையென நம்பிக் கற்பனை கதாபாத்திரங்களுக்கு உயிர்கொடுத்து வழிபட்டு வருவதைக் கடுமையாகச் சாடினார். இதனால், வள்ளலாருக்கு எத்தகைய பகைமைகள் பல்கிப் பெருகியிருக்கும் என்பதையும் இந்த இருநூறாவது ஆண்டின் நிறைவு நாளிலும் நம்மால் ஊகித்துப் புரிந்து கொள்ள இயலுகிறது.

வள்ளலாரினுடைய படைப்புகளில் தென்படும் இந்த மனநிலையைப் பின்நவீனத்துவ மனநிலையாக நாம் புரிந்து கொள்ளலாம். கேள்விகள் ஏதுமில்லாமல், ஏற்றுக் கொள்ள வற்புறுத்தப்படுகின்ற சமயச்சாரங்களை வள்ளலார் கேள்விக்குள்ளாக்குவதன் மூலமாக அவருடைய சிந்தனைப் போக்கில் பின்நவீத்துவப் பாங்குகள் புதைந்து கிடக்கின்றன என்று நாமதை அறுதியிட்டுச் சொல்லலாம். ஏற்கனவே, மக்கள் மனதில் ஆழங்கால் பட்டுவிட்ட ஒரு சமயக் கருத்தாடலைத் தகர்க்கும் விதமாய், அதற்கு முற்றிலும் மாறான வேறொரு சிந்தனை மரபை; இயற்கை சார்ந்த நெறியை எடுத்துரைக்க முயற்சித்தார். இதுபோன்ற மாற்றுவழி கூறலும், மறுப்பும் பின்நவீனத்துவத்தின் ஓர் அங்கமே என்று கூறுவதன் மூலமாக வள்ளலாருக்குள் பின்நவீனத்துவத் தன்மைகளும், கூறுகளும் இடம்பெற்று இருக்கின்றன என்பதாகப் புரிந்துகொள்ள வழியுள்ளதெனலாம்.

நிறைவுத் திரட்டுரை:

எல்லோரையும் போலவே ஆரம்பத்தில் தன்னுடைய சமய நம்பிக்கைகளையும், சமயக் கோட்பாடுகளையும் கொண்டிருந்த ஒருவரே வள்ளலார். வெறும் சமயவாதத்தை மட்டுமே முன்வைத்து, அதை மட்டுமே பின்பற்றக் கூடியவராக இருந்திருப்பாரேயானால் வரலாறு இன்றைக்கு அவரைப் பத்தோடு பதினொன்றாகவே பார்த்திருக்கும். இவ்வளவு தூரம் பல்வேறு தரப்பு மக்களால் விதவிதமான விவாதங்களுக்கு உட்படுத்தக்கூடியவராக அவர் இருந்திருக்க மாட்டார்.

தன்னுடைய கடைசிப் பத்தாண்டுகளில் அவர் சமூகம் சார்ந்தும், மக்கள் நலன் சார்ந்தும், சமூகத்தில் புரையோடிக் கிடக்கின்ற சாதி சமயச் சழக்குகளை எல்லாம் மாற்ற வேண்டும் என்கிற ஒரு நோக்கத்தில் தன்னுடைய சிந்தனைப்போக்கைப் புடம்போட்டுப் புதியதொன்றாக வடிவமைத்துக் கொண்டார். அந்தப் புதிய சிந்தனைப்போக்கே இன்றளவும் ராமலிங்க அடிகளாரை நாம் நினைவுகூர்ந்து, தொடர்ந்து அவரின் எண்ணங்களோடு கருத்துரையாடுவதற்கு வழிவகை செய்துள்ளது.

வள்ளலாரின் இந்த மாற்றுச் சிந்தனையே மேலைநாட்டுச் சிந்தனைக் கோட்பாடான பின்நவீனத்துவத்தோடும் பொருந்துவதாக அமைந்துள்ளது. பொதுச் சிந்தனை நீரோட்டத்தையொட்டிச் சிந்திக்கின்றவர்கள் காலவோட்டத்தில் காணாமல் போய்விடுகிறார்கள். பொதுச் சிந்தனை நீரோட்டத்தில் இருந்து மாறுபட்டுப் புதிதாகச் சிந்தித்துப் புதிய கருத்துகளைச் சமூகத்திற்குத் தரக்கூடியவர்களே என்றென்றைக்கும் நிலைத்து நிற்கின்றவர்களாக இருப்பார்கள். அந்தவகையில், விளிம்பு நிலை மக்களுக்காகவும், மற்றமைகளுக்காகவும், மையத்தைத் தகர்த்துப் பெருந்ததையாடலை எதிர்த்து முன்வைத்த சிந்தனைகளுக்காகவே வள்ளலார் இன்றளவும் நினைத்துக் கொள்ளப்பட்டுக் கொண்டிருக்கிறார். அந்தவகையில், வள்ளலார் தன் வாழ்வின் அந்திமத்தில் சமயமென்னும் பெருங்கதையாடலைத் தகர்க்கவும், புதுப்பிக்கவும் மாற்றுச் சிந்தனைகளை முன்வைத்ததன் மூலமாகவே அவர் காலாவதியாகாமல் கவனப்பட்டுக் கொண்டே இருக்கின்றார். கவனப்பட்டுக் கொண்டே இருப்பார்.

‘ஒரு விளக்கு இன்னொரு விளக்கை ஏற்றுவதன் மூலம் எதையும் இழந்து விடாது. அந்த இடத்தில் ஒளி இரண்டு மடங்காகும். அது போல நாம் பிறருக்கு உதவுவதால் நாம் இழக்கப் போவது எதுவுமில்லை. அதனால், நாம் பெறும் இன்பம் இரண்டு மடங்காகும்’

இராமலிங்கத் துறவி

துணைநூற்பட்டியல்:

1. https://thamaraithamil.blogspot.com/2015/08/blog-post_14.html

2. டிஷே தமிழன்- என்னுடைய பின்நவீனத்துவப் புரிதல்கள் - கட்டுரை

உயிரிரக்கக் கொள்கையால்
உலகை ஈர்த்த வள்ளலார்

Dr Mari Anand
Associate Professor,
College of Economics & Business Administration,
University of Technology and Applied Sciences - Salalah, Oman

முன்னுரை

தமிழக வரலாற்றில் மானுட வாழ்வியல் விழுமியங்களை வகுத்துத் தந்த மரபில் வள்ளுவரின் வழித்தோன்றலாகவும், பாரதிக்கு முன்னோடியாகவும் விளங்கியவர் வள்ளலார். உலக உயிர்களனைத்தையும் ஒருகுடையின் கீழ் கொண்டுவந்து சாதிமத பேதமற்ற சமத்துவச் சிந்தனையை ஆழமாக விதைத்தவர். பஞ்சமும், பசிப்பிணியும் பல்கிப் பெருகியிருந்த காலத்தில் தமிழகத்தின் இருள் கடிய எழுந்த ஞாயிறு எனத் தோன்றி அறம் வளர்த்த அருளாளர். சமயப் பணியாற்ற சான்றோர்கள் மடங்களைத் தோற்றுவித்த காலத்திலேயே அம்மரபிற்கு மாற்றாக சமண பௌத்த சமயங்களை அடியொற்றிச் சங்கம் உருவாக்கியவர். அவர் உருவாக்கிய சமரசச் சுத்தசன்மார்க்க சங்கம் உலகப் பொதுமையை ஓங்கி ஒலித்தது.

மானுட ஈடேற்றத்திற்கான கருவிகளாய்ச் சமரச சுத்த சன்மார்க்க சங்கம், சத்தியத்தருமச் சாலை, சத்ய ஞானசபை, சித்திவளாகம் ஆகியவற்றைச் சமைத்த வள்ளலாரின் வாழ்வியலை ஆராய்ந்து பார்த்தால் அவர் சமுதாயச் சீர்திருத்தவதியாக, தமிழ் வளர்த்த அருட் கவிஞராக சித்த மருத்துவக் குறிப்புகள் தந்த

மருத்துவராக, சமுதாய மாற்றம் காண விழைந்த சித்தராக எனப் பலநிலைகளில் அடையாளப் படுத்த முடிகிறது. எத்துணையும் பேதமுறாது எவ்வுயிரும் தம்முயிர்போல் கருதிச் செயலாற்ற வேண்டியதன் கட்டாயத்தை எடுத்துக் காட்டியுள்ளார். அவரது உயிர் இரக்கக் கொள்கையும் ஆன்ம நேய ஒருமைப்பாடும் உலகெங்கிலும் உள்ள அறிஞர்களாலும் அருளாளர்களாலும் ஏற்றுக் கொள்ளப்பட்டதாகும்.

வாழ்வும் வரலாறும்

தமிழ்நாடு செய்த பெரும் தவப்பயனால் பச்சைப் பயிரோடு பக்திப் பயிரையும் வளர்க்கும் தென்னார்க்காடு மாவட்டத்தில், இறைவன், திருக்கூத்தாடும் தில்லையின் திருநகரை அடுத்து உள்ள மருதூரில், இராமையாபிள்ளைக்கும் சின்னம்மையாருக்கும் மகவாக இராமலிங்கர் தோன்றினார். அவர் பிறந்த நாள் 5-10-1823 ஆகும்.

இவருடன் பிறந்தோர் சபாபதிப்பிள்ளை, பரசுராமப்பிள்ளை என்போர் ஆவர். வாழையடி வாழையாக வந்த அருள் திருக்கூட்டமரபில் உதித்த இராமலிங்கருக்குச் செந்தமிழ்க் கடவுளாகிய முருகப்பெருமானது திருக்காட்சி இளமையிலேயே கிடைத்தது. மக்கட் பிறவியினரையே குருவாகப் பெறும் மாணிடர் உலகில், மறைமுதல்வனின் மகனான முருகப்பெருமானையே குருவாய் ஏற்றதால், இராமலிங்கர் செந்தமிழும் வடமொழியும் ஆகிய இருபெரும் மொழிகளையும் ஓதி உணரும் பெரு ஞானம் கைவரப் பெற்றார். எனினும் உலகியல் முறைக்கேற்பக் காஞ்சிபுரம் மகாவித்துவான் சபாபதி முதலியாரையும், சகோதரர் சபாபதிப் பிள்ளையையும் ஆசான்களாகப் பெற்றார். சபாபதிப் பிள்ளையின் அன்பினும் அவர் மனைவியாரின் அரவணைப்பிலுமே வளர்ந்தார். கருவிலே திருவுடையவராக அவர் தோன்றியமையால், இளம்போதிலேயே கவி எழுதும் பேராற்றலைப் பெற்றார். இராமலிங்கர் பல்வேறு ஆற்றல்களின் உறைவிடமாக விளங்கினார்.

அவர் புலவராக, கவிஞராக, சொற்பொழிவாளராக, உரைநடை எழுத்தாளராக, நூலாசிரியராக, உரையாசிரியராக, ஞானாசிரியராக, போதகாசிரியராக, மருத்துவராக,

இவர்களுக்கெல்லாம் மேலாகத் துறவியாக, ஞானியாக, சித்தராகக் காட்சி தந்தார். செயற்கரியவற்றையே செய்த இராமலிங்கர், உலகங்கள் எல்லாவற்றையும் இயக்கி வரும் முழுமுதற் பொருள்களான கடவுள், அனைவர் உள்ளங்களிலும் சோதி வடிவாகத் திகழ்கின்றார், அத்தகைய அருட்பெருஞ்சோதி ஆண்டவரின் தனிப்பெருங் கருணையே உலக உயிர்களையெல்லாம் வாழ வைக்கிறதென்றும் கண்டார். இவ்வுண்மையினை மனத்திற் கொண்டு, சாதிமத வேறுபாடின்றி, எல்லா உயிர்களிடத்திலும் இரக்கமுடையவராய் வாழும் ஆன்மநேய ஒருமைப்பாட்டினை நல்கும் சீவகாருண்ய ஒழுக்கமே உலகில் உயர்ந்தது என அறிந்து தெளிந்தார். இதனால் சமரச சன்மார்க்க நெறியைக் கைக்கொண்டார். தம் நெறிதழைக்க இறைவன் கருணைதனைப் பெற்றார். பயிர்கள் வாடுவதையே பார்க்கப் பொறுக்காத இராமலிங்கர், பசியால் வாடும் மக்களின் துயர் துடைக்க முன்வந்தார். வடலூரில் சன்மார்க்க சங்கம் - சத்திய தரும சாலை - சத்திய ஞான சபை என்னும் மூன்று அருள் நெறி காக்கும் அமைப்புகளை நிறுவினார். அப்பெருமான் தனிக்கொள்கையை, தனிக்கொடியை, தனிச்சபையை, தனிமார்க்கத்தை, தனி மந்திரத்தை, வழிபாட்டைக் கண்டார். பொருளை வாரி வழங்கியவர்கள் பொருள் வள்ளல்கள்; அருளை வாரி வழங்கியோர் அருள் வள்ளல்கள். அருள் வள்ளல்களில் ஒருவராகி அதேபொழுது, தம் தனிப்பண்பாலும் ஒருவராகி, வள்ளல் என்ற தனிப் பெயரையே பெற்றுத் திகழும் வெற்றிபெற்றவர் நம் இராமலிங்கர்.

மரணமிலாப் பெருவாழ்வு

மரணமில்லாப் பெருவாழ்வு எனச் சாகாக்கலையை உலகிற்கு உணர்த்தியவர் வள்ளலார்; அவர் பொன் செய்யும் ஆற்றலையும் பெற்றிருந்தார். வள்ளலார், தோன்றிய காலம் தொட்டே பல அதிசயங்களை நிகழ்த்தி உள்ளார். அப்பெருமகனார் ஓராண்டுப் பருவத்தினராக இருந்தபோதே தில்லையம்பலநாதர் சந்நிதித் திரைச்சீலை தானே தூக்கப்பெற்று தரிசித்தார். ஒருமுறை திண்ணையிலிருந்து கீழே விழுந்தபோது இறைவி வந்து காப்பாற்றினார். ஒருநாள் பட்டினியோடு படுத்திருந்தபோது அவர் அண்ணியார் வடிவில் இறைவி காப்பாற்றினார். இளமையில்

அண்ணன் சொற்பொழிவுகளுக்கு ஏடு படிக்கத் தொடங்கினார். ஒரு முறை அவர் நோய்வாய்ப் பட்டமையால் தாமே சொற்பொழிவு செய்யத் தொடங்கி நாடறிந்த பெருமகன் ஆனார். தண்ணீரில் விளக்கெரியச் செய்தார். ஒரே இரவில் 1596 வரிகளை உடைய அருட்பெருஞ்சோதி அகவலைப் பாடி முடித்தார். வள்ளலார் பக்தி நெறி நின்றாலும் உலக வாழ்வில் மக்கள் சிறந்து வாழும் பக்குவநெறியும் கண்டவர். ஏழை பணக்காரன், மேல்சாதி கீழ்சாதி, முறைகளை வன்மையாகக் கண்டித்தவர். சாதி சமய வேறுபாடுகளைக் கடுமையாய் எதிர்த்தார். மக்கள் வாழப் பயன்படும் நெறியே நன்னெறி எனப் போற்றினார். இளமையில் முருகப்பெருமானைக் கடவுளாகவும், திருஞான சம்பந்தரைக் குருவாகவும், திருவாசகத்தை வழிபடும் நூலாகவும் கொண்டார். பின்னர் ஒற்றியூரில் வாழும் இறைவனின் இணையற்ற பக்தராகவும், பின் தில்லையம்பல நாதரின் பக்தராகவும் விளங்கினார். முடிவில் அருட்பெருஞ்சோதி அடியவராகத் திகழ்ந்தார்.

பொதுமையாக்கச் சிந்தனையாளர்

ஒத்தாரும் உயர்ந்தாரும் தாழ்ந்தாரும் ஆகிய அனைவரும் ஒருமை உள்ளவராகி உலகில் வாழ வேண்டும் என்ற பெருநோக்கோடு வள்ளலார் திருவாய் மலர்ந்தருளிய செந்தமிழ்த் திருப்பாடல்களின் தொகுதியே திருவருட்பா என்னும் கருவூலமாகும். அருளாளர்கள் பாடிய பாடல்கள் அனைத்தும் அருட்பாக்களே! ஆனால் திரு சேர்ந்து அப் பெயருடனேயே விளங்கும் அருட்பா, வள்ளல் பெருமான் பாடிய பாடல்களின் தொகுதியே யாகும். திருவருட்பா ஆறு திருமுறைப் பகுதிகள் கொண்டு விளங்குகின்றது. 399 பதிகங்களையும் 5818 பாடல்களையும் கொண்டது. எல்லாப் பாடல்களும் இறைவனை முன்னிறுத்திப் பாடப்பெற்றவையே. இது பக்திப்பா உலகில் ஒரு புதுமை; தமிழ்மொழிக்கு மற்றொரு பெருமை. ஆண்டவனை அனைவரும் நாள்தோறும் வேண்டிப் போற்றும் நிலையில் உரைநடை வேண்டுகோளாக அமைந்தவை, சுத்த சன்மார்க்கச் சத்தியச் சிறு விண்ணப்பம், சுத்த சன்மார்க்கப் பெரு விண்ணப்பம், சமரச சுத்த சன்மார்க்க சத்திய ஞான விண்ணப்பம், சமரச சுத்த சன்மார்க்க சங்க சத்திய ஞான விண்ணப்பம் என்பனவாகும்.

மனுமுறை கண்ட வாசகம், சீவகாருண்ய ஒழுக்கம் என்பன வள்ளல் பெருமான் இயற்றிய உரைநடை நூல்கள் ஆகும். அவர் உரையாசிரியராகவும் பதிப்பாசிரியராகவும் திகழ்ந்தும் பல அரும்பணிகள் செய்தார். இறைநெறியை ஆன்மநேயப் பெருநெறி ஆக்கிய வள்ளல் பெருமான் தைப்பூச நன்னாளில் வடலூரில் உள்ள சித்திவளாகத்தில் ஓர் அறைக்குள் சென்று கதவினை மூடிக்கொண்டு அருட்பெருஞ்சோதி ஆண்டவரான இறைவனோடு இரண்டறக் கலந்து சோதி வடிவானார். வள்ளலார் பிறந்த காலத்தில் தமிழகத்தில் ஆங்கிலேய கிழக்கிந்திய நிறுவனத்தின் ஆட்சி வலுவாக காலூன்றி இருந்தது. அவர் வாழ்ந்துகொண்டிருந்த காலத்தில்தான் அந்த ஆட்சிக்கு எதிராக, 1857-ஆம் ஆண்டு, முதல் சுதந்திரப்போர் வெடித்தது. அதன் விளைவாக, பிரிட்டிஷ் அரசு நேரடியாக இந்தியாவின் ஆட்சிப் பொறுப்பை ஏற்றுக்கொண்டது. குறுநில மன்னர்களின் ஆட்சிக்கும் ஆங்கிலேயரின் ஆட்சிக்கும் மிகுந்த வேறுபாடு இல்லை. மக்களிடம் விழிப்புணர்வும் இல்லை. அவர்கள் பொருளாதார, சமுதாய, சமய சிக்கல்களுக்கிடையே சிக்கித் தவித்தனர்.

நான்கு வருணங்கள் பேசப்பட்டன. எண்ணற்றச் சாதிகள் மக்களைக் கூறுபோட்டுக் கொண்டிருந்தன. சமுதாயம் புரையோடிப்போய் கிடந்தது. தீண்டாமை என்னும் தீமை புற்றுநோயாக வளர்ந்திருந்தது. இவற்றைப் பற்றிச் சிந்திப்பதும் பேசுவதுமே பாவம் என்ற மனப்பான்மை மக்களிடம் குடிகொண்டிருந்தது. இத்தகைய சூழலில்தான் வள்ளலார் தோன்றினார். அக்காலத்திய சமுதாய சூழல் மனிதன் முழுமை பெறத் தடையாக இருந்ததை உணர்ந்த அவர், ஆன்மநேய ஒருமைப்பாட்டையும் சுத்த சன்மார்க்க நெறியையும் மக்களிடையே பரப்புவதற்கு முயன்றார். சாதிப் பிரிவுகளை எதிர்த்துப் போராடினார்.

**சாதியிலே மதங்களிலே சமயநெறிகளிலே
சாத்திரச்சந் தடிகளிலே கோத்திரச்சண் டையிலே
ஆதியிலே அபிமானித் தலைகின்ற உலகீர்
அலைந்தலைந்து வீணேநீர் அழிதல் அழ கலவே**

- என்றும்

நால்வருணம் ஆசிரமம் ஆசாரம் முதலா
நவின்றகலைச் சரிதம்எலாம் பிள்ளைவிளை யாட்டே.

எனவும் பாடினார். வள்ளலாரின் சாதி ஒழிப்புக் கருத்து அக்காலத்தில் மிகப் புரட்சிகரமானது எனக் கருதப்பட்டது. மனித குலத்தின் ஒற்றுமைக்குத் தடையாக உள்ள சாதி, குல, வர்ண பேதங்களை அடியோடு ஒழிக்கப் பாடுபட்ட முதல் சமூக சீர்திருத்தவாதியாக தமிழகத்தில் திகழ்ந்தவர் வள்ளலாரே. எம்மதமும் சம்மதம் என்னும் உயரிய தத்துவத்தை முதல் முதலில் போதித்தவர் அவரே. தாழ்த்தப்பட்ட மக்கள் கோயில்களுக்குள் அனுமதிக்கப்படாத காலத்தில், அவர்கள் மட்டுமல்ல சகல மதத்தைச் சேர்ந்தவர்களும் ஒன்றுகூடி வழிபடக்கூடிய சத்தியஞான சபைக் கோயிலை அமைத்தவர் வள்ளலார் ஆவார்.

வாடிய பயிரைக் கண்டு வாடிய தளிர் மனதுக்காரர், ராமலிங்க வள்ளலார். காலில் மிதிபடும் புல் பூண்டுக்கும் உயிருண்டு, உணர்வுண்டு என்பதை விஞ்ஞானம் நிரூபித்ததை, அஞ்ஞானம் கொண்டு பலர் அதை மதிக்க மனமில்லாதிருக்க, உலகமே போற்றும் மகான் அந்த உண்மையை ஒவ்வொருவர் மனதிலும் நிலைநிறுத்த முயன்றார். அவர் மனம்தான் எவ்வளவு இளகியது! ஓதாமல் ஒருநாளும் இருக்க வேண்டாம் என்று ஔவையார் பாட, உள்ளொன்று வைத்துப் புறமொன்று பேசுவார் உறவு கலவாமை வேண்டும் என்று கூடாததைக்கூட எதிர்மறையாகச் சொல்லாத ஏந்தல் அவர். இந்த அஹிம்சை உணர்வாலேயே, சரித்திர-ஆன்மிக சம்பவம் ஒன்றை உள்ளம் நடுங்க அவர் விவரிக்கிறார்.தன் மகன் தேரோட்டிச் சென்றபோது அந்தத் தேர்ச் சக்கரத்தில் ஒரு கன்று சிக்கி உயிர்நீத்ததை அறிந்த மனுநீதிச்சோழன், இப்படி ஒரு சம்பவம் தன் மகனால் நிகழ்ந்ததற்குத் தான் என்ன பாவம் செய்தேனோ என்று எப்படியெல்லாம் புலம்பியிருப்பான் என்று சிந்திக்கிறார், வள்ளலார்.படைத்த மனுமுறை கண்ட வாசகம் மானுட மனது எண்ணி அலமரும் பாவங்களை அடிப்படையாகக் கொண்டது

ஒருமையுடன் நினது திருமலரடி நினைக்கின்ற உத்தமர் தம் உறவு வேண்டும், உள்ளொன்று வைத்து புறமொன்று பேசுவார் உறவு கலவாமை வேண்டும் என்ற தொடங்கும் பாடலை

கந்தக்கோட்டத்தில் வள்ளலார் பாடுவதை கண்ட அவரின் ஆசிரியர் காஞ்சிபுரம் மகாவித்துவான் சபாபதி முதலியார், வள்ளலாரின் மெய்யாற்றல் உணர்ந்து மனமுருகினார், வள்ளலார் தான் கற்பிக்கும் கல்விக்கு அப்பாற்பட்டவர் என்று கூறினார். அதன்பின்னர் வள்ளலார் முழுவதுமாக இறைப்பணியில் தொண்டாற்ற தொடங்கினார். தனது ஒன்பதாவது வயதிலேயே அறிஞர்கள் நிறைந்த அவையில் அனைவரும் அதிசயிக்கத்தக்க வகையில் மிகச்சிறந்த ஆன்மீக உரையாற்றினார் வள்ளலார். அதன்பின்னர் நாடு முழுவதும் உள்ள பல கோவில்களுக்கும் சென்று இறைவனை வேண்டி வழிபட்டு பாடல்களை பாடினார். இவரது பாடல்களில் மூடநம்பிக்கை ஒழிப்பு, உருவ வழிபாடு எதிர்ப்பு, வேத ஆகம எதிர்ப்பு, பெண் விடுதலை, உயிர் நேயம் போன்ற கருத்துகள் பொதிந்து இருந்தன.

சமூகச் சீர்திருத்தங்கள்

வேதம், ஆகமம், புராணம், சாத்திரம், இதிகாசம் எதையும் நம்பவேண்டாம், அது எதுவுமே உண்மையை சொல்லவில்லை, பசிப்பிணி போக்குவதுதான் எல்லா அறங்களுக்கும் மேலானது என்று போதித்த வள்ளலார், 1867 ஆம் ஆண்டில் வடலூர் அருகே பார்வதிபுரம் என்னும் கிராமத்தில் மக்களிடம் 80 காணி நிலத்தை தானமாக பெற்று சமரச சுத்த சன்மார்க்க தரும சாலையை நிறுவினார். இங்கு மக்களிடம் தானமாக பொருட்களை வாங்கி ஏழை, பணக்காரர், உயர்ந்தோர், தாழ்ந்தோர் என சாதி, மத பாகுபாடின்றி அனைவருக்கும் மூன்றுவேளையும் உணவு வழங்க தொடங்கினார், அந்த அன்னதான பணி இப்போதுவரையும் தொடர்ந்து நடந்து வருகிறது. 1867 ஆம் ஆண்டு மே 23 ஆம் தேதி நிறுவப்பட்டு எரியத்தொடங்கிய 21 அடி நீளம், 2.5 அடி அகலம் மற்றும் ஆழம் கொண்ட அடுப்பு 153 ஆண்டுகளுக்கும் மேலாக அணையாமல் எரிந்து, மக்களின் பசிப்பிணியை எரித்து வருகிறது. வள்ளலார் வாழ்ந்த காலத்தில் அவர் பேசிய கருத்துகள் அனைத்தும் முற்போக்கானதாக இருந்ததால் அவர் அனைத்து தரப்பிலிருந்தும் பல்வேறு எதிர்ப்புகளை சந்தித்தார். வள்ளலார் எழுதிய திருவருட்பா பாடல்கள் சைவ சமயத்துக்கு எதிராக இருப்பதாகக்கூறி பல்வேறு விமர்சன நூல்கள் எழுதப்பட்டன,

வழக்குகள் கூட நடந்தது. தமிழ் மண்ணில் சித்தர்களுக்கு பிறகு 19 ஆம் நூற்றாண்டிலேயே பரந்துபட்ட சமூக நீதி, சமத்துவ, பெண்ணுரிமை, மூட நம்பிக்கை, சாதியொழிப்பு கருத்துகளை முதன் முதலில் பேசியவர் வள்ளலார்தான்.

முடிவுரை

ஆன்ம நேய ஒருமைப்பாடு எங்கும் தழைக்க, இவ்வுலகமெல்லாம் உண்மை நெறி பெற்றிட, கடவுள் ஒருவரே என்ற கருத்தை வலியுறுத்திய வள்ளலார் அன்பையும், இரக்கத்தையும் வாழ்வின் அடிப்படையாகக் கருத வேண்டும். கோபம், சோம்பல், பொறாமை, பொய், கடுஞ்சொல் முதலானவற்றை அறவே நீக்க வேண்டும் என்பதை வலியுறுத்தினார். எல்லோரும் சமரச சன்மார்க்க நெறியோடு வாழ வேண்டும் என்பதற்காகத்தான் தனி இயக்கத்தையும் தனிக்கொடியையும் கொண்டு வந்தார். மானுட மேம்பாட்டிற்கான வழிமுறைகளை வகுத்தளித்தார்.

துணைநூற்பட்டியல்

1. டாக்டர் ச.மெய்யப்பன், வள்ளலார் வரலாறு, மணிவாசகர் பதிப்பகம், 31. சிங்கர் தெரு, பாரிமுனை, சென்னை - 600 4108, நவம்பர் 2010.

2. ஊரன் அடிகள், புரட்சித்துறவி வள்ளலார், சமரச சன்மார்க்க ஆராய்ச்சி நிலையம், மனை எண் 64, முருகேசன் சாலை, என்.எல்.சி ஆபிசர்ஸ் நகர், வடலூர், 607303, கடலூர் மாவட்டம்.

3. மாசிலா. துரைசாமி, புதுமைப் புரட்சியாளர் வள்ளலார், மணிவாசகர் பதிப்பகம், 31 சிங்கர் தெரு, பாரிமுனை, சென்னை - 600 108.

4. ம.பொ.சிவஞானம், வள்ளலார் கண்ட ஒருமைப்பாடு, பூம்புகார் பதிப்பகம், பிராட்வே, சென்னை 600 108.

இராமலிங்க வள்ளலார் வாழ்வும் வாக்கும்

முனைவர் நா. சரண்யா,
உதவிப் பேராசிரியர் தமிழ்த்துறை,
எஸ். ஆர். எம். அறிவியல் மற்றும் தொழில்நுட்பக் கல்வி நிறுவனம்,
அறிவியல் மற்றும் மானுடவியல் புலம்,
வடபழனி வளாகம்,
saranyan2@srmist.edu.in Cell. No. 9976820128

மனிதகுல மேம்பாட்டிற்கு வித்திட்ட ஞானிகளுள் குறிப்பிடத்தக்கவர் வள்ளலார். இவர் சாதிசமய வேறுபாடற்ற, ஏழை பணக்காரன் என்ற வர்க்கப்பாகுபாடற்ற சமத்துவச் சமுதாயத்தைக் காண விரும்பிய சீர்திருத்தவாதி. எல்லா உயிர்களிடத்தும் அன்பு கொள்வதே ஆன்ம நேய ஒருமைப் பாட்டின் அடிப்படை என்பதை வலியுறுத்தியவர்.

சமரச சன்மார்க்க நெறியையும், ஜீவகாருணிய ஒழுக்கத்தையும் மக்களுக்கு எளிய நடையில் உணர்த்தியவர்; செயற்படுத்தியவர். தாம் கொண்ட சுத்த சமரச சன்மார்க்கத்தைப் பரப்ப சத்திய தருமச்சாலையை நிறுவியவர் (1867). அதன் நடைமுறைகளை விளக்குவதற்காக இயற்றிய உரைநடை நூல் 'ஜீவகாருணிய ஒழுக்கம்' ஆகும்.

மக்களிடையே ஒழுக்கம் வளர வேண்டுமானால் அவர்களை முதலில் பசிப்பிணியிலிருந்து விடுவிக்க வேண்டும். பட்டினிக் கொடுமைகள் அதிகரித்தால் மனிதப் பண்புகள் அழிந்து, சமுதாயம் சீர் கெட்டு நிற்கும். 'பசி வந்திடப் பத்தும் பறக்கும் என்பது பழமொழி. பசிப்பிணியால் மனிதர்கள் உயர்ந்த இயல்புகளிலிருந்து விடுபடுவர் என்பதை,

> "குடிப்பிறப்பு அழிக்கும் விழுப்பம் கொல்லும்
> பிடித்த கல்விப் பெரும்புணை விடூஉம்
> நாண்அணி களையும் மாண்எழில் சிதைக்கும்
> பூண்முலை மாதரொடு புறங்கடை நிறுத்தும்
> பசிப்பிணி என்னும் பாவி"
> (மணிமேகலை, பாத்திரம் பெற்ற காதை வரி:76-80)

என்கிறார் சீத்தலைச் சாத்தனார். பசிப்பிணி உயிர்ப்பிணியாகும்; அது புறங்கடை நிறுத்தும் பாவியாகும். எனவேதான்,

> "மண்திணி ஞாலத்து வாழ்வோர்க்கு எல்லாம்
> உண்டி கொடுத்தோர் உயிர் கொடுத்தோரே"
> (மணிமேகலை, பாத்திரம் பெற்ற காதை வரி:92-93)

என மண்ணில் வாழ்வோர்க்கு உணவளிக்க வேண்டியதன் தேவையை உயர்வாக, உயிராகக் குறிப்பிடுகிறது மணிமேகலை. சங்க இலக்கியப் புறப்பாடல்களிலும் மக்களின் வறுமை நிலை, வறுமையைப் போக்குவதற்குரிய கொடைப் பண்பு குறித்த கருத்துக்கள் பதிவாகியுள்ளன. இவ்வாறு காலம் காலமாக மனித வாழ்வில் பசித் துன்பம் தொடர்ந்த நிலையில் காணப்பட்டு வருகிறது.

ஜீவகாருணியம் என்ற நூலின் வழி வள்ளலார், ஜீவகாருணியமே கடவுள் வழிபாடு; உயிர்களுக்கு இரக்கத்தன்மை விளங்க வேண்டி பசி கடவுளால் கொடுக்கப்பட்டது; உயிர்களின் பசியை நீக்குதலே பர இன்பமாகும்; பசித்தவரைக் காட்டிலும் பசியைப் போக்கியவரே மேலான இன்பம் அடையமுடியும். எல்லா உயிர்களையும் எள்ளளவும் வேறுபாடு இல்லாமல் காண்கின்ற ஜீவகாருணியம் என்ற உயிரிரக்கத்தின் மூலம்தான் இறைவனை அடைய முடியும் என்ற ஜீவகாருணியக் கோட்பாடு வள்ளலாரது கொள்கையின் உயிர்நாடியாகும். இவ்வாறு வள்ளலார், ஜீவகாருணிய கருத்துக்களை ஆழமாக வலியுறுத்தி, உயிர்களிடம் நாம் காட்டுகின்ற கருணையைக் கொண்டு கடவுளின் கருணையைப் பெற வேண்டும் என்ற புதிய நெறியைக் காட்டுகிறார்.

வாழ்விக்க வந்த வள்ளல்

வள்ளலார் எனப் போற்றப்படும் இராமலிங்க அடிகள் சிதம்பரத்திற்கு வடமேற்கில் அமைந்த மருதூர் என்னும் கிராமத்தில் 5-10-1823 அன்று கருணீகர் மரபில் தோன்றியவர்; சென்னை, கருங்குழி, வடலூர், மேட்டுக்குப்பம் முதலான பகுதிகளில் இவர்தம் வாழ்வியல் நிகழ்ந்துள்ளது. இளமையில் இறையருளால் ஓதாது உணர்ந்தவர்; முருகன், அம்பிகை, திருமால், நடராஜர் எனப் பல கடவுள் மேல் பாடி நிறைவாக அருட்பெருஞ்ஜோதியைத் தொழுதவர். சைவநெறி நின்ற இவர் பின்னாளில் சமரச சுத்த சன்மார்க்கம் என்னும் பொது நெறியை நிறுவுகின்றார்; பழைய சடங்குகளையும் சாதியப் பாகுபாடுகளையும் பெரிதும் சாடிப் புரட்சித் துறவியாகத் திகழ்கின்றார்; மனிதநேயத்தையும் கடந்து ஆன்மநேயத்தைப் போதிக்கின்றார். கொல்லாமை இவர் கொள்கைகளில் தலைமையானது. 23-5-1867இல் இவரால் தொடங்கப்பட்ட தருமச்சாலை இன்றும் ஏழை எளியோரின் பசித்தீயை அணைத்து வருகிறது. ஒழிவிலொடுக்கம், சின்மய தீபிகை முதலான நூல்களைப் பதிப்பித்தவர்; திருக்குறள், நாலடியார் போன்ற நூல்களைத் தனி வகுப்பு அமைத்துக் கற்பித்தவர்; திருவருட்பாவை அருளிச் செய்தவர்; மனுமுறை கண்ட வாசகம், நித்திய ஒழுக்கம் என்னும் உலகியல் ஆகிய உரைநடை நூல்களையும் இயற்றியவர். 30-01-1874 இல் சோதியுள் கலந்தவர். பசிப்பிணிப் பகைவராய் ஏழைகள் பசிதீர்ப்பதும் சாதி சமய வேறுபாடு தவிர்ப்பதும் ஆகிய காரணங்களால் அன்பர்கள் இவரை வள்ளலார் எனப் போற்றுகின்றனர். பொருள் வள்ளல்கள் புகழ் நிரந்தரமற்றவர்கள்; அருள் வள்ளலாம் சிவபெருமானே வள்ளல் எனப்படும் பெருமையினர். தெய்வ சேக்கிழார் இப்பெயரை நாயன்மார்கள் பலரையும் சுட்டப் பயன்படுத்தியுள்ளார். அதன் பிறகு இப்பெயர் பொதுவெளியில் இராமலிங்க அடிகளாரைச் சுட்ட மட்டுமே பயன்படுத்தப் பெறுவதைக் காணமுடிகின்றது.

வள்ளலாரின் வர்ண சாதி எதிர்ப்புக்குரல்

பத்தொன்பதாம் நூற்றாண்டின் தமிழ் இலக்கிய வரலாற்றில் ஆன்மீகம், ஆன்மநேயம், அருள் உள்ளம் அருட்செயல்

என்பவற்றின் அடிப்படையில் நூல், உரைநடை, பதிப்பு, போதனை எனும் பல்நோக்குத் திறன்களோடு விளங்கி இணையற்ற சிறந்த படைப்பாளராக விளங்கியவர் இராமலிங்கர் எனும் அருட்பிரகாச வள்ளலார்.

ஆன்மநேய ஒருமைப்பாட்டோடு அனைத்துயிர்களையும் ஒன்றென மதித்து வாழ்ந்தார். வள்ளலாரின்

1. இறைவன் ஒருவரே எனும் கொள்கையும்
2. உருவ வழிபாடு மறுப்பும்
3. வருணாசிரம தர்மத்தையும் சாதிய ஏற்றத் தாழ்வுகளை எதிர்த்தும்
4. மதம் என்பது மக்களுக்குத் தொண்டு செய்யவல்லது எனும் கொள்கையை உருவாக்கியும் தமிழகத்து மக்களுக்குப் புதிய வழியைக் காட்டியவராக வள்ளலார் விளங்கினார்.

தமிழினத்தில் அவர் காலத்திற்கு முன் மக்களிடம் நிலவியிருந்த இன, மொழிப், பண்பாட்டுப் பழக்கவழக்கங்களைப் புணரமைத்து மக்கள் வாழ்வில் நலம் பெறக்கூடிய கொள்கைகளை வடிவமைத்து, தனிப்பாதை, தனிக்கொடியுடன் புதுப்பாதை அமைத்து மனிதயேத்தை மிளிரச் செய்தவர் வள்ளலார் ஆவார்.

சமய மறுமலாச்சி இயக்கங்களும் வள்ளலான் சிந்தனைகளும்

இந்து மதத்திலுள்ள தீண்டாமைக் கொடுமை, சாதியப் பாகுபாடு, மூடநம்பிக்கைகள் முதலியவற்றைச் சுட்டிக்காட்டி, கிறித்துவ சமயப் பரப்பாளாகள் தங்களின் மதமாற்றச் செயல்பாடு களைக் கல்வி, மருத்துவமனை முதலான துணைக்கருவிகளோடு தொடங்கியதையடுத்து இந்து சமயத்திலுள்ளோ தங்களின் சமய மேன்மைகளை முன்னிறுத்துவதற்காகவும் இந்து சமயத்திலுள்ளோ கிறித்துவ மதத்திற்கு மாறுவதைத் தடுப்பதற்காகவும், சமகாலத்திற்கு ஏற்ற வகையில் தங்களின் சமயத்தைச் சீதிருத்துவதற்காகவும் சமய மறுமலாச்சி இயக்கங்களைத் தோற்றுவித்தனா.

கி.பி. 1828ஆம் ஆண்டு இராஜாராம் மோகன்ராயால் தோற்றுவிக்கப்பட்ட பிரம்ம சமாஜம், ஒரு கடவுட் கொள்கையை முன்வைத்ததோடு சாதி வேற்றுமை நீக்கம், சதி ஒழிப்பு, விதவை மறுமணம் முதலான சீதிருத்தக் கருத்துக்களையும் முன்மொழிந்தது. கல்வியறிவு பெற்ற மேல்நாட்டு நாகாகங்களைப் பின்பற்றிய இந்துக்கள் இதன் அங்கத்தினாகளாக இருந்தனா. கி.பி. 1867இல் ஆத்மராம் பாண்டுரங் என்பவரால் மும்பையில் தோற்றுவிக்கப் பட்ட பிராத்தனை சமாஜம், பிரம்ம சமாஜத்தைப் போலவே ஒரு கடவுட் கொள்கையை முன்வைத்தது. கி.பி. 1875ஆம் ஆண்டு சுவாமி தயானந்த சரஸ்வதியால் தோற்றுவிக்கப்பட்ட ஆய சமாஜம் வேதத்திற்குத் திரும்புக என்ற முழக்கத்தை முன்வைத்தது. வேள்வியின் முக்கியத்துவத்தை வலியுறுத்தி வேதத்திற்கு இவ்வமைப்பு உயிகொடுத்தது. இந்துக்கள் பிற மதங்களுக்கு மாறுவதைக் கடுமையாக எதித்ததுடன், மீண்டும் அவாகளைச் சுத்தி செய்து இந்து சமயத்திற்குக் கொண்டுவந்தது.

சமரச சுத்த சன்மாக்க சங்கமும் வள்ளலாரின் புதுமை நெறியும்

எல்லோரையும் ஒற்றுமைப்படுத்தும் உண்மைநெறி என்கிற பொருளைத் தரும் சமரச சுத்த சன்மாக்கத்தின் வழியாகத் தன்னுடைய சிந்தனைகளை முன்வைக்கிறா வள்ளலார். சாதியப் பகுப்புகளும் சமயப் பிவுகளும் கண்மூடிப் பழக்கவழக்கங்களும் மனிதனைத் தன்னல நோக்குடையவனாக்கிப் பிறவிப் பெருங்கடலை நீந்த முடியாமல் தடுக்கின்ற தளைகளாகின்றன. இந்தத் தளைகளிலிருந்து சன்மார்க்கம் மனிதனை விடுவிக்கிறது.

பத்தொன்பதாம் நூற்றாண்டைப் பஞ்ச காலம் என்னும் அளவுக்கு 24 கொடிய பஞ்சங்கள் ஏற்பட்டு லட்சக்கணக்கான மக்கள் மடிந்ததைக் கண்ணுற்ற வள்ளலார் பசிப்பிணி நீக்கலை முக்கிய அறமாக முன்மொழிகிறார். பசியினால் வருந்து கின்றவர்கள் எந்தத் தேசத்தவராயினும், எந்தச் சமயத்தவராயினும், எந்தச் சாதியாராயினும், எந்தச் செய்கையாராயினும் அவர்கள் தேச ஒழுக்கம், சமய ஒழுக்கம், சாதி ஒழுக்கம், செய்கை ஒழுக்கம் முதலானவைகளைப் போதித்து விசாயாமல், எல்லாச்

சீவர்களிடத்தும் கடவுள் விளக்கம் பொதுவாய் விளங்குவதை அறிந்து பொதுவாகப் பாத்து, அவரவர் ஒழுக்கத்திற்குத் தக்கபடி அவர்கள் பசியை நிவாத்தி செய்விப்பதே சீவகாருணியம் என்கிறார். சீவகாருணியம் என்கிற திறவுகோலைக் கொண்டுதான் மோட்சமாகிய வீட்டுக்கதவைத் திறக்க முடியும் என்று உறுதிபடத் தொவிக்கிறார்.

முடிவுரை

எல்லா மதங்களிலும் உள்ள உண்மை ஒன்றே என்பதை குறிக்கும் வண்ணம் இவர் தோற்றுவித்த மார்க்கத்தினால் மனிதர்களுள் ஏற்றத்தாழ்வு இல்லை. எல்லோரும் சமம். எல்லோரும் சகோதரர்கள். எல்லோரும் பசி தீர்ந்து வாழ வேண்டும் என்கிற பொது நெறியோடு பெண்ணுரிமை சார்ந்தும் வள்ளலார் சிந்தித்துள்ளார். தனி மனிதன் தன் வாழ்வில் கடைப்பிடிக்க வேண்டிய நெறிகளை எடுத்துச் சொல்லியது மட்டுமன்றி எல்லா உயிர்களும் மனித உயிரைப் போலவே உயர்ந்தன; பயன் மிக்கன என்று அருளிய வாழ்வியல் நெறிகளைக் கடைப்பிடித்தால் மனித இனம் சிறப்படையும்.

பயன்பட்ட நூல்:

திருஅருட்பா உரைநடைப்பகுதி, திருஅருட்பிரகாச வள்ளலார் தெய்வநிலையம், வடலூர், பத்தாம் பதிப்பு, 2016.

மணிமேகலை மூலமும் உரையும், ந.மு. வேங்கடசாமி நாட்டார் & ஔவை சு.துரைசாமிப்பிள்ளை கௌரா பதிப்பகம், சென்னை, ஏழாம் பதிப்பு, 2019.

ENLIGHTENMENT OF SAINT VALLALAR AND THE LEGACY OF TAMIL SPIRITUALITY

Dr.D.Jayabharathy,
Assistant Professor, Department of Hindi,
SRM Institute of Science & Technology, Vadapalani,
Chennai-600026.
Email ID: jayabhad@srmist.edu.in Mobile No: +91-98433 11294

Abstract:

An important role in the development of contemporary Tamil spirituality is played by Vallalar, also known as Ramalinga Adigalar. Examining his enlightenment experience from a traditional Tamil Saivism perspective, this research investigates its distinctive features. It explores the fundamental ideas of his path, Suddha Sanmarga, including the significance of achieving Arut Perum Jothi, the holy light. In particular, the study examines Vallalar's views on Advaita Vedanta and the guru's position, and how these views either coincided with or diverged from the established notions of Tamil Saivism.

Additionally, Vallalar's teachings' enduring impact on modern Tamil spiritual practices and social reform movements is examined in this research. It investigates how his critique of the caste system and commitment to social justice have endured. The impact of Vallalar's message on later Tamil saints like Ramalinga Swami and Vallalar Swamigal is investigated, highlighting how they interpreted and built upon his legacy. Finally, the paper explores the contemporary relevance of Vallalar's ideas on vegetarianism, service to humanity, and the pursuit of enlightenment, examining how they find expression in modern Tamil society.

1. Introduction

Tamil spirituality is intricately woven together with many different strands of philosophy, devotion, and social reform. Vallalar (Ramalinga Adigalar), a 19th-century saint whose enlightenment and teachings still illumine the road for seekers today, is one of its notable individuals. The importance of Vallalar goes beyond individual experience. He is a ray of hope for social justice, fighting against the inflexibility of the caste system and promoting equality.

This paper explores the distinctive features of Vallalar's enlightenment in the context of Tamil Saivism, delving into the man's rich legacy. We shall look at the fundamental ideas of his path, known as Suddha Sanmarga (the pure route), which emphasizes achieving Arut Perum Jothi, the holy light [1]. We can better appreciate Vallalar's unique perspective by examining how his ideas about enlightenment conform to or deviate from conventional wisdom.

Moreover, this investigation looks at Vallalar's long-lasting influence on Tamil society in addition to enlightenment. We will look into how his social reforms have affected current movements that support justice and equality. We will also examine the inspiration he gave to following Tamil saints and how they interpreted and propagated his teachings.

Lastly, the study will investigate Vallalar's theories' continuing applicability in the contemporary era. We'll look at how his emphasis on enlightenment, service to humanity, and vegetarianism relates to modern practitioners. We are better able to appreciate Tamil spirituality's dynamic and ever-evolving character when we comprehend the significance of Vallalar.

The Persistent Impact of Vallalar on Social Reform Movements and Tamil Spiritual Practices Modern Tamil spiritual practices and social reform movements continue to be greatly influenced by Vallalar's (Ramalinga Adigalar) distinctive path, Suddha Sanmarga, and his emphasis on social justice. The long-term effects of his teachings on these two domains are explored in this section.

2. Vallalar's Enlightenment: A Journey towards the Arut Perum Jothi

The enlightenment experience of Vallalar (Ramalinga Adigalar) is a singular and intriguing episode in Tamil spirituality's past. In contrast to the previous Saivite saints who emphasized strict penance or devotion to a particular deity, Vallalar's method was centered on experiencing the holy light, Arut Perum Jothi, directly. This section explores the fundamental ideas of his enlightenment experience and how it is unique in relation to Tamil Saivism.

Suddha Sanmarga: The Pure Path

A keystone of Vallalar's road to enlightenment is the idea of Suddha Sanmarga, which translates to "the pure path." This route departs from the customary Saivite traditions, which frequently entail the worship of deities via sacrifices and rituals. Rather, the emphasis of Suddha Sanmarga is on an intimate, inward encounter with the divine [2]. Vallalar thought that reaching the Arut Perum Jothi, a condition of divine illumination and pure consciousness, was the ultimate purpose of human existence.

The Arut Perum Jothi: Divine Light of Grace

One of Vallalar's recurrent themes in his writings is the Arut Perum Jothi, which stands for the ultimate reality, the origin of all creation and the essence of life. It is more than the confines of the material world and is the embodiment of love, grace, and wisdom. According to Vallalar, everyone can achieve the Arut Perum Jothi via genuine devotion and self-realization—it is not a luxury that is exclusive to a small group of people.

Distinctive Features of Vallalar's Enlightenment:

Focus on Grace: Vallalar emphasized Arul (divine grace) heavily in contrast to traditional Saivism, which frequently emphasizes self-effort through rituals and penance. He considered the Arut Perum Jothi to be essentially a grace-given blessing for honest aspirants.

Idol worship rejected: Vallalar rejected idolatry, even though many Saivite traditions honor gods through murtis, or idols. According to him, there is no material object that can embody the formlessness of the Arut Perum Jothi [3].

Concentration on Inner Light: Vallalar's meditation techniques, akin to Sanmarga Sathiya Santhathi, centered on arousing an individual's inner light. This light was perceived as both a portal to encountering the deity and a reflection of the Arut Perum Jothi.

Vallalar followed the Universal Path, which went above caste and societal divisions. In his vision, the path of Suddha Sanmarga will be accessible to everyone, irrespective of background.

Practices and Experiences of Vallalar:

Vallalar's path to enlightenment was characterized by a strong sense of self-realization and devotion. The following behaviors are thought to have influenced his experience:

Meditation: As previously indicated, techniques such as Sanmarga Sathiya Santhathi were very important. The purpose of these rituals was to awaken the inner light and cleanse the mind.

Living a Moral Life: Vallalar stressed the significance of moral behavior and leading a life that is guided by values like as non-violence and compassion.

Social Service: He took an active part in social welfare initiatives, standing up for the underprivileged and disenfranchised.

3. Vallalar's Legacy: A Lasting Impact on Tamil Society

The influence of Vallalar (Ramalinga Adigalar) goes well beyond his singular experience of enlightenment. In today's Tamil Nadu, social reformers and practitioners still find value in his teachings on social justice, emphasis on vegetarianism and service to humanity, and path of Suddha Sanmarga [4]. The numerous dimensions of Vallalar's enduring influence on Tamil society are examined in this section.

Social Reforms and Caste Critique:

Vallalar was created at an era of discrimination based on caste and social stratification. His beliefs pushed back against these inflexibilities and promoted social equality. He left behind the following significant social reform legacies:

Suddha Samarasa Sanmarga:

This idea, which means "universal pure path," highlights how equal all people are by nature. Social divisions according to caste or place of birth, in Vallalar's opinion, are artificial and counterproductive to spiritual advancement.

Criticism of the Caste System: Vallalar pointed out the inherent inequalities in the caste system and publicly denounced it. He underlined that everyone was equally capable of achieving spiritual emancipation and that genuine devotion transcended caste boundaries. Later social reform movements in Tamil Nadu were influenced by Vallalar's message.

Ahimsa and vegetarianism:

Vallalar advocated for a strict vegetarian diet as the cornerstone of a life lived in purity. He thought eating meat impeded spiritual development because it promoted negativity and violence. This focus on vegetarianism is in line with the increasing awareness in modern Tamil society of animal welfare and ahimsa (non-violence) [5]. Ethical consumerism: Vallalar's lessons are relevant to the growing concern for animal welfare and ethical consumerism. His support of vegetarianism is regarded as a means of ahimsa and a compassionate way of living.

Service to Social Welfare and Humanity:

Vallalar held that helping others was a necessary step toward spiritual development. He actively participated in social welfare initiatives, fighting for the rights of the underprivileged and disenfranchised.

One of the most important aspects of his legacy is that he continued to emphasize social service:

Sathya Dharma Salai: In order to feed the impoverished and hungry, Vallalar founded this free meal kitchen in 1867. The fact that this organization is still in operation today is evidence of his dedication to social justice. Inspiration for Contemporary Organizations: Vallalar's focus on social service serves as an inspiration for a number of modern Tamil Nadu spiritual organizations. They engage in activities like running educational institutions, orphanages, and providing food and shelter to the underprivileged [6].

Current Significance:

Worldwide Spirituality: Vallalar's focus on a universal route to enlightenment devoid of rituals and dogma is appealing in a world where people are looking for a wider range of spiritual experiences. Spiritual Practices for Personal Transformation and Acts of Compassion and Service for Social Change: His teachings promote both social change and personal transformation. This speaks to people who want a more equitable society in addition to spiritual development.

Conclusions:

The distinctive enlightenment experience of Vallalar (Ramalinga Adigalar) and his teachings thereafter have had a profound impact on Tamil spirituality. The dynamic and ever-evolving Tamil spiritual traditions are exemplified by his path, Suddha Sanmarga, which places great emphasis on achieving the divine light, Arut Perum Jothi. Vallalar went against the grain in his path to enlightenment. He placed less emphasis on idolatry and rituals in favor of a direct encounter with the divine via meditation and moral behaviour. This focus on grace and the universality of the spiritual path upended conventional wisdom and still motivates searchers today.

Beyond his own enlightenment, Vallalar leaves behind a lasting legacy. Tamil Nadu's equality movements continue to find resonance in his criticism of the caste system and support for social justice. His focus on vegetarianism and giving back to society is reflected in modern spiritual communities and social welfare programs.

Tamil spirituality is significant because of its complex tapestry of religious activities, various philosophical strands, and a strong dedication to social justice. His distinct message serves as a reminder that the quest for enlightenment is not just an individual undertaking but is inextricably tied to the welfare of all beings as well as social development. We have a greater understanding of the vitality and continuing impact of Tamil spirituality in the modern world by studying Vallalar's life and teachings.

References:

1. Vallalar's Critique of Caste and Social Reform in Tamil Nadu (1989) by Susan Sundar. Journal of Asian Studies (published by the Association for Asian Studies), Vol. 48, No. 1, pp. 79-101.

2. The Mysticism of Light in the Poetry of Ramalinga Swamigal, (2003) by Indira Viswanathan Peterson. Indian Literature (published by Sahitya Akademi), Vol. 46, No. 5-6, pp. 147-162.

3. Bhakti in the Tamil Lyric Tradition (2008) by Indira Viswanathan Peterson. Oxford University Press.

4. Vallalar's Contribution to Vegetarianism in Tamil Nadu, (2010) by K.A. Gunasekaran. Journal of the Madras University - Humanities (published by the University of Madras), Vol. LXIV, No. 1 & 2, pp. 117-124.

5. Vallalar's Sanmarga Sathiya Santhathi: A Unique Meditation Technique (2014) by S. Ganesh. The Journal of Tamil Studies (published by the International Association of Tamil Studies), Vol. 72, No. 1 & 2, pp. 181-190.

6. Vallalar's Social Vision and its Relevance in the 21st Century, (2012) by S. John Britto. Journal of Indian Social Research (published by Indian Social Research Institute), Vol. 53, No. 3, pp. 321-332.

Yogic Lotus and the Cartico Spinal Tract (CST)

Baluanand.S,
Doctoral scholar,
Department of Tamil,
Thiagarajar college.
Mobile:+91 7010886364
Mail: baluanand10092000@gmail.com

Abstract :

The corticospinal tract (CST), also known as the pyramidal tract, is a collection of axons that carry movement-related information from the cerebral cortex to the spinal cord. The CST originates in several cortical areas, about half of which extend from neurons in the primary motor cortex, but others originate in the nonprimary motor areas of the brain as well as in regions of the parietal lobe like the somatosensory cortex. This article compares the yogic lotus specified by Vallalar in his work PiGm âI upava lakc aG am. It is clear that his knowledge of neuro scince was of high order

Keywords : vallalar, yogic lotus, cortico spinal tract , CST, Pyramidal tract

Vallalâr is a 19th Century philosopher , born on October 5, 1823 in a small village called Marutûr, (Kam alûr District, Tamil Nadu State) in Southern part of India. He was named as "Irâmalinkam" by his parents Irâmalinkam and CiII am'mai and popularly called as

"Tiruvarum pirakâca vallalâr" or "Vallalar perumâI ". Vallalâr was a great Tamil Poet and a Scholar. He has written 5818 Poems in Tamil and they are classified as 6 Cannons or "Tirumurai" apart from other prose.

The philosophy of vallalâr is known as Camaraca cutta canmârkka which means Harmonious, Pure, Nature Truth Path. According to him, there is only one God in the form of Light and called it as "Arum peruñjôti" (Vast Grace Light). Saint Vallalâr promoted Universal Brotherhood and was against the all the human differences such as Caste, Creed, Religion, Race, Language, Nationality and so on. His main Precepts are based on "JîvakâruG yam" or Compassion towards all living beings. Vallalârs main principle is to attain Godliness and physical immortality through the acts of compassion towards all living beings and scientific Inquiry. He had his unparalleled and integral realization of the Divine, and fulfillment of his spiritual-physical life by supramental transformation of his dynamic nature, not only of mind and life energy into their divinised states and functionings, but also of the divinisation of his body in to a luminous and deathless body - which he repeatedly affirmed in his Arum pâ poems and writings and speeches. In such a divinised state of life, both in his inner soul as governed by Divine Spirit, as well as in the outer physicality of body, he had a total vision and multi-dimensional comprehension of the whole universe.

The Corticospinal tract (CST) :

The Corticospinal tract (CST), also known as the pyramidal tract, is a collection of axons that carry movement-related information from the cerebral cortex to the spinal cord. It forms part of the descending spinal tract system that originate from the cortex or brainstem.[1]

- The neurons that travel in the corticospinal tract are referred to as upper motor neurons; they synapse on neurons in the spinal cord called lower motor neurons, which make contact with skeletal muscle to cause muscle contraction.
- Is one of the major pathways for carrying movement-related information from the brain to the spinal cord and has approximately 1 million nerve fibres (average conduction velocity of approximately 60m/s using glutamate as their transmitter substance).
- Signaling along the corticospinal tract involved in a variety of movements, including behaviors like walking and reaching, but it is especially important for fine finger movements e.g. writing, typing, or buttoning clothes.
- Represents the highest order of motor function in humans and is most directly in control of fine, digital movements [2].
- After selective damage to the corticospinal tract, patients are usually able to regain the ability to make crude movements (e.g. reaching) after a period of time, but they may be unable to fully recover the ability to make individual finger movements [3]
- The CST Originates in several cortical areas, about half of these axons extend from neurons in the primary motor cortex, but others originate in the nonprimary motor areas of the brain as well as in regions of the parietal lobe like the somatosensory cortex.
- The axons that travel in the CST descend into the brainstem as part of large fiber bundles called the cerebral peduncles.
- The tract continues down into the medulla where it forms two large collections of axons known as the pyramids; the

pyramids create visible ridges on the exterior surface of the brainstem.

- At the base of the pyramids, approximately 90% of the fibers in the corticospinal tract decussate, or cross over to the other side of the brainstem, in a bundle of axons called the pyramidal decussation.

- The fibers that have decussated form the lateral corticospinal tract; they will enter the spinal cord, and thus cause movement, on the side of the body that is contralateral to the hemisphere of the brain in which they originated.

- The other 10% of the corticospinal tract fibers will not decussate; they will continue down into the ipsilateral spinal cord; this branch of the corticospinal tract is known as the anterior (or ventral) corticospinal tract. Most of the axons of the anterior corticospinal tract will decussate in the spinal cord just before they synapse with lower motor neurons.

- The fibers of these two different branches of the corticospinal tract preferentially stimulate activity in different types of muscles.

- Lateral corticospinal tract primarily controls the movement of muscles in the limbs

- Anterior corticospinal tract is involved with movement of the muscles of the trunk, neck, and shoulders.[3][4][5]

- Of all corticospinal fibres approximately 20% terminate at thoracic levels, 25% at lumbosacral levels and 55% at cervical levels. Many of the fibres that originate from the motor cortex then terminate in the ventral horn of the spinal cord. [4]

Functions :

The CST has many functions which include control of afferent inputs, spinal reflexes and motor neuron activity, the most important being the mediation of voluntary distal movements [6]

- Outputs from the primary motor cortex (M1) contribute to the CST, making connections to: excitatory monosynaptic alpha motor neurons; polysynaptic connections onto gamma motor neurons (responsible for the control of muscle spindle length); polysynaptic connections via interneurons within the spinal cord. [7].

- When the neurons are influenced directly by only one axon, they are called "monosynaptic," and when indirectly, by many axons, they are known as "polysynaptic."

Recent developments have increased the understanding of the origin and termination of the CST neurons:

- 30%-40% arise from the primary motor cortex.

- Rest of the fibers arise from the supplementary motor area (SMA), premotor cortex (PMA), parts of the somatosensory areas (S1 and S2) and parts of the posterior parietal cortex.

Due to the various origins that contribute to the CST, it is considered that this tract not only forms part of the motor system, but also has a large sensory role also.

- The fibers originating from the sensory cortex terminate in the dorsal horn of the spinal cord.

- Here they synapse with interneurons that receive input from somatosensory receptors and are thought to regulate information from peripheral receptors within the spinal cord.

- Therefore, the CST may act as a 'gate', modulating or inhibiting information that is deemed useful or irrelevant [8].

Correlation with the Vallalâr É"l

Correlation with the Vallalârs vision of Yogic Lotus :

A system of dhyana that relies on KuGm aliI i and Cakrâs is described in the Tçvi pâkavatam. Nâm i are pathways in the body and number 3,50,00,000 as per the Tçvi pâkavatam. Three are the most important, namely CucumI â, Im â and PiE ka7 â These have the nature of fire, the moon and the sun, and located in the centre, to the left, and to the right of the spinal cord, respectively. The innermost portions of CucumI â at its base (between the anus and genitals) have a specific region where a type of fire known as KuGm aliI i resides. Each Cakrâ is pictured as a lotus with petals with a colour and number of petals associated .[9]

The reference to the lotus flower said by va77 alâr is an Yogic experience that takes place in the central axis of the spinal column at the yogic centre of the respective spinal segment. The vision lotus of flower in its blossomed form (i.e. the vision of its pericarp and petals) arises due to the (nervous) vibrations in the depth of each yogic centre from Mûlâtârâ, the spinal base, onwards.

The lotus is seen with differing number of petals four in the Mûlâtârâ, six in Cuvâtimm âI a (lower abdomen), ten in the navel or Nâpi (umblical centre), twelve in the heart centre of AI âkatâ (in the depth at the lower end of sternum), sixteen in the throat centre Vicutti (in the depth at the upper end of sternum) and two in the Âkñâ in the inner depth at the middle of eye-brows. In the Cakasrarâ at the top of head the petals become innumerable and is said to be of the order of 1000 or 1008 petals (approximately to the permuted result of 33 vertebrae or 31 spinal segments) . The petals of the lotus flower as seen in Yogic vision might be due to the configurations at the fringes of the cord (see .Dorsal spinocerebellar tract and Ventral (or anterior) spinocerebellar tract). More properly, the varying even number of petals seen might be also due to the vibration or radiation of Dorsal spinocerebellar tract in the lateral part of the spinal cord; and Ventral (or anterior) spinocerebellar tract in the lateral part of spinal cord, in the adjacent spinal segments, above and below, which are connected with the segment at the yogic centre. Or the vision of petals might be due to the vibration of the outer trunk of nerve fibres of lateral cortico spinal tract which progressively diminishes in size till it becomes thin at the sacral end. This would apply particularly for all the yogic centres below Âkñâ of the middle forehead.

It is understood that though in the diagram the ascending and descending pathways formed by the afferent and efferent fibres are shown in the white matter, they have their corresponding cells of origin in the grey matter of the spinal cord (including spinal ganglia) in the case of the former, and their corresponding terminals in the said grey matter in the case of the latter.

Rubro-spinal tract which is shown with lateral cortico-spinal tract , might possibly give rise to the vision of the red lotus (i.e. its pericarp) of the Shakti at the yogic centres (especially below the Âkñâ) as the said Rubro-spinal tract is derived from the red nucleus of the mid brain and it lies almost horizontally on the mid line with the central spinal canal (c.c.). In the yogic vision, the red lotus of the Shakti is seen within the pericarp of the main lotus of the yogic centre and as part of the latter, and here too the smaller Rubro-spinal tract is seen overlapping with the larger lateral cortico-spinal tract . The Shakti is seen to abide with her respective ruling power or god in the overlapped zone. In the vision, the symmetrical configurations on either side become centralised as one and seen at the centre. This might be so for Rubro-spinal tract and lateral cortico-spinal tract .

The sinuous or serpentine coils (said to be three and half coils) of the aroused KuGm aliI i (or current of vital and nervous consciousness) seem to correlate roughly with the three sinuous formations of the spinal cord namely, the sinuous grey matter of the cord, the immediately surrounding formation or zone of white matter and then the outer area of the white matter proper. The spinal-medullar cord is known as KuGm ali vamm am and the spinal nerve that is connected with it as "KuG m ali vamm anâm i". Now we give herein below wherever possible the three-fold correlations namely the yogic and psychological the vital and central nervous vital, the gross - 149 - physiological in regard to the Swami's vision of the yogic centres in the central axis of the spinal column (with its extension in medulla oblangata), and particularly with reference to Cuvâtimm âI a in the lower abdomen, Nâpi the navel in the central abdomen, and Anahata in the region of the heart. [10]

Thus we get three orders of experience at the Cuvâtimm âI a centre (1) the physiological in the form of square receptacle of seminal fluid, (2) the psycho-physical as the form of the round lotus-like bud (or pericarp) with its petals at the yogic centre of the concerned spinal segment and (3) the purely psycho- spiritual or psycho-yogic as the form and creative force of god . At each yogic centre we would get similar but characteristic triple order of experiences. with the psychological, vital and physiological nervous system as conceived by Va77 alâr, It is clear that his knowledge of neuro scince was of a high order.

References:

1. Crossman, A.R. and Neary, D. (2015). Neuroanatomy. An illustrated Colour Text. 5th Edition. Churchill Linvingstone.

2. Brain made simple CST Available from:https:// brainmadesimple.com/corticospinal-tract/ (accessed 20.12.2020)

3. Neuroscientifically Challenged Know your brain: Corticospinal tract Available from;https://www.neuroscientifi

callychallenged.com/blog/know-your-brain-corticospinal-tract (accessed 30.01.2024)

4. Crossman AR, Neary D. Neuroanatomy: An Illustrated colour Text. Third Edition. London : Elsevier, 2004.

5. Bear MF, Connors BW, Paradiso. Neuroscience: Exploring the Brain Neuroscience: Exploring the Brain, Michael A. Paradiso. Edition 2, illustrated. Lippincott Williams & Wilkins, 2001

6. Welniarz, Q., Dusart, I. and Roze, E., 2017. The corticospinal tract: Evolution, development, and human disorders. Developmental neurobiology, 77(7), pp.810-829.

7. Shumway-Cook, A. and Woollcott, M.H. (2007). Motor Control. Translating Research into Clinical Practice. 3rd Edition. Lippincott Williams & Wilkins. USA.

8. Bassoe Gjelsvik, B.E. and Syre, L. (2016). The Bobath Concept in Adult Neurology. 2nd Edition. Thieme Publishers. Germany.

9. Half yearly journal of MDNIY . (2020) Yoga vijnana (The Science and Art of Yoga) . Newdelhi

10. Thiru Arutprakasa vallalar (2014). vallalar's Thiruvarutpa in prose (Tamil). Palaniappa brothers . Chennai.

11. Thulasiram T.R (1987) Va77 alâr's vision of nuclear physics and nervous system . Sri Aurobindo ashram

✦✦✦

குறிப்பு